சல்மான் ருஷ்தீ

சல்மான் ருஷ்தீ பனிரெண்டு நாவல்களின் ஆசிரியர். கிரைமஸ், நள்ளிரவின் குழந்தைகள், அவமானம், சாத்தானியச் செய்யுள்கள், ஹாரூனும் கதைக்கடலும், மூரின் கடைசிப் பெருமூச்சு, அவள் காலடிக்குக்கீழுள்ள தரை, சீற்றம், ஷாலிமார் என்னும் கோமாளி, புளோரன்சின் அழகு, லூக்காவும் வாழ்வின் நெருப்பும், இரண்டு வருடங்கள், எட்டு மாதங்கள், இருபத்தெட்டு இரவுகள் என்பவை அவை. இவற்றுடன் கிழக்கு, மேற்கு எனத் தலைப்பிட்ட ஒரு சிறுகதைத் தொகுதியும் எழுதியுள்ளார். புனைவறு எழுத்தாக, ஜாகுவார் சிரிப்பு, கற்பனைத் தாயகங்கள், இந்தக்கோட்டின் குறுக்கே வா ஆகியவை வந்துள்ளன. தி விண்டேஜ் புக் ஆஃப் இந்தியன் ரைட்டிங் என்பதன் இணைத் தொகுப்பாசிரியர்.

எழுத்துக்காக ஐரோப்பிய யூனியன் அளிக்கும் இலக்கியத்திற்கான அரிஸ்டேயான் பரிசு உட்படப் பல பரிசுகளை வென்றவர். ராயல் சொசைட்டி ஆஃப் லிடரேச்சரின் மதிப்புறு உறுப்பினர், கமாண்டியர் டெஸ் ஆர்ட்ஸ் எட் டெஸ் லெத்ரஸ் ஆகிய பதவிகளையும் வகிக்கிறார். 1993இல் நள்ளிரவின் குழந்தைகள் 'புக்கர்களின் புக்கர்' என்ற விருதை-அதாவது தனது இருபத்தைந்து ஆண்டுகளில் புக்கர் பரிசு வென்ற மிகச் சிறந்த நாவல் என்ற தகுதியைப் பெற்றது.

சல்மான் ருஷ்தீ எழுதிய பிற நூல்கள்

புனைகதைகள்

கிரைமஸ்
மிட்நைட்ஸ் சில்ட்ரன்
ஷேம்
தி சேடனிக் வெர்சஸ்
ஹாரூன் அண் தி ஸீ ஆஃப் ஸ்டோரீஸ்
ஈஸ்ட், வெஸ்ட்
தி மூர்ஸ் லாஸ்ட் ஸை
தி கிரவுண்ட் பினீத் ஹர் ஃபீட்
ஃப்யூரி
ஷாலிமார் தி க்ளவுன்
தி எண்சான்ட்ரெஸ் ஆஃப் புளோரன்ஸ்
லூக்கா அண் தி ஃபயர் ஆஃப் லைஃப்

புனைவற்ற எழுத்து

தி ஜாகுவார் ஸ்மைல்
இமேஜினரி ஹோம்லேண்ட்ஸ்
ஸ்டெப் அக்ராஸ் திஸ் லைன்

நாடகங்கள்

ஹாரூன் அண் தி ஸீ ஆஃப் ஸ்டோரீஸ்
(டிம் சப்பிள், டேவிட் டுஷிங்காம் ஆகியோருடன் இணைந்து)
மிட்நைட்ஸ் சில்ட்ரன்
(டிம் சப்பிள், சைமன் ரீட் ஆகியோருடன் இணைந்து)

தொகுப்பு

தி விண்டேஜ் புக் ஆஃப் இண்டியன் ரைட்டிங்
(இணைத் தொகுப்பாசிரியர்)

இரண்டு வருடங்கள்,
எட்டு மாதங்கள்,
இருபத்தெட்டு இரவுகள்

சல்மான் ருஷ்தீ

தமிழில் : சா. தேவதாஸ்

எதிர்
வெளியீடு

இரண்டு வருடங்கள்,
எட்டு மாதங்கள்,
இருபத்தெட்டு இரவுகள்
சல்மான் ருஷ்தீ
தமிழில் : சா. தேவதாஸ்

முதல் பதிப்பு: டிசம்பர் 2016
எதிர் வெளியீடு
96, நியூ ஸ்கீம் ரோடு, பொள்ளாச்சி-642002
தொலைபேசி: 04259 - 226012, 99425 11302
வடிவமைப்பு: தங்கம் கிராஃபிக்ஸ்

விலை: ₹ **320**

Two Years Eight Months and Twenty - Eight Nights
Salman Rushdie

Copyright © 2015, Salman Rushdie

All rights reserved
Tamil Translation Copyright with Ethir Veliyedu
This book is published in an agreement with
The Candide Corporation
The Wylie Agency (UK) LTD
England

First Edition: December 2016
Published by Ethir Veliyedu,
96, New Scheme Road. Pollachi - 642002.
Phone: 04259 - 226012, 99425 11302.
Email: ethirveliyedu@gmail.com
www.ethirveliyedu.in

Price: ₹ **320**

All rights reserved. No part of this book may be reprinted or reproduced or utilised in any form or by any electronic, mechanical or other means, now known or hereafter invented, including photocoping and recording, or in any information storage or retrieval system, without permission in writing from the Publisher.

சில குறிப்புகள்

"இரண்டு வருடங்கள், எட்டு மாதங்கள், இருபத்தெட்டு இரவுகள்" என்னும் சல்மான் ருஷ்தீயின் சமீபத்தைய நாவல் இப்போது தமிழில் உங்கள் கைகளில். 2015 இன் இறுதியில் இந்த நாவலை மொழியாக்கம் செய்யுமாறு திரு.அனுஷ் (எதிர் வெளியீடு) கேட்டுக்கொண்டபோது, ஒரு நிகழ்ச்சியில் இருந்த எனக்கு உற்சாகமாய் இருந்தது. அரசியல் காரணங்களுக்காக அவர் பிரபலமானவராக ஆகியுள்ள போதிலும், இலக்கிய அடிப்படையிலேயே முக்கிய ஆளுமையான ருஷ்தீயின் நாவலைத் தமிழில் கொண்டுவருவது, முக்கிய பணியாயிருக்கும் என்ற எண்ணம்தான் இந்த உற்சாகத்திற்குக் காரணம். அந்தக் காலை வேளையில், தூறல் விழுந்துகொண்டு பொழுதை இனிதாக்கியிருந்தது கூடுதல் காரணம்.

இந்தத் தலைப்பே வசீகரமும் புதிர்த்தன்மையும் உடையது. இரண்டு ஆண்டுகளையும் எட்டு மாதங்களையும், இருபத்தெட்டு இரவுகளையும் கூட்டினால் 1001 இரவுகளில் நம்மைக் கொண்டுசேர்த்துவிடும். "ஆயிரத்தொரு இரவுகள்" இந்த நாவலுக்கான தோற்ற ஆதாரங்களிலும் உத்வேகங்களிலும் ஒன்றாகும். ஏற்கனவே "ஆயிரத்தொரு இரவு"களின் தாக்கத்தில் இரண்டு புதினங்களை ருஷ்தீ எழுதியுள்ளார். HORUN AND THE SEA OF STORIES, LUKA AND THE FIRE OF LIFE என்னும் அவரது இரண்டு நாவல்களும், அவரது பிள்ளைகள் இருவருக்குச் சொல்லும் போக்கில் எழுதப்பட்டவை.

இந்த நாவல் பெரியவர்களுக்கானது. தீவிரம் கொண்டது. தேவதைக் கதைகளிலிருந்து மட்டுமின்றி தொன்மத்திலிருந்தும் வரலாற்றிலிருந்தும் எடுத்துக்கொள்வது, அவற்றை மறு எழுத்தாக்குவது, அறிவியல் புதினத்தின் கதையாடலுக்குள்

கொண்டு சேர்ப்பது. அடிப்படைவாதப் போக்குகளை கடுமையாக நிந்தனை செய்யும். "பாப்" கலாசார விவரணங்கள் தாராளமாக இடம்பெறும்.

இருபதாம் நூற்றாண்டில் நிகழ்ந்துள்ள "யதார்த்தத்தின் ராட்சசத்தனமான துண்டாடலை" விவரிக்க முற்படும் இந்த நாவல், மும்பையில் பிறந்து இங்கிலாந்தில் வாழ்ந்து அப்புறம் அமெரிக்காவுக்குப் புலம்பெயருகின்ற ஜெரோனிமோ என்னும் தோட்டக்காரரைப் பிரதான பாத்திரமாக்கி, ஆவிகள், பூதங்கள், அதியாற்றல் மிகுந்த கனவும் மாயமும் நிறைந்த விவரிப்பை முன்வைக்கின்றது.

"ஆயிரத்தொரு இரவு"களில் தன்னையும் தன்னைப் போன்ற யுவதிகளையும் காப்பாற்றி, சாவிலிருந்து தப்பிக்கும் பொருட்டு ஸெகர்ஜாத் கதைகள் சொல்லிக்கொண்டிருக்கிறாள். இங்கே ஜெரோனிமோ சொல்லும் கதைகள் ஒருவிதத்தில் ஆபத்துகளையும், சாவினையும் கொண்டுவருவதாக இருக்கின்றன. இன்னொரு விதத்தில் அவரைக் காப்பதாக இருக்கின்றன.

இடைக்காலத்தைச் சேர்த்த தத்துவவாதியும் அறிவியலாளருமான இபின் ரஷீத் மனிதனால் பொருளையும் ஆற்றலையும் படைக்க இயலாது என்று கூறி நித்தியத்துவத்தை நிரூபணம் செய்ய முற்பட்டவர். இஸ்லாமிய மதத்தை நிராகரிக்காமலேயே தத்துவங்களையும் அறிவியல் போக்குகளையும் விளக்கியவர். இதன் காரணமாக இவரது நூல்கள் எரிக்கப்பட்டன. இவர் நாடு கடத்தப்பட்டார். இவருக்கும் இஸ்லாமிய இறையியலாளரான அல் கஸாலிக்குமான வாக்குவாதமாகத் தொடங்குவது, ரஷீத்தின் அவமானப்படுத்துதலிலும் நாடு கடத்துதலிலும் முடிகின்றது நாவலில்.

இந்தக் கதையாடலில் ருஷ்தீயின் வாழ்க்கைக் குறிப்பு நிழலாடும். ருஷ்தீயின் பெயர் இபின் ரஷீத்தின் ரஷீத்திலிருந்து எடுக்கப்பட்டதே. மும்பையில் பிறந்து வளர்ந்து படித்து, இங்கிலாந்தில் உயர்கல்வி பெற்று எழுத்தாளராக ஃபத்வாவுக்கு உள்ளாகி, அரசுப் பாதுகாப்புடன் பன்னிரண்டு ஆண்டுகள் வாழ்ந்து, ஃபத்வாவின் உக்கிரம் தணிந்தபின், அமெரிக்காவில் பதினைந்து ஆண்டுகளாக இருந்துவரும் ருஷ்தீயின் சொந்த வாழ்விலிருந்து நீளும் நிழல்தான் அது.

இஸ்லாமியத் தீவிரவாதத்தில் மனித உரிமைகள் நசுக்கப்படுவது, இரட்டைக்கோபுரத் தகர்ப்பு, பாலியல் ஒடுக்குமுறைகள் ஆகியன விமர்சனத்திற்கு உள்ளாகின்றது

ஒருபக்கம்; அறிவு தூங்கும்போது, நம்பிக்கை தன் நெகிழ்ச்சியை இழந்து மூட நம்பிக்கை பெருகும்போது உண்டாகும் தீக்கனவு போன்றதான நிகழ்வுகள் ஏற்படுவது இன்னொரு பக்கம், இந்த விநாசங்களிலிருந்து மீண்டிட சிறு புயல் போன்ற அற்புதக் குழந்தைகள் அவசியமாகியிருப்பது வேறொரு பக்கம் எனக் கதையாடல் செல்கின்றது.

நாவலில் இடம்பெறும் சீனப் பெட்டி, பல அடுக்குகளாகி, ஒவ்வொரு அடுக்கும் உதிரும்போது கதைகளைக் கொட்டுகின்ற மாயப்பெட்டியாக இருக்கின்றது.

இவ்வளவு விவரணங்களும் புனைவும் கற்பிதமும் கதையாடலும் எதன்பொருட்டு? "ஒரு மாயப் புனைகதையை, கற்பிதமான கதையை எடுத்துரைப்பது, நிஜத்தைக் குறித்த கதையினை எடுத்துரைப்பதுமாகும்" (ருஷ்தீ).

ருஷ்தீயின் மொழியாளுமை குறித்துச் சொல்லியாக வேண்டும். ஆங்கிலத்தைத் தாய்மொழியாகக் கொண்ட எழுத்தாளர்களே அவ்வளவாகப் பயன்படுத்தாத சொற்களும் புதிய சொல்லாக்கங்களும் இறுக்கமான நடையும் சேர்ந்து, ருஷ்தீயின் மொழி, ஆற்றல் மிக்கதாயிருக்கும். வாசிப்பவரைச் சோதிப்பதாகவும் இருக்கும். இதன் எதிர்மறை விளைவுதான் "வார்த்தைகளாலான வாணவேடிக்கை" என மேற்கத்தைய ஊடகங்கள் வைக்கும் விமர்சனம். ருஷ்தீயால் எதனையும் சாதாரணமாக எழுத முடிவதில்லை. சொல் விளையாட்டும் கூடவே வந்துவிடும். பள்ளி மாணவனாக இருக்கையிலேயே, ஒன்றிரண்டு மாணவர்கள் திணறியபோது, 37 கவிதைகள் எழுதியவர் ருஷ்தீ.

வாசகனுக்குப் பிரச்சினையோ இல்லையோ, மொழி பெயர்ப்பாளனுக்கு நிச்சயம் பிரச்சனை. பிரச்சனை மட்டுமில்லை சவாலும்.

கொலைகாரியைக் குறிப்பாகக் குறிப்பிட விரும்புவார். MURDERESSES என்னும் சொல்லைக் கொண்டுவருவார். அர்த்தப்படுத்துவோர் வேண்டும் என்று Meaners - னை உருவாக்குவார். புலம் பெயர்ந்த சூழலில் ஒருவர் பெயரின்றி, பெயரிடப்பட முடியாது. அடையாளம் இழந்துள்ள நிலையைக் குறிப்பிட ஒரு சொல் வேண்டும். அதற்குத் துணை வருகிறது லெபனான். லெபனான் தேசத்து நிலையே புலம்பெயர்ந்துள்ள ஒவ்வொருவருக்கும். அந்நிலையிலிலுள்ள பெண், தன்னை லெபனானியமானவளாக உணருகின்றாள். ஓர் எழுத்தாளன் இவ்வளவு அக்கறைப்படுவது தன் திறமையைக் காட்டுவதற்காக மட்டும் இருக்க முடியாது.

ஒரு சில பிரயோகங்களுக்குத் தமிழில் இணையானவற்றைத் தராமல் தர முடியாமல், அப்படியே தந்துள்ளேன். (1) The last straw, (2)Saturnine Cannibalism என்பன, கடைசித் துரும்பாயிருந்தது, சனிக்கோளின் நரமாமிச வேட்கை என்று தமிழில். நமது மரபில் புதிதாய் வந்து சேருபவை, சிக்கல்களில்லாத நிலையில், வளம் சேர்க்கவே செய்யும்.

ருஷ்தீயிடம் ஓர் அரிய நுட்பம் உண்டு. அந்நியப் பண்பாட்டை விவரிக்க எடுத்துக்கொள்கையில், அதன் அரிதான குறியீடுகளை, அடையாளங்களை அடையாளம் கண்டுவிடுவார். கிரேக்க மரபில், வெள்ளை அல்லிமலர் மறுபிறவிக்கான புத்துயிர்ப்புக்கான அடையாளம். நம்பிக்கையூட்டும் குறியீடு. இந்த நாவலில் மரணம் பற்றிப் பேசும்போது, ஒரு பாத்திரம் வெள்ளை அல்லிகளைப் பார்ப்பதாக ருஷ்தீ எழுதுகிறார்:

"அவரது எண்ணங்களிலிருந்து வயது நழுவிப் போயிருந்தது. வெள்ளை மலர்களால் நிரம்பி ஒவ்வொன்றும் அற்புதத்தைச் சாதிப்பனவாக, அவரின் அகக் கண்ணின் முன்னே, சாத்தியப்பாட்டின் மாபெரும் களன் நின்றது. வெள்ளை நிற அல்லி மறுபிறவியின் மலராகும்." அவர் எழுதியுள்ள South என்ற சிறுகதையிலும் இத்தகைய அம்சம் இடம் பெற்றிருக்கும். சென்னை பெசண்ட் நகரில் இரு வயதானவர்களைப் பற்றியதாக உள்ள கதை அது. முதுமை அதனைத் தொடர்ந்து மரணம் என்ற பொருளமைதியைக் குறிக்க கதைக்குத் தெற்கு என்ற தலைப்பும், கதையில் தெற்கின் தலைவனான, கடவுளான சிவனுக்குரிய கொன்றையும் இடம் பெற்றிருக்கும்.

"ஒரு மானுட உயிரை நேசிப்பது அனைவரையும் நேசிக்கத் தொடங்குவதாகும். இருவரை நேசிப்பது, நேசத்தின் பிடியில் நிராதரவாக, என்றென்றைக்கும் சிக்கிக் கொள்வதாகும்" என்றொரு இடம் நாவலில் வருகின்றது.

"மிகுதியும் ஆனந்தமாயிருக்கிறோம், நம் வாழ்க்கை நல்லது, ஆனால் சில வேளைகளில் கனவுகள் திரும்பிவர ஆசைப்படுகிறோம். சில வேளைகளில் முழுதுமாக நம்மைப் பிறழ்விலிருந்து விடுவித்துக் கொண்டிருக்கவில்லையாதலால் தீக்கனவுகளுக்காக ஏங்குகிறோம்" என்ற வரிகளுடன் நாவல் முடிகின்றது.

ருஷ்தீயின் இந்த இரு பார்வைகளும் நேர் எதிரானவற்றை, எதிரும் புதிருமானவற்றை அருகருகே முன்வைக்கின்றன. இதற்காக அவர் மொழியைக் கையாளும் அக்கறையிலிருந்து சித்திர நாவல் காமிக் நாவல் வடிவத்தைக் கையாளுவதுவரை செல்கிறார். அற்புதங்களிலிருந்து பாலியல் கிளர்ச்சிகள்

வரை பேசுகிறார். தத்துவவாதியிலிருந்து ஜின்வரை உலவ விடுகிறார்.

தெரியாத பொருளமைதிகளை தெளிவுபடுத்தியும் தேவையான விபரங்கள் / குறிப்புகளைத் தந்துதவியும் துணை நின்ற நண்பர் எஸ். ரமேஷிற்கு இருதயப்பூர்வமான நன்றி தெரிவிப்பது கடமை மட்டுமல்ல, ஆனந்தமும்தான்...

சா.தேவதாஸ்

25.07.2016 *ராஜபாளையம்*

"அறிவால் கைவிடப்பட்ட புனைவு சாத்தியமற்ற அரக்கர்களை உருவாக்குகிறது : தன்னுடன் இணைந்துகொள்ளவும், அவள் கலைகளின் தாயாகவும் அவற்றின் அதிசயங்களின் ஆதாரமாகவும் இருக்கிறாள்."

- ஃபிரான்சிஸ் கோயாவின் செதுக்கோவியம்

தேவதைக் கதைகளில் ஒருவர் 'நம்பிக்கையாளராக' இருப்பதில்லை. அதில் இறையியல் இல்லை, சித்தாந்தம் இல்லை, சடங்கில்லை, அமைப்பில்லை, எதிர்பார்ப்பு இல்லை. அவை உலகின் எதிர்பாராத்தன்மை மற்றும் உருமாற்றம் குறித்தவை.

- ஜார்ஜ் ஸிர்டெஸ்

என்னிடமிருந்து எதிர்பார்க்கப்பட்டு நான் எழுதியாக வேண்டிய புத்தகத்தை எழுதுவதற்கு என்னை ஆயத்தப்படுத்திக்கொள்வதற்குப் பதிலாக, இன்னொரு காலத்தைச் சேர்ந்த, இன்னொரு தேசத்தைச் சேர்ந்த இனந்தெரியாத எழுத்தாளரால் எழுதப்பட்டு மேல்மாட அறையில் கண்டறியப்பட்டு, நானே வாசிக்க விரும்பியிருக்கக் கூடிய புத்தகத்தை அனுமானித்தேன்.

- இட்டாலோ கால்வினோ

விடியல் நெருங்குவதை அவள் கண்டாள், நிசப்தமானாள், முன்விழிப்புடன்.

- ஆயிரத்தோரு இரவுக் கதைகள்

இபின் ரஷீத்தின்
குழந்தைகள்

புகையற்ற நெருப்பிலிருந்து உருவாக்கப்பட்ட உயிரிகளான ஜின்களின் இயல்பு பற்றி நிறையவே எழுதப்பட்டிருப்பினும், மிகச் சொற்பமாகவே அறியப்பட்டிருக்கிறது. அவை நல்லவையா கெட்டவையா, கேடானவையா கருணைமிக்கவையா என்பதான கேள்விகள் சூடாக ஆட்சேபிக்கப்படுகின்றன. இப்பண்புகள் விரிந்த தளத்தில் ஏற்றுக்கொள்ளப்படுகின்றன. அவை விருப்பு - வெறுப்புகளுடையவை, ஏறுமாறானவை, அடாவடியானவை என. அதிவேகத்தில் செல்லக்கூடியவை. தம் வடிவையும் உருவையும் மாற்றிக்கொள்ளக்கூடியவை. தோன்றி அழிகின்ற ஆடவரும் பெண்டிரும் ஆசைப்படுகின்ற பலவற்றை வழங்குபவை அல்லது, நிர்ப்பந்தத்தால் அவ்வாறு செய்திடும் கடப்பாடுடையவை. மற்றும் அவற்றின் கால உணர்வு மானுடரிடமிருந்து அடிப்படையில் மாறுபடுவது.

விடியலின் மகனான, வீழ்ந்த தேவதை லூசிபரான சைத்தானே ஜின்களில் மிகப் பெரியது எனப் பழைய கதைகளில் சில தவறாகக் கூறினும், அவற்றைத் தேவதைகளுடன் குழப்பிக் கொள்ளலாகாது. நீண்ட காலமாக அவற்றின் வசிப்பிடங்களும் ஆட்சேபணைக்குரியனவாய் இருந்தன. “கீழ் உலகம்” எனப்படும், இப்பூமியில் நம்மிடையே, பாழடைந்த மாளிகைகளிலும் கல்லறை மைதானங்களிலும், வெளியிடங்களிலான கழிவிடங்களிலும் சாக்கடைகளிலும் எங்கு சாத்தியமோ அங்கே சாணிக் குவியல்களிலும் ஜின்கள் வசித்தன என்றன சில தொல்கதைகள்.

இந்த அவமதிக்கும் கதைகளின்படி, ஒரு ஜின்னுடன் தொடர்புகொண்டபின் நம்மை முற்றிலுமாகத் தூய்மைப்படுத்திக் கொள்வதுநல்லது. அவை நாறுபவை, நோயைக்கொண்டுவருபவை. எனினும், மிகவும் தலைசிறந்த விளக்கவுரையாசிரியர்கள், இப்போது நாம் உண்மை என்றறிந்திருப்பதை நீண்ட காலத்திற்கு

முன்னர் உறுதிப்படுத்தினர். நம்முடைய உலகிலிருந்து ஒரு திரையால் பிரிக்கப்பட்டு, ஜின்கள் தமக்கேயான உலகில் வாழ்கின்றன. சில வேளைகளில் பெரிஸ்தான் அல்லது தேவதை தேசம் என அழைக்கப்படுகின்ற இந்த மேல் உலகம், மிகப் பரந்ததாகும். இதன் இயல்பு நம்மிடமிருந்து மறைக்கப்படினும்.

ஜின்கள் மனித்தன்மையற்றவை என்று கூறுவது, இயல்பானதைக் கூறுவதாகும், ஆனால் மானுடர் சில பண்புநலன்களைக் குறைந்தபட்சமாக அவற்றுடன் பகிர்ந்துகொள்கின்றனர். நம்பிக்கை சார்ந்து, உதாரணமாக, பூமியிலுள்ள ஒவ்வொரு நம்பிக்கையினையும் பின்பற்றுவோர் ஜின்களிடையே உண்டு, மற்றும் நம்பாத ஜின்களுமுண்டு, அவற்றுக்கு கடவுளர் தேவதையர் என்னும் எண்ணமே, ஜின்களே மானுடருக்கு விசித்திரமாய் இருக்கும் விதத்தில் விசித்திரமானது. மற்றும் பல ஜின்கள் ஒழுக்கவியலுக்கு உட்படாதவை. எனினும், குறைந்தபட்சம் சில ஆற்றல்மிக்கவை, நன்மை - தீமைக்கிடையிலான, வலப்புற - இடப்புறப் பாதைகளுக்கிடையிலான வேறுபாட்டை அறிந்தே இருக்கின்றன.

சில ஜின்களால் பறக்கமுடியும், ஆனால் சில பாம்புகளின் வடிவில் பூமிமீது ஊர்கின்றன. அல்லது ராட்சத நாய்களின் வடிவிலான நச்சுப் பற்களைக் காட்டியும் குலைத்தும் ஓடுகின்றன. கடலிலும், சில வேளைகளில் காற்றிலும், டிராகன்களின் புறத்தோற்றத்தை மேற்கொள்கின்றன. பூமியில் இருக்கும்போது சின்ன ஜின்கள் சிலவற்றால் நீண்ட காலத்திற்கு தம் உருவங்களைக் கொண்டிருக்க இயலாது. இவ்வடிவமற்ற உயிர்கள் சில சமயங்களில் காதுகள், மூக்கு அல்லது கண்கள் வழியே மனிதர்களுக்குள் நுழைந்து, சிறிது காலம் அங்கிருந்து, அலுப்படையும்போது அவர்களை உதறித் தள்ளுகின்றன. ஆக்கிரமிக்கப்பட்ட மனித உயிர்கள், வருத்தத்திற்குரிய வகையில் பிழைத்திருப்பதில்லை.

ஜின்னியாக்கள் அல்லது ஜினிரி எனப்படும் பெண் ஜின்கள், புகையற்ற நெருப்பால் ஆன நிழல் - பெண்களானதால், இன்னும் மர்மமானவை. நுட்பமானவையும்கூட. மற்றும் புரிந்துகொள்ளக் கடினமானவை. முரட்டு ஜின்கள் இருக்கின்றன. நேசமிகு ஜின்கள் இருக்கின்றன. ஆனால் வேறுபட்ட இவ்விரு ஜின்களும் ஒன்றானதாகவே இருக்கக் கூடும். ஏனெனில், முரட்டு ஜின்னை நேசத்தால் இதப்படுத்த இயலும் அல்லது நேசமான ஜின்னை, தோன்றி மறையும் மனிதர் புரிந்துகொள்ள இயலாத வகையில் மோசமாக நடத்தி முரட்டுத்தனத்திற்கு உசுப்பி விட இயலும்.

இது ஒரு ஜின்னியாவின் கதை, இடியின் மீது கொண்டுள்ள வல்லமையால் மின்னல் இளவரசி என்றறியப்படும், ஜின்களின் இளவரசிஅது. நீண்ட காலத்திற்கு முன் பன்னிரண்டாம் நூற்றாண்டில், தோன்றி மறையும் மனிதன் ஒருவனை நேசித்தது என்று சொல்லலாம். பல சந்ததியர் வந்து உலகத்திற்குத் திரும்பியபின், நீண்ட இன்மைக்குப் பின், குறைந்தது கணமேனும் மீண்டும் காதல்வயப்பட்டது. அப்புறம் யுத்தத்திற்குச் சென்றது. ஆணும் பெண்ணுமாக, பறப்பதும் ஊர்வதுமாக, நல்லதும் கெட்டதுமாக, ஒழுக்கவியலில் நாட்டமற்றதாக, விநோத காலம் என நாமழைப்பதான நெருக்கடி காலத்தில், இரண்டு வருடங்கள். எட்டு மாதங்கள். இருபத்தெட்டு நாட்கள், அதாவது ஆயிரத்தோரு இரவுகள் நீடித்த காலத்திலான வேறு பல ஜின்களின் கதையுமாகும். ஆமாம், அந்நாட்களிலிருந்து இன்னொரு ஆயிரம் நாட்களை வாழ்ந்துள்ளோம். ஆனால் அச்சமயத்தில் நாமெல்லாம் நிரந்தரமாய் மாறிப்போய்விட்டோம்.

1195 ஆம் ஆண்டில், ஒரு காலத்தில் செவில்லேயின் நீதிபதியாகவும், சமீபத்தில் கலீபா யூஸுஃப் யாகூப்பின் தலைமையகமான கொர்டோபாவில் தனி மருத்துவராகவும் விளங்கிய, மாபெரும் தத்துவாசிரியர் இபின் ரஷீத், தொற்றுநோயென அரபு ஸ்பெயின் எங்கிலும் பரவிய, ஆற்றல் பெருகிவந்த பெர்பெர் இன வெறியர்களுக்கு ஏற்புடையதல்லாதவையான, தாராளவாதக் கருத்துகளால், முறையாக நீக்கப்பட்டு அவமதிக்கப்பட்டார். தன் சொந்த நகருக்குப் புறத்தேயான லூஸெனா என்னும் சிறிய கிராமத்தில் உள்நாட்டு நாடுகடத்தலில் வாழ அனுப்பப்பட்டார்.

முழுதும் யூதர்கள் நிரம்பிய கிராமம் அது, அல் - ஆண்டலூஸின் முந்தைய ஆளும் சந்ததியான அல்மோரவைடுகள், அவர்களை இஸ்லாத்துக்கு மாறுமாறு கட்டாயப்படுத்தப்பட்டதால், தம்மை யூதர்கள் என்று சொல்லிக்கொள்ள முடியாதவர்களாக இருந்தனர். தன் தத்துவத்தை விளக்கிக் கூற அனுமதிக்கப்படாதவரும், தன் எழுத்துகளெல்லாம் தடைசெய்யப்பட்டவரும், தன் நூல்களெல்லாம் எரிக்கப்பட்டவருமான, தத்துவாசிரியரான இபின் ரஷீத், தம்மை யூதரென்று சொல்லிக்கொள்ள இயலாத யூதரிடையே, சட்டென்று இணக்கத்தை உணர்ந்தார். இப்போதைய ஆளும் சந்ததியரான அல்மோஹட்களின் கலீபாவினுடைய அபிமானத்துக்குரியவராய் அவர் இருந்துவந்திருந்தார். ஆனால் அபிமானத்துக்கு உரியவர்கள் செல்வாக்கு இழந்து விடுவார்கள். அரிஸ்டாட்டிலுக்கு மிகப்பெரும் உரைகாரரை நகரத்திலிருந்து மதவெறியர்கள் துரத்தியடித்திட அபு யூசுப் யாகூப் அனுமதித்தார்.

தன் தத்துவத்தைப் பேச முடியாத தத்துவாசிரியர், குறுகலானதும், கால்பாவாததுமான தெருவிலுள்ள சிறிய ஜன்னல்களுடைய அடக்கமான வீட்டில் வசித்துவந்தார். வெளிச்சம் இன்மையால் பெரிதும் ஒடுக்கப்பட்டார். லூஸெனாவில் மருத்துவ ஆலோசனை மையத்தை நிறுவினார். கலீபாவின் முன்னாள் மருத்துவர் என்ற அந்தஸ்து அவருக்கு நோயாளிகளைப் பெற்றுத் தந்தது. தன்னிடமிருந்த சொத்துக்களை குதிரை வணிகத்தில் ஈடுபடுத்தினார். அத்துடன் மிகச் பெரிய மண் பாத்திரத் தயாரிப்பிலும் முதலீடு செய்தார். யூதராயில்லாது போன யூதர்கள் ஆலிவ் எண்ணெயினையும் ஒயினையும் அவற்றில் சேமித்து வைத்து விற்றனர்.

அவரது நாடுகடத்தல் தொடங்கியதுமே ஒரு நாளன்று, பதினாறு வயது மதிக்கத்தக்கவள் ஒருத்தி இதமாய் புன்னகைத்தபடி அவரது வாசலில் தோன்றினாள். கதவைத் தட்டாமலும் வேறெந்த வகையிலும் அவரது சிந்தனையில் குறுக்கிட்டுவிடாமலும் அவர் அவளது இருப்பினை உணர்ந்து, வருமாறு அவளை அழைக்கும் வரையும், பொறுமையாய்க் காத்திருந்தாள். தான் புதிதாய் அநாதையாக்கப்பட்டவள் என அவரிடம் கூறினாள். எந்தவித வருவாயும் இல்லாத தான் வேசியர் இல்லத்தில் பணியாற்ற விரும்பவில்லை என்றாள். தன் பெயர் துனியா என்றாள். அது யூதப் பெயராக ஒலிக்கவில்லை. தன் யூதப் பெயரை உச்சரித்திட அவள் அனுமதிக்கப்படாததால், எழுதப் படிக்கத் தெரியாதவளாதலால், அவளால் எழுதிக்காட்ட முடியவில்லை. ஒரு பயணி அப்பெயரைக் குறிப்பிட்டு, கிரேக்கச் சொல்லான அது "உலகம்" என்று பொருள்படும் என்று சொன்னதாகவும், அது தனக்குப் பிடித்துள்ளதாகவும் அவரிடம் கூறினாள். நிறைய மொழிகளில் அது உலகம் என்றே பொருள்படும் என்றுணர்ந்துள்ள, அரிஸ்டாட்டிலின் மொழிபெயர்ப்பாளரான இபின் ரஷீத், அவளுடன் வாதிடவில்லை. "உலகின் பெயரை நீ ஏன் வைத்திருக்கிறாய்?" என்று வினவினார்.

அவரை நேருக்கு நேராகப் பார்த்தபடி அவள் பதிலளித்தாள். "என்னிடமிருந்து ஓர் உலகம் பாயும், என்னிடமிருந்து பாய்ந்தோடுபவர் உலகெங்கும் பரவி இருப்பர் என்பதால்."

அவர் ஒரு பகுத்தறிவாளர் என்பதால் அவளொரு அதி மானுட ஜீவி, பெண் ஜின்கள் இனத்தைச் சேர்ந்த ஜின்னியா, ஜினிரி என்று யூகிக்கவில்லை. ஒரு சாகசத்தின் பொருட்டு பூமிக்கு வந்து, பொதுவாக மனிதர்களுடன், குறிப்பாக புத்திசாலிகளுடன் சேர்ந்து தன் கற்பனையைத் தேடுகின்ற அவ்வினத்தின் மாபெரும் இளவரசி என்று யூகிக்கவில்லை. தன் குடிலில் அவளை வீட்டு

வேலைக்காரியாவும் காதலியாகவும் வைத்துக்கொண்டார். அடங்கிய இரவில் அவள் தனது "உண்மையான" அதாவது பொய்யான - யூதப் பெயரினை அவரது காதுக்குள் கிசுகிசுத்தாள், அது அவர்களது இரகசியமாயிருந்தது. அவளது தீர்க்கதரிசனம் உணர்த்தியபடி, ஜின்னியாவான துனியா அதியற்புதமான வகையில் வளப்பமானவளாயிருந்தாள். அடுத்துவந்த இரண்டு வருடங்கள், எட்டு மாதங்கள் மற்றும் இருபத்தெட்டு பகல்கள் - இரவுகளில், அவள் மூன்று முறை கருவுற்றாள். ஒவ்வொரு தடவையிலும் பலவாகப் பெற்றெடுத்தாள். குறைந்தது ஒவ்வொரு தடவையும் ஏழெனஎன்று தோன்றும், ஒரு முறை பதினொன்னு அல்லது பத்தொன்பதாயிருக்கச் சாத்தியமுண்டு, பதிவேடுகள் துல்லியமின்றியும் தெளிவின்றியும் இருந்தபோதிலும், எல்லாப் பிள்ளைகளும் அவளது தனித்துவ அம்சத்தைச் சுவீகரித்திருந்தன. அவற்றுக்குக் காது மடல்களில்லை.

இபின் ரஷீத் மறைஞானத்தில் வித்தகராக இருந்திருப்பின், தன் பிள்ளைகள் தன் மானுடரல்லாத தாயின் வாரிசுகளென்பதை அப்போது உணர்ந்துகொண்டிருப்பார். ஆனால் அவர் தன்னிலேயே ஆழ்ந்திருந்ததால் அதனை உணர முடியவில்லை. (அவரது இயல்பு மிகவும் சுயநலமிக்கதாகையால், தன்னளவில் அது நேசத்தைத் தூண்டிவிடாது, துனியா அவரது புத்திசாலித்தனத்திற்காக நேசித்தாள் என்பது அவருக்கும் நமது ஒட்டுமொத்த வரலாற்றுக்கும் அதிர்ஷ்டவசமானது எனச் சில சமயங்களில் கருதுகிறோம்.)

தத்துவப்படுத்த முடியாத தத்துவாசிரியரான அவர், தன் பிள்ளைகள் தன்னிடமிருந்து சொத்து மற்றும் சாபமீ என்னும் வேதனையான கொடைகளை சுவீகரித்துவிடும் எனப் பயந்தார். "இலேசான தோல்கொண்டிருப்பதும், தூர திருஷ்டி கொண்டிருப்பதும், நெகிழ்வான நாவைப் பெற்றிருப்பதும், மிகக் கூர்மையாய் உணர்வதும், மிகத் தெளிவாய் காண்பதும், மிகச் சுதந்திரமாய் பேசுவதும் ஆகும். உலகம் தன்னை வீழ்த்த முடிவதாய் இருக்கும், தன்னை அது உருமாற்ற முடியாதது என்றெண்ணுகையில், அதன் உருமாற்றத்தைப் புரிந்து கொள்வதாய் இருக்கும், மற்றவர்கள் உணர்ந்துகொள்ளும் முன்னர் வரப் போவதை உணர்ந்து கொள்வதாய் இருக்கும். சீரழிந்தும் வெறுமையானதுமான கடந்த காலத்தினை மற்றவர்கள் பிடித்துத் தொங்கிக் கொண்டிருக்க, காட்டுமிராண்டித்தனமான எதிர்காலம் நிகழ்காலத்தின் வாயில்களைக் கிழித்தெறிவதாய் இருக்கும். நம் பிள்ளைகள் அதிர்ஷ்டவசமானவர்களாயின் அவர்கள் உன் காதுகளையே சுவீகரிப்பர். ஆனால் வருத்தத்திற்குரிய வகையில் அவர்கள்

மறுக்க முடியாதவாறு என்னுடையவர்களாயிருப்பதால், மிகச் சீக்கிரமே நிறையச் சிந்திப்பார்கள், மிகச் சீக்கிரமே நிறையக் கேட்பார்கள், சிந்திக்கவோ கேட்கவோ அனுமதிக்கப்படாதவை உட்பட."

அவர்கள் சேர்ந்து வாழத் தொடங்கிய ஆரம்ப தினங்களில், துனியா படுக்கையில், "எனக்கொரு கதை சொல்லுங்கள்" என்று அடிக்கடி கேட்டாள். இளமையின் தோற்றத்தைப் பெற்றிருப்பினும், படுக்கையிலும் அதற்கு வெளியிலும், கோரிப் பெறுகின்றவளும், திட அபிப்ராயமிக்கவளுமான தனி நபராக அவளால் ஆக முடியும் என்பதை அவர் சீக்கிரமே கண்டறிந்தார். அவர் பெரிய மனிதர், அவளொரு சிறு பறவையென அல்லது நோயுற்ற பூச்சியென இருந்தாள். ஆனால் அவளே மிக வலுவானவள் என அவர் அடிக்கடி உணர்ந்தார்.

அவரது முதுமையின் ஆனந்தமாயிருந்தாள். ஆனால் அவரால் பராமரித்திட முடியாத அளவிலான ஆற்றலை அவரிடமிருந்து கோரினாள். அவரது வயதில் சமயங்களில் படுக்கையில் அவர் விரும்பியதெல்லாம் தூக்கமே. ஆனால் அவரது தூங்கிவிழும் நடவடிக்கைகளையெல்லாம் விரோதமானவையாக துனியா நோக்கினாள். "எருதினைப் போல மணிக்கணக்கில் குறட்டைவிட்டுக் கிடப்பதை விடவும், இரவெல்லாம் கலவி புரிந்து கொண்டிருந்தால், நீங்கள் உண்மையிலேயே ஓய்வெடுத்ததாக உணர்வீர்கள். இது நன்கறியப்பட்டது" என்றாள். அவரது வயதில் அடுத்தடுத்த இரவுகளில், கலவியின் பொருட்டு தேவைப்படும் நிலைமைகளுக்குள் நுழைவது எளிதானதாயில்லை. ஆனால் விறைத்தல் தொடர்பான அவரது முதுமைச் சிக்கல்களை அவரின் நேசமற்ற இயல்புக்கான ஆதாரங்களாக அவள் பார்த்தாள். "நீங்கள் ஒருத்தியை கவர்ச்சி மிக்கவளாகக் கண்டால் பிரச்சினையே இல்லை. ஒரு வரிசையில் அது எத்தனை இரவுகளாய் இருப்பினும் ஒரு பொருட்டே இல்லை. எப்போதும் வேட்கை மிகுந்துள்ள என்னால் எப்போதைக்கும் இயங்க இயலும், நிறுத்தல் புள்ளியே எனக்கில்லை" என்று அவள் அவரிடம் கூறினாள்.

கதை சொல்லலால் அவளது உடல் வேட்கையைத் தணிக்க முடியும் என்று அவர் கண்டு கொண்டது சிறிது ஆறுதலைக் கொண்டிருந்தது. அவரது கையின் கீழே சுருண்டுகொண்டு, அவரது கை தன் தலை மீது ஓய்ந்திருக்கும் என்றெண்ணிய அவள், "எனக்கொரு கதை சொல்லுங்கள்" என்றாள். இன்றைக்கு நான் கொக்கியிலிருந்து விடுபட்டேன், நல்லது என்றெண்ணினார் அவர். சிறுகச் சிறுக தன் கதையை அவளுக்குத் தந்தார். அவரது

சமகாலத்தவர் பலர் அதிர்ச்சியூட்டுபவை என்றெண்ணிய பல வார்த்தைகளை, அறிவு, தர்க்கம் மற்றும் அறிவியல் உள்ளிட்டவற்றை, அவர் பயன்படுத்தினார். அவை அவரது சிந்தனையின் மூன்று தூண்களாக இருந்தவை. இது அவரது புத்தகங்களை எரித்திடுமாறு இட்டுச் சென்ற கருத்துகள். இவ்வார்த்தைகளைக் கண்டு பயந்திருந்தாள் துனியா. ஆனால் அது அவளைப் பரபரப்படையச் செய்ய, இன்னும் அவரை நெருங்கி, “உங்கள் பொய்களால் என்னை நிறைக்கும் போது என் தலையைப் பற்றிக்கொள்ளுங்கள்” என்றாள்.

அவர் தோற்கடிக்கப்பட்டவராக, இறந்து எண்பத்து ஐந்து ஆண்டுகளாகியிருந்த எதிரியான குஸின் கஸாலி என்னும் பாரசீக நாட்டவரிடம் தன் வாழ்வின் மாபெரும் யுத்தத்தில் தோற்றதால், அவரிடத்தே ஆழ்ந்ததும் வேதனை தருவதுமான ரணம் இருந்தது. நூறாண்டுகளுக்கு முன்னர் The incoherence of the philosophers என்னும் நுலெழுதிய கஸாலி, அரிஸ்டாட்டில் போன்ற கிரேக்க நாட்டவரையும் நவ பிளேட்டோவாதிகளையும் அவர்களது அணியினரையும் இபின் சினா மற்றும் அல் - ஃபராபி போன்ற இபின் ரஷீத்தின் முன்னோடிகளையும் அதில் தாக்கினார். ஒரு கட்டத்தில் நம்பிக்கையில் நெருக்கடியை உணர்ந்த கஸாலி, உலக வரலாற்றில் தத்துவத்தின் கொள்ளை நோயாக ஆகும் வகையில், திரும்பியிருந்தார்.

தத்துவம், கடவுளின் இருப்பை நிரூபித்திட இயலாததாயுள்ளது அல்லது இரு கடவுளரின் இருப்பின் சாத்தியமின்மையை நிரூபித்திடவும் இயலாததாயுள்ளது எனப் பகடி செய்தார். தத்துவம், காரண - காரியங்களின் தவிர்க்க இயலாமையில் நம்பிக்கை கொண்டிருக்கிறது, அது கடவுளின் ஆற்றலினைச் சிறுமைப்படுத்துவதாகும் - அவர் விரும்பினால், எளிதாகக் குறுக்கிட்டு காரியங்களை மாற்றியமைத்து, காரணங்களை ஒன்றுமில்லாததாக்க முடியும்.

இரவு அவர்களை நிசப்தத்தில் கவித்து, விலக்கப்பட்டவற்றை அவர்களால் பேச முடிந்தபோது, இபின் ரஷீத் துனியாவிடம் கேட்டார். “ஒரு பருத்திப்பொதியுடன் பற்றவைக்கப்பட்ட தீக்குச்சியைக் கொண்டுவந்தால் என்ன நேரும்?”

“பஞ்சு பற்றிக்கொள்ளும், நிச்சயமாக” என்றாள்.

“அது ஏன் பற்றிக் கொள்கிறது?”

“ஏனெனில் அதுதான் அதன் இயல்பு, நெருப்பு பஞ்சினைத் தடவ, பஞ்சு, நெருப்பின் பகுதியாகிவிடுகிறது, அப்படித்தான் இருக்கிறது விசயங்கள்” என்றாள்.

“இயற்கை நியதி, காரணங்கள் தமக்கான காரியங்களைக் கொண்டுள்ளன” என்று அவர் கூறவும், அரவணைக்கும் அவரது கரத்தின் கீழே அவளது தலை அசைந்தது.

“அவன் ஒத்துக்கொள்ளவில்லை” என்றார் இபின் ரஷீத். அவரைத் தோற்கடித்த எதிரி கஸாலியைக் குறிப்பிடுகிறார் என அவள் தெரிந்து கொண்டாள். “பஞ்சு பற்றிக் கொள்கிறது, ஏனெனில் கடவுள் அவ்வாறு அதனை ஆக்கியிருக்கிறார். ஏனெனில் கடவுளின் பிரபஞ்சத்திலுள்ள ஒரே விதி, கடவுள் கொள்ளும் விருப்புறுதியே என்று அவன் கூறினான்.”

“அப்படியானால், பஞ்சு நெருப்பினை அணைத்துவிட வேண்டும், நெருப்பு பஞ்சின் பகுதியாகிவிட வேண்டும் என்று கடவுள் விரும்பியிருந்தால், அப்படி அவர் செய்திருப்பாரா?”

“ஆமாம், கஸாலியினுடைய நூலின்படி, கடவுளால் அதனைச் செய்திருக்க முடியும்” என்றார் இபின் ரஷீத்.

அவள் ஒரு கணம் யோசித்தாள். “அது முட்டாள்தனமானது,” என்றாள் இறுதியில். இருளில்கூட அவளால், ஒடுங்கிய புன்னகையை, வலியையும் அது போலவே அவநம்பிக்கையையும் கொண்டிருந்த புன்னகையை உணர முடிந்தது. அவரின் தாடியுள்ள முகத்தினூடே விஷமத்துடன் அது பரவிற்று. “அதுதான் முழு உண்மை, அதனை ஏற்க மறுப்பது, நிரடலானதாயிருந்திருக்கும்” என்று அவர் அவளுக்குப் பதிலளித்தார்.

“ஆக, சரியென்று கடவுள் தீர்மானித்துவிட்டால், எதுவும் நிகழ முடியும், உதாரணமாக, ஒரு மனிதனின் பாதங்கள் பூமியைத் தொடாது போகலாம், அவனால் காற்றின் மீது நடக்க முடியும்.”

“தான் விளையாடுவதற்கு தெரிவு செய்துள்ள விதிகளைக் கடவுள் மாற்றிக் கொண்டிருந்தால் அது அற்புதம். அதனை நாம் புரிந்து கொள்ளாதிருப்பது, அறுதியில் கடவுள் சொல்லுதற்கரியவராய் இருப்பதால்தான். அதாவது நம் புரிதலுக்கு அப்பால் இருப்பதால்தான்” என்றார் இபின் ரஷீத்.

அவள் திரும்பவும் நிசப்தமானாள். “கடைசியில் அவள் குறிப்பிட்டாள். கடவுள் இல்லாதிருக்கலாம் என்று நான் அனுமானிப்பதாக வைத்துக் கொள்ளலாம். கடவுளை அவசியமற்றவராக்கிடும் மாயத்தைக் கொண்டுள்ளதாக அறிவு, தர்க்கம் மற்றும் அறிவியல் இருக்கின்றன என்று நான் கருதுமாறு நீங்கள் இருப்பதாக வைத்துக்கொள்ளலாம். இத்தகைய விசயத்தை அனுமானிப்பது சாத்தியமாயிருக்கும் என ஒருவர் கருதவும் இயலுமா?” அவர் உடல் விறைப்புக்

கொண்டிருந்ததை அவள் உணர்ந்தாள். இப்போது அவர் அவள் வார்த்தைகளுக்கு அஞ்சினார் என்றெண்ணினாள். அது விசித்திரமான விதத்தில் அவளை மகிழ்வித்தது. அவர் மிகக் கடுமையாகக் குறிப்பிட்டார். "இயலாது, அது உண்மையிலேயே முட்டாள்தனமான அனுமானமாயிருக்கும்."

நூறு வருடங்களுக்கு அப்பால், ஆயிரம் மைல்களுக்கு அப்பால் கஸாலிக்குப் பதிலளிக்கும் வகையில் அவர் The Incoherence of Incoherence என்னும் புத்தகத்தை எழுதியிருந்தார். ஆனால் துரிதத் தன்மை மிக்க தலைப்பு இருப்பினும், இறந்துபோன பாரசீக நாட்டவனின் தாக்கம் குறைவானதாயில்லை. கடைசியில் அவமதிக்கப்பட்டது இபின் ரஷீதுதான். அவரது புத்தகத்திற்குத் தீயிடப்பட்டது. அதன் பக்கங்கள் எரிந்து போயின. ஏனெனில் அவ்வாறு செய்திட நெருப்பு அனுமதிக்கப்பட வேண்டும் என அக்கணத்தில் தீர்மானித்தவர் கடவுள்தான். தனது எழுத்துகளில், "அறிவு", "தர்க்கம்" மற்றும் "அறிவியல்" என்னும் சொற்களை "கடவுள்", "நம்பிக்கை" மற்றும் "குரான்" என்பவற்றுடன் இணக்கம் கண்டிட அவர் முயன்றிருந்தார். அன்பிலிருந்து எழுந்த பெரும் நுணுக்கத்துடன் அவர் பயன்படுத்தியிருந்த போதிலும், அவர் வெற்றி பெற்றிருக்கவில்லை.

"மனித சமூகத்திற்கென அவர் முன்வைத்திருந்த, மண் சார்ந்த இன்பங்களின் தோட்டம் காரணமாக, கடவுள் இருந்தாக வேண்டும் என்னும் குரான் மேற்கோளை எடுத்துக் காட்டி விளக்கியும், மேகங்களை நெருக்கி மழையால் அபரிமிதமான நீரை நாம் அனுப்பிவைக்கவில்லையா, அதன் காரணமாக நீங்கள் தானியத்தையும் மூலிகைகளையும், மரங்களடர்ந்த தோட்டங்களையும் உற்பத்தி செய்யவில்லையா? அவர் ஒரு முனைப்பு மிக்க தொழில் முறை சாராத தோட்டக்காரராக இருந்தார். அன்பிலிருந்து எழுந்த வாதம், கடவுளின் இருப்பையும் அவரது அன்பான, தாராள இயல்பையும் நிரூபிப்பதாக அவருக்குத் தோன்றியது. ஆனால், கடுமையான கடவுளை முன்னெடுத்துச் செல்வோர் அவரை வீழ்த்தியிருந்தனர். இப்போது, வேசியர் இல்லத்திலிருந்து தன்னால் காப்பாற்றப்பட்டிருந்தவளும், அவரது கனவுகளுக்குள் இணக்கம் காணப்படாதவற்றின் மொழியில், இருதயப் பூர்வமான மொழியில், நனவு வாழ்வில் அதனைப் பயன்படுத்தியிருப்பின் அவரைத் தூக்கிலிடுவோனிடம் இட்டுச் சென்றிருப்பதைப் பற்றி, கஸாலியுடன் அவர் வாதிட்ட பகுதிகளுக்குள் பார்க்கத் தெரிந்தவளாகத் தோன்றுபவளுமான, யூதராக மாற்றப்பட்டிருந்தவளுடன் அவர் படுக்கையில் கிடந்தார் அல்லது அவ்வாறு நம்பினார்.

துனியா பிள்ளைகளை நிரப்பி, அப்புறம் சிறிய வீட்டுக்குள் அவர்களை எடுத்துச் சென்று, காலி செய்யவும், இபின் ரஷீத்தின் விலக்கப்பட்ட பொய்களுக்கு இடமில்லாது போயிற்று. அவர்களது நெருக்கத்தின் நினைவுகள் குறையவும், பணம் பிரச்சினையாகியது. "நிஜமான மனிதன் தன் நடவடிக்கைகளின் விளைவுகளை எதிர்கொள்கிறான், குறிப்பாக காரண - காரியங்களில் நம்புகின்றவன்" என்று அவள் அவரிடம் கூறினாள். ஆனால் பணம் பண்ணுவது ஒருபோதும் அவரது அரணாய் இருந்ததில்லை. குதிரை வணிகம் கொடூரமானதாயிருந்தது. நம்பிக்கை துரோகிகளைக் கொண்டிருந்தது மற்றும் அவரது ஆதாயம் சொற்பமாயிருந்தது. கால்நடைச் சந்தையில் அவருக்குப் போட்டியாளர்கள் பலர் இருக்கவே, விலைகள் குறைந்திருந்தன. "உங்கள் நோயாளிகளிடம் அதிகமாக வாங்குங்கள்," என்று அவள் சிறிது எரிச்சலுடன் ஆலோசனை கூறினாள்.

"இப்போது கறைபடிந்துள்ள உங்களின் முன்னாள் கௌரவத்தை வைத்து நீங்கள் சம்பாதிக்க வேண்டும். வேறென்ன இருக்கிறது உங்களிடம்? குழந்தையை உண்டாக்கிடும் இயந்திரமாய் இருப்பது போதாது. குழந்தைகளை உண்டாக்குகிறீர்கள், குழந்தைகள் பிறக்கின்றன. அவற்றைக் காப்பாற்ற வேண்டும். அதுதான் "தர்க்கம்" அதுதான் "பகுத்தறிவு." அவருக்கு எதிராக எந்த வார்த்தைகளைத் திருப்புவது என்றறிந்திருந்தாள். "இதனைச் செய்யாதிருப்பது இணக்கமின்மை" என வெற்றிகரமாய்க் கூச்சலிட்டாள்.

(தங்கம், ஆபரணங்கள் போன்ற பளபளப்பானவை ஜின்களுக்குப் பிடித்தமானவை, தம் சேமிப்புகளை அவை நிலவறைக் குகைகளில் பதுக்கிவைத்திருக்கும். புதையலிருக்கும் குகை முன் நின்று ஜின் இளவரசிகள் திறந்திடு என்று கத்தி, ஒரு வீச்சில் தம் நிதிப் பிரச்சனைகளை ஏன் தீர்த்துக் கொள்வதில்லை? அவள் ஒரு மனித உயிரியின் "மானுட" மனைவியாக மனித உறவு நிலையை, மனித வாழ்வைத் தெரிவு செய்து, தன் தேர்வினால் கட்டுப்படுத்தப்பட்டிருந்த காரணத்தால், இக்கட்டத்தில், அவர்களது உறவு நிலையின் மையத்தில் அவளது காதலரிடத்தே அவளின் உண்மை இயல்பை வெளிப்படுத்துவது, ஒரு காட்டிக் கொடுத்தலை அல்லது பொய்யை வெளிப்படுத்துவது போன்றதாகும். ஆதலின், அவர் தன்னைக் கைவிடக்கூடும் எனப் பயந்து, அமைதியாயிருந்தாள். ஆனால் இறுதியில், தனக்கேயான மானுடக் காரணங்களுக்காக, அவளை விட்டுக் கிளம்பிவிட்டார்.)

அரபியில் மொழியாக்கம் செய்யப்பட்டிருந்த, ஹஸர் அஃப்ஸஞ்ச் அல்லது ஆயிரம் கதைகள் என்ற பாரசீக நூல் இருந்தது. அரபுப் பதிப்பில் ஆயிரம் கதைகளை விடவும் சில கதைகள் கூடுதலாயிருந்தன. ஆனால் ஆயிரம் இரவுகளில் நடப்பதாகக் கதை இருந்தது. அல்லது இரட்டைப்படை எண்கள் அருவருப்பாய் இருந்ததால் ஆயிரத்தோரு இரவுகள் ஏற்பட்டிருக்கலாம். அவர் அக்கதைகளைப் பார்த்திருக்கவில்லை. ஆனால், அக்கதைகளில் பல அவருக்கு அரசவையில் கூறப்பட்டிருந்தன. மீனவன் - ஜின்னி கதை அவருக்குப் பிடித்திருந்தது. அதன் புனைவியல் அம்சங்களுக்காக (விளக்கிலிருந்து வெளிவரும் ஜின்னி, மாயம் பேசும் மீன்கள், பாதி மனிதனும் பாதி சலவைக்கல்லுமான இளவரசன் கட்டுண்டு போதல்,) அல்லாமல்,

அதன் தொழில் திறன் மிகுந்த அழகு, கதைகளுக்குள் கதைகள் பொதிந்திருத்தல், கதை, வாழ்க்கையின் நிஜமான கண்ணாடியாக மாறுதல் என்பவற்றிற்காகவே என்று இபின் ரஷீத் எண்ணினார். நம் கதைகளெல்லாம் மற்றவர்களின் கதைகளை உள்ளடக்கி, மிகப் பெரிய மாட்சிமை மிகுந்த கதையாடல்களில் நம் குடும்ப வரலாறுகளை அல்லது தாயக வரலாறுகளை அல்லது நம்பிக்கைகளைக் கொண்டிருக்கும். கதைகளுக்குள்ளேயான கதைகளை விடவும் மிக அழகானது. சாரஜாத் அல்லது ஸெகர்ஜாத் என்றழைக்கப்படும் இளவரசியான கதை சொல்லியின் கதையே - தான் தூக்கிலிடப்படுவதிலிருந்து தடுக்கப்படுவதற்காக கொலைகாரக் கணவனுக்கு அவள் கதைகளைச் சொன்னாள். மரணத்திற்கெதிராக, காட்டுமிராண்டியை பண்படுத்துவதற்காகச் சொல்லப்பட்ட கதைகள், திருமணப் படுக்கையின் காலடியில் அமர்ந்துள்ள கச்சிதமான பார்வையாளரான அவளது தங்கை, மேலும் ஒரு கதையை, இன்னுமொரு கதையை, அப்புறம் பிறகொன்றை கேட்டுக்கொண்டிருந்தாள். இச்சகோதரியின் பெயரை எடுத்துக் கொண்ட இபின் ரஷீத், தன் காதலி துனியாவின் தொடையிடுக்கிலிருந்து வெளிப்பட்ட குழந்தைகள் பட்டாளத்திற்கு அதனை இட்டார். அச்சகோதரி துன்யாஜாத் என்றழைக்கப்பட்டாள். வெளிச்சமற்ற இவ்வீட்டை நிரப்பிக் கொண்டிருக்கிறோம். என் நோயாளிகளிடமிருந்து கொடுமையான கட்டணம் வசூலிக்குமாறு கட்டாயப்படுத்தப்படுகிறேன். துனியாவின் குடியினரான, துனியர்களின் இனத்தினரான துனியா மக்களின் - மொழியாக்கம் செய்தால் "உலகின் மக்கள்" என்று பொருள்படும் - வருகையால் நிரம்புகிறது.

துனியா பெரிதும் புண்பட்டாள். "நாம் மணமுடித்துக் கொள்ளவில்லை என்பதால் நம் பிள்ளைகள் தம் தந்தையின்

பெயரைப் பெற இயலாது என்கிறீர்களா?" என்றாள். அவர் விஷமத்துடன் புன்னகைத்தார். "அவர்கள் துன்யாஜாத்தாக இருப்பது மேலானது, உலகைக் கொண்டிருக்கும் பெயரது, மற்றும் அதனால் முடிவு கட்டப்படாதது. ரஷீத்தினுடையதென்றால் நெற்றியில் அடையாளத்துடன் அவர்களை வரலாற்றுக்குள் அனுப்புவதாகும்" என்றார். தன்னை ஸெகர்ஜாத்தின் தங்கையாகப் பாவித்து அவள் பேசத் தொடங்கினாள். எப்போதும் கதைகளைக் கேட்டாள். ஒரே வித்தியாசம், அவளது ஸெகர்ஜாத் ஓர் ஆண், அது அவளது சகோதரனல்ல, மாறாகக் காதலன். படுக்கையறையின் இருளிலிருந்து வார்த்தைகள் சந்தர்ப்பவசமாகத் தப்பிச் சென்றுவிட்டால், அவரது சில கதைகள், அவ்விருவரையும் கொல்லவைத்துவிடும். ஆதலின் ஒருவிதத்தில் அவரொரு எதிர் - ஸெகர்ஜாத்தே என்றாள் துனியா. ஆயிரத்தொரு இரவுகளின் கதை சொல்லிக்கு நேர் எதிரானவர்.

அவளது கதைகள் அவளது உயிரைக் காக்க, அவரது கதைகள் அவரது உயிரை அபாயத்தில் ஆழ்த்தின. ஆனால் அப்போது கலீபா அபு யூசுப் யாகூப் போரில் வென்றார். குவாடியானா ஆற்றின் மீதான அலார்கோஸில், எட்டாம் அல்ஃபோன்ஸோ என்னும் கேஸ்டிலேவின் கிறித்தவ மன்னருக்கு எதிராக மிகப் பெரும் இராணுவ வெற்றியைப் பெற்றார். கிறித்தவ இராணுவத்தின் பாதிப்பேரை, 150,000 கேஸ்டிலே வீரர்களை அவரது படைகள் கொன்ற அலார்கோஸ் யுத்தத்திற்குப் பிறகு, வெற்றியாளன் எனப் பொருள்படும் மன்ஸுர் என்னும் பெயரை கலீபா சூடிக்கொண்டார். வெற்றிகொள்ளும் நாயகனின் நம்பிக்கையுடன், வெறிகொண்ட பெர்பெர்களின் ஏற்றத்தை ஒரு முடிவுக்குக் கொண்டுவந்தார் மற்றும் இபின் ரஷீத்தைத் திரும்பவும் அரசவைக்கு அழைத்துக்கொண்டார்.

வயதான தத்துவாசிரியரின் நெற்றியிலிருந்து அவமானச் சின்னம் துடைத்தெறியப்பட்டது. அவரது நாடுகடத்தல் முடிவுக்குக் கொண்டுவரப்பட்டது. மறுவாழ்வு தரப்பட்டார். அவமானத்திலிருந்து விடுவிக்கப்பட்டார். இரண்டு வருடங்கள், எட்டுமாதங்கள், இருபத்தெட்டு பகல்களும் இரவுகளும், அதாவது ஆயிரத்தொரு இரவுகளும் பகல்களும் கழித்து, கொர்டோபாவின் அரசவை மருத்துவர் என்னும் கௌரவத்துடன் திரும்பினார்.

துனியா மீண்டும் கருவுற்றாள். அவளை அவர் மண முடிக்காததால் அவள் பிள்ளைகளுக்குத் தன் பெயரை அவர் இடவில்லை. அவளை அல்மோஹத்தின் அரசவைக்கு அழைத்துவரவில்லை. அதனால் அவள் வரலாற்றிலிருந்து நழுவிவிட்டாள். அவர் வெளியேறியபோது, தனது அங்கிகள்,

நுரைத்திடும் வாதுரைகள் ஆகியவற்றுடன் பிறரது நூல்களின் கையெழுத்துப் படிகளை - சில கட்டப்பட்டும் மற்றவை சுருள்களிலும் இருக்க - எடுத்துச் சென்றார். அவருடைய கையெழுத்துப் படிகள் எரிக்கப்பட்டிருந்தாலும் பல பிரதிகள் தப்பியிருந்தன. பிற நகரங்கள், நண்பரது நூலகங்கள் மற்றும் தான் அவமதிக்கப்பட்ட நாளன்று ஒளித்துவைத்திருந்த இடங்கள் பற்றி அவளுக்குக் கூறியிருந்தார். ஒரு புத்திசாலி எப்போதும் துன்பத்திற்கு ஆயத்தமாயிருக்கிறான். அவன் அடக்கமாயிருந்தால், அதிர்ஷ்டம் அவனை வியப்பிலாழ்த்தும். தன் காலை உணவை முடிக்காமலேயே அல்லது விடை பெறாமலேயே அவர் புறப்பட்டார். அவள் அவரை மிரட்டவில்லை. தன் நிஜ சொரூபத்தை அல்லது தனக்குள் மறைந்திருந்த ஆற்றலை வெளிக்காட்டவில்லை. இணக்கம் காண முடியாத இணங்குவிக்க முயன்றதை நிறுத்தி பயங்கரமானதும் விதிவசமானதுமான உண்மையை பேசியபோது, அனுமானிப்பது முட்டாள்தனமென்று ஒன்றை நீங்கள் அனுமானித்தபோது, உங்கள் கனவுகளில் நீங்கள் உரத்துக் கூறியதை நானறிவேன் என அவள் கூறவில்லை.

தன்னை நிறுத்திவைத்துக் கொள்ளாமல் வரலாறு தன்னிடமிருந்து நீங்குவதற்கு அவள் அனுமதித்தாள். மாபெரும் அணிவகுப்பை தம் நினைவில் நிறுத்தி, அதனை மறக்க முடியாததாக்கி, தங்களுடையதாக்கிக் கொள்ளும் சிறுவர்கள், அதனைக் கடந்து செல்ல அனுமதிப்பது போல, அவர் மிக இயல்பாக அவளைக் கைவிட்டிருந்தாலும் அவரை நேசித்துக் கொண்டிருந்தாள். நீங்களே எனக்கு எல்லாமுமாக, என் சூரியனாக என் சந்திரனாக இருந்தீர்கள், இப்போது என் தலையை தாங்கிக் கொள்வீர்கள், என் உதடுகளில் முத்தமிடுவீர்கள், நம் பிள்ளைகளுக்குத் தந்தையாயிருப்பீர்கள் என்றெல்லாம் அவரிடம் சொல்ல விரும்பினாள். ஆனால் அவரோ அமரர்களுக்கான மண்டபங்களுக்கு விதிக்கப்பட்ட மாபெரும் மனிதராயிருந்தார். ஆனால் சச்சரவிடும் இம் மதலைகள் விழித்தெழுகையில் அவர் விட்டுச் செல்லும் எச்சிலை விட மேலானவர்களில்லை.

நீங்கள் இறந்து நீண்ட காலத்திற்குப் பின் ஒரு நாளன்று, உங்கள் குடும்பத்தை அடைய வேண்டும் என்னும் தருணத்தை அடைவீர்கள், அத்தருணத்தில், உங்களது ஆவி மனைவியான நான், நீங்கள் என் இருதயத்தை நொறுக்கியிருந்த போதிலும், உங்கள் ஆசையை நிறைவேற்றுவேன் என ஒருநாள் அவள் இல்லாத தத்துவாசிரியரிடம் முணுமுணுத்தாள்.

சிறிது காலம் அவள் மானுடரிடையே தங்கியிருந்தாள் என நம்பப்படுகிறது. அவரது வருகைக்காக அவள் நம்பிக்கையை மீறி நம்பியிருக்கக் கூடும். அவர் அவளுக்குத் தொடர்ந்து பணம் அனுப்பினார். அவ்வப்போது அவர் அவளை வந்து பார்த்தார். குதிரை வணிகத்தைக் கைவிட்ட அவள், தொடர்ந்தாள். ஆனால் இப்போதே வரலாற்றின் சூரியனும், சந்திரனும் அவள் இல்லத்தின் மீது எப்போதைக்குமாக மறைந்துவிட்டிருந்தனர். அவளது கதை நிழல்களினதும் மர்மங்களினதும் விஷயமாகிப் போனது. ஆதலின், இபின் ரஷீத் இறந்த பிறகு அவரது ஆவி அவளிடத்தே திரும்பிவந்து, இன்னும் குழந்தைகளைப் பெற்றது என மக்கள் கூறியது உண்மையாய் இருக்கக் கூடும். ஒரு ஜின்னி இருந்த விளக்கினை இபின் ரஷீத் அவளிடம் கொண்டு வந்தார் எனவும், அவர் சென்றபிறகு பிறந்த குழந்தைகளுக்கு ஜின்னிதான் தந்தை எனவும் மக்கள் கூறினர். எனவே வதந்தி எப்படி விஷயங்களைத் தலைகீழாக்கிவிடுகிறது என்பதை எளிதாகப் பார்க்கிறோம்!

கைவிடப்பட்ட அவள், தனக்கு வாடகையைத் தரக்கூடிய யாரையும் சேர்த்துக்கொண்டாள், அவர்கள் ஒவ்வொருவரும் இன்னொரு பிள்ளையை விட்டுச் சென்றனர். எனவே துனியாவின் பிள்ளைகள் ரஷீத்தின் கள்ளக் குழந்தைகளல்லர் அல்லது அவர்களில் சிலர் அப்படியில்லை அல்லது பலர் அப்படியில்லை, அல்லது மிகுதியும், அதிகப்படியானவர்களின் பார்வையில் அவளது வாழ்க்கை திக்கிச் செல்லும் கோடாகியது. அதன் அட்சரங்கள் அர்த்தமற்ற உருக்களாகக் கரைந்து போயிற்று - எவ்வளவு காலம் அவள் வாழ்ந்தாள் அல்லது எப்படி, எங்கே யாருடன் எங்கே எப்படி - அல்லது அப்படி இருப்பின் - இறந்தாள்.

ஒரு நாள் அவள் பக்கவாட்டில் திரும்பி, உலகின் ஒரு பிளவினூடே நழுவி, கனவுகளின் உலகமான இன்னொரு யதார்த்தமான பெரிஸ்தானுக்குத் திரும்பினாள். அங்கே ஜின் அவ்வப்போது எழுந்து சமூகத்தை ஆசீர்வதித்தது. லூஸெனாவின் கிராமத்தினருக்கு அவள் கரைந்துபோயிருந்ததாக, நெருப்பற்ற புகைக்குள் போயிருந்ததாகத் தோன்றிற்று. நம் உலகைவிட்டு துனியா நீங்கியதும், ஜின் உலகத்திலிருந்து நம் உலகிற்கு வருபவர்கள் சிலவாகிப் போயினர். அப்புறம் நீண்ட காலத்திற்கு முற்றிலுமாக நின்றுபோயினர். உலகிலிருந்த பிளவுகள் சம்பிரதாயத்தின் களைகளாலும் உப்புச் சப்பற்றவைகளின் முட்புதர்களாலும் அடைபட்டு, முழுவதுமாக மூடப்பட்டுவிட்டன. நம் மூதாதையர், மாயத்தின் நன்மைகளோ சாபங்களோ இல்லாது தங்களால் முடிந்ததை செய்துகொள்ளுமாறு விடப்பட்டனர்.

ஆனால் துனியாவின் பிள்ளைகள் பெருகினர். அந்த அளவுக்குச் சொல்ல முடியும். சுமார் முன்னூறு ஆண்டுகளுக்குப் பிறகு, யூதர்கள் ஸ்பெயினிலிருந்து வெளியேற்றப்பட்டபோது, தாங்கள் யூதர்கள் என்று கூடச் சொல்லிக்கொள்ள முடியாத யூதர்களும் வெளியேற்றப்பட்டபோது, துனியாவின் பிள்ளைகளது பிள்ளைகள் கடிஸ் மற்றும் பலோஸ் தெ மோகுவெவிலிருந்து கப்பல்களில் ஏறினர். அல்லது பைரினீஸின் ஊடே நடந்தனர். அல்லது மந்திரக் கம்பளங்களில் பறந்தனர். அல்லது தங்களின் ஜின்னி உறவினரைப் போன்ற பிரமாண்ட தாழிகளில் கண்டங்களைக் கடந்து, ஏழு கடல்களில் பயணித்து, உயர்ந்த மலைகளில் ஏறி, வலிமையான நதிகளில் நீந்தி, ஆழ்ந்த பள்ளத்தாக்குகளில் சரிந்து, தங்களால் முடிந்த இடங்களில் எல்லாம் இருப்பிடத்தையும் பாதுகாப்பையும் பெற்றனர். மற்றும் ஒருவரையொருவர் சீக்கிரமே மறந்தனர் அல்லது அவர்களால் முடிந்தவரை நீண்டகாலம் நினைத்திருந்து பின் மறந்தனர் அல்லது ஒருபோதும் மறக்கவில்லை. ஒருபோதும் சரியான குடும்பமாயிராத குடும்பமாயினர். சரியான இனக்குழுவாயிராத இனக் குழுவாயினர். ஒவ்வொரு மதத்தையும் பின்பற்றினர் மற்றும் எதனையும் பின்பற்றவில்லை. மதம்மாறி நூற்றாண்டுகளான பின் அவர்களில் பலர், தங்களது அதி மானுடத் தோற்றங்களை அறியாதவர்களாக, யூதர்களின் வலுக்கட்டாய மதமாற்றக் கதையை மறந்தவர்களாக இருந்தனர்.

அரசர்களில் சிலர், பைத்தியமாக பக்திகொண்டிருக்க, மற்றவர்கள் வெறுப்புடன் அவநம்பிக்கை கொண்டிருந்தனர். ஓர் இடமற்ற குடும்பம் ஆனால் ஒவ்வொரிடத்திலும் குடும்பத்தைக் கொண்டு, ஓர் இடமற்ற கிராமம் ஆனால் பூமி மீதான ஒவ்வொரு பகுதிக்கு உள்ளேயும் வெளியேயுமாக வளைந்து நெளிந்து செல்வது - வேரற்ற செடிகள், பாசிகள் அல்லது கற்பாசிகள் அல்லது படரும் ஆர்கிட்களென, தாமாக தனியே நிற்க இயலாது, மற்றவற்றைச் சார்ந்திருக்க வேண்டியது.

தன்னைக் கைவிடுவோர்க்கு வரலாறு அன்பாயிருப்பதில்லை. அதனை ஆக்குபவரிடத்தே சம அளவிலே அன்பாயிருப்பதில்லை. மறுவாழ்வு பெற்று ஓராண்டே ஆகியிருந்த பிறகு, மராக்கீஷில் பயணித்தபோது, இபின் ரஷீத் இறந்துவிட்டார் (சம்பிரதாயமாக முதுமையால், அல்லது அப்படி நம்புகிறோம்). தன் கீர்த்தி வளர்வதைக் காணவே இல்லை. தன்னுடைய உலகின் எல்லைகளைத் தாண்டிப் பரவியதைக் காணவே இல்லை. புறச் சமயத்தவரின் செல்வாக்கின் அடித்தளங்களாக, அரிஸ்டாட்டில் குறித்த அவரது விளக்கவுரைகள் ஆகின.

நாத்திகரின் கடவுளற்ற தத்துவத்தின் அடிக்கல்லாகின. Saecularis எனப்படும் அது, Saeculum இல் ஒருமுறையே வருகின்ற ஒரு கருத்து அல்லது யுகங்களுக்கான ஒரு கருத்து என்று பொருள்படும், அவர் கனவுகளில் மட்டுமே பேசியிருந்த கருத்துகளின் படிமமாகவும் எதிரொலியாகவும் அது இருந்தது. ஒரு தெய்வீக மனிதன் என்றவிதத்தில், வரலாறு அவருக்களித்த இடத்தால் அவர் சந்தோசப்பட்டிருக்க முடியாது. நம்பிக்கைக்கு இடமில்லாத கருத்துகளுக்கு உத்வேகம் தருபவராக ஒரு நம்பிக்கையாளர் ஆவது விசித்திரமான விதியே.

தன் உலகின் எல்லைகளைத் தாண்டி அவரது தத்துவம் வெற்றிகரமாவது இன்னும் விசித்திரமான விதியே. ஆனால் அவரது உலகின் எல்லைகளுக்குள்ளே வெற்றி கொள்ளப்பட்டது. ஏனெனில் அவரறிந்த உலகில், இறந்துவிட்ட அவரது எதிரி கஸாலியின் பிள்ளைகளே பெருகி, அரசினை சுவீகரித்தனர். அவரது விலக்கப்பட்ட பெயரினை தம் பின்னே விட்டுச் சென்ற அவரின் கள்ளப்பிள்ளைகள் பூமியையே நிறைத்தனர்.

பிழைத்திருந்தோரில் கணிசமானோர் வட அமெரிக்கக் கண்டத்தில் நிறைந்தனர். மற்றும் பலர் மாபெரும் தெற்கு ஆசிய துணைக்கண்டத்தில் இருந்தனர். எதேச்சையான பரவலின் மர்மமிகு தர்க்கமின்மையின் அம்சமான குவித்தல் நிகழ்வு காரணமாக, பிற்பாடு பலர் அமெரிக்கக் கண்டங்களின் மேற்கிலும் தெற்கிலும் பரவினர். ஆசியாவின் காலடியிலுள்ள அம்மாபெரும் வைரத்தின் வடக்கிலிருந்தும் மேற்கிலிருந்தும் உலகின் நாடுகளுக்கெல்லாம், விசித்திரமான காதுகளைப் போலவே, நமைச்சலெடுக்கும் பாதங்கள் இருந்தன. இபின் ரஷீத் இறந்துவிட்டார். ஆனால் அவரும் அவரது பகைவரும், கல்லறை தாண்டியும் தம் விவகாரத்தைத் தொடர்ந்தனர். ஏனெனில் மாபெரும் சிந்தனையாளர்களது விவாதங்களுக்கு முடிவில்லை - எல்லாக் கருவிகளிலும் கூரியதான, மனத்தை மேம்படுவதற்கான கருவியாக விவாதமே இருக்கின்றது -அறிவின் மீதான நேசத்தால், அதாவது தத்துவத்தால் பிறந்தது அது.

திரு. ஜெரோனிமோ

எண்ணூற்றுக்கும் மேற்பட்ட ஆண்டுகளுக்குப் பின்னர், மூவாயிரத்து ஐநூற்றுக்கும் மேற்பட்ட மைல்களுக்கு அப்பால், இப்போது ஆயிரத்திற்கு மேற்பட்ட ஆண்டுகளுக்கு முன்னே, எங்கள் மூதாதையர் நகரின் மீது ஒரு புயல் குண்டென விழுந்தது. அவர்தம் குழந்தைப் பருவம் நீருக்குள் சரிந்து காணாது போயிற்று. அவர்கள் அமர்ந்து இனிப்புகளும் பீட்சாவும் தின்ற ஞாபகங்களால் ஆன பாலந்தாங்கிகளும், கோடைப்பருவ வெய்யிலிலிருந்து ஒளிந்து, முதல் உதடுகளை முத்தமிட்டுக் கொண்ட உலாவு மேடைகளும் அப்படியே போயின. வீட்டுக் கூரைகள் இரவு வானத்தினூடே திசைதவறிய வௌவால்களெனப் பறந்தன. அவர்தம் கடந்தகாலத்தைச் சேமித்திருந்த மாட அறைகள், கொள்ளையிடும் வானத்தால் விழுங்கித் தீர்க்கப்படுமட்டும் காற்று மழையால் அலைக்கழிக்கப்பட்டன. வெள்ளம் புகுந்து அடித்தளங்களில் அவர்தம் கனவுகள் மூழ்கின. மற்றும் அவர்களால் இனியும் ஞாபகப்படுத்த இயலாது போயிற்று. மின்சாரம் போய்விட்டது. இருள் கவிந்தது.

மின்சாரம் போவதற்கு முன் படையெடுத்து வரும் அந்நிய விண்கோளென, பிரமாண்டமான வெண்திருகு சூழல் தலைக்கு மேலே சுழல்வதாக ஆகாயத்திலிருந்து எடுக்கப்பட்ட பிம்பங்களைத் தொலைக்காட்சி காட்டிற்று. அப்போது மின் நிலையங்களுக்குள் ஆறு பாய்ந்தது. மின்சார ஒயர்கள் மீது மரங்கள் வீழ்ந்தன. அவசர கால ஜெனரேட்டர்கள் இருந்த கட்டடங்களை நொறுக்கின மற்றும் ஊழி இறுதி தொடங்கியது. எங்கள் மூதாதையரை யதார்த்தத்துடன் பிணைத்திருந்த ஒரு கயிறு முறிந்தது. மற்றும் பஞ்ச பூதங்கள் அவர்களின் காதுகளில் கத்தியதால், உலகின் பிளவுகள் திரும்பவும் திறந்துகொண்டன. முத்திரைகள் உடைந்தன. வானில் சிரிக்கும் வித்தைக்காரர்களும் பாய்ந்தேகும் மேகங்களில் சவாரி செய்யும் குதிரை வீரர்களும் இருந்தனர்.

மூன்று பகல் - இரவுகளாக ஒருவரும் பேசவில்லை, ஏனெனில் இருந்தது புயலின் மொழிதான், அப்பயங்கர மொழிபேச எம் மூதாதையருக்குத் தெரியவில்லை. அப்புறம் ஒரு வழியாக அது கடந்துபோனது. குழந்தைப் பருவ முடிவினை நம்ப மறுத்திடும் குழந்தைகளைப் போல, அனைத்தும் இருந்தது போலவே இருக்க விரும்பினர். ஆனால் வெளிச்சம் திரும்பியதும் அது வேறாக உணர்ந்தது. அது முன்னர் கண்டிராத வெண்ணிற ஒளி, ஒளிந்து கொள்ள இடம் வைக்காத, கருணையற்ற, நிழல்களை வீசாத, விசாரணையாளனின் விளக்கு போல் கடுமையாயிருந்தது. நான் எரிக்கவும் தீர்ப்புரைக்கவும் வருகிறேன், எச்சரிக்கை என்று அவ்வொளி கூறுவது போல் தோன்றிற்று.

அப்புறம் விநோதங்கள் ஆரம்பித்தன. அவை இரண்டு வருடங்கள், எட்டுமாதங்கள், இருபத்தெட்டு இரவுகள் நீடித்தன.

ஆயிரம் வருடங்கள் கழித்து, தொல்கதை படிந்த, ஒரு வேளை ததும்பி வழிந்ததாக, வரலாறு, இப்படித்தான் எங்களிடம் வந்து சேர்ந்துள்ளது. இப்போது இதனை இப்படித்தான் எண்ணிப்பார்க்கிறோம். தப்பாகிவிடும் ஞாபகமாக அல்லது தொலைதூரப் பழங்காலத்தின் கனவாக அது உண்மையல்லாதது, அல்லது ஒரு பகுதி உண்மையில்லாதது. கட்டியெழுப்பப்பட்ட கதைகள் ஆவணத்தில் புகுத்தப்பட்டுள்ளன என்றால் அது குறித்து ஒன்றும் செய்ய இயலாது. நாம் சொல்வதற்குத் தெரிவு செய்திருக்கும் வகையில், இதுதான் நம் மூதாதையர் கதை, ஆதலின் இது நம் கதையும்தான்.

மிகப் பெரும் புயலுக்குப் பின்னரான புதன் கிழமையன்று, தன் பாதங்கள் பூமியைத் தொடவில்லை என்பதைத் திரு. ஜெரோனிமோ முதல் முறையாகக் கவனித்தார். ஒரு பெண்ணின் உதடுகள் அவரது மார்பை அழுத்திக் காதுக்குக் கேட்காதபடி முணுமுணுக்கின்ற, விசித்திரக் கனவினை அரைபாதி ஞாபகப்படுத்தியவாறு, வழக்கம்போல விடிவதற்கு அரை மணிநேரம் முன்பாக அவர் எழுந்திருந்தார். அவரின் மூக்கு அடைத்திருந்தது, தூக்கத்தில் வாய்வழியே சுவாசித்திருந்ததால், அவரின் வாய் வறண்டிருந்தது, நிறையத் தலையணைகளின் மீது கழுத்தை வைத்திருந்ததால், அது விறைப்புக் கொண்டிருந்தது. அவரின் இடது கணுக்காலிலிருந்த புண் நமைச்சலெடுத்தது. உடல் பொதுவாக பரிச்சயமான அளவு காலை வேளைக் கவலையைத் தந்துகொண்டிருந்தது. வேறு வார்த்தைகளில் சொல்வதானால் முனங்கிட ஏதுமில்லை. உண்மையில் பாதங்கள் சரியாகவே இருந்தன.

தன் ஆயுளில் பெரும்பகுதியும் ஜெரோனிமோ தன் பாதங்களில் சிக்கலைக் கொண்டிருந்தார். ஆனால் அவை

இன்றைக்கு அன்பு காட்டின. தூங்குவதற்கு முன் கடைசி வேலையாகவும் விழித்ததும் முதல் வேலையாகவும், அவர் நுட்பமான விதத்தில் கால்விரல்களைப் பற்றும் பயிற்சியை செய்தாலும், உள்ளங்கால் வலியை அவ்வப்போது உணர்ந்தார். தோல் அடிக்கட்டினைப் போட்டுக் கொண்டு படிகளில் ஏறி இறங்கினார். அப்புறம் ஊளைச் சதையுடனான போராட்டம். அதற்கான மருந்து வயிற்றுப்போக்கைக் கொண்டு வந்தது. அவ்வப்போது வலித்தது. அதனை ஏற்றுக்கொண்டார். இளைஞனாக தான் கற்றுக்கொண்டிருந்ததை வைத்து, ஆறுதல்படுத்திக் கொண்டார். அத்தட்டையான பாதங்கள் இராணுவத்திற்கான ஆள் சேர்க்கையிலிருந்து அவரைத் தப்பவைத்தது. திரு. ஜெரோனிமோ படை வீரர் சேவைக்கான வயதை எப்போதோ தாண்டியிருந்தார். ஆனால் இத்துண்டுத் தகவல் இன்னும் அவரை ஆறுதல் படுத்திற்று. மற்றும் ஊளைச் சதை என்பது மன்னர்களின் நோய்தான்.

சமீபமாக அவரது குதிகால்களில் பிளவுகள், வெடிப்புகள் உண்டாயின. மருத்துவரிடம் கவனிக்க வேண்டிய அதனை நேரமில்லாது மும்முரமாயிருந்தார். நாளெல்லாம் நடந்த அவருக்குத் தன் பாதங்கள் அவசியமாயின. அத்துடன் அவற்றுக்கு இரு தினங்கள் ஓய்வு கிடைத்தன. இது போன்ற புயலின்போது தோட்ட வேலை செய்ய வேண்டியதில்லை. எனவே அவை அவருக்கு வெகுமதி அளித்தன போலும். இன்று காலையில் அமளியேதும் செய்யாதிருந்தன. படுக்கையிலிருந்து கால்களை நீட்டி நின்றார். அப்போது ஏதோவொன்று வேறுபட்ட உணர்வைத் தந்தது.

தன் படுக்கையறையிலிருந்த மிருதுவான மரப்பலகைகளின் இதத்திற்குப் பழகிப் போயிருந்த அவர், அந்தப் புதன் கிழமை காலையில் அவற்றை உணரவில்லை. பாதங்களின் கீழே புதுவித மிருதுத் தன்மை, இதமான இன்மை காணப்பட்டது. கால் வெடிப்பின் மந்தத்தால் அவரது பாதங்கள் செயலிழந்து போயிருக்கலாம். கடினமான உடலுழைப்பை வைத்திருக்கும் வயதான, அவரைப் போன்ற ஒரு நபர், இத்தகு அற்ப விஷயங்களுக்காகக் கவலைப்பட்டதில்லை. பெரிய, தகுதியான, வலுவான அவரைப் போன்ற நபர், சில்லறைச் சமாச்சாரங்களை உதறியெறிந்துவிட்டு, தன் வேலையில் ஈடுபட்டுவிட்டார்.

மின்சாரமும் தண்ணீரும் மறுநாள் வந்துவிடும் என உறுதியளிக்கப்பட்டாலும், இன்னும் அவை வரவில்லை. எதுவும் கச்சிதமாய் நிறைவாய் இருக்க வேண்டும் என்பவரான திரு. ஜெரோனிமோ பற்களை முழுதாகத் தேய்க்க முடியாமை

பற்றியும், குளிக்காதது பற்றியும் வேதனைப்பட்டார். அவரின் குளியல் தொட்டியில் எஞ்சியிருந்த நீரை கழிப்பிடத் தூய்மைக்குப் பயன்படுத்தினார். (புயல் வருவதற்கு முன்னர் முன்னெச்சரிக்கையாக அதனை நிரப்பியிருந்தார்.) வேலைக்கான உடையும் பூட்ஸ்களும் அணிந்துகொண்டு, நிறுத்தப்பட்ட மின் ஏணியைப் பொருட்படுத்தாமல், சீர்குலைந்த தெருக்களுக்குள் சென்றார். அந்த வயதில் பெரும்பாலோர் சுருண்டு படுத்திருக்க, அவரோ அறுபதும் அதற்குக் கூடுதலுமான வயதில், எப்போதும் போலவே கச்சிதமாயும் துடிப்போடும் விளங்கினார்.

நீண்ட காலத்திற்கு முன்பே அவர் தெரிவு செய்த வாழ்க்கை அதனைக் கண்டிருந்தது. அற்புத சுகமளிக்கும் அவரது தந்தையின் தேவாலயத்திலிருந்தும், கிறித்துவின் ஆற்றலால் பீடிக்கப்பட்டதன் காரணமாக சக்கர நாற்காலிகளிலிருந்து எழுந்து கூச்சலிடும் பெண்களிடமிருந்தும், அங்கீகரிக்கப்படாத, அன்பான கனவானின் பார்வை நிலைகளை, ஏமாற்றங்களும் விரக்திகளுமான அவரது திட்டங்களை வரைந்தெழுவதான, நீண்டதும் புலப்படாததுமான சோம்பல் ஆண்டுகளை அவர் கழித்திருக்கக்கூடிய, அவரது மாமாவின் கட்டடக் கலைப் பயிற்சிலிருந்தும் அது அவரை விலக்கிவைத்திருந்தது. இயேசுவிடமிருந்தும் வரைபலகையிலிருந்தும் வெளியேறியிருந்த திரு.ஜெரோனிமோ, திறந்த வெளிக்கு வந்தார்.

Mr.Geronimo Gardner என்ற வார்த்தைகளும் தொலைபேசி எண்ணும் இணையதள யு.ஆர்.எல்லும் மஞ்சள் நிறத்தில் அடிக்கப்பட்டு, இரத்த சிவப்புத் துளிகள் சொட்டுவதாகத் தீட்டப்பட்டிருந்த, பச்சை நிற வாகனத்தில், தனக்குக் கீழிருந்த இருக்கையை அவரால் உணர முடியவில்லை. அவர் நிச்சயமாக அவராயில்லை. உணர்வு நிலை பொதுவாய்க் குறைந்திருந்தது. அது ஒரு கவலையாயிருந்தது. அவரது வயதில், அவர் தெரிவு செய்திருந்த வேலைப்பிரிவில், உடலின் சின்னஞ் சிறு காட்டிக்கொடுத்தல்கள் குறித்து அவர் கவலைப்பட வேண்டியிருந்தது. காத்திருந்த பெரும் காட்டிக்கொடுத்தல்களைத் தடுத்து நிறுத்த வேண்டியிருந்தது. அவர் தன்னைப் பரிசோதித்துக் கொண்டிருக்க வேண்டும், ஆனால் இப்போதில்லை. இப்போது, புயலடித்த பிற்பாடு, மருத்துவர்களும் மருத்துவமனைகளும் அக்கறை கொள்ள மிகப் பெரும் பிரச்சனைகள் இருந்தன. இக்காலையில் அவரிடமிருந்து சற்றுக் கூடுதல் அழுத்தம் தேவைப்படுதென, ஆக்ஸலேட்டரும் பிரேக்கும், அவரது பூட்ஸ் அணிந்துள்ள பாதங்களின் கீழே, குஷன் வைத்திருந்ததாக விநோதமாக உணர்ந்தன. புயல், மனிதர்களைப் போலவே இயந்திரங்களின் மனங்களையும் குழப்பி வைத்திருந்தது.

38 ◆ இரண்டு வருடங்கள், எட்டு மாதங்கள், இருபத்தெட்டு இரவுகள்

நொறுங்கிய ஜன்னல்களின் அருகே, கார்கள் அநாதையாகக் கைவிடப்பட்டிருந்தன.

சோகமான மஞ்சள் வண்ணப் பேருந்து ஒன்று இருந்தது. எனினும் பிரதான சாலைகள் ஒழுங்குபடுத்தப்பட்டிருந்தன. ஜார்ஜ் வாசிங்டன் பாலம் போக்குவரத்திற்குத் திரும்பவும் திறந்துவிடப்பட்டிருந்தது. பெட்ரோல் தட்டுப்பாடு இருந்தது. ஆனால் அவர் தனக்குரியதைப் பதுக்கிவைத்திருந்தார். தன்னால் சமாளித்திட இயலும் என்று கருதியிருந்தார். எரிபொருள், வாயு முக மூடிகள், டார்ச்கள், போர்வைகள், மருந்து மாத்திரைகள், டப்பிகளில் அடைக்கப்பட்ட உணவு, எடையற்ற பொதிகளிலான தண்ணீர் ஆகியவற்றைப் பதுக்குபவராக திரு. ஜெரோனிமோ இருந்தார். அவசரகால நிலைமைகளை எதிர்பார்த்தவராக, கிழிந்து - சிதைந்து போய்விடுவதான சமூக நெசவு குறித்து எண்ணியவராக, கிழிசல்களைச் சேர்த்துத் தைத்திட பெரும்பசை பயன்படுத்தப்பட வேண்டும் என அறிந்தவராக, திடமாகவோ சரியாகவோ நிர்மாணிப்பதால் மானுட இயல்பை நம்பாதவராக அவர் இருந்தார்.

மிக மோசமானதை எதிர்பார்த்த மனிதர் அவர். மூட நம்பிக்கை மிக்கவராக, அமெரிக்காவில் கெட்ட ஆவிகள் மரத்தில் வாழ்வதாகவும், அவற்றை விரட்டியடிக்க அம்மரங்களைச் சாய்ப்பது அவசியம் என்றறிந்தவராகவும் இருந்தார். பிரிட்டனின் மர ஆவிகளோ (அவர் பிரித்தானிய கிராமப் புறத்தைப் பாராட்டுபவராக இருந்தார்) அவற்றின் நன்மையைப் பெற்றிட, ஒருமுறைத் தொட்டால் போதும் என்றறிந்திருந்தன. இவ்விஷயங்கள் அறிந்து கொள்ள முக்கியமானவை. ஒருவர் மிகவும் கவனமாயிருக்க இயலாது. கடவுளிடமிருந்து விலகிச் சென்றால், அதிர்ஷ்டத்தின் நல்ல அபிப்ராயத்தில் இருந்திட முற்பட வேண்டும்.

அவர் வண்டியின் தேவைகளுக்கேற்ப சரிசெய்து கொண்டு, மீண்டும் திறக்கப்பட்ட GWB மீது கிழக்குப் பக்கமாக வண்டியை ஓட்டினார். அவர் வைத்திருந்த வானொலியில் பழைய பாடல்களைப் பாடவிட்டார். நேற்று கழிந்து போனது. நேற்று கழிந்துபோனது எனப் பழைய காலத்தவர் பாடிக்கொண்டிருந்தனர். நல்ல குறிப்பு, என்றெண்ணினார். அப்படியே இருந்தது. மற்றும் நாளை வரப்போவதில்லை. அது இன்றைக்குக் கிளம்புகிறது. ஆறு தன் இயற்கைப் போக்கில் சரிந்திருந்தது. ஆனால் திரு. ஜெரோனிமோ கரைகளிலெல்லாம் அழிவையும் சகதியையும் கண்டார். மற்றும் நகரின் மூழ்கிய கடந்த காலம் கருஞ்சகதியில் வெளிவந்தது.

மூழ்கிய படகுகளின் பெய் குழல்கள் கருஞ்சகதியினூடே உயர்ந்து சென்றன. தொல் பழங்காலத்து கிப்ஸி ஆற்று அரக்கனின் எலும்புக் கூடும் கொலைசெய்யப்பட்ட அயர்லாந்தின் மீனவர்களது கபாலங்களும் கருஞ்சகதியில் மிதந்தன. வானொலியிலும் விசித்திரமான செய்தி இருந்தது. நிபினி செனின் இந்தியக் கோட்டையினுடைய கொத்தளங்கள் கருஞ்சகதியால் உயர்த்தப்பட்டன. பழங்காலத்து டச்சு வணிகர்களின் சகதியில் நாறிய கம்பளி ரோமமும், லெனாபி இந்தியர்களிடமிருந்து மலைகளின் தீவினை பீட்டர் மினுயிட் என்பவர் வாங்கியிருந்த அறுபது கில்டர்கள் மதிப்புடைய ஆபரணங்களுள்ள அசல் பேழையும் மன்ஹட்டாவின் வட முனையிலுள்ள இன்வுட் ஹில் பார்க்கில் ஒதுங்கின. இத்தீவினை நான் திரும்ப வாங்கிக் கொள்கிறேன். ஒழிந்து போங்கள் எனப் புயல் நம் மூதாதையரிடம் சொல்வது போலிருந்தது அது.

புயலால் நொறுங்கிக் கிடந்த சாலைகளின் வழியே அவர் லா இன்கோயெரென்ஸாவின் பிளிஸ் தோட்டத்திற்குச் சென்றார். நகருக்கு வெளியே புயல் இன்னும் கடுமையாயிருந்துள்ளது. பிரமாண்டமான வளைந்த தூண்கள் மின்வெட்டுகளென லா இன்கோயெரென்ஸாவை விண்ணுடன் இணைத்தன. ஹென்றி ஜேம்ஸ் எச்சரித்த பிரபஞ்சத்தின் ஒரே மானுடக் கனவான ஒழுங்கு, இயற்கையின் நெறியான, குளறுபடியின், ஆற்றலின் கீழே சிதைந்துபோனது. தோட்டத்து வாயில்களின் மேலே, சாவினைத் தன் நுனியில் கொண்டுள்ள, மின்னேற்றமுள்ள ஒயர் ஆடிக்கொண்டிருந்தது. அது வாயில்களைத் தொட்டதும் நீல மின்னல் கம்பிகளிடையே பளிச்சிட்டது. பழைய இல்லம் திடமாய் நிற்க, ஆறு தன் கரைகளை உடைத்துக்கொண்டு பாரிய விலங்கென எழுந்தது. சகதியும் பற்களாயுமிருந்த ஒரே வாயில் நிலத்தையெல்லாம் விழுங்கியது. அது சரிந்திருந்தது ஆனால் நாசத்தை விட்டுச் சென்றிருந்தது. அழிவைப் பார்த்துக்கொண்டிருந்த திரு. ஜெரோனிமோ, தன் கற்பனையின் மரணத்தின்போது இருந்ததாக, கருஞ்சகதி மற்றும் கடந்த காலத்தின் அழிக்க முடியாத கழிவு ஆகியவற்றின் ஓரமாக, அக் கொலைக்காட்சியில் நின்று கொண்டிருந்ததாக உணர்ந்தார். முன்னர் உருண்டோடும் புல்வெளிகளாக இருந்து, இப்போது பெருகிவரும் ஹட்சனின் கருஞ்சகதியிலே மறைந்துள்ளதின் மீது நின்று அவர், ஒரு தசாப்தத்திற்கும் மேற்பட்ட அவரது சிறந்த நிலவியல் காட்சிப் பணியின் அழிவை அளந்து பார்த்தார்.

இரும்புக் கால செல்ட்டியர்களை எதிரொலித்திடும் கல் திருகு சுழல்கள், ப்ளோரிடாவின் தோட்டத்தைப் பின்னுக்குத் தள்ளிய Sunken Garden கிரீன்விச்சிலுள்ளது போன்ற சூரியக்

கடிகை, பசுமை மாறா பெருமலர் வனம், மினோட்டடரை மையத்திலுடைய மின்னோவன் புதிர்வழிப் பாதை, இரகசிய வேலியில் மறைந்துள்ள சந்துகள் எல்லாம் இல்லாது போயின. வரலாற்றின் கருஞ்சகதியின் கீழே நொறுங்கிப் போயின. மூழ்குகின்ற மனிதரின் கைகளைப் போல, கருஞ் சகதியில் நிற்கும் மரவேர்கள் உள்ள இடத்தேதான். தன் பாதங்கள் முக்கியமானதொரு புதுச் சிக்கலைப் பெற்றுள்ளதை திரு.ஜெரோனிமோ புரிந்துகொண்டார்.

அவர் சகதிக்குள் காலடி எடுத்துவைத்தார். அவரது பூட்ஸ்கள் சகதியைப் பூசிக்கொள்ளவுமில்லை. சிக்கிக்கொள்ளவுமில்லை. கருமையினூடே இரண்டு மூன்று திகைப்பூட்டும் காலடிகளை எடுத்துவைத்துத் திரும்பி நோக்க, தான் காலடிகள் எதனையும் விட்டுவரவில்லை என்று கண்டார்.

அவர் திகைப்பில் கத்தினார். புயல் அவரை எத்தகைய உலகிற்குள் தூக்கி எறிந்திருந்தது? திரு. ஜெரோனிமோ தன்னை லகுவில் கலவரமடையக் கூடியவராகக் கருதவில்லை. ஆனால் மாயமாகியிருந்த காலடித்தடங்கள் அவரை பீதி கொள்ள வைத்திருந்தன. தன்னால் முடிந்தளவு அழுத்தமாக தாவிக் குதித்தார். மண் அசையாதிருந்தது. அவர் குடித்திருந்தாரா? இல்லை. சில வேளைகளில் தனித்து வாழும் வயதானவர் செய்வது போல அட்டகாசம் செய்திருந்தார், ஏன் கூடாது? ஆனால் இத் தடவை மது விஷயமில்லை. இன்னும் தூங்கியபடி, சகதிக் கடலில் காணாது போன லா இன்கோயெரென்ஸா தோட்டத்தைக் கனவு கண்டிருந்தாரா? இருக்கலாம். ஆனால் இது கனவெனத் தெரியவில்லை.

இவ்வுலகில் இல்லாத ஆற்றின் அடியாழத்துச் சகதியா, சகதி அறிவியலாளர்களுக்குத் தெரியாத ஆற்று அரக்கனின் சகதியா, அதன் நீரடி மர்மம், தாவுகின்றவனின் எடையை எதிர்த்திடும் ஆற்றலை அதற்குத் தந்ததா? அல்லது மிகவும் மிரளவைக்கும் சாத்தியப்பாடு எனினும், இது மிகவும் நம்பத்தகுந்தது. அவரிடத்தே மாற்றம் இருந்திருந்ததா? விளக்கிட முடியாத, தனிப்பட்ட ஈர்ப்பு விசை சார்ந்த தணிதலா? ஏசுவே, என்றெண்ணினார், அதே வேளையில் தெய்வ நிந்தனை கண்டு கடுகடுப்புக் கொள்ளும் தந்தையையும் எண்ணினார். தன் வாராந்திர சண்டமாருதத்தால், மேடையிலிருந்து கூட்டத்தினரை மிரட்டுவதென, இரண்டடி தூரத்தில் தன் குழந்தை - அகத்தை அவரது தந்தை அடித்துக் கொண்டிருந்தார். ஏசுவே! இப்போது தென்பட்ட அப்பாதங்களை அவர் உடனே பெற வேண்டும்.

திரு.ஜெரோனிமோ சாதாரண மனிதன், பகுத்தறிவற்ற புதுயுகம் ஒன்று தொடங்கியிருந்தது என்று அவருக்குத் தோன்றவில்லை. அவர் பாதிக்கப்பட்டிருந்த ஈர்ப்புவிசை விபரீதம் என்பது பலவான தோற்றங்களில் ஒன்றாகவே இருக்கும். மேலும் தன்னுடைய கதையாடலில் விசித்திரங்கள் என்பது அவரது புரிதலுக்கு அப்பாற்பட்டவை. உதாரணமாக, சமீபத்தைய எதிர்காலத்தில் தேவதை போன்ற இளவரசியுடன் கலவி கொள்ள முடியும் என்பது அவரது மனதில் நுழையவில்லை. புவி யதார்த்தத்தின் உருமாற்றமும் அவர் மனத்தைப் பீடிக்கவில்லை. தன் நிலைமையிலிருந்தது அவர் விரிவான முடிவுகளுக்கு வரவில்லை. ஒரே மடக்கில் கப்பல்களை விழுங்குமளவு பெரும் கடல் அரக்கர்கள் மீளவும் வர இருப்பதை அல்லது முழு வளர்ச்சி கண்ட யானைகளைத் தூக்குமளவுக்கு வலுவான மனிதர் வர இருப்பதை அல்லது மாயமாய் பறந்திடும் தாழிகள் மீது காற்றில் அதி வேகத்தில் பயணிக்கும் மாய வித்தைக்காரர்கள் விண்ணில் தோன்றுவதை அவர் கற்பனை செய்திடவில்லை. வல்லமை வாய்ந்ததும் கேடு கெட்டதுமான ஜின்னின் வசியத்திற்கு உள்ளாவோம் என அவர் யூகிக்கவில்லை.

எனினும், அவர் இயல்புப்படி முறையாகச் செய்யக் கூடியவர், எனவே, தன் புதிய நிலைமையால் மறுக்க முடியாதபடி கவலைப்பட்டார். கசங்கிய தன் தோட்ட வேலைக்கான சட்டைப் பையில், மின்சார நிறுவனத்திடமிருந்து வந்திருந்த, மடித்த பில்லைப் பார்த்தார். மின்சாரம் நிறுத்தப்பட்டிருந்தது. ஆனால் உடனே செலுத்துமாறு தொடர்ந்து பில்கள் வந்தன. அதுதான் இயற்கை ஒழுங்கு. பில்லை விரித்து அதனைச் சேற்றின் மீது விரித்தார். அப்புறம் அதன் மீது நின்றார். மிதித்தார், தாவினார். பாதங்களால் அதனைத் தேய்க்க முற்பட்டார். அது ஒன்றும் மாறாதிருந்தது. அவர் குனிந்து, கடுமையாக அதனை இழுக்க, உடனே அது அவர் பாதங்களிலிருந்து நழுவிப் போனது. கால்தடத்தின் தடயமே இல்லை. இரண்டாம் முறை முயன்று பார்த்தார். மின்சார பில்லை இரு பூட்ஸ்களின் கீழும் தெளிவாக வைத்தார். அவருக்கும் தரைக்குமிடையிலான இடைவெளி சொற்பமானது. ஆனால் வாதிட முடியாதது.

இப்போது அவர் பூமியின் மேற்பரப்புக்கு மேலே குறைந்தது காகிதத்தின் அடர்த்தியில் நிரந்தரமாய் இருந்தார். திரு. ஜெரோனிமோ தன் கையில் இருந்த காகிதத் துண்டை இழுத்தார். பிரமாண்ட விருட்சங்கள் அவரைச் சுற்றி வீழ்ந்து, அவரைச் சேற்றுக்குள் அமிழ்த்தின. அவருக்கு வேலை தந்துள்ள தீவன வாரிசான, பெண் தத்துவவாதி செல்வி. அலெக்ஸாண்டிரா ப்ளிஸ் ஃபரீனா, தரைத்தள பிரெஞ்சுச்

சாளரங்களின் வழியே அவரைக் கவனித்துக் கொண்டிருக்க, அவளது அழகிய கன்னத்திலிருந்து கண்ணீர் பெருக்கெடுத்தது, மற்றும் என்னவென்று அறிந்துகொள்ள முடியாத ஒன்று அவள் கண்களிலிருந்து பாய்ந்தது. அது பயமாக அல்லது அதிர்ச்சியாக இருக்கக் கூடும். அது ஆசையாகவும் இருந்திடக் கூடும்.

***

இந்தப் புள்ளி வரையிலுமான திரு.ஜெரோனிமோவின் வாழ்வு, நமது மூதாதையரின் தேடித்திரிந்திடும் காலத்துடன் ஒப்புமை கொண்டுள்ள வகையிலான பயணமே, அதிலே மக்கள் இடங்கள், நம்பிக்கைகள், ஒழுக்கவியல், சரியான முடிவு, உண்மை ஆகிய இன்னும் முக்கிய விஷயங்களிலிருந்தும் எளிதிலே விலகிக் காணப்படுவார்கள், அதிலே அவர்கள் தம் அசலான வாழ்க்கைக் கதைகளிலிருந்து, முறித்துக்கொண்டு, தம் எஞ்சிய தினங்களை தமக்கேயான புதிய, செயற்கையான கதையாடல்களைக் கண்டறிவதில் அல்லது உருவாக்கிக் கொள்வதில் கழித்தனர். அவர் பம்பாயின் பந்த்ராவில் ரபேல் ஹெய்ரோநிமஸ் மேனெஸெஸாக, ஆவேசமான கத்தோலிக்கப் பாதிரியார் ஒருவரின் கள்ளக் குழந்தையாகப் பிறந்திருந்தார். இப்போது நமது கவலைக்குரிய சம்பவங்களுக்கு, அறுபது ஆண்டுகளுக்கும் முன்னதாக, உலகின் இன்னொரு காலத்தில், இன்னொரு கண்டத்தின் பெயர் கொண்ட ஒன்றில், செவ்வாய் கிரகவாசி அல்லது ஊர்வன என அவருக்கு அந்நியமாகிப் போயிருந்த ஒருவனுக்கு (இறந்து நீண்ட காலமாயிற்று) ஆனால் ரத்த உறவு தரும் நெருக்கத்திற்குரிய ஒருவனுக்கு மகனாகப் பிறந்திருந்தார். அவரது புனிதத் தந்தை, தந்தை ஜெர்ரி, சங்கைக்குரிய தந்தை ஜெரெமையா டி நிஸா, அவரது வார்த்தைகளிலேயே சொல்வதானால் பெரும் ஆகிருதியான ஆள், திமிங்கலம் போன்ற உருவம், காது மடல்கள் இல்லாதவர் ஆனால் இழப்பீடாக ஸ்டெண்டரின் முழக்கம் வாய்க்கப்பெற்றவர், ட்ராய்க்கு எதிரான யுத்தத்தில் கிரேக்க ராணுவத்தின் தூதராக இருந்த ஸ்டெண்டரின் குரல் அய்ம்பது நபர்களின் குரல்வலிமை பெற்றது.

அவர் அண்டை அயலாரின் திருமணத் தரகராக அதற்கு நன்மை செய்யும் கொடுங்கோலராக, சரியான வகையிலான பழைமைவாதியாக இருந்தார். ஒவ்வொருவரும் ஏற்றுக் கொண்டனர். செஸேர் போர்ஜியா கருதியது போல, ஒன்று சீசராயிரு, அல்லது ஒன்றுமற்றவனாயிரு, *Aut cacsar aut nullus* என்பதே அவரது தனிப்பட்ட லட்சியம், தந்தை ஜெர்ரி நிச்சயமாக ஒன்றுமற்றவரில்லை. ஆக அவரொரு சீசராயிருந்திருக்க வேண்டும், மற்றும் உண்மையில் முழு அதிகாரத்துடனிருந்தார். அவர் தீவிர முகங்கொண்ட சுருக்கெழுத்தாளியுடன் தனக்கொரு

துணையைக் கள்ளத்தனமாக (அனைவருக்கும் அது தெரியும் என்று அர்த்தம்) வைத்துக்கொண்டார். தந்தை உடலின் பரவுகின்ற ஆல மரத்தின் அருகிலான நொய்மையான சுள்ளியாகத் தோன்றிய அவளது பெயர் மக்தா மேனெஸெஸ். சங்கைக்குரிய தந்தை ஜெரெமையா டி நிஸா, பூரண பிரம்மச்சரியத்துக்குச் சற்றே குறைவானவராகி, அழகிய ஆண் குழந்தைக்குத் தந்தையானார். அதன் தனித்துவமான காதுகளால் அது அவரது மகனென சட்டென்று அடையாளங் காணப்படக் கூடியதாயிருந்தது.

'ஹாப்ஸ்பர்க்களும் டி நிஸாக்களும் காது மடலற்றவர்கள்' எனத் தந்தை ஜெர்ரி கூறுவதுண்டு. "துரதிருஷ்டவசமாக தவறான காது வாய்த்தவர்கள் பேரரசர்கள் ஆனார்கள்". (பந்த்ராவின் முரட்டுச் சிறுவர்களுக்கு ஹாப்ஸ்பர்க்குகள் பற்றி எதுவும் தெரியாது. ரபேலுக்குக் காது மடல்கள் இல்லாதது, அவன் நம்பிக்கைக்குரியவனல்ல என்பதன் அடையாளம், பைத்தியத்தின் அடையாளம், "மனநோயாளி" என்றனர். ஆனால் அது இயல்பாகவே, அறியாமையின் மூடத்தனம். எல்லாரையும் போலவே அவன் திரையரங்குகளுக்குப் போனான். பைத்தியமான கொலைகாரர்கள், பைத்தியமான விஞ்ஞானிகள், பைத்தியமான மொகலாய இளவரசர்கள் கச்சிதமான சாதாரணமான காதுகள் வைத்திருக்கக் கண்டான்)

நிச்சயமாக, தந்தை ஜெர்ரியின் மகனுக்கு அவரது தந்தையின் இறுதிப் பெயரை அளிக்க இயலாது. பின்பற்றவேண்டிய சம்பிரதாயங்கள் இருந்ததால். எனவே அவரது அம்மாவின் பெயரைப் பெற்றான். கிறித்தவப் பெயர்களிலிருந்து, ஸ்பெய்னின் கொர்டோபாவின் காவல் தெய்வத்தின் பெயரான ரபேலையும், ஸ்ட்ரிடோன் நகரைச் சேர்ந்த புனித ஜெரோம் எனப்பட்ட யூஸிபியஸ் சோப்ரோனியஸ் ஹெய்ரோனிமஸ் என்பதையும் சேர்த்துப் பாதிரியார் பெயரிட்டார். புனித லியோ புனித அலெக்ஸியஸ் புனித ஜோஸப், புனித ஆண்ட்ரூ, புனித ஜான், புனித ரோகுவஸ், புனித ஸெபாஸ்டியன், புனித மார்டின் என்னும் பந்த்ராவின் புனிதமாக்கப்பட்ட கத்தோலிக்கத் தெருக்களில் முரட்டுப் பையன்களுடன் பிரெஞ்சுக் கிரிக்கெட் ஆடினான் அவன் - கிண்டல் செய்ய முடியாதபடி பெரியவனாகவும் வலியவனாகவும் ஆகும்வரை; ஆனால் அவனது அப்பாவுக்கு அவன் எப்போதும் மாட்சிமையும் முழுமையும் பெற்றுள்ள யாங்ரபேல் ஹெய்ரோனிமஸ் மேனொஸெஸ். அவன் தன் அம்மாவுடன் கிழக்கு பந்த்ராவில் வசித்துவந்தான். ஆனால் தனது தந்தையின் தேவாலயக் கீதங்களைப் பாடவும் தந்தை ஜெர்ரியின் போதனையைக் கேட்கவும், மோஸ்தர் மிகு மேற்கின் பக்கம்

ஞாயிற்றுக் கிழமைகளில் செல்ல அனுமதிக்கப்பட்டான். தனது போலித்தனம் குறித்து, பாவத்தின் தவிர்க்க இயலாத விளைவான ஆவேச சபித்தல் குறித்து எந்தவொரு விழிப்புணர்வுமின்றி.

பிற்கால வாழ்வில் திரு.ஜெரோனிமோவுக்கு மோசமான நினைவிருந்தது, எனவே அவரது குழந்தைப் பருவம் அதிகமும் இல்லாது போனது. எனினும் அவரது தந்தையின் துண்டு துக்காணிகள் எஞ்சின. தேவாலயத்தில் பாடியது அவருக்கு ஞாபகமிருந்தது. குழந்தையாயிருந்தபோது கொஞ்சம் லத்தீன் அறிந்திருந்தார் - கிறிஸ்துமஸின்போது பாடல் போட்டியில் விசுவாசமானவர்கள் பழங்கால ரோமானிய மொழியில் பாடுவார்கள்.

ஆனால் அவரை ஈர்த்தது ஆதியாகமம், லத்தீன் பதிப்பு. அவரது பெயரைக் கொண்ட புனித ஜெரோமின் படைப்பு. ஆதியாகமம், குறிப்பாக அத்தியாயம் ஒன்று, செய்யுள் மூன்று பத்தரே வாரும் ஆசை ஆவலோடும் நீர் பாடும் இப்பாவினை வானோரின் ராஜா... அவரது தனிப்பட்ட பம்பாய் Wulgate இல் அவராலேயே மொழிபெயர்க்கப்பட்டது. மற்றும் கர்த்தர் சொன்னார், மலிவான இந்திய கார், திரை நட்சத்திரத்தின் அழகு சோப், மற்றும் அங்கே லக்ஸ் இருந்தது. ஏன் டாடி கடவுள் சின்ன பியட்டும் ஒரு பார் சோப்பும் விரும்'கிறார்? அத்துடன் சோப்பினை மட்டும் ஏன் பெறுகிறார்? அவரால் ஏன் காரினை உருவாக்க இயலவில்லை? இன்னும் மேலான காரினை ஏன் விரும்பக்கூடாது? அவர் கிறிஸ்லரைக் கேட்டிருக்க முடியுமே, இல்லையா? அது ஜெரெமியா டி நிஷாவிடமிருந்து எதிர்பார்க்கக் கூடிய புலம்பலை அவரிடத்தே கொண்டு வந்து சேர்த்தது. அத்துடன் தவறான பக்கத்தின் இடி முழக்க நினைவூட்டலையும், என்னை டாடி என்றழைக்காதே, எல்லாரையும் போல தந்தை என்று அழை என்றார். பாதிரியாரின் பழிவாங்கும் கைக்குச் சிக்காமல், மலிவான இந்திய கார் திரை நட்சத்திரத்தின் அழகு சோப் என்று பாடியபடி தாவிவிட்டார்.

அவரது முழுமையான குழந்தைப் பருவம் அங்கிருந்தது. தேவாலயம் தனக்குரியதல்ல என்பதை அவர் எப்போதும் அறிவார். ஆனால் பாடல்களை விரும்பினார். ஞாயிற்றுக் கிழமைகளில் உள்ளூர் ஸாண்ட்ராக்களெல்லாம் தேவாலயம் வந்தனர். அவர்தம் முடியலங்காரங்களையும் ஆட்டங்களையும் அவர் விரும்பினார். முன்னோடி தேவதைகள் பாடுவதைக் கேட்கவும், பீச்சாமின் மாத்திரைகள் ஏழெட்டு எடுத்துக் கொண்டால் போதும் சொர்க்கத்திற்குப் போய்விடலாம். ஒரு பெட்டியை அப்படியே எடுத்துக்கொண்டால் நரகத்தை

அடைந்துவிடலாம் என்று அவர்களுக்கு கிறிஸ்துமஸின்போது கற்பித்தார். அதனை விரும்பிய ஸாண்ட்ராக்கள் பாடல் கூட்டத்தின் பின்னே இரகசியமாகத் தம் உதடுகளில் முத்தமிட விட்டனர்.

தேவாலய மேடை மீது இருக்கையில் மிகவும் அருள் தன்மை கொண்டவரான அவரது அப்பா, அவரை அடித்தது அரிதாயிருந்தது. மகனின் வாயிலிருந்து தெய்வ நிந்தனை பாய்ந்துவர விட்டுவிட்டார். கள்ளக் குழந்தைகள் ஆத்திரத்தைக் கொண்டிருக்கும் எந்த வடிவத்தில் அதனை வெளியிட்டாலும் அனுமதிக்க வேண்டும் என்று புரிந்துகொண்டிருந்தார். மக்தாவின் இறப்புக்குப் பின் -அப்பழைய தினங்களில் அவள் இளம்பிள்ளை வாதத்தால் பாதிக்கப்பட்டவள். அப்போது எல்லோருக்கும் Salk ஊசி மருந்து கிடைக்கவில்லை.- உலகின் தலைநகரிலிருந்த தன் கட்டடக்கலை நிபுணரான மாமா சார்லஸிடமிருந்து தொழில்கற்றுக்கொள்ளுமாறு ஹெய்ரோனிமஸை அனுப்பினார். ஆனால் அது கைகூடவில்லை. பிற்பாடு, கிரீன்விச் அவென்யூவிலிருந்த தன் கட்டடக்கலை அலுவலகத்தை அந்த இளைஞர் மூடிவிட்டு, தோட்டக்கலை வணிகத்தைத் தொடங்கியதும், அவரது அப்பா அவருக்குக் கடிதம் ஒன்று எழுதினார். ஏதேனும், ஒன்றில் ஒட்டிக்கொள்ள முடியாது போனால், ஒருபோதும் உருப்படமாட்டாய். லா இன்கோயெரென்ஸாவின் தரையினைப் பற்றாது நின்ற திரு. ஜெரோனிமோ, தந்தையின் எச்சரிக்கையை நினைத்துக்கொண்டார். தான் பேசிக்கொண்டிருந்தது என்னவென்பதை அக்கிழவர் அறிந்திருந்தார்.

'ஹெய்ரொனிமஸ்' என்பது அமெரிக்க வாய்களில் சீக்கிரமே ஜெரோனிமோ ஆனது. அவர் ரசித்தார் என்பதை ஒத்துக்கொள்ள வேண்டும். அது ஒரு இந்திய - தலைமை மறைகுறிப்பு. பெரிய வலுவான கைகளும் கனத்த கழுத்தும் கழுகுபோன்ற தோற்றமும் உள்ள தந்தை போன்று அவர் பெரிய மனிதராயிருந்தார். மற்றும் அவரது இந்திய சருமம் முதலானவற்றைக் கொண்டு, அமெரிக்கர்கள் அவரிடத்தே மேற்குலகைக் கண்டு மரியாதையுடன் நடத்த எளிதாயிருந்தது. வெள்ளையனால் அழித்தொழிக்கப்பட்ட மக்களின் மிச்ச சொச்சங்களுக்கு ஒதுக்கப்பட்டிருந்தது அம்மரியாதை. இந்தியாவிலிருந்து வந்த இந்தியன் தான் என்பதை தெளிவுபடுத்திக் கொள்ளாமலேயே அதனை அவர் ஒத்துக்கொண்டார்.

ஆகவே ஏகாதிபத்திய ஒடுக்குமுறையின் மாறுபட்ட வரலாற்றுடன் பரிச்சயமானார். ஆனால் கவலைப்படவில்லை. மாமா சார்லஸ் டுனிஸா (அமெரிக்கரின் இத்தாலியச்

சுவைக்கேற்றவாறு அவரது இறுதிப் பெயரின் எழுத்துகளை மாற்றியிருந்தார்)வுக்கும் காது மடல்கள் இல்லை மற்றும் குடும்பக் கொடையான உயரத்தைப் பெற்றிருந்தார். புதர்போன்ற வெண்புருவங்களுடன் வெள்ளைமுடி கொண்டிருந்தார். சதைப்பிடிப்பான உதடுகள், ஏமாற்றமளிக்கும் புன்னகையில் வழக்கமாய் நீண்டன. அவரின் அடக்கம் நிறைந்த கட்டடக் கலைத் தொழிலில் அரசியல் விவாதித்திட அனுமதிக்கவில்லை.

நாட்டிய மங்கையர் ஆண்வேசிகள் மற்றும் திருநங்கைகளுக்கென ஜெனோவாக் குடும்பத்தினரால் நடத்தப்பட்ட மதுக் கூடத்திற்கு 22 வயதான ஜெரோனிமோவை அவர் கூட்டிச் சென்றபோது, ஆண்களுக்கும் ஆண்களுக்குமிடையான நேசமாகிய காமம் பற்றியே பேச விரும்பினார். அதுவரையிலும் மர்மமாயிருந்தது இதற்கு முன்னர் இத்தகைய விஷயங்களைப் பேசியேயிராத அவரது பம்பாய் மருமகனை அது அருவருப்படையச் செய்தது. மற்றும் ஆனந்தப்படுத்தியது. வலதுசாரிப் பழமைவாதியான தந்தை ஜெர்ரி, தன்பால் காமத்தை, எல்லை தாண்டியதாக அது இல்லாதது என்று நடத்தப்படவேண்டும் என்று கருதினார். ஆனால் இளைய ஜெரோனிமோ இப்போது புனித மார்க்கிலுள்ள தன்பால் காமங்கொண்ட மாமாவின் இல்லத்தில் வசித்துக்கொண்டிருந்தார். அந்த இல்லம் முழுதும் மாமா சார்லஸின் பாதுகாவலில் இருந்தோரால் நிறைந்திருந்தது. அவர்கள் க்யூப அகதிகளான அரை டஜன் தன்பால் காமத்தினர் சார்லஸ் டுனிஸா அவர்களையெல்லாம் லேசாக எடுத்துக்கொண்டு, மொத்தமாய் ராவுல்கள் என்பார். விநோதமான நேரங்களில் குளியலறைகளில் தென்படும் இந்த ராவுல்கள் புருவரோமங்களைப் பிடுங்கிக்கொண்டோ மார்பு - கால்களின் ரோமத்தை மழித்துக்கொண்டோ இருப்பார்கள். காதலைத் தேடிக் கிளம்புவதற்கு முன்னதாக அவர்களிடம் எப்படிப் பேசுவது என்று ஜெரோனிமோ மேனஸெஸிடம் எந்தக் கருத்துமில்லை. ஆனால் அது சரியே, ஏனெனில் அவர்களுக்கும் அவரிடம் பேச ஆர்வமில்லை. அவர் எப்போதும் ஆற்றல்வாய்ந்த வகையில் தன் காமச் சுரப்புகளை வெளியிட, அது ராவுல்களிடத்தே அலட்சியத் துளிகளைத் தூண்டிவிட்டது. நீங்கள் விரும்பினால் இவ்வெளியில் எங்களுடன் உங்களால் உடனிருக்க இயலும்/ ஆனால், அனைத்துச் சாராம்ச வழிகளிலும் எங்களுக்கு நீங்கள் உயிர்த்திருக்கவில்லை என்பதை தயவு செய்து தெரிந்துகொள்ளுங்கள்.

இரவுக்குள் அவர்கள் துள்ளிச் சென்றதைக் கவனித்த ஜெரோனிமோ மேனஸெஸ், அவர்களது பொறுப்பின்மை, லகுத்தன்மை, தம் மோசமான ஆங்கிலத்தில் பத்து வார்த்தைகளை

வைத்துக்கொண்டு இப்புதிய நகரினைச் சுற்றிவருவது, பல் தன்மையான இந் நகர்க்கடலுக்குள் பாய்வது சட்டென்று இணக்கமாய் உணர்வது அல்லது குறைந்தபட்சம், சுற்றியுள்ள விஷயங்களில் தமது சினம் தோய்ந்த, பாதிக்கப்பட்ட அகங்களை முன்வைப்பது, சேர்ந்தவராயிருத்தல் என்னும் உணர்வை உருவாக்கிட குளியலறை நெருக்கத்தைப் பயன்படுத்துதல் ஆகியவற்றின் பொருட்டு பொறாமைப்பட்டார். அவ்விதமாகவும் அவர் விரும்பியதை உணர்ந்துகொண்டார். ராவுல்கள் உணர்ந்ததை அவர் உணர்ந்தார். நொறுங்கிய, அசிங்கமான, தீர்ந்துவிடாத, அபாயகரமான, தடுத்திட முடியாததான இப்பெருநகரில் இப்போது அவர் இங்கிருந்தார். ஒருபோதும் அவர் இல்லம் செல்லவில்லை.

நம்பிக்கையில்லாத பலரையும் போல ஜெரோனிமோ மேனஸெஸ் சொர்க்கத்தைத் தேடிக்கொண்டிருந்தார். ஆனால் அப்போது மன்ஹாட்டன் தீவு ஈடனைத் தவிர்த்து வேறெதனையும் போன்றிருந்தது. அக்கோடையின் கலவரங்களுக்குப் பிறகு, சார்லஸ் மாமா மாஃபியா விடுதியைக் கைவிட்டார். ஓராண்டுக்குப் பின் பெருமிதமான அணிவகுப்பினருடன், தர்ம சங்கடத்துடன் அணிவகுத்துச் செல்வார். அவர் இயற்கையானதொரு எதிர்ப்பாளரில்லை. வால்டேரின் Candide னைப் படித்துவிட்ட, அப்புத்தகத்தின் பெரிதும் அவமதிக்கப்பட்ட நாயகனுடன் தான் ஒத்துச் செல்வதாக அறிவித்தார்: "வீட்டிலிரு, வேலைக்குப் போ, வியாபாரத்தைக் கவனி" எனத் தன் மருமகன் ஜெரோனிமோவுக்கு ஆலோசனை கூறினார். "இந்த ஒருமைப்பாடு செயல்பாட்டு விஷயம், எனக்குத் தெரியாது, இயல்பில் அவர் எச்சரிக்கையானவர். தன் பால் காம வணிகர்கள் சங்கத்தின் உறுப்பினர். பல ஆண்டுகளுக்குப் பின் அதனைச் சொல்லிக் கொள்வதில் பெருமை கொண்டார். அவர் நகர்மன்றத்தில் இருந்தபோது எட்கோச் பேசியிருந்தார். அது அவர் பேசிய முதல் தன் பால் காமத்தினர் அமைப்பாகும். மற்றும் எதிர்கால மேயரான அவரது பாலியல் நாட்டம் குறித்த வதந்தியைக் கேட்காமலிருக்குமளவுக்கு மரியாதைகொண்டிருந்தது.

அச்சங்கத்தின் கூட்டங்களில் அவர் சீராகக் கலந்துகொண்டார். மற்றும் வீட்டிலுள்ள அவரது சகோதரர் தந்தை ஜெர்ரி போல, தனக்கேயுரிய பாணியில் ஒரு பழைமைவாதி. ஆனால் அணிவகுப்புக்கான அழைப்பு வந்ததுமே, அவர் தனது சீரிய ஞாயிறு உடுப்புகளுடன் அணிவகுப்பில் கலந்துகொண்டார். தம்மை உறுதிப்படுத்திக்கொள்ளும் அந்த அலட்சியக் கொண்டாட்டத்தில் முறையாக உடையணிந்திருந்தவர்களுள் ஒருவராக. ஜெரோனிமோ அவருடன் சென்றார். இப்போது

அவர்கள் துரிதமான நண்பர்கள். சார்லஸ் மாமாவை தனியே போருக்கு அனுப்புவது சரியாய் இருக்காது.

ஆண்டுகள் கடந்துபோயின. கட்டடக் கலைத் தொழில் சிரமப்பட்டது. கிரீன்விச் அவென்யூ அலுவலகச் சுவர்கள் கனவுகளின் வரிசை கொண்டிருந்தன. சார்லஸ் டுனிஸா ஒருபோதும் கட்டியிராத கட்டடங்கள் அல்லது இனி ஒருபோதும் கட்டப்படாதவை. பிந்தைய 1980 களில் புகழ்பெற்ற ரியல் எஸ்டேட் அதிபரும் அவரது நண்பருமான பெண்டோ, வி எல்ஃபென்பெயின், லாங்ஐலண்டின் சவுத்ஃபோர்க்கில் முக்கிய இடத்தில் 100 ஏக்கர் நிலத்தை வாங்கினார். அப்பெயர் பெக்கோட் இந்திய வார்த்தையிலிருந்து வந்தது. பின்னர் Potato என வழமையாக மொழிபெயர்க்கப்பட்டது. ஒவ்வொரு ஏக்கரிலும் தனிச்சிறப்பான இல்லங்கள் கட்டிட நுறு கட்டடக்கலையாளர்கள் தேவைப்பட்டனர். இவற்றில் ஒரு ஏக்கர் சார்லஸுக்கு உறுதியளிக்கப்பட்டது. "நிச்சயமாக உனக்குத்தான். சார்லஸ் என்ன நினைக்கிறாய்?" பெண்டோ விளக்கினார். ஆனால் நிதிச் சிக்கல்களால் இத்திட்டம் நின்றுவிட்டது. சார்லஸ் மாமாவின் புன்னகை சற்று மங்கிற்று. சற்று வேதனை கொண்டது. அலைபாயும் பழுப்பு முடியும் கழுத்துப்பட்டியும் கொண்ட ஊர்சுற்றிகளுடன் விசித்திரமான உறவுநிலையும் கொண்ட பெண்டோ, அதிர்ச்சியூட்டும் வகையில் வசீகரமும் அபத்தமானவகையில் கவர்ச்சியுடைய, பெரும் ஹாலிவுட் வம்சத்தின் சந்ததியினரைச் சந்தித்தார். தார் ஸ்ட்டெய்னின் Theory of the Leisure class - னை தனக்கேயான முரண் நகையுடன் மேற்கொள்ளக் கூடிய, ஜோ இ. ஃப்ரவுன் போல பிரகாசமான வெண்ணிற பற்களுடன் கூடிய சாப்ளினுடன் நடித்திருந்த தாயிடமிருந்து சுவீகரித்திருந்தது பகட்டான அறிவுஜீவி அவன். "ஓய்வு கொண்டுள்ள வர்க்கம் எனப்படும் நிலப்பிரபுக்கள், அவர்களைச் சார்ந்திருப்பது என் வணிகம், அவர்கள் சேகரிப்பாளர்களில்லை. வேட்டைக்காரர்கள், உழைப்பின் சீலமிக்க வழியால் அல்லாமல், சுரண்டலின் ஒழுக்கங்கெட்ட வழியால் முன்னேறியவர்கள். ஆனால் நான் முன்னேறிட, செல்வந்தரை நல்லவராக, சிங்கங்களாக, செல்வத்தைப் படைத்தவராக, சுதந்திரத்தின் காவலராக நடத்த வேண்டியிருந்தது. நானொரு சுரண்டலாளனாகவும், என்னையும் சீலமிக்கவனாகவும் கருத வேண்டியிருந்ததால் அதனை நான் பொருட்படுத்தவில்லை" என்று அவர் ஜெரோனிமோ மேனஸெஸிடம் கூறினார்.

தத்துவாசிரியர் ஸ்பினோஸாவின் முதல்பெயரின் ஒரு வடிவைத் தாங்கியிருப்பதில் பெண்டோ பெருமைப்பட்டார்.

“எனது மொழிபெயர்ப்பில் நான் பரூச் அய்வரியாக இருப்பேன். ஒரு வேளை நான் சினிமா வணிகத்தில் இருந்திருந்தால் அது சிறப்பாய் இருந்திருக்கும்/ அப்படியே இருக்கட்டும். இங்கே நியூ ஆம்ஸ்டர்டாமில், பழைய ஆம்ஸ்டர்டாமின் போர்ச்சுக்கீசிய யூதர், பெனிட்டோ டெ எஸ்பினோஸோவின் பெயரைப் பெற்றிருப்பதில் பெருமைப்படுகிறேன். அவரிடமிருந்து எனது புகழ்வாய்ந்த பகுத்தறிவுவாதத்தை எடுத்துக்கொள்கிறேன். மனமும் உடலும் ஒன்றே. அவற்றைப் பிரித்த தெகார்டே முடிவு தவறு என்னும் என் அறிவையும் அவரிடமிருந்து எடுத்துக்கொள்கிறேன். ஆன்மாவை மறந்துவிடுங்கள். இயந்திரங்களில் உயிரில்லை. நம் மனத்திற்கு என்ன நிகழ்கின்றதோ அது உடலுக்கும் நிகழ்கிறது. உடலின் நிலைமைகளே மனதின் நிலைகளுமாம். இதனை கடவுளின் மனமும் உடலும் நம்முடையது போன்றதே என்றார் ஸ்பினோஸா. இத்தகைய வழிபாட்டை மீறிய சிந்தனைக்காக அவரை யூதச் சமுதாயத்திலிருந்து தூக்கியெறிந்தனர். ஆம்ஸ்டர்டாமில் அவருக்கு எதிரான சமூக விலக்க ஆணையை விதித்தனர். இதனை வாய்ப்பாக எடுத்துக்கொண்ட கத்தோலிக்கர்கள் அவரது அமரத்துவமான நெறிமுறைகளைத் தம் Index Liborum Prohibitorum - இல் இடம்பெற வைத்தனர். அவர் சரியில்லை என்று இதற்கு அர்த்தமில்லை. அவர் ஆண்டலூசிய அரபு அவெர்ரோஸ்களால் உத்வேகம் கொண்டவர். அவெர்ரோஸும் பிரச்சனைக்குள்ளானவர். அவர்நிலை தவறானது என்றும் பொருளில்லை. எனது அபிப்ராயத்தில், ஸ்பினோஸாவின் மன உடல் ஒருமைப்பாட்டுக் கொள்கை சம அளவிலே அனைத்துத் தேசிய அரசுகளுக்கும் பொருந்துவது ஆகும். அரசியல் அமைப்பிலுள்ளோரும் கட்டுப்பாட்டறையிலுள்ளோரும் தனித்தனியானவரில்லை. உடலைக் கிடத்தும்போது, மூளையிலுள்ள செயலூக்கிகள் வெள்ளை உடைகளிலும் முகமூடிகளிலும் விந்தினை அனுப்பிவைத்திடும் வூடி ஆலனின் படத்தை ஞாபகப்படுத்திக்கொள்ளுங்கள்.”

பார்க் வென்யூ சவுத்தில் ஒரு கட்டடத்தைக் கொண்டிருந்த பெண்டோ, பெரும்பாலான தினங்களில், ஓக் பலகையிடப்பட்ட உணவு விடுதியின் தரைத்தளத்தில் பகலுணவு உண்டார். வாழ்வின் உண்மை நிலவரங்களைப் பேசிக்கொள்வதற்காக இங்கே அவர் ஜெரோனிமோ மேனஸெஸை சில வேளைகளில் வரவழைத்தார். “உங்களைப் போன்றவர், வேர்பிடுங்கப்பட்டவர், இன்னும் வேர் பதியாதிருப்பவர் தான் எனக்குப் பிடித்தமானவர், தார்ஸ்டெய்ன் விலகுவற்ற பாதங்களையுடைய வேற்றுகிரகத்தவன்” என்றார். “அறிவார்ந்த

அமைதியைக் குலைப்பவர், அதில் அறிவார்த்த வழிப்போக்கராக ஆகிப்போனவர்.

அறிவார்த்த வெற்று நிலத்தில் அலைந்து திரிபவர். ஓய்வெடுக்க இன்னோரிடத்தைத் தேடுபவர், சாலையின் தொலைதூர ஓரத்தில், தொடுவானில் எங்கோ ஓரிடத்தில் அது உங்களைப் போன்றே ஒலிக்கின்றதா? அல்லது நான் யூகிப்பது போல, வீட்டுக்கு அருகாமையில் அவ்வோய்விடத்தை நீங்கள் தேடிக்கொண்டிருக்கிறீர்களா? வானவில்லின் மேலே இல்லாமல், வெளிப்படையாகச் சொல்வதானால், என் அழகான மகளின் துணையுடன்? மிதந்துபோய்விடாமல், உங்களைத் தடுப்பதற்காக நீங்கள் தேடுவது எல்லாவையா? அவளை உங்களுக்கான நங்கூரமாக உங்கள் பாதங்களை லகுவாக உணரச் செய்பவர்களாக இருக்க விரும்புகிறீர்களா? கடந்த மார்ச்சில் 21 வயதான குழந்தை அவள். நீங்கள் அவளுக்குச் சுமார் 14 வயது மூத்தவர். அது மோசமென்று கூறவில்லை. நானொரு உலகியல் மனிதன். எது எப்படியிருப்பினும், என் இளவரசி வழக்கமாக தான் விரும்புவதைப் பெறுகின்றாள், எனவே அதனைத் தீர்மானித்திட அவளிடம் விட்டு விடுவோம். சரியா" வேறென்ன செய்வதென்று தெரியாது மேனஸெஸ் தலையசைத்தார். எல்ஃபென்பியன் தனது பெவர்லி ஹில்ஸ் புன்னகையுடன் "ஆக, Genug Dover Sole - னை முயன்று பாடுங்கள்" என்றார்.

அக்குளிர்காலத்தில் சார்லஸ் மாமா இந்தியாவிற்குத் திரும்பிட ஒரு பயணம் போக விரும்பினார். ஜெரோனிமோவைத் தன்னுடன் அழைத்துப் போனார். நீண்ட ஆண்டுகளுக்குப் பின்னர் அவர்களது தாயக நகரம், வேற்றுகிரக நகரத்தைப்போல, கண்களுக்கு அதிர்ச்சியாயிருந்தது. "மும்பை" விண்வெளியிலிருந்து இறங்கிவந்து பம்பாய் மீது நிலைகொண்டிருந்ததாக நினைவு கூர்ந்தனர். இவ்வளவு கட்டடங்கள் இருந்தும் பந்த்ரா தாக்குப்பிடித்திருந்தது. தந்தை ஜெர்ரியும், எண்பது வயதிலும், அவரது பங்கைச் சேர்ந்த கீர்த்திவாய்ந்த பெண்டிர் இன்னும் சூழ்ந்திருக்க அது குறித்து அவ்வளவாக ஒன்றும் செய்ய முடியாத போதிலும் இருந்தார்.

ஆண்டுகள் கழிந்து செல்ல வயதான பாதிரியாரின் மனநிலை இருண்டிருந்தது. அவரது எடை குறைந்திருந்தது. குரல் பலவீனமடைந்திருந்தது. பலவிதங்களில் அவர் சிறிய மனிதராகி இருந்தார். நான் மகிழ்ச்சியாயிருக்கிறேன், ரபேல், பல காலங்களில் வாழ்ந்து, இதில் வாழாதிருப்பதற்கு. " எனது காலத்தில் நானொரு உன்மையான பம்பாய்வாசியில்லை அல்லது பக்கா இந்தியனில்லை என்று எவரும் துணிந்து சொன்னதில்லை. இப்போது சொல்கிறார்கள்" என்று சீன

உணவைச் சாப்பிட்டபடி அவர் கூறினார். நீண்ட காலத்திற்குப் பின்னர் தன் அசலான பெயரைக் கேட்ட ஜெரோனிமோ மேனஸெஸ், அந்நியமாதல் என அவர் கண்டுகொண்ட உணர்வு, தீண்டுவதை உணர்ந்தார். தன்னுடைய அங்கத்தைச் சேராதிருப்பதைப் போன்ற உணர்வு அது. தந்தை ஜெர்ரி இறுதி விருந்து என்பது போல சீன அமெரிக்க உணவை அவரிடம் திணிக்க, அது போலவே அந்நியமாதலை, ஒப்பீட்டளவில் பெயரிடப்படாத ஒன்றை உணர்ந்தார்.

ஆயுட்காலச் சேவைக்குப் பின்னர் புதிய மும்பையில், தன் நாடு, நகரத்தின் முழு உறுப்பினர் பொறுப்பிலிருந்தும் தன்னிடமிருந்தும் தீவிரமான இந்துத்துவா சித்தாந்த எழுச்சியால் விலக்கப்பட்டு, புதிதாய் அசல் தன்மையற்றவரானார். தந்தை ஜெர்ரி கூறினார், "இதற்கு முன் உனக்கு நான் சொல்லியிராத குடும்பக் கதையை இப்போது சொல்லுகிறேன். நீ குடும்பத்தின் அங்கமாயில்லை என நான் தவறுதலாக எண்ணியதால் உனக்கு நான் கூறவில்லை. அதன் பொருட்டு உன் மன்னிப்பை வேண்டுகிறேன்." தந்தை ஜெர்ரி மன்னிப்புக் கோருவது இடி விழுந்தது போலிருந்தது. ஜெரோனிமோ மேனஸெஸ் திரும்பியிருந்தது, பல ஆண்டுகளுக்கு முன்னர் இளம் மேனஸெஸ் விட்டுச் சென்ற அதே இடமாயிருக்கவில்லை என்பதை மேலும் சுட்டிக்காட்டியது, இது வரையிலும் சொல்லப்பட்டிராத குடும்பக்கதை, அமெரிக்க மயமாக்கப்பட்டிருந்த ஜெரோனிமோ மேனஸெஸின் காதுக்கு, சிதைக்கப்பட்டதும் பொருத்தமற்றதாயுமிருந்தது.

மதமாற்றங்கள், வெளியேற்றங்கள், கலப்பு மணங்கள், அலைந்து திரிதல்கள், கள்ளக்குழந்தைகள், விடுதி, துனியா என்றழைக்கப்பட்ட தொன்ம ரீதியிலான குலத்தாய், ஸெஹர்ஜாத்தின் தங்கையாயிருக்கக் கூடிய ஒரு குழந்தைத் தொழிற்சாலை அல்லது 'மூடிவைக்க போத்தலில்லாத தேய்ப்பதற்கு விளக்கில்லாத ஆவி' அல்லது தத்துவாசிரியர் குலத்தந்தை அவெர்ரோஸ் (தந்தை ஜெர்ரி இபின் ரஷீத்தின் மேற்கத்தைய நகர்மயமாக்கப்பட்ட பெயர் படிவத்தைப் பயன்படுத்தினார். ஜெரோனிமோவின் மனக் கண்ணின் முன்னே, பெண்டோ எல்ஃபென்பியனின் முகம் ஸ்பினோஸாவை மேற்கோள் காட்டுவதை, புத்திசாலித்தனமின்றி யூகித்துப் பார்த்தார்) என பன்னிரண்டாம் நூற்றாண்டு ஸ்பெயினில் பழங்காலத்தியவை என்று வதந்தியாயிருந்த கதையாயிருந்தது.

தன் பழைய வேகத்தில் மேசைமீது சிறிது தட்டியபடி தந்தை ஜெர்ரி முனங்கினார். "கொர்டோபாவின் வேசமை புரிந்த மருத்துவரிடமிருந்து வந்த, மீறிச்செல்லும் சிந்தனைப் பிரிவு அவெரோயிஸத்துடன் எனக்குச் சிறிது தொடர்பு

இருந்தது. இடைக்காலங்களிலும் அது நாத்திகத்திற்கு இணையானதாகக் கருதப்பட்டது. ஆனால், பழுப்பு நிறக் கூந்தலையுடைய, ஆவியாயிருக்கக் கூடிய, வளப்பமான துனியாவின் கதை உண்மையாயின், கொர்டோபாக்காரர் தன் பீஜத்தை அத்தோட்டத்தில் நட்டிருந்தால், நாங்கள் அவரது கள்ள வம்சமே. நூற்றாண்டுகளாக நமது சிதைந்த டி நிஷா, எழுந்து வந்த துனியாஜாத்தான். எங்களனைவரின் மீதும் அவரிட்ட சாபம் எங்களது விதியும் அழிவுமாயுள்ளது. கடவுளிடம் பிணங்கி நம் காலத்தின் முன்னேயோ பின்னேயோ நிற்கும் சாபம் யார் சொல்லக்கூடும், காற்று எப்படி வீசுகிறது என்று காட்டும் திசைமானிகள், காற்று நச்சாகவுள்ளது என நிரூபித்திட மடிகின்ற கானரிப் பறவைகள் அல்லது புயல் முதலில் தாக்குகின்ற மின்னேற்றக் கம்பிகள், ஒரு கருத்தினைப் பதித்திட வேண்டும்போதெல்லாம், தன் உள்ளங்கையால் நசுக்கிடும், கடவுளின் தேர்ந்தெடுத்த மக்களாயிருப்பது."

நாமெல்லோருமே கள்ளக் குழந்தையரின் குலத்தின் தவறான பக்கத்திலிருந்து வந்தவர்களாதலால், என் வாழ்வின் இப்புள்ளியில் என் தந்தையின் கள்ளக் குழந்தையாயிருக்கிறேன் என்று கூறப்படுவது சரிதான் என ஜெரோனிமோ மேனஸெஸ் கருதினார். இதுவும் ஒரு மன்னிப்புக்கான கிழவரது கருத்தின் பகுதியோ என வியப்புற்றார். இக்கதையைத் தீவிரமாய் எடுத்துக்கொள்வது அல்லது பெரிதும் அதனிடம் அக்கறை காட்டுவது சிரமம் என்று கண்டார்.

இப்பழைய காலத்து அர்த்தமற்ற பல்லவியில் தன் அக்கறைக் குறைபாடை மறைத்திட, உரையாடலைக் கண்ணியமாக்கி, "இக்கதை உண்மையாயின், நாம் ஒவ்வொன்றினதும், சின்னஞ் சிறு துண்டுகளே, சரியா? யூத கிறிஸ்தவர்கள், ஒட்டுப் போட்ட வகைகள்" என்றார். தந்தை ஜெர்ரியின் கனத்த புருவம் ஆழ்ந்து குழிந்தது. "ஒவ்வொன்றின் துண்டுதுணுக்காய் இருப்பது பம்பாய் வழி ஆனால், அது மோஸ்தரில் இல்லை. குறுகிய மனம் அகன்ற குட்டைப் பாவாடையை இடப்பெயர்ச்சி செய்கிறது. பெரும்பான்மை ஆள்கின்றது, சிறுபான்மை பார்த்துக்கொண்டிருக்கிறது, ஆக நம்மிடத்திலேயே அந்நியராகிறோம். பிரச்சனை வருகையில், நிச்சயமாகப் பிரச்சனை வருகின்றது. வெளியார் யாருக்கும் முன்னே அதனைப் பெற்றுவிடும் பழக்கம் கொண்டுள்ளனர்" என முணுமுணுத்தார்.

சார்லஸ் மாமா கூறினார், "அவரிடமிருந்து குடும்பக்கதையை நீங்கள் ஒருபோதும் கேட்காததற்குக் காரணம், அவர் தனது யூத தோற்றுவாய்களை ஒத்துக்கொள்ள விரும்பாததே. அல்லது

அவரது ஆவித் தோற்றங்களாயிருக்கலாம், ஆவிகள் இல்லை என்பதால், இருந்தால் அவை சாத்தானிடமிருந்து வரும், சரியா? என்னிடமிருந்து இதனை நீங்கள் கேட்காததன் காரணம், இதனைப் பல ஆண்டுகளுக்கு முன் மறந்து போனதுதான். தேவையான வெளிப்புறத் தன்மையெல்லாம் எனது பாலியல் போக்கு தந்துள்ளது." தந்தை ஜெர்ரி தன் சகோதரரிடம் ஆவேசமாகப் பேசினார், "உன்னிடமிருந்து ஆசனவாய்ப் புணர்ச்சியைத் தூக்கி எறிந்திட குழந்தையாயிருக்கையில் உன்னை நையப் புடைத்திருக்க வேண்டும் என எப்போதும் கருதினேன்." சார்லஸ் துனிஸா ஊசியிணைந்த முட்கரண்டியைப் பாதிரியாரிடம் காட்டினார். இது போன்றவற்றுடன் அவர் வெளிவந்தபோது அவர் தமாஸ் செய்கிறார் என நானே பாவித்துக்கொண்டேன், இப்போது இனியும் என்னால் பாவிக்க இயலாது என்று ஜெரோனிமோவிடம் குறிப்பிட்டார். விறைப்பான, மோசமான நிசப்தத்தில் பகலுணவு முடிவுற்றது.

தெரிவு செய்யப்பட்ட மக்கள், ஜெரோனிமோ எண்ணினார். இத்தொடரை இதற்கு முன்னர் கேட்டிருக்கிறேன்.

ஏதோவொன்று நொறுங்கிப் போயுள்ளது என்ற உணர்வுடன், முன்னர் நேசத்துக்குரியதாய் இருந்த வீதிகளில், ஜெரோனிமோ மேனஸெஸ் நடந்தார். சில தினங்களுக்குப் பின்னர் அவர் மும்பையைவிட்டுக் கிளம்பியபோது, தான் திரும்பப்போவதில்லை என்பதை அறிவார். மாமா சார்லஸுடன் கட்டடங்களைப் பார்த்தவாறு இந்நாட்டில் பயணித்தார். ஒரு ஜவுளித் தொழில் வம்சத்தினரின் குலத்தாய்க்காக குஜராத்தில் லெ கொர்பூஸியரால் நிர்மாணிக்கப்பட்ட இல்லத்திற்கு அவர் சென்றார். சுட்டெரிக்கும் வெய்யிலிலிருந்து குளிர்சாதனத்தால் பாதுகாக்கப்பட்டு, குளிர்ந்தும் காற்றோட்டமாயுமிருந்தது அவ்வில்லம். ஆனால் ஜெரோனிமோவிடம் பேசியது தோட்டமே. அது வீட்டைப் பிரித்திடும் தடுப்புகளை அழிக்க முற்படுவதாகத் தோன்றியது. வீட்டின் மேற்பகுதிகளில் பூக்களும் புற்களும் அதன் சுவர்களை வெற்றிகரமாய்ச் சூழ்ந்துகொண்டன. தரை புல்வெளியானது. தான் ஒருபோதும் கட்டடக்கலை நிபுணனாக விரும்பவில்லை என்றறிந்தே அவ்விடத்திலிருந்து கிளம்பினார். சார்லஸ் மாமா தெற்கில் கோவா சென்றார் ஆனால் ஜெரோனிமோ மேனஸெஸ் ஜப்பானிலுள்ள கையோட்டோவுக்குச் சென்று, மாபெரும் தோட்டக்கலையாளர் ரைனோஸீக் ஸிமுராவின் காலடிகளில் அமர்ந்தார். தோட்டம் என்பது அக உண்மையின் புற வெளிப்பாடு, நம் குழந்தைப் பருவ கனவுகள் நம் பண்பாடுகளின் மூலப் படிவங்களுடன் மோதி அழகைப் படைக்குமிடம் என அவர் போதித்தார்.

நிலம் நில உரிமையாளருடையதாயிருக்கலாம், தோட்டமோ தோட்டக்காரனுக்குரியது. இதுதான் தோட்டக்கலையின் ஆற்றல், ஸிமுராவின் பார்வையில் நோக்குகையில், நமக்குரிய தோட்டத்தை நாமே பண்படுத்த வேண்டும் என்பது அமைதியானதாக இல்லையா? ஆனால் அவர் ஹெய்ரோநிமஸ் எனப் பெயரிடப்பட்டிருந்த மாபெரும் ஓவியரிடமிருந்து தோட்டம் என்பது நரகத்தின் உருவகமாகவும், இருக்கக்கூடியது என்றறிந்து கொண்டார். இறுதியில் போசின் திகிலூட்டிடும் பூமியின் பரவசங்களும் ஸிமுராவின் முணுமுணுத்திடும் அனுபூதியும் சேர்ந்து அவருடைய எண்ணங்களை உருவாக்கிக்கொள்ளத் துணை நின்றன. தோட்டத்தையும் அதில் அவரது பணியினையும் பிளேகின் தன்மையது, சொர்க்க, நரகத்தின் திருமணம் என்று நோக்கலானார்.

இந்தியப் பயணத்திற்குப் பின்னர் சார்லஸ் மாமா தன் அடைகாக்கும் சின்ன முட்டையை மீண்டும் கோவாவுக்குக் கொண்டு வந்துவிட்டு, ஓய்வு பெறும் திட்டத்தை அறிவித்தார். அங்கே ஒரு சிறு குடிலை வாங்கினார். புனித மார்க்கிலுள்ள இடத்தை விலைக்கு விற்க ஏற்பாடு செய்தார். (1970களின் ராவுல்கள் போய் நீண்ட காலமாயிற்று). அதிலிருந்து கிடைக்கும் தொகை, அவரது முதுமைக்காலத்தைக் கவனித்துக்கொள்ளும், தொழிலைப் பொறுத்தமட்டில் நீங்கள் அதனை விரும்பினால், அது உங்களுடையது என்று ஜெரோனிமோவிடம் கூறினார். தன் ஆயுளில் முதல் முறையாக, தான் விரும்பியது என்னவென்று தெரிந்துகொண்டார் ஜெரோனிமோ. கிரீன்விச் அவென்யூ அலுவலகத்தை அவர் எடுத்துக்கொண்டு, பெண்டா எல்ஃபென்பியனின் நிதியுதவியுடன், அதனை தோட்ட நிலவியல் அமைப்புச் சேவையாக மாற்றி அமைத்தார். பெண்டோவின் கருவூலம் போன்ற மகளான எல்லா, ஜெரோனிமோ கார்டனருக்கு திருவைச் சேர்க்க, அவரது புதிய அமெரிக்க அடையாள முழுமையில் அவரை அது கொண்டுவந்தது. அதனின்றும் அவர் அனைவருக்கும் திரு. ஜெரோனிமோவாக இருந்தார்.

நிச்சயமாக, அவர் உண்மையிலேயே விரும்பியது, இளம் எல்லா எல்ஃபென்பியன்தான் மற்றும் அவரிடம் காரணமின்றி அவள் விரும்பியதும்தான். ரகேல் எல்ஃபென்பியனின் ஞாபகமில்லாத தாயற்ற எல்லா, இருவயதாயிருந்தபோதே புற்றுநோயில் இறந்தாள். அவளது தந்தைக்கு, தாயின் படிமமாய் மறு அவதாரமாயிருந்தாள். திரு. ஜெரோனிமோவிடத்தேயான எல்லாவின் மர்மமிக்க அசைக்க முடியாத நேசமே, அது அவள் ஒரு பாதி கண்டறிந்தது என அவள் கூறுவதுண்டு - அவள் மணமுடிக்க இருந்த நபரிடம் பெண்டா வைத்திருந்தது.

எல்லா ஆலிவ் சருமமிக்க அழகியாக, அவளது கன்னம் இலேசாகச் சற்று முனைப்புக் கொண்டதாக, அவளது காதுகள் விநோதமாய் அவருடையது போன்றதாக, காது மடல்களில் சற்றுக் குறைந்ததாக மற்றும் அவளது முன்வாய்ப்பல் ரத்தக்காட்டேரியென சற்று நீண்டிருக்கும், ஆனால் திரு. ஜெரோனிமோ மேனஸெஸ் புகார் கூறவில்லை.

தான் அதிர்ஷ்டமிக்கவரென அவர் அறிவார். அவர் ஆன்மாக்களில் நம்பிக்கை வைத்திருந்தால், அவளுக்கு நல்ல ஆன்மா இருந்தது என்று சொல்லியிருப்பார், தினசரியும் எத்தனைபேர் அவளைத் தாக்குகின்றனர் என்பதை அவள் தவிர்க்க முடியாது சொல்லியதிலிருந்து அவர் அறிவார். ஆனால் அவரிடத்தேயான அவளது விசுவாசம் மர்மமிக்கதாய், அசைக்க முடியாததாயிருந்தது. அத்துடன், திரு. ஜெரோனிமோ எப்போதும் சந்தித்திருந்தவர்களுள் மிகவும் நேரிய உயிராக அவளிருந்தாள். சந்தோசமின்றி முடியும் புத்தகங்களை அவள் விரும்புவதில்லை, தன் ஒவ்வொரு நாள் வாழ்வையும் ஆனந்தத்துடன் எதிர்கொண்டாள், அனைத்துச் சரிவுகளையும் தனக்கு ஆதாயமிக்கதாக மாற்ற முடியும் என நம்பினாள். நேர்மறைச் சிந்தனை நோய்களை குணப்படுத்திட உதவ முடியும், கோபமோ நோயுள்ளவராக்கிவிடும் என்பதை ஏற்றுக்கொண்டாள். ஒருநாள் ஞாயிறு காலையில் சோம்பலாக தொலைக்காட்சி அலைவரிசைகளைத் திருப்பிக் கொண்டிருக்கையில், ஒரு மதப் பிரசாரகர் பேசுவதைக் கேட்டாள். "கர்த்தர் விசுவாசமிக்கவரைச் செழிக்கச் செய்கிறார். நீங்கள் விரும்பியதையெல்லாம் அளிக்கப் போகிறார். நீங்கள் செய்ய வேண்டியதெல்லாம் உண்மையாகவே அதனை விரும்புவதுதான்." திரு. ஜெரோனிமோ, அவள் தன் மூச்சுக் காற்றில் "அது உண்மையே" என முணுமுணுக்கக் கேட்டார். ஜெஃபில்டெ மீனை வெறுத்த அளவுக்கு அவள் கடவுளை நம்பினாள். மனிதர் குரங்குகளிலிருந்து தோன்றினர் என்று அவள் எண்ணவில்லை. சொர்க்கம் என ஒன்றுள்ளது மற்றும் தான் அங்கு போவது நிச்சயம், நரகமும் உண்டு, துரதிருஷ்டவசமாக அவர் அங்கே போயாக வேண்டும். அவரை அவள் காப்பாற்றப் போகிறாள். எனவே அவரும் சுப முடிவையே பெற்றிருப்பார் என்பது தவிர்த்து இவையெல்லாம் வேற்று கிரகச் சமாச்சாரமில்லை. மாறாக ஆனந்தமானதே என்று அவரால் நோக்க முடிந்தது மற்றும் அவர்தம் திருமணம் நன்றாயிருந்தது. ஆண்டுகள் ஓடின. அவர்களுக்குக் குழந்தைகளில்லை. எல்லா மலடி. எனவே தான் தோட்டக்காரியாக இருப்பதை அவள் நேசித்திருப்பாள். குறைந்தபட்சம் அவரால் நடக்கூடிய விதைகள் சில இருந்தன. அவற்றின் மலர்கள் வளர்வதைப் பார்க்க முடிந்தது.

தொலைதூரங்களில் தனித்திருப்பவர்கள் மண்ணைப் புணர்ந்து, மண்ணில் துளையிட்டு, தம் வித்தினை ஊன்றி, மனித தாவரங்கள் வளர்கின்றனவா பாதி மனிதரும் பாதி தாவரமுமாக - என்று பார்ப்பார்கள் என்று தனக்கேயான கருப்பு நகைச்சுவை பாணியில் அவளிடம் கூறினார். அவள் அத்தகைய கதைகளை விரும்பவில்லை. நீங்கள் ஏன் எனக்கு மகிழ்ச்சியான கதைகளைச் சொல்ல மாட்டேன் என்கிறீர்கள்? என்று அவரைத் திட்டினாள். அது சரியல்ல. போலியாக மன்னிப்புக் கேட்கும் பாவனையில் அவர் தலையைத் தொங்கப்போட, அவள் அவரை மன்னித்தாள். அவளது மன்னித்தலில் பாவனை இல்லை. அவள் செய்த அல்லது சொல்லிய ஒவ்வொன்றையும் அர்த்தப்படுத்தினாள்.

ஆண்டுகள் இன்னும் ஓடின. தந்தை ஜெர்ரி கணித்திருந்த சிக்கல் பம்பாய்க்கு வந்தது. அது மும்பை ஆனது, டிசம்பர் - ஜனவரியில் ஏற்பட்ட கலவரத்தில் தொள்ளாயிரம் பேர் மாண்டனர். பெரும்பாலும் இந்துக்களும், இஸ்லாமியரும். ஆனால் அதிகாரப்பூர்வ எண்ணிக்கைப்படி, "அடையாளந் தெரியாதவர், நாற்பத்தைந்து பேரும் மற்றவர்கள் ஐந்து பேரும் இருந்தனர். தனது அபிமானத்துக்குரிய பாலியல் தொழிலாளியான திருநங்கை மஞ்சுளாவைத்தேடி, காமாத்திபுராவின் சிவப்பு விளக்குப் பிரதேசத்திற்கு, கோவாவிலிருந்து மும்பை வந்திருந்தார் சார்லஸ் துனிஷா. ஆனால் பாலியலுக்கு பதிலாக மரணத்தைக் கண்டார்.

அயோத்தியில் மொகலாயப் பேரரசர் பாபர் மசூதி தகர்க்கப்பட்ட ஆத்திரத்தில் வீதிகளில் ஓடிவந்த கும்பலொன்றுக்கு இந்து இஸ்லாமிய சிக்கல்களுக்கு முதலில் பலியானவர்கள் கிறித்தவ மற்றமையும் அவரது திருநங்கையான வேசியும் - இன்னொரு விதமான மற்றமை. யாரும் கவலைப்படவில்லை. தந்தை ஜெர்ரி, பைத்தோனி மாவட்டத்தில் மினாரா மசூதியில் இருந்தார். இஸ்லாமியராகவோ இந்துவாகவோ அல்லாமல், "மூன்றாம் தரப்பினராக" நகரில் தன் நீண்ட கால முக்கியத்துவத்தைப் பயன்படுத்தி, விசுவாசங்கொண்டோரின் வேட்கைகளை அமைதிப்படுத்த முயன்றார். ஆனால் கிளம்பிச் செல்லுமாறு கூறப்பட்டார். யாரோ ஒருவர் அவரைப் பின்தொடர்ந்திருக்கக் கூடும், மனதில் கொலை எண்ணத்துடன் தந்தை ஜெர்ரி பந்த்ராவிலுள்ள வீடு வந்து சேரவே இல்லை. அதன் பின்னர், இரு கொலை அலைகள் வீசின. சார்லஸும் தந்தை ஜெர்ரியும் அற்பமான புள்ளிவிபரங்களாயினர். ஒரு காலத்தில் சமுதாயச் சிக்கல்கள் இல்லாதது என்று பெருமிதம் கொண்டிருந்த நகரம், இல்லாமலாயிற்று. பம்பாய் போய்விட்டது. சங்கைக்குரிய தந்தை ஜெரோமையா டி நிஷாவுடன் இறந்துபோய்

சல்மான் ருஷ்தீ ♦ 57

விட்டார். எஞ்சியிருந்ததெல்லாம் புதிய, அருவருப்பான மும்பைதான்.

தன் மாமா மற்றும் தந்தை பற்றிய செய்தி வந்து சேர்ந்ததும் ஜெரோனிமோ மேனஸெஸ் எல்லாவிடம் இப்போது நான் பெற்றிருப்பதெல்லாம் நீயே என்றார். அப்புறம் நல்ல நண்பர்களுடனான உற்சாகமான விருந்துக்குப் பின்னர், தனது பிரியமான நூறு ஏக்கர் நில இல்லத்தில் அவர் புகைத்துக்கொண்டிருந்தபோது, தெளிவான இரவு வானத்திலிருந்து இறங்கிய மின்னலால் பெண்டோ எல்ஃபென்பியன் இறந்துவிட்டார். அவர் வேடிக்கையான வணிகங்களில் ஈடுபட்டிருந்தது, அதுபோன்ற புகை - கண்ணாடி திருட்டு ஆட்டங்கள், வீட்டு அபிவிருத்தி மற்றும் அலுவலக சப்ளை ஊழல் விவகாரங்கள், மேக்ஸ் பியாலிஸ்டாக் வகையிலான திரைப்படத் தயாரிப்பு சுருட்டல்கள் போன்ற அவரது தொழில் முனைவோர் பேரங்களெல்லாம் அவரை அழிவின் விளிம்புக்குத் தள்ளியிருந்தன.

அவரது படுக்கையறையில் மறைக்கப்பட்டிருந்த குறிப்பேட்டில், யாரோ எண்ணியிருப்பார் என்றெழுதப்பட்டிருந்தது, அவர் இறந்த பின் கண்டறியப்பட்டது. ஹிட்லர் எண்ணத்திற்கான வசந்த காலம் நிஜவாழ்வில் செயலாற்றுமா என்று? குறைந்தபட்சம் மத்திய மேற்கில் ஒரு பிரமாண்டமான பிரமிட் திருடன் இருந்தான். அவன் இறந்தவுடனேயே எல்ஃபென்பியனின் சீட்டுக்களின் இல்லம் கைப்பற்றுதல்கள் முன்முடிவுகளுக்கு உள்ளாதல்கள் என்னும் அவமானத்திற்குள் சரிந்தது. நூறு ஏக்கர் நிலம் கைப்பற்றப்பட்டது. பெண்டோவின் கனவு இல்லங்களுள் ஒன்றும் கட்டப்பட்டதில்லை. எல்ஃபென்பியன் வாழ்ந்திருந்தால், சிறையில் கழித்திருப்பார் என ஜெரோனிமோ உணர்ந்துகொண்டார். வரி மோசடி போன்ற ஒரு டஜன் விவகாரங்களுக்காக அதிகாரிகள் பெண்டோ விசாரணையில் திரிந்தனர். திடீரென்று வந்த இடி அவருக்குக் கண்ணியமான முடிவைத் தந்தது. அல்லது அவரது வாழ்க்கை போலவே பகட்டாரவாரமான ஒன்றைத் தந்தது.

அநேகமாய் ஒன்றுமற்றதை சுவீகரித்த எல்லா, “இப்போது நான் பெற்றிருப்பது நீங்கள் தான்” என்றாள். தன் கைகளுக்குள் அவளை வாரிக்கொண்ட அவர், மூட நம்பிக்கையின் நடுக்கம் தன் உடலை ஆட்டுவிப்பதை உணர்ந்தார். இபின் ரஷீத்தின் இல்லம் மின்னல் கம்பிகளாக அல்லது உதாரணங்களாக ஆகிடுமாறு கடவுளால் சபிக்கப்படுவதை, நிரடலான சீனப் பகலுணவின்போது, தந்தை ஜெர்ரி குறிப்பிட்டதை அவர்

58 ◆ இரண்டு வருடங்கள், எட்டு மாதங்கள், இருபத்தெட்டு இரவுகள்

நினைத்துப் பார்த்தார். திருமணத்தால் தன் குடும்பத்துடன் இணைந்திருந்த அக்குடும்பங்களும் சாபத்தின் கீழ் வருவது சாத்தியமா? என அவர் வியந்தார். தன்னையே நிந்தித்தார். நிறுத்து, நீ இடைக்காலச் சாபங்களிலோ கடவுளிடமோ நம்பிக்கை இல்லாதவன்.

இது, அவளுக்கு முப்பதும் அவருக்கு நாற்பத்து நான்கும் ஆகியிருந்தபோது, அவள் அவரை சந்தோசமானவராக ஆக்கியிருந்தாள். திருப்தியுற்றிருந்த தோட்டக்காரரான திரு.ஜெரோனிமோவின் பதமான தினங்கள் மர்மங்கள் வெளிப்படுத்தப்பட்டதைப் போல திறந்து விரிந்தன. எந்தவொரு எழுத்தாளரது பேனாவையும் போலவே அவரது மண்வெட்டி, சாந்துக்கரண்டி, தழைவெட்டுக் கருவி கையுறை என்பன உயிர்வாழ்வனவற்றின் மொழியை அவ்வளவு விரிவாய்ப் பேசின. வசந்தத்தில் பூமியை இளஞ்சிவப்பாக்கிடும் பூவென குளிர்காலப் பனியுடன் போராடுவது போல, நாய்ப் பிரியர்கள் நாயைப் போலத் தோற்றமளிப்பதென, உழைப்பாளர்கள் தாங்கள் ஈடுபடும் நடவடிக்கைகளில் தம்மை மொழிபெயர்த்துக்கொள்வது அவர்தம் இயல்பில் இருக்கக்கூடும். எனவே திரு. ஜெரோனிமோவின் சிறிய குறைபாடு அவ்வளவு விசித்திரமானதில்லை.

உண்மையைச் சொல்வதானால், அவர் தன்னையொரு தாவரமாக எண்ணிக்கொள்ளவே விரும்பினார். மனிதனுக்கும் மண்ணுக்குமிடையிலான பாலியல் சேர்க்கையில் பிறந்த மனித - தாவரங்களில் ஒன்றாகக் கூட, அதன் விளைவாக, தோட்டக்காரர் என்பதை விடவும் தோட்டமாக்கப்பட்ட ஒன்றாக. காலத்தின் மண்ணில் தன்னை வைத்துக்கொண்ட அவர், கடவுளின்றி, தன்னை யார் தோட்டமிடக்கூடும் என ஆச்சரியப்பட்டார். இக் கற்பிதங்களில், ஈரினச் செடி ஒட்டுகள் மற்றும் பாசியின் வகைகள் என்னும் வேர்களற்ற தாவரங்களிடையே தனித்து நிற்க முடியாததால் மற்றவற்றைச் சார்ந்திருப்பவற்றிடையே -தன்னை நிறுத்திக் கொண்டார். ஆதலின் அவரது புனைவிலேயே, ஒருவித பாசியாக அல்லது ஊர்ந்து படரும் ஆர்கிட்டாக இருந்தார். அவரது இல்லாத ஆன்மாவின் தோட்டக்காரராக, எல்லா மேனஸெஸ் இருந்தாள். அவரது நேசமிக்க, மிகவும் நேசிக்கபட்ட மனைவியாக இருந்தாள்.

சில வேளைகளில் அவர்கள் கலவி புரிந்தபோது, அவர் புகையென மணப்பதாக அவள் கூறினாள். சில வேளைகளில் அவரது வேட்கையின் உச்சத்தில் அவரது உடலின் முனைகள் மிருதுவாகி, மங்கி, அவளது உடல் அவருக்குள் உருகிவிடுவதாய் இருக்கும் என்றாள். தான் தினசரி தோட்டக் கழிவுகளை

எரித்ததாக அவளிடம் கூறினார். அவள் விஷயங்களைக் கற்பனை செய்வதாக அவளிடம் கூறினார். யாரும் உண்மையைச் சந்தேகிக்கவில்லை.

இவ்வாறாக, பெண்டோ இறந்து ஏழாண்டுகளுக்குப் பின் திரும்பவும் மின்னல் தாக்கிற்று.

***

ஆயிரத்தொரு ஏக்கர் லா இன்கோயெரன்ஸா என்னும் சொத்துக்குப் பெயரிட்டிருந்தவர், உலகம் கூடியிருக்கவில்லை என்று நம்பிய, எண்களுக்குத் தன்னை அர்ப்பணித்திருந்த திரு. ஸான்ஃபோர்ட் ப்ளிஸ் ஆவார். பன்றிகள், முயல்கள், பூனைகள், நாய்கள், குதிரைகள், கால்நடைகள் மற்றும் குரங்குகளுக்கான, தீவனம் ப்ளிஸ் சௌஸினைத் தயாரிப்பவர். அவரது தலையில் துளிக்கூட கவிதை இல்லை. ஆனால் அவர் எதிர்கொண்டிருந்த ஒவ்வொரு டாலர் உருவமும் சீராக கோர்க்கப்பட்டு எளிதில் கிடைக்கும்படி செய்யப்பட்டிருந்தது என்று ஸான்ஃபோர்டு ப்ளிஸ் பற்றிக் கூறப்பட்டது. அவர் பணத்தை நம்பினார். அவரது நூலகத்தின் கருவூலப் பெட்டகம், அவரையொரு டஸ்கன் மைனராக, ஃப்ளாரன்ஸ்பாணியில் தீட்டியிருந்த ஓவியத்திற்குப் பின்னே மறைக்கப்பட்டிருந்தது. வெவ்வேறு எண்களிலான ரூபாய் நோட்டுக் கட்டுகளாக ஒரு மில்லியனுக்கும் மேல் சேமித்தார். உங்களுக்குத் தெரியாது என்றார். எண் ரீதியிலான மூட நம்பிக்கையிலும் அவருக்கு நம்பிக்கையுண்டு. இரட்டைப்படை எண்கள் அதிர்ஷ்டமற்றவை, ஒரு மூட்டைத் தீவனத்திற்குப் பத்து டாலர் விலை வைக்கக்கூடாது, 9.99 டாலரே வசூலிக்க வேண்டும். ஒருவருக்கு நூறு டாலரை கொசுறு தரலாகாது. எப்போதும் அது 101 ஆக வேண்டும்.

அவர் கல்லூரி மாணவராயிருந்தபோது, ஃப்ளாரன்ஸில் Actonsof la pietra வின் விருந்தினராயிருந்தார் - அங்கே விருந்து மேசைக்கு வந்திருந்த கலைஞர்கள் - சிந்தனையாளர்களுக்கு எண்கள் அர்த்தமற்றவையாக அல்லது அதிகபட்சம் சாதாரணமானவையாக இருந்தமையால், அசாதாரணமான வகையில் அமெரிக்கா சார்ந்திராத கருத்தொன்றினை எதிர்கொண்டார். யதார்த்தம் என்பது தரப்பட்டுள்ள ஒன்றோ அறுதியானதோ அல்ல, மாறாக மனிதரால் ஆக்கப்பட்டது. யார் மதிப்பீடு செய்கின்றாரோ அவருக்கேற்ப மதிப்புகளும் மாறும். இணக்கம் காணாத உலகம் அது. அங்கு உண்மை நிலவவில்லை. மேலாதிக்கம் செலுத்திட எதிரிகளை அழித்தொழித்திட முற்படும், மோதிக்கொள்ளும் வடிவங்களால் இடப்பெயர்ச்சி செய்யப்பட்டது. அது அவருக்குத் திகிலூட்டிற்று. வணிகத்திற்கு கேடாக இருந்ததால், மாற்றவேண்டிய ஒன்றாக

அவருக்குப்பட்டது. இத்தாலியில் தான் கற்றிருந்ததை தினசரி தனக்கு ஞாபகப்படுத்தும் பொருட்டு, தன் இல்லத்திற்கு La Incoerenca இத்தாலியில் Incoerence எனப் பெயரிட்டார்.

தன் சொத்தில் கணிசமான பகுதியை அரசியல்வாதிகளை முன்னெடுத்துச் செல்வதற்காகச் செலவிட்டார். நித்தியமான உறுதிப்பாடுகள் பாதுகாவலை வேண்டுகின்றன. பொருட்கள், தகவல் கருத்துகளின் ஏகபோகங்கள் நன்மை பயப்பவை மட்டுமல்ல, அமெரிக்கச் சுதந்திரத்தைப் பாதுகாத்திட அவசியமானவையும் ஆகும். அவரது முயற்சிகளை ஸான்ஃபோர்ட் ப்ளிஸ் தனக்குரிய பாணியில் Index of Incohence என்றழைப்பது, தவிர்க்க முடியாதபடி தொடர்ந்து எழுந்தது. “இரண்டும் இரண்டும் சேர்ந்து எப்போதும் நான்கானால், பூஜ்யமே அறிவிப்புப் புள்ளியாகும். ஒன்று என்பது இரண்டும் இரண்டும் சேர்ந்து நாம் விரும்பிடும் எந்தவொரு விஷயமாயும் இருந்துவிட இயலும்” எனத் தன் மகள் அலெக்ஸாண்டிராவிடம் கூறினார். வாரிசுக் கனவினைக் கைவிட்டு நீண்ட காலத்திற்குப் பிறகு, அவரது முதுமையில் பிறந்து அவர் போற்றிய குழந்தை அது. “சாண்டி, இப்போதைக்கு நாம் .973 யைச் சுற்றியுள்ள இடத்திலே இருக்கிறோம். இதைச் சொல்வதற்கு வருந்துகிறேன்?” என்றார்.

அவளது பெற்றோர் திடீரென இறந்துவிட்டபோது, அவர்கள் வானத்திலிருந்து கிழக்கு நதிக்குள் விழுந்து விட்டபோது, அவர்தம் முடிவின் எதேச்சைத் தன்மை, பிரபஞ்சம் இணக்கமற்றதும் அபத்தமானதும் மட்டுமல்லாமல், இருதயமற்றதும் ஆன்மாவற்றதும் ஆகும் என ஸான்ஃபோர்ட் ப்ளிஸின் மகள் அலெக்ஸான்ராவுக்கு இறுதியில் நிரூபிப்பதாக இருந்தது. இளம் அநாதை அனைத்தையும் சுவீகரித்து, வணிக நுணுக்கமோ தொழில் முனைவோர் நாட்டமோ இல்லாதிருந்ததால், ப்ளிஸ் சௌஸை மின்னஸ்டாவின் வேளாண் கூட்டுறவு அமைப்பு லேண்ட் ஆஃப் லேக்ஸீக்கு உடனடியாக விற்க பேரம் பேசினாள். இப்படி அவள் பத்தொன்பதாம் வயதில் அமெரிக்காவின் மிக இளமையான கோடீஸ்வரியானாள். ஹார்வர்டில் தன் படிப்புகளை முடித்த அவள், அங்கே மொழிகளைக் கற்பதில் அசாதாரணத் திறனை வெளிப்படுத்தினாள்.

பல்கலைக்கழகப் படிப்பின் இறுதிக்கட்டத்தில் பிரெஞ்சு, ஜெர்மனி, இத்தாலி, ஸ்பானிஷ், டச்சு, போர்ச்சுக்கீசியம், பிரேஸில், ஸ்வீடிஸ், ஃபின்னிஷ், ஹங்கேரியன், காண்டனீஷ், மாண்டரின், ரஷ்யன், பஸ்டோ, ஃபார்ஸி, அரபு, தகோலாக் மொழிகளைக் கற்றிருந்தாள். கடற்கரை மீதான பளபளக்கும் கூழாங்கற்களைப் போல அவள் மொழிகளைப் பொறுக்கி எடுத்துக்கொண்டாள்

என்றனர் மக்கள் வியப்பில். அதுபோலவே காசில்லாத அர்ஜெண்டின நாட்டு போலோ ஆட்டக்காரன் ஒருவனை, மாட்டுக்கறித்துண்டென கொழுத்திருந்த மானுவல்ஃபரீனாவை பொறுக்கியெடுத்தாள். பின் கீழே போட்டாள் துரிதமாக. மணமுடித்தாள். பின் விவாகரத்துச் செய்தாள் துரிதமாக, அவனது பெயரைத் தக்கவைத்துக்கொண்டாள். தாவர உணவுக்கு மாறினாள். அவனை மூட்டை கட்டி அனுப்பினாள். விவாகரத்துக்குப் பின்னர் அவள் எப்போதைக்குமாக La Incoerenzaவில் ஓய்வெடுத்தாள். ஷோபன்ஹோவர் மற்றும் நீட்சே இருவராலும் உத்வேகம் கொண்டு, அவள் இங்கே தன் நீண்ட பரிசீலனையை அவநம்பிக்கை வாதத்தில் ஆரம்பித்தாள். மானுட வாழ்வின், அபத்த நிலையையும் மகிழ்ச்சியையும் சுதந்திரத்தின் ஒத்திசையாமையையும் குறித்து உறுதிகொண்டாள். சூக்கும சிந்தனையில் அடைபட்டு, இறுக்கமான வெண்ணிற லேஸில் உடுத்திக்கொண்டு, இளமையின் முதல் மலர்ச்சியிலேயே தனிமை மற்றும் இருளின் ஆயுளுக்கு நிலைகொண்டுவிட்டாள். எல்லா எல்ஃபென்பியன் அவளை தத்துவச் சீமாட்டி என்று குறிப்பிட்டாள். அது குறைந்தபட்சம் திரு. ஜெரோனிமோவின் தலையில் பதிந்துவிட்டது.

தத்துவச் சீமாட்டியிடத்தே மகிழ்ந்து துன்புறும் இறுக்கப்போக்கு (Masochistic stoicism) இருந்தது. காற்றோ தூறலோ பொருட்படுத்தாமல், தன்னை ஆக்கிரமித்துள்ளவர்களிடத்தே பூமியின் வளரும் விரோதத்தின் நிஜமான பிரதிநிதிகளாக அவற்றை ஏற்றுக்கொண்டு, வீட்டுக்கு வெளியே கிளம்பிப்போய், வயதான ஓக் மரத்தின் கீழமர்ந்து உனாமுனோ அல்லது காம்யு எழுதிய ஈரமான புத்தகத்தை வாசித்துக்கொண்டிருப்பாள். செல்வந்தர்கள் நமக்கு இருண்மையாயுள்ளனர். மகிழ்ச்சியின்மைக்கான இயல்பான காரணங்களெல்லாம் அகற்றப்பட்டபோது, மகிழ்வின்றி இருப்பதற்குக் காரணங்களைத் தேடுகின்றனர். ஆனால் மகிழ்ச்சியின்மை தத்துவச் சீமாட்டியைத் தொட்டிருந்தது. அவளது பெற்றோர் அவர்தம் தனிப்பட்ட ஹெலிகாப்டரில் கொல்லப்பட்டனர். ஒரு மேட்டுக்குடி மரணம், ஆனால் மரணத் தறுவாயில் நாமெல்லாம் காசற்றவர்களே. அவள் அது பற்றிப் பேசியதேயில்லை. வருத்தத்தை வெளியிடுகின்ற அவளது முறையாக, பிடிவாதமாய், விலகியவளாய், சூக்குமமானவளாய் இருந்த அவளது நடத்தையை புரிந்துகொள்வது தாராளமானதாயிருக்கும்.

தன் பயணமுடிவிலே ஹட்சன் "மூழ்கிய நதியா"யிருக்கிறது. உட்புகும் கடலின் உப்பு அலைகளைச் சுற்றி அதன் புதுநீர் தள்ளப்படுகிறது. "நதிகூட அர்த்தமின்றிப் பாய்கிறது, எப்படி அது

தவறான வழியில் போகிறது பார்” என ஸான்ஃபோர்ட் ப்ளிஸ் தன் மகளிடம் கூறினார். இரு வழிகளிலும் பாய்கின்ற நதியை இந்தியர்கள் “ஷடேமுக்” என்றழைத்தனர். மூழ்கிய நதியின் கரைகளின் மேலே, அது போன்றே லா இன்கோயெரென்ஸா ஒழுங்கினைத் தடுத்தது. உதவுவதற்கு திரு.ஜெரோனிமோ வரவழைக்கப்பட்டார். தோட்டக்காரர் - நிலவியல் கலைஞர் என்பதான அவரது புகழ் வளர்ந்திருக்க, அவளது மேலாளருக்குப் பரிந்துரைக்கப்பட்டார். ஆலிவ் ஓல்டுகேஸில் என்னும் பெயருடைய அம்மேலாளர் அவளுடைய பெற்றோரின் உடன்பிறந்தவரைப் போன்றிருந்தார். காரல் மார்க்சின் தாடியும் துளையிடும் கருவியின் குரலும் கொண்டிருந்தார். மதுப்பழக்கமும் தந்தை ஜெர்ரி பாணியிலான கத்தோலிக்க வளர்ப்பும் கொண்டவர். அது அவரைப் பைபிளை நேசிக்குமாறும் தேவாலயத்தை அருவருக்குமாறும் செய்தது. ஆதாமை ஏடனுக்குள் சுற்றிக்காட்டும் கர்த்தரைப் போலத் தோன்றிடும் ஓல்ட் கேஸில் திரு. ஜெரோனிமோவை மைதானத்திற்குள் வரவழைத்தார். அவ்விடத்திற்கு தோட்டக்கலையின் ஒத்திசைவைக் கொண்டுவருமாறு ஒப்படைத்தார்.

திரு.ஜெரோனிமோ தத்துவச் சீமாட்டிக்குப் பணிபுரியத் தொடங்கியபோது, தூங்கும் அழகியின் அரணைச் சூழ்ந்திருப்பது போன்று, தோட்டத்தின் அடிப்பகுதியை முட்புதர்கள் மண்டியிருந்தன. பிடிவாதமிகுந்த சுண்டெலிகள் வளைகளுக்குள் புகுந்தன. எங்கிருந்தும் வெளிப்பட்டன. புல்வெளிகளைப் பாழாக்கின. கோழிப் பஞ்சாரங்களை நரிகள் வேட்டையாடின. நன்மை - தீமையின் அறிவு மரக் கிளையைச் சுற்றிக் கொண்டு ஒருபாம்பு இருப்பதை திரு. ஜெரோனிமோ சந்தித்திருந்தால், ஆச்சரியமடைந்திருக்க மாட்டார். அந்நிலவரங் குறித்து தத்துவச் சீமாட்டி தர்ம சங்கடத்துடன் தோளைக் குலுக்கினாள். அப்போது அவளுக்கு இருபது வயதே ஆகியிருந்தது. ஆனால் சொத்துடைய விதவையின் ஈவிரக்கமற்ற சம்பிரதாயத்துடன் பேசினாள். “கிராமப்புற இடத்தை வழிக்குக் கொண்டுவர ஒருவர் கொல்லவேண்டும். கொல்லவேண்டும், கொல்ல வேண்டும், ஒருவர் அழிக்க வேண்டும், அழிக்கவேண்டும். ஆண்டுக்கணக்கிலான படுகொலைகளுக்குப் பின்பே ஓரளவாவது நிலைத்த அழகினைச் சாதிக்க முடியும். இதுவே நாகரிகத்தின் பொருள். எனினும் உங்கள் கண்கள் மிருதுவானவை. எனக்குத் தேவைப்படும் கொலையாளி நீங்களில்லை என்றஞ்சுகிறேன். ஆனால் வேறு யாரேனும் மோசமானவராயிருப்பார் என லா இன்கோயெரன்ஸா மாளிகையின் அநாதை அதிபதி விறைப்புடன் கூறினாள்.

பொதுவாக மனித இனத்தின் வளருகின்ற பலவீனத்திலும் அதிகரிக்கின்ற திராணியின்மையிலும் உள்ள அவளது நம்பிக்கையால், திரு. ஜெரோனிமோ வருந்தவும் அவள் சம்மதித்தாள். அவள் சிந்தனைக்குள் ஒதுங்கிக்கொண்டு, முட்களுடனும் எலிகளுடனும் போராடுமாறு திரு. ஜெரோனிமோவை விட்டுவிட்டாள். அவரது தோல்விகள் கவனிக்கப்படாதுபோயின. அவரது வெற்றிகள் புகழீட்டித் தரவில்லை. வெப்பு நோய் கண்ட ஓக்மரமொன்று அலெக்ஸாண்டிராவின் பிரியமான மரங்களுக்கு மிரட்டலாயிருந்தது.

நாட்டின் தொலைவிலுள்ள மேற்குக் கரையில் விஞ்ஞானிகள் நோய் உண்டுபண்ணும் நுண்ணுயிரைத் துரத்திவிடும் காளான் கொல்லியை ஓக் மரங்களுக்குப் பூசுவது அல்லது செலுத்துவது என்னும் உதாரணத்தைப் பின்பற்றினார். இச்சிகிச்சை வெற்றிபெற்று, ஓக்மரங்களெல்லாம் காப்பாற்றப்பட்டுவிட்டன எனத் தன் எஜமானியிடம் அவர் சொன்னபோது, அவள் தோளைக் குலுக்கிக்கொண்டு, சீக்கிரமே வேறொன்று அவற்றைக் கொன்றுவிடும் என்று கூறுவதுபோல, திரும்பிக் கொண்டாள்.

எல்லா மேனஸெஸுும் தத்துவச் சீமாட்டியும் ஆன இருவருமே இளமையும், துடிப்பும் அழகும் மிகுந்தவர்கள், நண்பிகளாயிருக்கமுடியும், ஆனால் அலெக்ஸாண்டிராவின் எதிர்மறைத்தன்மை என எல்லா அழைத்த ஒன்றால், ஆகவில்லை. எப்போதும் நம்பிக்கை நிறைந்த எல்லாவினால் அவளது பிடிவாதம் சவாலுக்குள்ளானபோது, அது சாத்தியமற்றதாயிருந்தது. வரலாற்றின் இப்புள்ளியில், சமுதாயம் குறித்து நம்பிக்கை மிக்க பார்வைக்குத் தம்மை மாற்றிக்கொள்வது, அவர்களைப் பிரித்துவிட்டது. சில வேளைகளில் எல்லா திரு. ஜெரோனிமோவுடன் லா இன்கோயெரென்ஸாவுக்குப் போய், அவர் வேலை செய்கையில் நடந்தாள் அல்லது அத்தோட்டத்தின் தனியொரு பசுமைக் குன்றின் மேல் நின்று, தவறான திசையில் நதிபோவதைக் கவனித்தாள். அவளது அப்பா இறந்து ஏழாண்டுகளுக்குப் பின் அக்குன்றில்தான், அவளும் மின்னலால் தாக்கப்பட்டது. அங்கேயே இறந்துபோனது. அவளது மரணம் குறித்த பல்வேறு அம்சங்களிடையே, தாங்கிக்கொள்ள முடியாததாக திரு.ஜெரோனிமோ கண்டது, லா இன்கோயெரென்ஸாவின் அன்றைய தினத்து இரு அழகுகள் - நன்னம்பிக்கைவாதியை மரணத்திற்காக மின்னல் தனித்து எடுத்துக் கொண்டதும், அவநம்பிக்கைவாதியை வாழுமாறு விட்டுவிட்டதுமே.

பேச்சு வழக்கில் "நீலத்திலிருந்து வந்த இடி" என்றறியப்படும் நிகழ்வு இப்படி இயங்குகிறது. இடிமேகத்தின் பின்புறமிருந்து வெளிப்படும் மின்னல்வெட்ட, புயல்பிரதேசத்திலிருந்து இருபத்தைந்து மைல்கள் வரை பயணிக்கிறது. அப்புறம் கீழிறங்கித் தரையை அல்லது, உயர்ந்த கட்டடத்தை அல்லது மேட்டிலுள்ள தனித்த மரத்தை அல்லது கடந்துபோகும் நதியைக் கவனித்தவாறு குன்றின் மேல் தனியே நிற்கும் யுவதியைத் தாக்குகிறது. இதனின்றும் வெளிப்படும் காற்று பார்க்க முடியாதபடி மிகத் தொலைவில் இருக்கிறது. ஆனால் குன்றின் மீதுள்ள யுவதி புவிஈர்ப்பு விசையுடன் வேண்டா வெறுப்பாக ஒத்திசைந்து இறகென தரையில் மெல்ல விழுவதைப் பார்க்க முடியும்.

திரு.ஜெரோனிமோ அவளது இருண்ட கண்களைப் பற்றி எண்ணினார். தன்னில் மிதப்பவற்றைக் கொண்ட வலது கண் அவளது பார்வையைத் தடுத்தது.ஒவ்வொன்றைக்குறித்தும் அவள் எப்படி அபிப்ராயம் கொண்டிருந்தாள் என்றெண்ணியவராக, அவளது வாயாடித் தனத்தை யூகித்துக்கொண்டார். இப்போது அவளது அபிப்ராயங்களின்றி தன்னால் என்ன செய்யக் கூடும் என வியந்தார். புகைப்படம் எடுப்பதை அவள் எப்படி வெறுத்தாள். கறி, மீன், முட்டைகள், பால்பொருட்கள், தக்காளி, வெங்காயம், பூண்டு, பசைப்பொருள் என அநேகமாக அங்கிருந்த அனைத்தையும் தான் சாப்பிடாத உணவெல்லாவற்றையும் அவரது எண்ணங்களில் பட்டியலிட்டாள். மின்னல் தன் குடும்பத்தைத் துரத்தி வருகின்றதா? என மீண்டும் வியப்புற்றார். அல்லது அக்குடும்பத்தில் மணமுடித்ததால், எல்லா தன் மீதே அச்சாபத்தை வரவழைத்துக்கொண்டாளா என்றும், அவ்வரிசையில் இருக்கக் கூடியது தானா என்றும், அடுத்து வந்த வாரங்களில், முன்னர் ஒருபோதும் இருந்ததைவிடவும், மின்னலை ஆராயத் தொடங்கினார். மின்னலால் தாக்கப்பட்டவர்களில் பத்தில் ஒன்பது பேர் பிழைத்துக்கொண்டனர். சமயங்களில் மர்மமான நோக்காடுகளைப் பெற்றிருந்தனர் ஆனால் பிழைத்துக்கொண்டனர். பெண்டோவுக்கும் அவரது பெண்ணுக்குமாக மின்னல் அதனைக் கொண்டிருந்ததை அவர் புரிந்துகொண்டார்.

மின்னல் தன் பிடியிலிருந்து அவர்களை விடுவதாயில்லை. அம்முதல் நாளில் அவர் அம்மாபெரும் புயலில் சிக்கிய பின்னும் மின்னல் அவரிடத்தே வருமாயின், அவரது பாதங்கள் தரையைத் தொட மறுக்கின்றன என்னும் மர்மமான நோக்காட்டினால் வருந்துகின்றன என்பதை அவர் கண்டுகொண்ட பிறகும், மின்னல்

எப்போதேனும் அவரை நெருங்கினால், அவர் தப்பிக்கும் சந்தர்ப்பம் இல்லை என்பது அவருக்கு உறுதிப்பட்டிருந்தது. இயல்பான விஷயத்தை எண்ணிப்பார்க்க அவருக்கு நீண்ட காலம் பிடித்தது என்றிருக்கலாம்.

“புயலின்போது புயல் என்னைத் தாக்கியிருக்கக் கூடும் நான் உயிர்வாழ்ந்தேன், ஆனால், தாக்கப்பட்டதை நினைக்காதவாறு என் ஞாபகம் அதனைத் துடைத்தெறிந்துவிட்டது. இப்போது நான் பைத்தியக்காரத்தனமான மின்னேற்றத்தைக் கொண்டு செல்லக்கூடும். எனவேதான் பூமிப்பரப்பின் மேல் நான் உயர்த்தப்பட்டுள்ளேன்.”

அலெக்ஸான்டிரா ஃபரீனா அதனை உணர்த்தியபோது, பிற்பாடு சிறிது நேரம் வரையிலும் அவர் அதனை எண்ணிப்பார்க்கவில்லை.

மூழ்கிய நதியைப் பார்த்தவாறுள்ள அவளது பிரியத்துக்குரிய பசுங்குன்றின் மீது அவர் தனது மனைவியைப் புதைக்க முடியுமாவென தத்துவச் சீமாட்டியை கேட்டார். அலெக்ஸாண்டிரா நிச்சயமாக என்றாள். எனவே அவர் தன் மனைவியின் கல்லறையைத் தோண்டி அவளை அதிலே இட்டார். கணநேரம் கோபமாயிருந்தார். அப்புறம் கோபத்துக்கு முடிவு வர, அவர் மண்வாரியைத் தோளில் போட்டு தனியே வீட்டுக்குப் போனார். அவர் மனைவி இறந்த தினத்தில், அவர் லா இன்கோயெரென்ஸாவில் இரண்டு ஆண்டுகள் எட்டுமாதங்கள் இருபத்தெட்டு நாட்கள் பணியாற்றியிருந்தார். ஆயிரத்தொரு நாட்கள் எண்களின் சாபத்திலிருந்து தப்பித்தல் இல்லாதிருந்தது.

பத்தாண்டுகள் மேலும் கடந்தன. திரு. ஜெரோனிமோ தோண்டினார், நட்டார், நீர்பாய்ச்சினார், கத்தரித்தார். அவர் உயிரை அளித்தார். காப்பாற்றினார். அவர் மனதில் ஒவ்வொரு பூப்பும் ஒவ்வொரு வேலியும் ஒவ்வொரு விருட்சமும் அவளாக இருந்தன. தன் பணியில் அவளை உயிர்ப்புடன் வைத்திருந்தார். அங்கே வேறு யாருக்கும் இடமில்லாதிருந்தது. ஆனால் மெல்ல அவள் மங்கிப்போனாள். அவரது செடிகளும் மரங்களும் தாவர அரசின் உறுப்பினர் பொறுப்பைப் புதுப்பித்துக் கொண்டன. அவை அவளது அவதாரங்களாக இல்லாது போயின. அவரை விட்டுத் திரும்பவும், அவள் கிளம்பியது போன்றிருந்தது. இந்த இரண்டாம் கிளம்பலுக்குப் பின் அங்கு வெறுமையே இருந்தது. அவ்வெறுமையை ஒருபோதும் நிரப்பிட இயலாது என்பது அவருக்கு உறுதியாகப்பட்டது. பத்தாண்டு காலம் ஒரு வித மங்குதலில் வாழ்ந்தார். கோட்பாடுகளில்

மூடுண்ட தத்துவச் சீமாட்டி, மோசமான நிலவரத்தின் வெற்றிக்கு அர்ப்பணித்திருந்தாள். சுவையூட்டப்பட்ட பிட்டும் ரொட்டி சேர்ந்த கன்றிறைச்சியும் சாப்பிடுகையில் தனது அவநம்பிக்கைவாதத்திற்கான அறிவியல் அடிப்படையை அளித்திட்ட கணிதச் சூத்திரங்களால் அவள் தலை நிறைந்திருந்தது.

தானே ஒரு வித சூக்கும வடிவமாக தன் வருவாயின் தலைமை ஆதாரமாக ஆனாள். அதற்கு மேலில்லை. தன் மனைவியின் வாழ்வால் உயிர்த்திருந்து வாழ்ந்திட்ட ஒருவர் என்பதற்காக, அவளைக் குற்றஞ் சொல்லாதிருப்பது தொடர்ந்து சிரமமாயிருந்தது. தனது நல்லதிர்ஷ்டத்தின் பொருட்டு நன்றி பாராட்டுமாறும் வாழ்க்கை மீதான அணுகுமுறையைப் பிரகாசப்படுத்துமாறும் அவளைத் தூண்டிவிடாதிருந்தது. நிலத்தையும் அதில் வளர்ந்ததையும் நோக்கினார். யாருடைய நிலமாயிருந்ததோ அம் மனித உயிரியை ஈர்த்துக் கொண்டிட அவரால் தலையை உயர்த்த முடியாது போனது. தன் மனைவி இறந்த பத்தாண்டுகளுக்குப் பின்னர், தன் இரகசிய கோபத்தை வளர்த்தபடி, தத்துவச் சீமாட்டியிடமிருந்து விலகியே இருந்தார்.

ஒரு காலகட்டத்திற்குப் பிறகு அலெக்ஸாண்டிரா ப்ளிஸ்ஃபரீனா எப்படித் தோன்றினாள் என்று கேட்டால், துல்லியத்துடன் பதிலளிப்பது அவரால் இயலாது இருந்திருக்கும். அவளது கூந்தல் மறைந்துபோன அவரது மனைவியின் கூந்தலைப் போன்றிருந்தது. அவரது மறைந்த மனைவியைப் போன்றே உயரமாயிருந்தாள். வெயிலில் அமர்ந்திருப்பதை அவள் விரும்பவில்லை. எல்லாவும்தான். தூக்கமின்மையுடனான அவளது ஆயுட்காலப் போராட்டம் காரணமாக, அவள் இரவில் நடந்தாள் என்று கூறப்பட்டது. மேலாளர் ஓல்டுகேஸில் மற்றும் பிற எஜமானர்கள் அவளது நீடித்த உடல்நலக் கேடுகளைப் பேசினர். அவளது ஆழ்ந்த இருள் நோக்கிற்கு அவை காரணமாயிருந்திருக்கக் கூடும். அல்லது குறைந்தது பங்களித்திருக்கக் கூடும். "எவ்வளவு இளமையோ அவ்வளவுக்கு நோய்" என்றார் ஓல்டுகேஸில். சிறிய அடித்தண்டுகளின் நோயான காச நோய்க்கு அவர் பழமையான வார்த்தை Consumption-னைப் பயன்படுத்தினார். உருளைக்கிழங்கு ஓர் அடித்தண்டு. அடித்தண்டுகள் என்றழைக்கப்படும் சதைப்பிடிப்பான வேர்களையுடைய டாஹ்லியாக்கள் போல் பூக்கள் உள்ளன. கட்டிகள் என்றும் அழைக்கப்படும். மனிதர்களிலே உருக்கொள்ளும் காச நோயில் திரு. ஜெரோனிமோவுக்குத் தேர்ச்சி இல்லை. அவை இல்லம் தீர்த்துவைக்க வேண்டிய பிரச்சினைகள். அவர் வெளியே

திறந்தவெளியில் இருந்தார். அவர் வளர்த்த தாவரங்கள் மறைந்துபோன அவரது மனைவியின் உயிர்ப்பினைக் கொண்டிருந்தன. தத்துவச் சீமாட்டி ஆவியுருவாயிருந்தார். இன்னும் உயிர்த்திருந்தது, அவளேதான் ஒழிய எல்லா அல்ல என்றபோதும்.

அலெக்ஸாண்டிரா தன் பெயரிலோ ஆங்கிலத்திலோ பிரசுரித்ததில்லை. அவள் தெரிவு செய்திருந்த புனைபெயர் "எல் கிரிட்டிகான்" பால்தஸார் கிரேஸியான் எழுதிய பதினேழாம் நூற்றாண்டின் உருவக நாவலிலிருந்து எடுக்கப்பட்டது. அவநம்பிக்கைவாதத் தத்துவாசிரியர்களுள் மிகப் பெரியவரான, அவளது தெய்வம் ஷோபன்ஹோவரைப் பெரிதும் பாதித்தது அது. மானுட மகிழ்ச்சியின் சாத்தயமின்மை பற்றியது அது. பெரிதும் பரிகசிக்கப்பட்ட, ஸ்பானிய மொழிக் கட்டுரை, "சாத்தியப்படும் அனைத்துலகங்களில் மிக மோசமானது"வில், மிகவும் உணர்வு நெகிழ்ச்சி சார்ந்தது என இகழ்ந்துரைக்கப்பட்ட, மானுட இனத்திற்கும் இக்கிரகத்திற்குமிடையேயான பிளவு ஒரு விளிம்பை நெருங்கிக் கொண்டிருக்கிறது. இருத்தலியல் சார்ந்த ஒன்றாக உருமாற்றமடைந்து கொண்டிருக்கும் நெருக்கடி அது, என்னும் கோட்பாட்டை முன்மொழிந்தது. கல்விவளாகம் சார்ந்த பெருமக்கள் அவளது தலையை தட்டிக்கொடுத்தனர். அவளது Castellano திறனை வாழ்த்தினர். ஒரு தன்னார்வத்தினள் என ஒதுக்கித் தள்ளினர். ஆனால் அந்நியத் தன்மையான காலத்திற்குப் பின் அவளொரு தீர்க்கதரிசினி போலக் காணப்படுவாள்.

(அலெக்ஸாண்டரா புனைபெயர்களில் அந்நிய மொழிகளைப் பயன்படுத்தியது, அகம் குறித்த நிச்சயமற்ற தன்மையைச் சுட்டிக்காட்டிற்று என திரு.ஜெரோனிமோ கருதினார். திரு.ஜெரோனிமோவும் தத்துவார்த்தப் பாதுகாப்பின்மையால் வேதனைப்பட்டார். இரவு வேளையில் கண்ணாடியில் முகத்தைப் பார்த்து, *Raffy - Ronnimus- the Pastors- Sonnimus* இன் பாடற்குழு சிறுவனை, மேற்கொள்ளப்படாத பாதையை, நடத்தப்படாத வாழ்க்கையை, கிளைத்துப்போகும் வாழ்க்கையின் மற்றொரு கிளையை, கற்பிதம் செய்யப் போராடுகின்றவனைக் காண முற்பட்டார். அவரால் கற்பிதம் செய்ய இயலாது போயிற்று. சில வேளைகளில் வேர் பிடுங்கப்பட்டவனின், இனக்குழுவிலிருந்து பிரிந்தவனின் சீற்றம் போன்ற ஒன்றினால் நிரம்பியிருந்தார். ஆனால் அவர் பெரிதும் இனக்குழு ரீதியில் சிந்திக்கவில்லை.)

நாட்கணக்கிலான அவளது சோம்பல், அவளது பீங்கான் பாத்திரங்களின் ரசனை, பெரிய கழுத்துடன் கூடிய அவளது

லேஸ் துணிமணிகளின் நேர்த்தி, அவளது தோட்டத்தின் வீச்சு மற்றும் அதன் நிலை குறித்த அக்கறையின்மை, Marrons Glaces and Turkish Delight மீதான ஆசை, தோல் பைண்டிங்கிலான அவளது புத்தகங்களைக் கொண்ட நூலகத்தின் மேட்டுக்குடித்தனம், மகிழ்ச்சியின் சாத்தியப்பாடு குறித்து அநேகமாகராணுவத்தாக்குதல் என்னும்படியான நாட்குறிப்புப் பதிவுகளின் பூவேலைப்பாட்டு அலங்காரம் என்பனவெல்லாம் லா இன்கோயெரன்ஸாவின் சுவர்களைத் தாண்டி அவளை யாரும் முக்கியப்படுத்தவில்லை ஏன் என்பதை சுட்டிக்காட்டியிருக்கும். ஆனால் அவளுக்குத் தனது சிறிய உலகமே போதுமானதாயிருந்தது. அந்நியனின் அபிப்ராயங்களை அவள் பொருட்படுத்தவில்லை. காட்டுமிராண்டித்தனமிக்கதும் இருளகற்றப்படாததுமான அறிவின்மை மீது அறிவு வெற்றிகொள்ள முடியாது, இயலாது.

பிரபஞ்சத்தின் வெப்பநிலை - மரணம் தவிர்க்க முடியாததாயிருந்தது. விஷயங்கள் சிதறிப்போயின. நன்னம்பிக்கைவாதத்தின் தோல்விக்கான ஒரே எதிர்வினை, உயர்ந்த மதில்களுக்குப் பின்னே ஒதுங்குவதுதான், அகத்திலும் அதுபோன்றே உலகிலும் உள்ள மதில்களுக்குப் பின்னே ஒதுங்குவதும் மரணத்தின் தவிர்க்க முடியாமைக்குக் காத்திருப்பதும்தான். வால்டேரின் கற்பிதமான நன்னம்பிக்கைவாதி, டாக்டர் பான்க்ளோஸ் ஒரு முட்டாள்தானே. அவரது நிஜமான வாழ்வின் வழிகாட்டி கோட்ஃப்ரைட் வில்ஹெல்ம் லெய்ப்னீட்ஸ் முதலாவதாக இரசவாதி என்ற விதத்தில் தோற்றவரே. (நூரம்பர்க்கில் அவரால் சாதாரண உலோகங்களை தங்கமாக மாற்ற முடியாது போயிற்று), இரண்டாவதாக எழுத்துத் திருடர் (முடிவெல்லையற்ற கால்குலஸின் கண்டுபிடிப்பாளரான ஜி.டபிள்யு.லெய்ப்னீட்ஸ், அவ்விஷயம் குறித்த நியூட்டனின் நூலை இரகசியமாய்ப் பார்த்து ஆங்கிலேயரின் கருத்துகளை அள்ளிக்கொண்டார் என்னும் சர் ஐசக் நியூட்டனின் சகாக்களின் இழிவுபடுத்தும் குற்றச்சாட்டினைப் பார்க்கவும்) "இன்னொரு சிந்தனையாளரின் கருத்துகளைத் திருட முடியும் என்பதாக, சாத்தியப்படும் உலகங்களின் மேலானதாக ஒன்றிருப்பின், கேண்டிட்டின் ஆலோசனையை ஏற்பது சிறந்ததாய் இருக்கக்கூடும். ஒருவர் தன் தோட்டத்தைப் பண்படுத்தும் பொருட்டு ஒதுங்கிக்கொள்ளலாம்."

அவள் தன் தோட்டத்தினைப் பண்படுத்தவில்லை, ஒரு தோட்டக்காரரை அமர்த்தினாள்.

திரு. ஜெரோனிமோ பாலுணர்வை எண்ணிப்பார்த்து நீண்ட நாளாகிறது. ஆனால் சமீபத்தில், அவர் இவ்விஷயம் தன் எண்ணங்களில் ஊடாடத் தொடங்கியதை,

ஒத்துக்கொள்ளவேண்டியிருந்தது. அவரது வயதில் இத்தகைய எண்ணம் கடந்த காலத்ததான, தப்பமுடியாத காலம் விரைந்து செல்லும் விதியாயிருக்கையில், உண்மையான வாழ்க்கைத் துணையைக் கண்டறிந்து சேர்ந்திடும் கோட்பாட்டு, நடைமுறை விவகாரத்தை நோக்கிச் சென்றது. இருபாலினங்களுக்கும் மேலாக உள்ளன. ஒவ்வொரு நபரும் தனக்கே உரியதன்மையிலானதொரு பாலினம், எனவே புதிய பெயர்ச் சொற்கள் தேவைப்படக்கூடும், அவன் அல்லது அவளை விடவும் சிறந்த சொற்கள் தேவைப்படக்கூடும் என அவர் கருதினார். இயல்பாகவே அது முற்றிலும் பொருத்தமற்றது. முடிவில்லாத பாலினங்களிடையே ஒருவர் சேர்ந்திடக் கூடியதாக சேர்ந்திட விரும்பக் கூடியதான சிலவான பாலினங்களும் சுருக்கமான காலத்திற்கு ஒன்றிணைந்த அல்லது ஒன்றிணையக் கூடிய பாலினங்களில் சிலவும் - அறுவைச் சிகிச்சைக்குப் பின் மாற்றிவைக்கப்பட்ட இருதயங்களில் அல்லது இரைப்பைகளில் நிகழ்வது போல, மறுதலிப்பு நிகழ்வுப் போக்கு தொடங்குவதற்கு முன்னர் இருந்தன.

அரிதான சில நேர்வுகளில், ஆயுளுக்கும் ஒன்றிணையக் கூடியதான இன்னொரு பாலினத்தைக் காண இயலும். இரு பாலினங்களும் ஒன்றே என்பதாக நிரந்தரமாக ஒன்றிணையக் கூடியதாயிருக்கும் - இப்புதிய வரையறுப்பின்படி அவை அப்படி உள்ளன. அக்கச்சிதமான பாலினத்தை அவர் தன் ஆயுளில் கண்டறிந்துவிட்டால், அவ்வாறு மீண்டும் செய்வதற்கு எதிரானவை விலக்கத்தக்கவை ஆயின் அவர் தேடிக்கொண்டிருந்தார் என்பதாலோ தன்னால் இயலும் என்பதாலோ அல்ல. ஆனால் இங்கே, இப்போது புயலுக்குப் பிந்தைய தாக்கத்தில், அழிக்க முடியாததான கடந்த காலத்தின் கழிவால் நிரம்பிய சேற்றுக் கடலின் மீது அவர் நிற்க அல்லது துல்லியமாகச் சொல்வதாயின், அக்கடலின் மீது நிற்க முடியாமல், சற்று மேலாக, அவரது பூட்ஸ்களின் கீழே சிரமமின்றி ஒரு தாள் போவதற்குப் போதுமான அளவே உயரத்தில் மிதக்க, இப்போது அவர் தன் கற்பனையின் மடிவுக்காக அழுதார். அறுதியான பொருத்தமற்ற இத்தருணத்தில், தன் உடனடிச் சுற்றுப்புறத்துடனான ஈர்ப்பு விசைத் தோல்வியால், பயமும் சந்தேகங்களுமாக நிரம்பியிருந்தார். இங்கே தன் பிரெஞ்சுச் சாளரங்களிலிருந்து அவரை அழைத்திடும் தீவன வாரிசு அலெக்ஸாண்டிரா ப்ளிஸ்ஃபரீனாவாகிய தத்துவச் சீமாட்டி இருந்தார்.

பிரெஞ்சுச் சாளரங்களுக்கு வந்து சேர்ந்திருந்த திரு. ஜெரோனிமோ, தோட்ட மேலாளர் ஆலிவர் ஓல்டுகேஸில், அலெக்ஸாண்டிராவின் இடது தோளுக்குப் பின் நின்றதைக்

கவனித்தார். அவரொரு பருந்தாக இருந்திருப்பின், அத்தோளின் மீதமர்ந்து, தன் எஜமானியின் எதிரிகளைத் தாக்கி, அவர்தம் நெஞ்சங்களிலிருந்து இருதயங்களைக் கிழித்தெடுத்திருப்பார். லா இன்கோயெரென்ஸாவின் சிதைவை நோட்டம் விட்டபடி எஜமானியும் வேலைக்காரனும் சேர்ந்து நின்றனர். கம்யூனிஸத்தின் வீழ்ச்சியை நோக்கிடும் மார்க்ஸென ஆலிவர் ஓல்டுகேஸிலும், தன் கன்னங்களில் உலருகின்ற கண்ணீர் இருந்தும் வழக்கமான புதிர்த்தன்மை மிக்க அகத்துடன் அலெக்ஸாண்டிராவும் நின்றனர். திரு.ஜெரோனிமோவிடமோ, மேலாளரிடமோ பேசாதபடி, தானே தனக்கு எஜமானி என்பதாகத் தன்னையே கண்டிப்பதென, என்னால் புகார் செய்ய இயலாது என்றாள். மக்கள் தம் வீடுகளை இழந்து, சாப்பிட ஏதுமின்றி, தூங்க இடமின்றி இருக்கின்றனர். நான் இழந்திருப்பதெல்லாம் ஒரு தோட்டமே. தன்னிடத்தில்தான் நிறுத்தப்பட்டுள்ளதாக திரு.ஜெரோனிமோ என்னும் தோட்டக்காரர் புரிந்துகொண்டார். ஆனால், அலெக்ஸாண்டிரா இப்போது அவரின் பூட்ஸ்களைப் பார்த்துக்கொண்டிருந்தாள். "இது ஓர் அதிசயம். ஓல்டுகேஸில், உண்மையான அதிசயம், திரு.ஜெரோனிமோ திடமான தரையிலிருந்து விடைபெற்று, மேலும் யூகம் சார்ந்த பிரதேசத்திற்குள் நகர்ந்திருக்கிறார்" என்றாள்.

தான் உயர்ந்தது தன்னுடைய செயலுமில்லை. தனது தெரிவுமில்லை என்று ஆட்சேபிக்க விரும்பினார். மீண்டும் தரையில் கால் பதித்திடுவதிலும் தன் பூட்ஸுகளை அசிங்கப் படுத்துவதிலும் சந்தோசப்படுவேன் என்பதை உணர்த்த விரும்பினார். ஆனால் அலெக்ஸாண்டிராவின் கண்களில் பளபளப்பு இருந்தது. "மின்னலால் தாக்கப்பட்டீர்களா? ஆமாம், அதுவேதான், புயலின்போது மின்னல் உங்களைத் தாக்க, பிழைத்துக் கொண்டீர்கள், ஆனால் உங்கள் ஞாபகத்தைச் சுத்தமாகத் துடைத்தெறிந்து விட்டதால், தாக்கப்பட்டது உங்களுக்கு நினைவில்லை. இப்போது நீங்கள் சொல்லமுடியாதபடி பெரும் மின்னேற்றத்தால் நிரப்பப்பட்டிருப்பதால், பூமியின் மேற்பரப்பிலிருந்து உயர்த்தப்பட்டிருக்கிறீர்கள்" என்றாள்.

அது பற்றித் தீவிரமாக யோசித்த திரு.ஜெரோனிமோவை இது அமைதிப்படுத்திற்று, ஆமாம், இருக்கக்கூடும், எந்தவொரு சான்றும் இல்லாத போதிலும் அது அனுமானத்திற்கு மேற்பட்டதாக இல்லை. என்ன சொல்வதென்று அறிந்துகொள்வது சிரமமாயிருந்தது அவருக்கு. ஆனால் அவர் சொல்வதற்கு எதுவும் தேவைப்படவில்லை. "இன்னொரு

அதிசயம் இங்குள்ளது. என் ஆயுளில் பெரும்பகுதியும் காதலின் சாத்தியத்தை ஒதுக்கியே வைத்துள்ளேன். அப்புறம், இப்போது, அத் தீய கசடினால் தொடப்படாது, தன் பூட்ஸ்களை சேற்றினை நோக்கிப் பதித்து, என் பிரெஞ்சுச் சாளரங்களுக்கு வெளியே, அங்கே அது எனக்காகக் காத்துக்கொண்டிருந்ததை உணர்ந்து கொண்டேன்” என்றாள் அலெக்ஸாண்டிரா. இப்போது அவளது குரல் வித்தியாசமாக, திமிர்த்தனம் இல்லாது, நம்பிக்கைக்குரியதாக இருந்தது. அப்புறம் அவள் திரும்பி, வீட்டின் நிழல்களுக்குள் மாயமானாள்.

ஒரு பொறி இருந்ததாக அவர் பயந்தார். இத்தகைய சந்திப்பு நேரங்கள் அவரது நிரலில் ஒருபோதும் இருந்ததில்லை. மேலாளர் ஓல்டுகேஸில் தன் தலையை ஆட்டி, அவ்வீட்டின் சீமாட்டியைத் தொடர்ந்து வருமாறு கட்டளையிட்டார். எனவே திரு.ஜெரோனிமோ தனக்குக் கட்டளைகள் வந்துவிட்டன எனப் புரிந்துகொண்டு, இல்லத் தலைவி எங்கே போயிருந்தாளென்று தெரியாமல், உள்ளே நுழைந்தார். அவளால் களையப் பெற்றிருந்த துணிமணிகளின் தடயத்தைப் பின்பற்றி அவளை லகுவாகக் கண்டுகொண்டார்.

அலெக்ஸாண்டிரா ப்ளிஸ் ஃபரீனாவுடன் அவரது இரவு விநோதமாய்த் தொடங்கிற்று. தரையைத் தொடாதவாறு எந்த ஆற்றல் அவரைத் தடுத்துக் கொண்டிருந்ததோ, அதுவே அவளது படுக்கையிலும் இருந்தது. அவரின் கீழே அவள் கிடந்தபோது, அவரது உடல் அவளுக்கு மேலே மிதந்தது. ஓர் அங்குலத்தின் துளி அளவுதான், ஆனால், அது விஷயங்களை அருவருப்பாக்கிடும் அளவுக்குத் தெளிவான பிரிவினை இருந்தது. அவளது பிருஷ்டங்களுக்குக் கீழாக தன் கைகளை வைத்துத் தன்னை நோக்கி உயர்த்திட அவர் முற்பட்டார். ஆனால் அவர்கள் இருவருக்குமே அது வசதிக்குறைவாயிருந்தது. சீக்கிரமே அப்பிரச்சினையைத் தீர்த்துக்கொண்டனர். அவளுக்குக் கீழே அவரிருந்தால் விஷயம் லகுவாயிருந்திருக்கும், அவரது முதுகு தரையைத் தொடவில்லை என்றபோதும். அவரின் நிலைமை அவளுக்கு எழுச்சி ஏற்படுத்துவதாகத் தோன்ற, அது அவரைத் தூண்டிவிட்டது.

ஆனால் அவர்களின் கலவி முடிவுற்ற தருணமே அவள் ஆர்வமிழந்தவளாகத் தோன்றினாள். துரிதமாய்த் தூங்கிப் போனாள். அவரோ இருளில் கூரையைப் பார்த்துக் கொண்டிருக்க வேண்டியதாயிற்று. அவர் படுக்கையிலிருந்து எழுந்து உடைமாற்றிக் கொண்டு புறப்படும்போது, அவரது பாதங்களுக்கும் தரைக்கும் இடையிலான இடைவெளி

தெளிவான வகையில் இன்னும் பெரிதாயிருந்தது. லா இன்கோயெரென்ஸாவின் எஜமானியுடனான இரவுக்குப் பிறகு, அவர் தரையிலிருந்து அநேகமாய் ஓரங்குலம் உயர்ந்திருந்தார்.

தன் படுக்கையறையிலிருந்து கிளம்பியவர், தன் கண்களில் கொலைவெறியுடன் நின்றிருந்த ஓல்டுகேஸிலைப் பார்த்தார். “நீங்கள்தான் முதலாவது நபர் என்றெண்ண வேண்டாம். உங்களது முட்டாள்தனமான வயதில், தன் சாளரத்திற்கு வெளியே காத்துக்கொண்டிருந்ததாக அவள் பார்த்த நபர் நீங்கள்தான் என்று கற்பனை செய்துகொள்ள வேண்டாம். பரிதாபமிக்க கிழட்டு பூஞ்சைக் காளானே, அருவருப்பூட்டும் ஒட்டுண்ணியே, முனைமங்கிய முள்ளே திரும்பாதே” என மேலாளர் திரு.ஜெரோனிமோவிடம் கூறினார். வேண்டப்படாத காதலால் ஆலிவர் ஓல்டுகேஸில் பைத்தியமாக்கபட்டிருந்ததை திரு.ஜெரோனிமோ சட்டென்று புரிந்துகொண்டார். “அக்குன்றின் மேல் என் மனைவி புதைக்கப்பட்டிருக்கிறாள். நான் விரும்பும் போதெல்லாம் அவள் கல்லறைக்குப் போவேன். முதலில் நானுங்களைக் கொல்லவில்லையானால், என்னை நிறுத்தும் பொருட்டு, நீங்கள் என்னைக் கொல்லவேண்டியிருக்கும்” என அவர் கூறினார்.

“என் சீமாட்டியின் படுக்கையறையில் நேற்றிரவு உங்களது திருமணம் முடிவுற்றது. நம்மில் யார் இன்னொருவரைக் கொல்வது என்பதைப் பொறுத்தவரை அம்மலர்ச்சி காணவேண்டியதாயிருக்கிறது” ஆலிவர் ஓல்டுகேஸில் பதிலளித்தார்.

***

நெருப்பு இருந்து வந்தது. நம் மூதாதையர் தன் ஆயுளெல்லாம் அறிந்திருந்த கட்டடங்கள் அவற்றிடையே எரிந்து நின்றன. தொலைக்காட்சி மீதான இறக்காதவர்களின் பார்வைபோல, தம் இருளாக்கப்பட்ட விழிக்கோளங்களூடே, ஈவிரக்கமற்ற பிரகாசத்திற்குள் உற்று நோக்கின. நம் மூதாதையர் தம் பாதுகாப்பான இடங்களிலிருந்து எழுந்து, அநாதையாக்கப்பட்ட வீதிகளினூடே ஊர்ந்து வந்தபோது, அவர்தம் தவறென புயல் உணரத் தொடங்கிற்று. அவர்தம் இழிவான வழிகளுக்கான கடவுளின் தண்டனை என அதனைப் போதகர்கள் தொலைக்காட்சியில் அழைத்தனர். ஆனால் விசயம் அதுவல்ல. அவர்கள் செய்திருந்த ஏதோவொன்று அவர்தம் பிடியிலிருந்து நழுவி விடுபட்டுவிட்டது. அவர்களைச் சுற்றி நாட்கணக்கில் சீறிவந்தது என அவர்களில் குறைந்த சிலரை உணருமாறு செய்தது. பூமியும் காற்றும் நீரும், அமைதியுற்றதும், அவ்வாற்றல்

திரும்பியது குறித்துப் பயந்தனர். ஆனால் சிறிது நேரம் அவர்கள் பழுதுபார்த்தலில், பசித்தவரை உண்பிப்பதில், முதியோரைக் கவனிப்பதில், வீழ்ந்த விருட்சங்களுக்கென அழுவதில் மும்முரமாயிருந்தனர். எதிர்காலம் குறித்து நினைத்துப்பார்க்க நேரமில்லாதிருந்தது. தட்ப - வெப்ப காலத்தினை உருவகமாகக் கருத வேண்டாம் எனக் கூறியபடி புத்திசாலித்தனமான குரல்கள் நம் மூதாதையரை அமைதிப்படுத்தின. அதுவொரு எச்சரிக்கையுமில்லை சாபமுமில்லை. அவர்கள் விரும்பியதான இதமான தகவல் இதுதான். இதனை ஏற்றுக்கொண்டனர். ஆக அவர்களில் பெரும்பாலானவர்கள் தவறான திசையில் பார்த்துக்கொண்டிருந்ததால், அனைத்தையும் தலைகீழாக்கிய விசித்திரம் எப்போது வந்து சேர்ந்தது எனக் கவனிக்கவில்லை.

தத்துவாசிரியர்களின் இணக்கமின்மை

பெரும்புயலடித்து நூற்றியொரு நாட்களுக்குப் பின்னர், கொர்டோபாவின் குடும்பக் கல்லறையில் மறந்துவிடப்பட்டிருந்த இபின் ரஷீத், தனக்குச் சம அளவிலே இறந்துபோயிருந்த கோரஸான் மாகாணத்தின் டூஸ் நகர விளிம்பிலேயுள்ள அடக்கமான கல்லறையிலிருந்த, எதிராளி கஸாலியுடன் ஒருவாறு தொடர்பு கொள்ளத் தொடங்கினார். ஆரம்பத்தில் இருதயப் பூர்வமாகவும் அப்புறம் கலகலப்பு குறைந்தும். சரி பார்த்திடச் சிரமமான இவ்வாசகம் சிறிது அவ நம்பிக்கையைச் சந்திக்கக்கூடும் என்று ஒத்துக் கொள்வோம். அவர்தம் உடல்கள் அழுகிப் போய் நீண்ட காலமாயிருந்தது. எனவே மறந்துவிடப்பட்டிருந்தது என்னும் கருத்து ஒருவித உண்மையின்மையினைக் கொண்டுள்ளது. அவர்தம் அடக்கத் தலங்களிலே ஒருவித சேதன உயிர்கள் இருந்தன என்பது அபத்தமாயிருந்தது. எனினும் அவ்விசித்திர சகாப்தத்தை, தற்போதைய விவரிப்பின் விஷயமாகிய இரண்டுவருடங்கள், எட்டுமாதங்கள். இருபத்தெட்டு இரவுகள் எனும் சகாப்தத்தைப் பரிசீலிக்கையில், உலகம் அபத்தமாகியிருந்தது, நீண்ட காலமாக யதார்த்தத்தின் நிர்வகிக்கும் நெறிகளென ஏற்கப்பட்டிருந்தவை வீழ்ந்துபோயிருந்தன. புதிய நெறிகள், எதுவென ஆழ்ந்தறிய முடியாமல் நம் மூதாதையரை குழப்பத்தில் ஆழ்த்தியிருந்தன என்பதை ஏற்றுக் கொள்ளுமாறு நிர்ப்பந்திக்கப்படுகிறோம். விசித்திரமான காலகட்டத்தின் சூழலில்தான், இறந்துபோன தத்துவாசிரியர்களுக்கிடையிலான உரையாடல் புரிந்துகொள்ளப்படவேண்டும்.

கல்லறையின் இருளிலே இபின் ரஷீத், பரிச்சயமான பெண் குரலொன்று தன் காதில் கிசுகிசுப்பதைக் கேட்டான். பேசு. கசந்த குற்றவுணர்வால் பக்குவப்படுத்தப்பட்ட இனிய ஏக்கத்துடன், அவன் தனது கள்ளக் குழந்தைகளின்

ஒல்லிக்குச்சித் தாய் துனியாவை ஞாபகப்படுத்திக் கொண்டான். அவள் ஒல்லியாயிருந்தாள், அவள் சாப்பிட்டதைத் தான் பார்த்ததேயில்லை என்று அவனுக்குத் தோன்றிற்று. அவள் சீராக வந்த தலைவலிகளால் வருந்தினாள். நீரின் மீதுள்ள அவளது வெறுப்பால் என்று அவன் அவளிடம் கூறினான். அவள் சிவப்பு ஒயினை விரும்பினாள். ஆனால் அதனைத் தாங்கிக் கொள்ள முடியவில்லை, இரண்டு கிளாஸ்களுக்குப் பின்னர், சிரிப்பதும் சைகை காட்டுவதும் ஓயாமல் பேசுவதுமான, மற்றவர்களிடத்தே குறுக்கிடுகின்றவளாக, வேறொரு நபராக மாறினாள். சமையலறை மேசை மீது ஏறிக்கொண்டாள்.

அவளுடன் சேர்ந்து கொள்ள அவன் மறுதலித்தபோது, வெறுப்பும் விடுவிப்பும் சம அளவிலே சேர்ந்த தனியொரு ஆட்டத்தை நிகழ்த்திவிட்டாள். அவன் விட்டுவிட்டால், படுக்கையிலேயே மூழ்கிவிடுபவளைப் போல, இரவில் அவனுடன் ஒட்டிக்கொண்டாள். எதனையும் எடுத்துவைத்துக்கொள்ளாமலேயே அவள் அவனை நேசித்திருந்தாள். அவன் திரும்பிப் பாராமலேயே அவளைவிட்டு நீங்கியிருந்தான். அவர்கள் இல்லத்திலிருந்து வெளியேறியிருந்தான். இப்போது அவனது நொறுங்கும் கல்லறையின் சில்லிட்ட இருளில், அவனை அலைக்கழித்திட அவள் திரும்பியிருந்தாள்.

நான் இறந்திருக்கிறேனா? அவர் வார்த்தையின்றி வினவினார் ஆவியை. வார்த்தைகள் தேவைப்படவில்லை. எதுவாயினும் அவற்றிற்கு வடிவம் தந்திட உதடுகள் இல்லை. ஆம், இறந்து நூற்றுக்கணக்கான ஆண்டுகள் ஆகின்றன என்றாள். நீங்கள் வருத்தப்பட்டீர்களோ என்று பார்ப்பதற்காக உங்களை எழுப்பினேன். அநேகமாக ஆயிரமாண்டு ஓய்வுக்குப் பின்னர் உங்கள் எதிரியை உங்களால் வீழ்த்த முடியுமா என்று பார்ப்பதற்காக உங்களை எழுப்பினேன். உங்கள் பிள்ளைகளின் பிள்ளைகளுக்கு உங்கள் குடும்பப் பெயரினை வழங்கிடத் தயாராக இருக்கிறீர்களா என்று பார்ப்பதற்காக உங்களை எழுப்பினேன். கல்லறையில் உங்களிடம் என்னால் உண்மையைக் கூற முடியும். நான் உங்களது துனியா ஆனால், ஜின்னியாக்கள் அல்லது ஜினிரியின் இளவரசியும்கூட. உலகின் விரிசல்கள் மீண்டும் திறக்கின்றன. எனவே உங்களைப் பார்ப்பதற்கு மீண்டும் என்னால் வர இயலும். ஆக ஒருவாறு அவர் அவளது மானுடமல்லாத தோற்றுவாயினையும், சில வேளைகளில் மிருதுவான கரிக்கட்டையால் வரையப்பட்டதுபோல, ஓரங்களில் சற்று மடிந்து கொண்டிருப்பது எனத் தோற்றமளித்தது ஏன் எனவும் புரிந்துகொண்டார். அல்லது புகையால் வரையப்பட்டது போல.

அவளது உருவரையின் மங்கலான தன்மை தன் மோசமான பார்வையால் உண்டானது என்று கூறி அதனைத் தன் எண்ணங்களிலிருந்து ஒதுக்கித் தள்ளினார். ஆனால் அவரது கல்லறையில் அவள் அவரிடம் கிசுகிசுத்துக்கொண்டு, மரணத்திலிருந்து அவரை எழுப்பிவிடும் ஆற்றல் பெற்றிருந்தால், அவள் ஆவி உலகத்திலிருந்து வந்தவளாக, புகையும் மாயமும் சேர்ந்தவளாக இருக்க வேண்டும். தானொரு யூதரில்லை மாறாக பெண் ஆவி, ஒரு ஜின்னியா, தான் பூமிக்குரியவளில்லை என்று கூறாதவள். எனவே அவர் அவளைக் காட்டிக் கொடுத்திருந்தால், அவள் ஏமாற்றியிருந்தாள் என்றாகும். அத்தகவல் மிக முக்கியமானது என்று கண்டுகொள்ளாது, அவர் ஆத்திரப்படவில்லை என்பதைக் குறித்துக்கொண்டார். மானுட ஆத்திரத்திற்கு அது மிகத் தாமதமானது.

எனினும் ஆத்திரங்கொள்ள அவளுக்கு உரிமை இருந்தது. ஜின்களின் ஆத்திரம் பயப்படவேண்டியதாகும்.

உங்களுக்கு என்ன வேண்டும்? அவர் கேட்டார். அது தவறான கேள்வி. அவள் பதிலளித்தாள். நீங்கள் என்ன ஆசைப்படுகிறீர்கள் என்பதுதான் கேள்வி. உங்களால் என் ஆசைகளை நிறைவேற்ற முடியாது. நான் விரும்பினால், உங்கள் ஆசைகளை நிறைவேற்றக்கூடும், அப்படித்தான் இது செயல்படும். ஆனால் இதனை நாம் பிற்பாடு விவாதிக்கலாம். இப்போதைக்கு, உங்கள் எதிரி விழித்திருக்கிறார். நான் உங்களைக் கண்டறிந்தது போல, அவரது பழைய ஜின் அவரைக் கண்டறிந்துள்ளது. கஸாலியின் ஜின் எது? அவர் அவளைக் கேட்டார். ஜின்களிலே மிகவும் சக்தி வாய்ந்தது என்றாள். கற்பனையில்லாத ஒரு முட்டாள், அறிவுள்ளது என்று யாரும் குற்றம் சுமத்தாததும் கூட. ஆனால் ஆவேசமான ஆற்றல்களை உடையது. அதன் பெயரைக் குறிப்பிடக்கூட விரும்பவில்லை. உங்களது கஸாலி மன்னிக்காத, குறுகிய மனிதனாக எனக்குத் தோன்றுகிறார் என்றாள். ஒரு ஆசாரவாதி, சந்தோசத்தைப் பகைவனாகக் கொண்டிருப்பவர், அதன் ஆனந்தத்தைச் சாம்பலாக மாற்றிவிடுபவர்.

கல்லறையில்கூட அவளது வார்த்தைகள் சில்லிடச் செய்தன. தொலைவில், அவ்வளவு நெருக்கமாக ஏதோவொன்று இணையான இருளில் சலனம் கொள்வதை அவர் உணர்ந்தார். அவர் சப்தமின்றி முணுமுணுத்தார். "கஸாலி, அது நீங்களாயிருப்பது சாத்தியமா?"

"நீங்கள் உயிர்த்திருந்தபோது என் படைப்பை அழிக்க முயன்று தோற்றது போதாது. மரணத்திற்குப் பின் இன்னும்

சல்மான் ருஷ்தீ ◆ 79

சிறப்பாக உங்களால் செய்ய இயலும் என்று இப்போது தோன்றும்" என்றாள்.

இபின் ரஷீத் தன் இருப்பின் நாரிழைகளை ஒன்று சேர்த்துக் கொண்டார். "தூரம் மற்றும் காலத்தின் தடைகள் பிரச்சினையாயில்லை. எனவே நபரைப் பொறுத்துப் பணிவாயும் சிந்தனையைப் பொறுத்து ஆவேசமாயும், விஷயங்களைச் சரிவர விவாதிக்கத் தொடங்கலாம்" என்று தன் எதிரியை வாழ்த்தினார்.

வாய் முழுக்கப் புழுக்களும் தூசியும் மண்டியிருந்தவரைப் போல கஸாலி பதில் கூறினார்: "நபரிடத்தே ஆவேசத்தை மேற்கொள்வது, வழக்கமாக அவரது சிந்தனையை என்னுடைய அலைவரிசைக்குக் கொண்டு வந்துவிடுகிறது."

"எப்படியாயினும், நாமிருவருமே இயற்பியல் செயற்பாடுகளின் அல்லது தவறான செயல்பாடுகளின் தாக்கத்திற்கு அப்பாலிருக்கிறோம்" என்றார் இபின் ரஷீத்.

"அது உண்மையே. வருத்தத்திற்குரியதுதான், நல்லது, தொடர்ந்து கூறுங்கள்"

"ஒரு குழந்தை எதனையும் புரிந்துகொள்வதில்லை. அதற்கு விஷய ஞானமில்லாததால் நம்பிக்கையில் ஒட்டிக்கொண்டிருக்கிறது. அறிவுக்கும் மூட நம்பிக்கைக்குமிடையிலான போராட்டத்தை மானுடத்தின் நீண்ட பதின்பருவமாகப் பார்க்க முடியும். அறிவின் வெற்றி என்பது அது வயதுக்கு வருவதாகும். கடவுள் இல்லை என்பதில்லை, மாறாக எந்தவொரு பெருமிதமிகு பெற்றோரையும் போலவே, தன் குழந்தை தன் கால்களிலேயே நிற்க முடிகின்றதா. உலகில் தனக்கான இடத்தைப் பெற இயலுகின்றதா என்பதற்காக அவர் காத்திருக்கிறார் " என இபின் ரஷீத் முன் மொழிந்தார்.

"கடவுளிடமிருந்து நீங்கள் வாதிடும் வரையிலும், பகுத்தறிவு ரீதியிலானது புனிதமானதுடன் இணக்கம் கொண்டிருக்கும் வரையிலும் உங்களால் என்னைத் தோற்கடிக்க இயலாது. நீங்கள் நம்பிக்கையற்றவர் என நீங்கள் ஏன் ஒத்துக்கொள்ள மாட்டேன் என்கிறீர்கள், அங்கிருந்தே நாம் தொடங்க முடியும். உங்களது சந்ததியர், மேற்கு மற்றும் கிழக்கின் கடவுளற்ற கழிசடைகள் யாரென்று கவனியுங்கள். பாவிகளின் மனங்களிலேதான் உங்கள் வார்த்தைகள் அதிர்வு கொள்கின்றன. உண்மையை பின்பற்றுவோர் அறிவார்கள். நம்பிக்கை கடவுளிடமிருந்தான நம் கொடை, அறிவு, அதற்கெதிரான நம் பதின் பருவக் கலகம். நாம் பதின் பருவத்தினராயிருக்கையில், பிறந்தபோது இருந்தது போல,

80 ◆ இரண்டு வருடங்கள், எட்டு மாதங்கள், இருபத்தெட்டு இரவுகள்

முற்றிலும் நம்பிக்கையின்பால் திரும்பிவிடுகிறோம்" என்றார் கஸாலி.

"நாளடைவில் இறுதியில், மனிதனை கடவுளிடமிருந்து திரும்பச் செய்வது மதமாகத்தான் இருக்கும். கடவுளைச் சார்ந்தோரே மோசமான வழக்குரைஞர்கள். ஆயிரத்தொரு ஆண்டுகள் ஆகலாம். ஆனால் இறுதியில் மதம் சுருங்கிப்போகும், அப்போதுதான் கடவுளின் உண்மையில் நாம் வாழத் தொடங்குவோம்" என்றார் இபின் ரஷீத்.

"நல்லது, ஏராளமான கள்ளக் குழந்தையரின் தந்தையே, மதத் துரோகியைப் போலப் பேசத் தொடங்குகிறீர்கள்" என்ற கஸாலி, இம்மை - சொர்க்க - நரகம் பற்றித் திரும்பினார். அது அவரது அபிமானத்துக்குரியது என்பதால் இறுதி நாள் பற்றி நீண்ட நேரம் பேசினார். அவ்வளவு ரசனையுடன் - அது இபின் ரஷீத்தைத் திகைக்க வைத்து, சஞ்சலப் படுத்தியது. மரியாதைக் குறைவு இருப்பினும், இளைஞர் முதியவரிடம் குறுக்கிட்டார்.

"நீங்களே ஒரு விசித்திரமான சேதனத் துகள் தவிர்த்த வேறொன்று மில்லை, எஞ்சியுள்ள படைப்பு தன் கல்லறைக்குள் இறங்குவதற்குப் பொறுமையின்றி இருப்பதாகத் தோன்றுகிறது."

"எல்லா நம்பிக்கையாளரையும் போலவே உயிருடன் இருப்பவர் வாழ்க்கை என்றழைப்பது வரப்போகும் வாழ்க்கையுடன் ஒப்பிடுகையில் உபயோகமற்ற அற்பமாகிவிடும்" என்று பதிலளித்தார் கஸாலி.

உலகம் முடிவுக்கு வருகின்றது எனக் கஸாலி எண்ணுகிறார் என இபின் ரஷீத் இருளில் துனியாவிடம் கூறினார். கடவுள் விளக்கமேதுமின்றி தன் படைப்பை மெதுவாயும் புதிர்த் தன்மையிலும் அழித்திட முற்பட்டிருக்கிறார். மனிதன் தன்னைத்தானே அழித்துக்கொள்ளும் வகையில் அவனைக் குழப்பமடையச் செய்வதற்காக என்று அவர் நம்புகிறார். கஸாலி அந்நிலைமையை நிதானத்துடன் எதிர்கொள்கிறார். அவர் ஏற்கனவே இறந்துவிட்டிருக்கிறார் என்பதால் மட்டுமல்ல. அவரைப் பொறுத்தவரை, பூமி மீதான வாழ்க்கை, அடுத்த அறை அல்லது வாசல்தான். நித்தியமே உண்மை உலகம். அப்படியானால், உங்களது நித்திய வாழ்க்கை ஏன் தொடங்காது இருக்கிறது அல்லது இதுதான் அனைத்துமெனில் அக்கறையற்று வெறுமையில் உலவிடும், மிகுதியும் சலிப்பூட்டுகின்ற, இப்பிரக்ஞைதானா? என்று அவரை வினவினேன்.

கடவுளின் வழிமுறைகள் மர்மமிக்கவை, அவர் என்னிடத்தே பொறுமையைக் கோரினால், அவர் விரும்புகின்ற அளவுக்கு

தந்துவிடுவேன் என்றார். கஸாலியிடம் தனக்கேயான ஆசைகள் ஏதுமில்லை என்கிறார். கடவுளுக்குச் சேவை புரியவே முற்படுகிறார். அவர் ஒரு முட்டாளோ எனச் சந்தேகிக்கிறேன். அது கடுமையாயுள்ளதா? மிகப் பெரும் மனிதர், ஆனால், முட்டாளும்கூட, மற்றும் நீங்கள், அவள் மெல்லக் கூறினாள். இன்னும் உங்களிடம் ஆசைகள் உள்ளனவா? அல்லது முன்னர் இல்லாத புதிய ஆசைகள் உள்ளனவா? தன் தோளில் அவள் எவ்விதம் தலை சாய்த்து இருப்பாள். தன் உள்ளங்கையால் அதன் பின்பகுதியை எப்படித் தாலாட்டுவார் என்று அவர் ஞாபகப்படுத்திக் கொண்டார். இப்போது அவை தலைகளையும் கைகளையும் தோள்களையும் தாண்டி சேர்ந்து கிடக்கின்றன. பருப்பொருளினின்றும் விடுவிக்கப்பட்ட வாழ்க்கை வாழத் தகுதயானதில்லை என்றார்.

என் எதிரி சொல்வது சரியாயின், கடவுள் ஒரு தீய கடவுள், அவருக்கு உயிர் வாழ்வோரின் வாழ்க்கை ஒரு பொருட்டில்லை, என் பிள்ளைகளின் பிள்ளைகள் அதனை அறிந்துகொள்ள வேண்டும், இத்தகைய கடவுளின் மீதான எனது பகைமை பற்றியும் தெரிந்துகொள்ள வேண்டும், இத்தகைய கடவுளுக்கு எதிராக நிற்பதில் என்னைப் பின்தொடர்ந்து அவரது நோக்கங்களைத் தோற்கடிக்க வேண்டும் என ஆசைப்படுவேன். ஆக நீங்கள் உங்களது இரத்த உறவை ஒத்துக்கொள்கிறீர்கள் என அவள் கிசுகிசுத்தாள். அதனை ஒத்துக்கொள்கிறேன். இதற்கு முன்னர் அவ்வாறு செய்யாததற்காக மன்னிப்புக் கோருகிறேன் என்றார். துனியாஜாத் எனது இனம், நான் அதன் மூதாதை, இது உங்களது விருப்பம், உங்களைப்பற்றியும் உங்கள் ஆசையைப் பற்றியும் உங்கள் விருப்புறுதியைப் பற்றியும் அவர்கள் அறிந்துகொள்ளக்கூடும் என்பதும் உங்களிடத்தேயான என் நேசமும் என்றார். அந்த அறிவு கச்சிதமாக இன்னும் அவர்கள் உலகைக் காக்க முடியும்.

ஒரு காலத்தில் அவர் கன்னம் இருந்த இடத்தின் காற்றினை அவள் முத்தமிட்டு, தூங்குங்கள் என்றாள். இப்போது நான் புறப்பட்டுவிடுவேன். காலம் செல்வதைப் பற்றி நான் வழக்கமாக அக்கறைப்படுவதில்லை. ஆனால் இப்போது, காலம் சொற்பமாயுள்ளது.

***

ஜின்னின் இருப்பு, ஆரம்பத்திலிருந்தே ஒழுக்கவியல் தத்துவவாதிகளுக்குப் பிரச்சினைகளை ஏற்படுத்திற்று. மனிதரின் செயல்கள் நல்ல அல்லது தீய ஆவிகளால் உந்தப்படுவதானால், நன்மையும் தீமையும் உள்ளார்ந்தது என்பதை விட வெளியே

இருப்பது என்பதானால், அறவியல் மனிதன் எப்படி இருக்க வேண்டும் என வரையறுப்பது சாத்தியமற்றதாகும். சரியானதும் தவறானதுமான செயல் குறித்த பிரச்சினைகள் கொடூரமான விதத்தில் குழப்பமிக்கவை ஆகின. சில தத்துவாசிரியர்களின் பார்வையில், அக்கால கட்டத்தின் உண்மையான ஒழுக்கவியல் குழப்பத்தைப் பிரதிபலித்திடும் இது நல்ல விசயமாகவும் சந்தோசமான உடன் விளைவாகவும், முடிவுறாத ஒரு நடவடிக்கையை ஒழுக்கவியல் மாணவர்களுக்குத் தருவதாகவும் இருந்தது.

எப்படியாயினும், இரு உலகங்களின் பிரிவினைக்கு முற்பட்ட பழங்காலத்தில், நல்ல அல்லது கெட்ட செயல்களை ஊக்குவித்துக் காதில் கிசுகிசுக்கும் தனிப்பட்ட ஜின்னி அல்லது ஜின்னியாவை, ஒவ்வொருவரும் பெற்றிருந்தனர் என்கின்றனர். எவ்விதம் அவர்கள் தம் மானுட இணையைத் தெரிவு செய்தனர், நம்மிடம் இத்தகைய அக்கறையினை ஏன் எடுத்துக்கொண்டனர் என்பது புரிபடாதுள்ளது. அவர்களுக்கு வேறு வேலை இல்லாதிருக்கக்கூடும். ஜின்கள் பெரும்பாலும், சமூக அமைப்பு அல்லது குழு நடவடிக்கை குறித்து கவலைப்படாது, முற்றிலும் தமது தனிப்பட்ட உந்துதல்களால் இயங்கி, தனிநபர்கள்வாதிகளாக, அராஜகவாதிகளாகக்கூடத் தோன்றுகின்றன. ஆனால் ஜின்களின் பகை ராணுவங்களுக்கிடையே யுத்தக் கதைகள்கூட, ஜின்களின் உலகத்தின் அடித்தளத்தை உலுக்கக்கூடிய பயங்கர மோதல்கள் குறித்த கதைகள் கூட இருக்கின்றன. இவை உண்மையாயின், இவ்வுயிரினங்களின் எண்ணிக்கையிலான வீழ்ச்சிக்கும், நம்முடைய இனிதான வசிப்பிடங்களிலிருந்து நீண்ட ஒதுங்குதலுக்கும் காரணமாகலாம். சிறிய ஆவிகளுக்குப் பயங்கரமான அடிகள் தந்திட, இன்னும் அபாயகரமான தாக்குதல் தந்திடவும், தம் பிரமாண்டமான பறக்கும் தாழிகளில் வானத்தினூடே மின்னல் கீற்றெனப் பளீரிடும், பிரமாண்டமான இஃப்ரிட்கள் எனப்படும் சூனியக்கார ஜின்கள் பற்றிய கதைகள் உண்டு. முரண்படுவதாயிருப்பினும், ஜின்கள் அமரத்துவமானவை எனச் சில வேளைகளில் வதந்தி கூறப்படுவதுண்டு. அவை கொல்லப்படுவதற்கு சிரமமாயினும், இது உண்மையில்லை. ஒரு ஜின்னி அல்லது ஜின்னியாவே இன்னொரு ஜின்னைக் கொல்ல இயலும். அது பின்னர் காணப்படும்.

நாம் சொல்ல இருப்பதைப் போல. ஜின்கள், மானுட விவகாரங்களில் குறுக்கீடு செய்கையில், எக்களிப்புடன் ஒருதலைப்பட்சமாக இவனை அவனுக்கு எதிராக நிறுத்தி, இவனைச் செல்வந்தனாக்கி, அவனைக் கழுதையாக மாற்றி, மக்களைப் பீடித்து அவர்களின் தலைகளுக்குள்ளிருந்து,

பைத்தியமாக்கி உண்மையான காதலின் பாதைக்குத் துணை போவது அல்லது தடுத்து நிறுத்துவது, மாய விளக்கினுள்ளே அடைபட்டிருப்பது தவிர, எப்போதும் நிஜமான மனிதத் தோழமையிலிருந்து விலகி நிற்பது என உற்சாகமாக ஒரு தலைச் சார்பானதாக இருக்கும். அப்புறம், இயல்பாகவே, அவற்றின் விருப்புறுதிக்கு எதிராய் இருக்கும்.

துனியா, ஜின்களில் விதிவிலக்காயிருந்தாள். அவள் பூமிக்கு வந்து காதல்வயப்பட்டாள். எட்டரை நூற்றாண்டுகளுக்கு மேலான பின்னரும், தன் காதலனை அமைதியாய் இருக்கவிடாது செய்யும் அளவுக்கு ஆழமாகக் காதல் வயப்பட்டாள். காதல்வயப்பட்டிட ஓர் உயிருக்கு இருதயம் அவசியம். ஓர் ஆன்மா என்பதற்கு நாம் என்ன பொருள்கொண்டாலும், இத்தகைய உயிர், மனிதராகிய நாம் பண்புநலன் என்றழைத்திடும் அம்சங்களின் தொகுதியைப் பெற்றிருக்கவேண்டும். ஆனால் ஜின்கள் அல்லது பெரும்பாலானவை, நெருப்பு மற்றும் புகையால் ஆக்கப்பட்டவற்றிடமிருந்து நீங்கள் எதிர்பார்ப்பது போல- இருதயமற்றவை, ஆன்மா அற்றவை ,வெறும் பண்புநலனுக்கு மேலானவை, அதற்கு அப்பாலிருப்பவை. அவை நல்ல, கெட்ட, இனிய, விஷமமிக்க, கொடூரமான, பொறுமையான ஆற்றல் மிக்க, விருப்பு வெறுப்பு சார்ந்த, விலகிச் செல்வதான, விசாலமிக்கதான சாராம்சங்களாகும்.

இபின் ரஷீத்தின் காதலியான துனியா, மானுடரிடையே மாற்று உருவில் நீண்ட காலம் வாழ்ந்திருக்க வேண்டும். பண்பு நலன் என்ற கருத்தினை உள்ளீர்த்துக் கொள்ளவும் அது குறித்த அடையாளங்களைக் காட்டவும். குழந்தைகளுக்குப் பெரிய அம்மை அல்லது காதுச்சுரப்பி வீக்கம் வருவது போல. மனித இனத்திடமிருந்து அவள் கைப்பற்றியது பண்புநலனை என்று கூற முடியும். அதன் பின்னர் அவள் காதலையே காதலிக்கத் தொடங்கினாள். காதலிப்பதற்கான தன் திறனை காதலின் சுயநலமற்ற தன்மையை, தியாகத்தை, காம ஈர்ப்பினை எக்களிப்பைக் காதலிக்கத் தொடங்கினாள். தன்னிடத்தேயான காதலரையும் அவரிடத்தேயான தன்னையும் அவள் காதலிக்கத் தொடங்கினாள். ஆனால் அதற்கப்பால், காதலிப்பதற்கான திறனுள்ள மனித இனத்தை அப்புறம் அதன் மற்ற உணர்வுகளுக்காக, காதலிக்கத் தொடங்கினாள். ஆடவரும் பெண்டிரும் பயப்பட முடியும், சினங் கொள்ள முடியும், பதுங்கவும் திளைப்புக் கொள்ளவும் முடியும் என்பதற்காக அவர்களைக் காதலித்தாள். ஒரு ஜின்னியாவாக இருப்பதை அவளால் கைவிட முடிந்திருந்தால், அவள் மனித இனத்தவளாக இருப்பதற்குக்கூட தெரிவு செய்திருப்பாள். ஆனால் அவளது

இயல்பு காரணமாக அதனை அவளால் மறுதலிக்க இயலாது போயிற்று. இபின் ரஷீத் அவளைவிட்டு நீங்கி, வேதனைப்படவும் கவலைப்படவும் துக்கப்படவும் செய்த பிறகு, அவளது ஆழ்ந்த மனிதாபிமானத்தால் அதிர்ச்சியுற்றாள். அப்புறம் ஒரு நாளன்று, உலகின் விரிசல்கள் மூடிக் கொள்ளுமுன்பு, அவள் கிளம்பிவிட்டாள். ஆனால் ஜின்களின் உலகிலான தன் மாளிகையில் நூற்றுக்கணக்கான ஆண்டுகளோ தேவதை உலகின் அன்றாட வாழ்க்கை நடைமுறையாயிருந்த முடிவற்ற நெருக்கத்தாலோ அவளைக் குணப்படுத்த இயலாது போயிற்று. எனவே விரிசல்கள் திறந்துகொண்டதும், அவள் தன் பந்தங்களைப் புதுப்பித்துக் கொள்ளத் திரும்பினாள். கல்லறைக்கு அப்பாலிருந்த அவளது காதலன், சிதறிப் போயிருந்த தம் குடும்பத்தை மீண்டும் ஒன்றிணைக்குமாறும் வரப்போகும் ஊழிக்கால இறுதியை எதிர்க்கத் துணை நிற்குமாறும் அவளைக் கேட்டுக்கொண்டான். ஆம். அவள் அதனைச் செய்வாள் என்றாள். தன் பணியில் விரைந்தாள்.

துரதிருஷ்டவசமாக, மானுடத் தளங்களுக்குத் திரும்பவந்திருந்தது ஜின்கள் உலகின் பிரஜையாகிய அவள் மட்டுமல்ல, அவர்களனைவரும் மனதில் நல்ல செயல்களைக் கொண்டிருக்கவும் இல்லை.

விநோதத் தன்மை

தான் ஆடுகையில் உலகத்தை உற்பவித்த, நாட்டியக் கடவுள் சிவபெருமான் போல நிழற்சாலையில் நாயகன் நட்ராஜ் ஆடிக்கொண்டிருந்தான். இளமையும் அழகுமுள்ள நட்ராஜ் பழைய பகட்டர்களை வெறுத்தான்.பெண்கள் அவனை இரண்டாம் முறை கவனிக்கவில்லை. பிரபஞ்சத்தின் கர்த்தாவும் அழிப்பவனுமான அவனது அதியாற்றல்களை அறியாமல், அவனைப் புறக்கணிக்கின்றனர். அது சரி. அவன் மாற்றுருவில் இருக்கிறான். இப்போதுதான் அவன் வரி ஆலோசகர் ஜினேந்திராவாக சப்ஜி மண்டியிலுள்ள கடைக்கு மளிகைச் சாமான் வாங்கப் போய்க்கொண்டிருக்கிறான். ஜினேந்திர கபூர் என்னும் பழுப்பு நிற குமாஸ்தா, அவன் தன் வெளிப்புற ஆடைகளைக் கிழித்தெறிவது வரை காத்திருக்கவும். அப்புறம் அவனைச் சரியாக சோதித்துவிடுவார்கள். அதுவரையிலும் ரகசிய இரவுத் தன்மையை மட்டும் குறிப்பிட்ட, பழைய நாடான தேஷின் மன்னனென முப்பத்தேழாவது அவென்யூவில் ஆடிக்கொண்டிருக்கிறான். புல்புல்லின் மெட்டுக்கு நட்ராஜ் ஆடுகிறான். அவன் இப்படித்தான் இருக்கிறான். இருதயங்களின் இளவரசன்.

நாயகன் நட்ராஜ் இருக்கவில்லை. ஜிம்மி கபூர் என்னும் இளமையான சித்திர நாவலாசிரியராக வர இருப்பவரின் கற்பிதமான மறுபடிமமாக இருந்தான். நட்ராஜின் அதியாற்றல் ஆடிக்கொண்டிருந்தது. அவன் தன் வெளிப்புற ஆடைகளைக் களைந்ததும், அவனது இரு கைகள் நான்காயின. முன்பின் பக்கவாட்டுகளென மூன்றாவது கண் இருந்தது. பாங்க்ரா அல்லது தனது சிறப்பான டிஸ்கோவை ஆடத் தொடங்கியபோது க்வீன்ஸ்லிருந்து வந்தவனாகவே இருந்தான். யதார்த்தத்தை உருவாக்கி அல்லது அழித்து வடிவங் கொடுத்திடும் திறன் பெற்றவனாகவே இருந்தான்.

அவனால் ஒரு வீதியில் மரத்தை வளருமாறு செய்ய முடிந்தது. அல்லது மெர்ஸிடெஸ் காரினை உருவாக்க முடிந்தது. அல்லது பட்டினி கிடந்தோருக்கு உணவூட்ட முடிந்தது. ஆனால் வீடுகளைத் தகர்க்கவும் முடிந்தது. மோசமானவர்களைத் தாக்கவும் முடிந்தது. SandMan, Watchmen, Dark knight, Tank girl, Punisher, Invisibles, Dredd, Marvel, Titan மற்றும் பெருமைக்குரிய Dcகளுடன் சேர்ந்து தெய்வ வரிசைக்குள் ஏன் நட்ராஜால் தாவிச் செல்ல முடியாதிருந்தது என்பது ஜிம்மிக்கு மர்மமாயிருந்தது. வருத்தம் தரும்வகையில் நட்ராஜ் பிடிவாதமாக பூமிக்குரியவனாக இருந்தான். ரூஸ்வெல்ட் அவென்யூவிலிருந்த ஜிம்மியின் ஒன்றுவிட்ட சகோதரனின் வரி ஆலோசனைத் தொழில் கீழ்மட்டத்திலிருந்து ஆரம்பித்துக் கொண்டிருந்தது இளங்கலைஞனின் விதிபோல உணரவைத்தது.

நாயகன் நட்ராஜின் இணையதளக் காட்சிகளை அவன் முன்வைக்கத் தொடங்கியிருந்தான். ஆனால் பெரிய பையன்கள் குறிப்பாகப் பார்க்கத் தவறினர். அப்புறம், புயலடித்து நூற்றியொரு இரவுகளுக்குப் பிந்தைய ஓர் உஷ்ணமான இரவில், அப்படியாக அவன் திட்டமிடாதபோதும், தன் ஜன்னலினூடே சிவப்பு நிலவு பிரகாசிக்க மூன்றாம் தளப்படுக்கையறையில், திகிலுடன் விழித்தெழுந்தான். அறையில் யாரோ ஒருவர் இருந்தார். யாரோ ஒருவர்... பெரிதாக. அவனது கண்கள் இருளுக்குப் பரிச்சயமாகவும், தனது படுக்கையறையின் தொலைதூரச் சுவர் முழுதாக மறைந்து போய், கரும்புகைச்சூழல் அங்கே இடம்பெற்று, அறியாததன் அடியாழங்களுக்குள் இட்டுச் செல்லும் கருஞ்சுரங்கம் போன்ற ஒன்று அதன் மத்தியில் இருந்தது. சுரங்கத்தைத் தெளிவாகப் பார்க்க முடியாதிருந்தது. ஏனெனில் பிரமாண்டமான, பல தலைகளும் கைகால்களும் உள்ள நபர் வழியில் இருந்தது ஜிம்மியின் குறுகிய வெளிக்குள் தன் கைகால்களை மடித்துக் கொள்ள முயன்றது உரத்து முனகியபடி, மற்ற படுக்கையறைச் சுவர்களைச் சாய்க்க இருந்தது.

அந்நபர் குருதியும் சதையும் சேர்ந்து ஆக்கப்பட்டது போல் தோன்றவில்லை. வரையப்பட்டதாக, தீட்டப்பட்டதாகத் தோன்றினான். அது தன்னுடைய சித்திரப் பாணி என்பதை அதிர்ச்சியுடன் ஜிம்மி கபூர் அறிந்துகொண்டான். பிராங் மில்லர் பாணி (அவன் நம்பினான்) ஸ்டான் - லீ - பிரபஞ்சம் சார்ந்தது (அவன் ஏற்றுக்கொண்டான்) லிச்டென்ஸ்டீனியத்திற்குப் பிந்தையது, (தானுள்ளிட்ட பிலுக்கர்களின் கூட்டத்தில் இருக்கும்போது).ஆழம் அல்லது சமத்காரத்தின் தருணத்தே முடியாதவனாக, "நீ உயிர் பெற்றுள்ளாயா?" என்று கேட்டான். நாயகன் நட்ராஜின் குரல், அவன் பேசியபோது பரிச்சயமானதாக

90 ◆ இரண்டு வருடங்கள், எட்டு மாதங்கள், இருபத்தெட்டு இரவுகள்

ஒலித்தது. முன்னர் எங்கோ கேட்டதாக, தெய்வீக அதிகாரம், ஈவிரக்கமற்ற தன்மை, சீற்றத்தின் பல வாய்களினது எதிரொலி அறையின் உறுமலாக, ஜிம்மியின் குரலுக்கு நேர் எதிரானதாக, அச்சங்களும் பாதுகாப்பின்மைகளும் நிச்சயமற்ற தன்மைகளும் நிறைந்த அற்பமானதாக இருந்தது. இக்குரலுக்கான சரியான எதிர்வினை அதன் முன் தணிந்து போவதே. ஜிம்மி கபூர் சரியான எதிர்வினை செய்தான்.

அற்பமான எறும்பென, அகத்தை இன்னுஞ் சிறிதாக வைத்துக்கொள்ள இங்கு போதுமான வெளியில்லை. அல்லது பரிதாபமான உனது வீட்டுக் கூரையை எடுத்துவிடுவேன். சரியா, நல்லது. என்னைப் பார்க்கிறாயா? சரிபார்த்துக் கொள்கிறாயா? ஒன்று இரண்டு மூன்று நான்கு கை, நான்கு, மூன்று, இரண்டு ஒரு முகம், சிறு பிள்ளைத்தனமான உன் ஆன்மாவுக்குள் நேரிடையாக நோக்கும் மூன்றாவது விழி. இல்லை, இல்லை, மரியாதை தரப்படவேண்டும், ஏனெனில் நீ என்னைப் படைத்தவன் இல்லையா? ஹா ஹா ஹா ஹா துல்லியமாகச் சொல்வதானால் மாபெரும் நட்ராஜ் கனவு காணப்பட்டு, காலத் தொடக்கத்திலிருந்து இல்லாமலும் ஆடாமலும் இருந்தது போலிருந்தது. நான் தனிப்பட்ட முறையில் இருப்புக்குள் கால -வெளியை ஆடியிருக்கிறேன். ஹா ஹா ஹா ஹா ஹா. என்னை நீ அழைத்திருப்பதாக நீ எண்ணக் கூடும். உன்னையொரு மாயாவியாக நீ எண்ணக் கூடும். ஹா ஹா ஹா ஹா ஹா. அல்லது இது ஒரு கனவென்று எண்ணுகிறாயா? இல்லை, பாபு. நீ வெறுமனே எழுப்பிவிட்டாய். என்னையும். பல நீண்ட கண்ணயர்வுகளுள்ள எண்ணூறு தொள்ளாயிரம் ஆண்டுகளின் இன்மைக்குப் பிறகு திரும்பியிருக்கிறேன்.

ஜிம்மிகபூர்திகிலுடன்நடுங்கினான்."இங்கேஎப்படிவந்தாய்எனது படுக்கையறைக்குள்?" அவன் திக்கினான். *கோஸ்ட் பஸ்டர்களின் படத்தைப் பார்த்திருக்கிறாயா?* என்றான் நாயகன் நட்ராஜ். *இது அதனைப் போன்றதே. அவ்வளவுதான்.* ஜிம்மி புரிந்து கொண்டான். அவனது அபிமானத்துக்குரிய படங்களுள் ஒன்றாக அது இருந்தது. நட்ராஜின் குரல் சுமேரிய அழிப்புத் தெய்வம் Gozerthe Gozerian - இன் குரல் போன்றிருந்தது. Sigourney Weaver - இன் உதடுகளின் வழியே பேசுவதாக இருந்தது. இந்திய ஒலிப்புமுறை கொண்ட கோஸராக. *கற்பனையாளர் கற்பனை செய்வதற்கும் இடையிலான எல்லை. இப்போது மெக்ஸிகோ -அமெரிக்கா போல கசிந்துகொண்டிருக்கிறது. முன்னர்* Phantom zone *இல் அடைக்கப்பட்டிருந்த நாமெல்லோரும் இப்போது புழுப் பொட்டுகள் வழியே விரைந்து சென்று, அதியாற்றல்களுடைய* General zod *போல இங்கே இறங்க முடியும். வருவதற்கு நிறையப் பேர்*

விரும்புகின்றனர். சீக்கிரமே நாங்கள் கைக்கொண்டுவிடுவோம். நூற்றியொரு சதம். அதனை மறந்துவிடு.

நட்ராஜ் ஊசலாடவும் மங்கவும் ஆரம்பித்தான். இது அவனுக்குப் பிடித்ததாயில்லை. சரி. இப்போதைக்கு டாடா. ஆனால் நான் விரும்புவேன் என்பதில் தயவுசெய்து உறுதிவை. அப்புறம் அவன் போய்விட்டான். ஜிம்மி கபூர் தனியே, கருஞ் சுரங்கம் காணாது போகுமட்டும், கருமேகங்கள் உள்நோக்கு திருகுசுழல் கொள்வதைப் படுக்கையிலிருந்தபடி அகலத்திறந்து பார்த்தான். அதன் பின்னர் அவனது படுக்கையறைச் சுவர் மீண்டும் தோன்றியது. கேப்டன் பீஃப்ஹார்ட்,(எ) டான் வான் வ்லியெட், ஸ்காட் பில்க்ரிம், லூவ் ரீட், மறைந்துபோன ப்ரூக்ளினின் ஹிப்-ஹாப் குழு டாஸ் ரேஸிஸ்ட், பலகையில் ஒட்டப்பட்டிருந்த, ஃபாஸ்ட் பாணியிலான வேடிக்கை - நூல் நாயகன் ஸ்பான் என்போரின் புகைப்படங்களுடன் - அவர்கள் ஐந்தாவது பரிமாணத்திற்குப் போய் வந்திருக்கவில்லை என்பதாக- மிஸ்டிக் என்ற ரேவன் டார்க்ஹோம் என்னும் நீல நிறத்திலான உருவமாற்றாளரின் மாபெரும் கவர்ச்சிச் சுவரொட்டியில் ரெபெக்கா ரொமிஜின் மட்டும் சற்று மங்கிய நிலையில், பொருத்தமற்றவாறு என் உருவை மாற்றியமைத்தது யார். உருவை நான் மாற்றிக் கொள்கையில் தீர்மானிப்பது நான் மட்டுமே என்று கூறுவது போன்றிருந்தது.

“இப்போது எல்லாமும் மாறுகின்றது. மிஸ்டிக். இப்போது உலகமே உருமாற்றிக் கொள்வது போல் தோன்றுகிறது. வாவ்” என ஜிம்மி சுவரொட்டியிலிருந்த நீல உருவத்திடம் கூறினான்.

***

புழுத்துளையினை முதலாவதாகக் கண்டறிந்தது ஜிம்மி கபூரே. அதன் பின்னர், அவன் சரியாகவே உள்ளுணர்வு கொள்ள, ஒவ்வொன்றும் உருவை மாற்றிக் கொண்டது. ஆனால் பழைய உலகின் அப்பழைய நாட்களில் விசித்திரத்தன்மைக்கு முன்னதாக நாமெல்லாம் அறிந்த அவ்வுலகில், புதிய நிகழ்வுகள் உண்மையாகவே நிகழ்ந்து கொண்டிருந்தன என்று ஒத்துக்கொள்ள மக்கள் தயங்கினர். தனது உருமாற்ற இரவு குறித்த மகனின் விவரிப்பை, ஜிம்மியின் தாயார் புறந்தள்ளிவிட்டாள். குடற்புண் நோய் பாதிக்கப்பட்டிருந்த திருமதி கபூர், பெட்டை மயில்கள், பெரிய அலகுடைய பறவைகள், வாத்துகளுக்கு இரை போட மட்டும் எழுந்தாள். நீண்ட காலத்திற்கு முன் ஏதோ விழுந்திருந்து அங்கே ஒன்றும் முளைத்திருக்காத வெற்று வீட்டு மனையான, தம் கட்டடத்திற்குப் பின்னிருந்த வெற்று இடத்தில்

அவள் பிடிவாதமாய் விற்பனைக்காகவும், ஆதாயத்துக்காகவும் வளர்த்தாள்.

இதனை அவள் பதினான்கு ஆண்டுகளாக செய்துவந்திருந்தாள். யாரும் ஆட்சேபிக்கவில்லை. ஆனால் திருட்டுகள் நடந்தன. குளிர்காலத்தில் சில பறவைகள் உறைந்து போய் மடிந்தன. சில அரிய வாத்தினப் பறவைகள் திருடப்பட்டு, யாரோ ஒருவரின் விருந்து மேசையில் முடிந்துபோயின. நடுங்கிக்கொண்டே விழுந்த ஈமுப்பறவையொன்று காணாது போயிற்று. திருமதி கபூர் இச்சம்பவங்களை புகாரின்றி ஏற்றுக்கொண்டாள். உலகின் அன்பற்ற தன்மையின் அம்சமாகவும் தன் தனிப்பட்ட கர்ம வினையாகவும் புதிதாய் இடம்பெற்றிருந்த நெருப்புக் கோழியின் முட்டையை கையில் வைத்தபடி, கனவுகளையும் நிஜத்தையும் குழப்பிக் கொண்டதற்காக - அவன் எப்போதும் அப்படிச் செய்ததால் - தன் மகனைத் திட்டினாள்.

“வழக்கத்திற்கு மாறானது ஒருபோதும் உண்மையானதில்லை. பறக்கும் அத்தட்டுகள் எப்போதும் புரட்டாகி சாதாரண வெளிச்சங்களாகிவிடுகின்றன, இல்லையா? இன்னொரு உலகிலிருந்த மக்கள் இங்கே வருவதானால், பாலைவனத்திலிலுள்ள பைத்தியக்கார ஹிப்பிகளை மட்டும் ஏன் அவர்களுக்குக் காண்பிக்க வேண்டும்? மற்ற எல்லோரையும் போலவே அவர்கள் ஏன் JFK இல் இறங்கக்கூடாது. ஏகப்பட்ட கை - கால்களுடைய கடவுள், ஓவல் அலுவலகத்திலுள்ள அதிபரைப் பார்ப்பதற்கு முன், உன் படுக்கையறையில் உன்னிடம் வரும் என்றெண்ணுகிறாயா? பைத்தியமாகிவிடாதே.” பெரிய அலகுப் பறவையொன்று அவள் தோளில் அமர்ந்து அவளது மூக்கால் அழுத்துகையில் அவள் அவனிடம் கூறினாள்.

அவள் கூறி முடிக்கையில் ஜிம்மி தன் ஞாபகத்தைச் சந்தேகிக்கத் தொடங்கினான். அது உண்மையில் பயங்கரக் கனவாய் இருந்திருக்கக் கூடும். தன் கழிவையே அவன் விழுங்கத் தொடங்கியிருந்ததால் இவ்வளவு இழப்புக்குரியவனாக அவன் இருந்திருக்கக் கூடும். காலையில் நாயகன் நட்ராஜினைப் பற்றிய தடயமே இல்லை. சரியா? நிலைகுலைந்த மேசை நாற்காலியோ விழுந்துகிடந்த காபிக் குவளையோ எதுவுமில்லை. கிழிபட்ட நிழற்படங்கள் இல்லை. படுக்கையறை திடமாயும் நிஜமாயும் உணரப்பட்டது. எப்போதும் போல, அவனது நோய்வாய்ப்பட்ட அம்மா சரியாயிருந்தாள்.

சில ஆண்டுகளுக்கு முன்னர் ஜிம்மியின் அப்பா ஓர் ஆப்பிரிக்கப் பாம்புண்ணிப் பறவையுடன் பஞ்சாரத்தில் பறந்திருந்தார். தனக்கென்று ஓரிடத்தைப் பெறுவதற்கான

பணத்தை ஜிம்மி இன்னும் வைத்திருக்கவில்லை. பெண் சிநேகிதி இல்லை. எப்போதும் புத்தகம் ஒன்றில் பதிந்துள்ள பெரிய மூக்குள்ள, மெல்லிய - மெல்லிய யுவதியை, மேற்புறத்தில் இனிய நடத்தையும் கீழே அருவருப்பான நடத்தையும் கொண்ட ஒரு கல்லூரி யுவதியை அவன் மணந்துகொள்ள வேண்டுமென்று அவனது நோய்வாய்ப்பட்ட அம்மா விரும்பினாள்.

அதிர்ஷ்டவசமான காலம் பிறந்து பெரிய இடத்தை நான் பார்க்கும் வரையிலும், என் போக்கில் விட்டுவிடு. உனக்கு நன்றி, என்றெண்ணினான். நெடிய அழகிய பெண்கள் நியூயார்க்கில் வசித்தனர். சிறிய அழகிய பெண்கள் லாஸ் ஏஞ்சல்ஸில் வசித்தனர். தான் அழகிய கடற்கரையில் வசித்ததற்காக ஜிம்மி சந்தோசப்பட்டான். தனிப்பட்ட அழகுத் தகுதியையுடையவனாயிருந்திட அவன் ஏங்கினான். ஆனால் இப்போதைக்குப் பெண் சிநேகிதி இல்லை. ஒழியட்டும். கவலை வேண்டாம். இப்போதைக்கு அவன் கணக்கியல் நிறுவனத்தின் உரிமையாளரான, தன் ஒன்றுவிட்ட சகோதரன் நார்மலுடன் சண்டையிட்டுக்கொண்டு அலுவலகத்தில் இருந்தான்.

தன் பெயரினை நார்மல் என்று மாற்றிக் கொள்ளும் அளவுக்கு அவனது ஒன்றுவிட்ட தம்பி நிர்மல் இயல்பாக இருக்க விரும்பியதை அவன் வெறுத்தான். பெயருக்கான வார்த்தை மோனிகா என்று அவன் எண்ணிய, அத்தகைய மோசமான இயல்பான அமெரிக்கவாசியாக பேசினான் நிர்மல் - நார்மல். அவனை இன்னும் அதிகமாய் வெறுத்தான். இப்போதெல்லாம் Moniker என்பது பறக்கும் ரயில் மீதான சுவரெழுத்து ஓவியனின் சித்திரத்தைக் குறிக்கிறது எனத் தன் ஒன்றுவிட்ட சகோதரனிடம் ஜிம்மி கூறினான். நார்மல் அவனைப் புறக்கணித்தான். புகழ்பெற்ற தீபக்கின் மகன் கௌதம சோப்ராவைப் பார், அவன் பெரிதும் நியூயார்க் வாசியாக விரும்பியதால், அவன் தன் மோனிகாவை கோதமுக்கு மாற்றிக்கொண்டான் என்றான் நார்மல்.

கூடைப்பந்தாட்டக்காரர்களும் கூட : திரு. ஜான்ஸன் மேஜிக்காக விரும்பினார். இல்லையா, திரு ரோன் அல்லது ராங் கலைஞர், திரு ஆர்டிஸ்ட் திரு. உலக அமைதி (World Peace) யாக விரும்பினார். சரியா, என்னைத் திருத்தாதே, தயவுசெய்து.

நீ பேசிக்கொண்டிருப்பதில் அந்த மோக்காக்கள் ஏற்புடையவர்களானால், டிம்பிள் மற்றும் சகோதரி ஸிம்பிள் போன்ற அந்நடிகைகள் காலம் வருவதற்கு முன்னரே அவ்வளவு புகழ்பெற்றிருந்ததை மறந்திட வேண்டாம். என்னைப் பொறுத்தவரை, நான் நார்மலாகவே இருக்க விரும்புகிறேன். அதில் தவறென்ன, பெயரால் நார்மலாக, இயற்கையால்

இயல்பாக இருக்க விரும்புகிறேன். கோதம் சோப்ரா, சிம்பிள் கபாடியா, மேஜிக் ஜான்ஸன், நார்மல் கபூர். அப்படி அப்படியே. உருவங்களின் மீது நீ கவனக்குவிப்பு செய்ய வேண்டும், கனவுகளிலிருந்து உன் தலையை எடுத்துவிட வேண்டும். இல்லையா? உனது நல்ல அம்மா, உனது கனவை என்னிடம் கூறினாள். ஜிதேந்திரா கே.வரைந்தது போல, சிவா நட்ராஜ் உன் படுக்கையறையில் அப்படியே போய்க்கொண்டிரு, ஏன் கூடாது? போய்க் கொண்டேயிரு. ஒரு வருத்தத்திடம் வந்து சேருவாய். உனக்கு வாழ்க்கை வேண்டுமா? மனைவியா? பிரச்சினை வேண்டாமா? உருவங்களின் மீது கவனக்குவிப்பு வை. உன் அம்மாவைக் கவனித்துக்கொள். கனவுகாண்பதை நிறுத்து. நிஜத்தைப் பார்த்து விழித்தெழு. அதுவே நார்மலின் நடைமுறை. அதனைப் பின்பற்றினால் நன்றாக செயல்படுவாய்.

அவன் வேலையிருந்து கிளம்பியபோது வெளியே ஹாலோவீனாக இருந்தது. குழந்தைகள், அணிவகுத்துச் செல்லும் இசைக்குழுக்கள் முதலியன சென்று கொண்டிருந்தன. அவன் எப்போதும் ஹாலோவீன் விருந்துக் கும்பலுடன் அன்பாயிருந்திருந்தான். ஒருபோதும் அந்த ஆடையலங்காரச் சிக்கலுக்குள் போனதில்லை. நேரத்தை வீணடித்து மகிழும் போக்கு பெண் சிநேகிதி இல்லாததால்தான் என்பதை ஒருபாதி ஒத்துக்கொண்டான். அவ்வின்மையின் விளைவாயும் அதற்கான ஒருபாதி காரணமாகவும் இருந்தது என. கடந்த இரவின் அம்சங்களாலான அவனது சிந்தனையுடன் இன்றிரவு ஹாலோவீன் முழுதாக அவன் மனிதிலிருந்து நழுவிப் போயிருந்தது. இறந்தவர்களும் முலைக்காம்பு வெளித்தெரியும் வேசிகளும் நிறைந்த வீதிகளில் அவன் நடந்தான். தன் அம்மாவின் இயலாமை, அவளது குற்றவுணர்வுள்ள தனி மொழிகள், பதறுகின்ற அவளது பறவை வித்துக் கடமைகள் ஆகியவற்றிற்கு ஆயத்தப்படுத்திக் கொண்டு, நான் செய்வேன் 'மா' என்றான் அவளிடம். என் பறவைகளை உயிர்ப்புடன் பராமரித்திருப்பதும் மரணத்திற்காகக் காத்திருப்பதும் தவிர்த்து நான் எதற்குப் பிரயோஜனம், வேண்டாம் மகனே எனத் தன் தலையைப் பலவீனமாய் அசைத்தாள். அது அவளது வழமையான பேச்சு. அந்தச் சூழலில்பார்த்தால் சற்றுக் கோரமானதுதான். கல்லறைகளிலிருந்து எழுந்துவரும் இறந்தோர் தம் கோர நர்த்தனங்களை நிகழ்த்துவது போன்றது. தலை மூடிய துறவிகளின் பழக்கவழக்கங்களில், அறுவடையாளரின் அரிவாள்களை ஏந்தி, வாய்பிளந்த கபாலங்களின் வாய்களின் வழியே போத்தலின் வோட்காவை அருந்துகின்ற, எலும்புக்கூடு போர்த்திய உருவங்களின் இரவில் அதிசயப்படவைக்கும் முக

ஒப்பனை கொண்ட பெண்ணை அவன் கடந்துபோனான். அவளது முகத்தின் நடுவே ஒரு ஜிப் இருந்தது. அவளது கன்னம் - கழுத்துவரையிலும் சருமமற்ற தசையைக் காட்டும் விதத்தில் அவள் வாயைச் சுற்றிலும் அது திறந்திருந்தது. பிரியமானவளே, நீ எல்லாவிடத்திற்கும் போய்வந்திருப்பாய், ஆனால் இன்றிரவு யாரும் உன்னை முத்தமிட விரும்ப மாட்டார்கள் என அவன் எண்ணினான். அவனையும் யாரும் முத்தமிட விரும்பவில்லைதான். ஆனால் அவன் சந்தித்திட அதிநாயகனை வெளிக்காட்டும் கடவுள் இருந்தார். இன்றிரவு அச்சம் ஆனந்தம் இரண்டாலும் நிரம்பியுள்ளது எனத் தனக்குத்தானே கூறிக்கொண்டான். இன்றிரவு யார் கனவு காண்கிறார், யார் விழித்திருக்கிறார் என்று பார்த்துவிடுவோம்.

நிச்சயமான வகையில் நள்ளிரவில் கேப்டன் ப்ரேவ்ஹார்ட், ரெபெக்கா - மிஸ்டிக் முதலானோரின் படங்களெல்லாம் சுழலும் கருமேகத்தால் விழுங்கப்பட்டன. எங்கோ முடிவின்றி விநோதமாயுள்ள ஓரிடத்திற்குச் செல்லும் சுரங்கத்தை வெளிக்காட்டிட, அது மெல்ல திருகுசுழலாய் திறந்துகொண்டது. அறிவின் விதிகளுக்குக் கட்டுப்படுவதற்கு அதியற்புத உயிரிகள் தேவையில்லை. ஏனெனில் அவை மீறுவதும் வெறுப்பதும் தூக்கி எறிந்திட முற்படுவதும் ஆனவற்றுள் அறிவு ஒன்றாய் இருந்தது. நாயகன் நட்ராஜ் க்வீன்ஸிலுள்ள படுக்கையறைக்குச் சென்றிட இச்சந்தர்ப்பத்தில் கவலைப்படவில்லை. தன் முடிவில் பகுத்தறிவுச் சிந்தனைக்குச் சிறிதும் தொடர்பில்லை என்று ஜிம்மியே பின்னர் ஒத்துக்கொள்வதாய் இருப்பினும், இளைஞனான வரைகலை நாவலாசிரியராக வர இருப்பவன், மேகத் திருகுச்சுழலினை நோக்கி மெல்ல நகர்ந்து சென்று, குளிக்கும் நீரைச் சோதித்துப் பார்ப்பது போல, அதன் மையத்திலிருந்த கருந்துளைக்குள் கையை வைத்தான்.

விசித்திரத் தன்மைகள் பீடிகையாயிருந்த பிரதான சம்பவம், நம் மூதாதையரில் பலர் வாழ்ந்திராத மோசமான ஊழியிறுதியான உலகங்களின் யுத்தம் பற்றி இப்போது நாம் அறிவோம். திகிலூட்டும் அறியாததின் முன்னே, இளம் ஜினேந்திர கபூரின் தீரம் குறித்து நாம் அதிசயப்படவே முடியும். ஆலிஸ் முயல்வளையிலிருந்து விழுந்தபோது அது விபத்தாயிருந்தது. ஆனால் அவள் கண்ணாடியினூடே நடந்தபோது அது அவளின் சுயேட்சா விருப்புறுதியாக, இதுவரையிலுமான தீரச் செயலாக இருந்தது.

ஜிம்மிகே. யிடம் அப்படி இருந்தது. புழுத்துளையின் முதல் தோற்றத்திடமோ, நட்ராஜ் நாயகனாக மாற்றுருவில் வந்த இருட்டு ஜின்னான, பிரமாண்ட இஃப்ரிட் தன் படுக்கையறைக்கு

வந்ததிலோ அவனது கட்டுப்பாடு இல்லை. ஆனால் இந்த இரண்டாம் இரவில் அவன் ஒரு முடிவெடுத்தான். அடுத்துத் தொடர்ந்த யுத்தத்தில் ஜிம்மி போன்ற மனிதர் தேவைப்பட்டனர்.

பிற்பாடு ஜிம்மி கபூர் தன் தாயிடமும் தனது ஒன்றுவிட்ட சகோதரன் நார்மலிடமும் கூறியமாதிரி, புழூத்துளைக்குள் தன் கையினை வைத்ததும், அதிர வைக்கும் வேகத்தில் நிறைய விஷயங்கள் நிறைவேறிவிட்டன. முதலில், பிரபஞ்சத்தின் விதிகள் செயல்பாடாது நின்றிருந்த வெளிக்குள் அவன் சட்டென்று இழுக்கப்பட்டான். இரண்டாவதாக, முதலாவது இடம் எங்கிருக்கும் என்னும் உணர்வினை இழந்துவிட்டான். இடம் பற்றிய கருத்தினை அவன் கண்டுகொண்டவிடத்தே அர்த்தத்தை இழந்து வேகத்தால் இடப்பெயர்ச்சி செய்யப்பட்டது. தூய்மையானதும் அதி வேகமானதுமான பிரபஞ்சத்திற்கு தோற்றப்புள்ளியோ, பெருவெடிப்போ படைப்புத் தொன்மமோ தேவைப்படவில்லை. இங்கிருந்த ஒரே ஆற்றல் ஈ - விசை என்றழைக்கப்பட்டதுதான். அதன் தாக்கத்தில்தான் விரைவுபடுத்துதல் எடையாக உணரப்படுகிறது. இங்கே காலம் இருந்திருப்பின், ஒரு வினாடியின் துளியில் ஒன்றுமில்லாது நசுக்கப்பட்டிருப்பான். அம்முடிவற்ற காலத்தில், இருண்ட ஜின் போன்றவற்றை அனுமதித்திட்ட, அவனறிந்துள்ள உலகின் சருமத்தின் கீழே இயங்கிடும் உண்மையான சுரங்க வலைப்பின்னலின் திரையின் பின்னுள்ள, உலகின் போக்குவரத்து அமைப்புக்குள் தான் நுழைந்திருந்ததைக் கண்டு கொள்ள அவனுக்கு நேரமிருந்தது, தமது விதிகளற்ற நிலத்தைச் சுற்றி ஒளியின் வேகத்தைவிடவும் செல்வது யார், எது என்று அவனுக்கு எண்ணமில்லை. அதற்கு நிலம் என்னும் சொல் பொருத்தமற்றதாய்த் தோன்றிற்று. புனைவுலகின் இச்சுரங்கச் ரயில்பாதை நீண்ட காலத்திற்குத் திடமான பூமியிலிருந்து என்ன காரணமற்ற காரணத்திற்கு தொடர்பற்றிருந்தது என்று யூகித்திட அவனுக்கு நேரமிருந்தது. ஆனால் இப்போது மனிதரிடையே அற்புதங்கள் நிகழ்த்தும் பொருட்டு அல்லது நாசம் புரியும் பொருட்டு, நிஜத்தின் பரிமாணத்திற்குள்ளே வெடித்தெழத் தொடங்கியிருந்தான்.

அல்லது இந்த எண்ணங்களுக்கென்று அவனிடம் நேரமில்லாது இருந்திருக்கலாம். அவன் மீட்கப்பட்ட பின், அவனது மனத்தில் அவை உண்மையாக உருவாகியிருக்க வேண்டும், ஏனெனில் சுழலும் கரும்புகையின் சுரங்கத்தில், தன்னால் காணவோ கேட்கவோ முடியாத ஒன்று - ஒருவர் தன்னை நோக்கி வருவதைத்தான் அவன் உணர்ந்தது. அப்புறம் அவனது பைஜாமா கிழிந்து தொங்கிய நிலையில், தன் படுக்கையறைக்குள்

தடுமாறிக்கொண்டு வந்தான். அதனால் தன் முன்னே நின்றிருந்த அழகிய யுவதி காரணமாக தன் அம்மணத்தைத் தன் வெற்றுக் கரங்களால் மறைத்திட வேண்டிய நிர்ப்பந்தம் கொண்டிருந்தான். தன் காலத்து யுவதியர் அணிகின்ற இறுக்கமான கருப்பு ஜீன்ஸும் கருப்பு மேலுடையும் கணுக்கால்கள் வரை லேஸ் கொண்ட பூட்ஸ்களும் போட்டிருந்தாள். அம்மா விரும்பிய பெண்ணை விடவும் ஒல்லியாயிருந்தாள். ஆனால் இன்னும் கவர்ச்சியான மூக்கைப் பெற்றிருந்தாள். அவன் இயல்பாக சுற்றுவதற்கு விரும்பியிருக்கக் கூடியவளாக இருந்தாள்.

அவள் குச்சி போல மெலிந்த அழகியாக இருந்த போதிலும் அல்லது அதன் காரணமாக, அவள் தன் அணியிலிருந்து தொலைதூரத்திலிருந்ததாகக் கண்டான். ஜிம்மி அதனை மறந்துவிடு, உன்னை முட்டாளாக்கிக் கொள்ளாதே. நிதானமாயிரு, கவனமாய் இயங்கு. வேகச் சுழலிலிருந்து அவனைக் காப்பாற்றியிருந்தது இந்த யுவதியே, இன்னொரு உலகிலிருந்து வந்த தேவதை அல்லது பெரிஸ்தானிலிருந்து வந்த பெரி மற்றும் அவள் அவனுடன் பேசிக்கொண்டிருந்தாள். இப்போது அவனுக்கு நிகழ்ந்துகொண்டிருந்த விஷயம் இது. அவனது தலையை இறங்கச் செய்தது. வாவ், யா, வார்த்தைகளில்லை.

****

ஜின்கள் தம் குடும்ப வாழ்வின் பொருட்டு குறிப்பிடத் தக்கவையாக இல்லை. (ஆனால் பாலுணர்வு பெற்றிருக்கவே செய்தன. எல்லா நேரமும் அதனைப் பெற்றுள்ளன.) ஜின் அம்மாக்கள் அல்லது அப்பாக்கள் இருக்கின்றனர். ஆனால் தலைமுறைகளுக்கு இடையிலான பந்தங்கள் அடிக்கடி விட்டுப்போகும்படியாக, ஜின்களின் தலைமுறைகள் மிக நீண்டுள்ளன. ஜின்களின் தந்தைகளும் மகள்களும் அரிதாகவே நல்ல உறவு நிலைகளில் இருக்கின்றனர் என்பதைப் பார்க்கப் போகிறோம். ஜின்களின் உலகில் காதல் அரிதானதாகும் (ஆனால் பாலுணர்வு தீராதது). கோபம் (குறிப்பாகக் காமம்) என்னும் கீழ்த்தர உணர்வுகளுள்ளவை - பாசத்தின் சில அம்சங்களையும் உடையவை என நம்புகிறோம், ஆனால், சுயநலமின்மை, பக்தி போன்ற உயர்ந்த உன்னத உணர்வுகள் அவற்றிடமிருந்து நழுவிப் போகின்றன. மற்றவற்றில் போன்றே, துனியா இதில் தன்னை விதிவிலக்காக நிரூபித்தாள்.

காலப் போக்கில் ஜின்கள் அப்படியொன்றும் பெரிதாய் மாறிவிடவில்லை. அவற்றுக்கு இருப்பு என்பது இருத்தல் என்பதான விவகாரமே தவிர ஆகுதல் அல்ல. இதன் காரணமாக, ஜின்களின் உலகில் வாழ்க்கை சலிப்பூட்டுவதாய் இருக்க

இயலும். (பாலுணர்வு தவிர்த்து) இயற்கைப்படி இருப்பு என்பது செயலற்ற, மாற்றமின்றி, காலமற்ற, நித்தியமான, அசமந்த நிலையாகும். (இடையறாத பாலுணர்வு தவிர்த்து) இதன் பொருட்டே மானுட உலகம் ஜின்களுக்கு எப்போதும் கவர்ச்சிகரமாயிருந்தது. மானுட வழி செய்துகொண்டிருப்பதாக, மானுட யதார்த்தம் மாறுவதாக, மானுட உயிர்கள் எப்போதும் வளர்ந்து கொண்டிருந்ததாகவும் சுருங்கிப் போவதாகவும், முயன்று கொண்டிருந்ததாகவும் தோற்றுப் போனதாகவும், ஏங்குவதாகவும் பொறாமை கொள்வதாகவும், பெறுவதாகவும் இருந்தன. தொகுத்துரைப்பின் சுவாரஸ்யமானதாயிருந்தன. உலகங்களுக்கிடையிலான பிளவுகளினூடே அவை நகர்ந்து சென்று, மனித விவகாரத்தில் தலையிட்டு, மனித வலையை சிக்கல்படுத்தி அல்லது சிக்கலை நீக்கும்போது, மனித வாழ்வின் மனித உறவுகளின் மனித சமூகங்களின் முடிவற்ற உருமாறுதல்களை துரிதப்படுத்தியோ நிறுத்திவைத்தோ இருக்கும்போது, புனைவுலகின் நிலைத்த நிலையில் இருந்ததை விடவும், முரண்பட்ட வகையில், தம்மைப் போன்றே உணர்ந்தன. ஜின்களை வெளிப்படுத்தல் செய்யுமாறு, அதிர்ஷ்டவசமான மீனவருக்கு அளப்பரும் செல்வத்தை உருவாக்குமாறு, மாய வலைகளில் நாயகர்களைச் சிறைப்படுத்துமாறு, கௌரவருக்கும் பாண்டவருக்கும் அல்லது கிரேக்கருக்கும் ட்ரோஜன்களுக்கும் இடையிலான யுத்தங்களில் சார்ந்து நின்று வரலாற்றினை உருவாக்குமாறு - தடுத்திடுமாறு, முதுமையுற்று வேதனைப்பட்டு அவன் வருவதற்காகக் காத்திருந்து ஜன்னலோரத்தே தனித்து இறந்து கிடக்கின்ற, தன் காதலியை காதலன் சென்றடைவதில் காம தேவனாக இருந்திட அல்லது சாத்தியமற்றதாக்கிடச் செய்தது மானுட உயிர்களே.

ஜின்கள் மனித விவகாரங்களில் தலையிட முடியாதவையாக இருந்த நீண்ட காலமே, உலகங்களுக்கிடையிலான முத்திரைகள் கிழிபட்டபோது, அவை ஆவேசத்துடன் மீண்டும் நுழைந்ததற்குக் காரணம் என இப்போது நாம் நம்புகிறோம். படைப்பாக்கமிக்கதும் நாசகரமானதுமான ஒடுக்கப்பட்டிருந்த ஆற்றலனைத்தும், நல்லதும் கெட்டதுமான விஷமமெல்லாம் புயலென வெடித்துக் கிளம்பின. நல்லனவற்றின் ஜின்களுக்கும் பில்லி - சூனியத்தின் ஜின்களுக்கும், பிரகாசமானதும் இருண்டதுமான ஜின்களுக்கும் இடையே, அவற்றின் பெரிஸ்தானிய புலம் பெயர்தலில் பகைமை வளர்ந்திருந்தது. விரோதம் வளர்ந்து வருவதற்கான வளர்ப்புத் தாய்களாக மனித உயிர்கள் மாறின. ஜின்கள் திரும்பிவரவும், பூமியில் வாழ்க்கையின் விதிகள் மாறியிருந்தன. அவை நிலைத்திருக்க வேண்டிய இடத்தில் மனம் போல்

திரிவதாயிருந்தது. அந்தரங்கம் இன்னும் சிறப்பாயிருக்க வேண்டிய இடத்தே அத்துமீறுவதாயிருந்தது. குற்றம் சொல்லும்படிக்கு கேடானவையாயிருந்தன. நியாயத்தைக் கருதவே கருதாது பாரபட்சம் காட்டின, தம் மறையாற்றல் தோற்றத்தால் இரகசியமாயிருந்தன. இருண்ட ஜின்களின் இயல்புப்படி ஒழுக்கத்தை மீறின. வெளிப்படைத் தன்மையை மதிக்காமல் இருண்மையாயிருந்தன. பூமியின் மீதுள்ள எந்தக் குடிமகனுக்கும் பொறுப்புடையனவாக இல்லை. மற்றும் ஜின்கள், ஜின்களாக இருந்தமையால், புதிய விதிகள் என்னவாயிருக்கும் என, வெறுமனே மனிதராயிருந்தவருக்கு கற்பிக்கும் உத்தேசம் கொண்டிருக்கவில்லை.

பாலுணர்வு விஷயத்தில், ஜின்கள் மனிதருடன் அவ்வப்போது உடலுறவு கொண்டிருந்தன. தாம் தெரிவு செய்த உருவுக்கேற்ப மாறிக்கொண்டன. தம் துணைக்கு உகப்பளிப்பவையாகத் தம்மை ஆக்கிக்கொண்டன. ஒழுங்கு முறைமை கிஞ்சித்துமின்றி, அவ்வப்போது பாலினத்தைக்கூட மாற்றிக்கொண்டன என்பது உண்மையே. எனினும், ஒரு ஜினியா மனிதக் குழந்தைகளைப் பெற்றுக் கொண்டது மிகவும் சிலவான நேர்வுகளில்தான்.

காற்றினால் சலனத்திற்குள்ளான முடியினால் கருவுற்ற காற்று அதிக முடிகளை ஈன்றது போன்றிருக்கும். இன்னொரு வாசகரைப் பெற்றெடுப்பதற்காக ஒரு வாசகருடன் கதை இணைசேர்ந்தது போன்றிருக்கும். பெரிதும் மலட்டுத் தன்மை கொண்டு வந்திருந்த ஜின்னியாக்கள், தாய்மை, குடும்பப்பொறுப்பு போன்ற பொறுப்புகளில் அக்கறையற்றிருந்தன. அப்படியானால், துனியாஜாத்தின் மூதாதையான துனியா, தன்னுடைய பெரும்பான்மையினரைப் போன்றில்லை, அல்லது அப்படியானாள் என்பது உடனே தெளிவாகும். ஓர் ஆலையைப் போல அல்லது கடும் உழைப்பினால், ஹென்றிஃபோர்ட் கார்களை உற்பத்தி செய்யக் கற்றுக் கொண்டது போல, ஜார்ஜஸ் சிமினான் நாவல்கள் எழுதியது மாதிரி அவள் சந்ததிகளை உருவாக்கியது மட்டுமல்லாமல், அவர்களனைவரையும் தொடர்ந்து பராமரிக்கவும் செய்தாள். இபின் ரஷீத் மீதான அவளது நேசம் இயற்கையாகவே, தாய்மைப்படி, அவர்தம் சந்ததியினரிடத்தே இடமாற்றிக் கொண்டது. உயிர்த்திருந்த ஜின்களிலெல்லாம் உண்மையான ஒரேயொரு தாய் அவளாகவே இருக்கக் கூடும். மாபெரும் தத்துவாசிரியர் அவளுக்கு அளித்திருந்த பணியில் அவள் ஈடுபட்டாள், நூற்றாண்டுகால கொடுமைக்குப் பின், தன் சிதறிப்போன வம்சத்தினரில் எஞ்சியிருந்தோரிடம் பாதுகாப்பாயிருந்தாள். இரு உலகப் போர்களின் நீண்ட பிரிவினையின்போது அவர்களை இழந்து

கசப்புணர்வு கொண்டாள். அவர்களை மீண்டும் தன் சிறகுகளின் கீழே கொண்டு வந்திட ஏங்கினாள்.

நீங்கள் ஏன் இன்னும் உயிருடனிருக்கிறீர்கள் என்பதைப் புரிந்துகொள்கிறீர்களா? என வெட்கப்பட்டபடி அவள் ஜிம்மி கபூரைக் கேட்டாள். அவன் ஒரு போர்வையைத் தன்மீது இழுத்து விட்டுக்கொண்டான். "தெரியும், ஏனெனில், நீ என் உயிரைக் காப்பாற்றினாய்" எனத் தன் விழிகள் வியப்பால் நிறைந்திருக்க அவன் குறிப்பிட்டான். தன் தலையைச் சாய்த்தவாறு அவள் ஒத்துக்கொண்டாள். "இன்னொரு காரணத்திற்காக இல்லை என்றால், உங்களை அடையுமுன்பு, மாபெரும் தாழியில் துகள்களாக நொறுக்கப்பட்டு இறந்து போயிருப்பீர்கள்" என்றாள்.

தனக்கு என்ன நேர்ந்துகொண்டிருந்தது எனப் புரிந்துகொள்ள முடியாத அவனது பயத்தை, அவனது திசைவழிக் குழப்பத்தை, இயலாமையை அவள் கண்டுகொண்டாள். அதனை அவளால் தவிர்க்க முடியவில்லை. அவனால் புரிந்துகொள்ள இயலாதபடி அவனது வாழ்க்கையை இன்னும் கடினமானதாக ஆக்கிடவும் அவள் முயன்றிட இருந்தாள். நம்புவதற்குச் சிரமமானதாயிருப்பவற்றை உங்களிடம் சொல்லப்போகிறேன் என்றாள். அநேகமாக வேறெந்த மனித உயிரியையும் போன்றில்லாமல், நீங்கள் தாழிக்குள் உலகங்களுக்கிடையிலான பாதைக்குள், நுழைந்திருந்தீர்கள் மற்றும் பிழைத்திருந்தீர்கள், ஆதலின் இன்னொரு உலகம் இருப்பதை ஏற்கனவே அறிந்திருந்தீர்கள். நான் அவ்வுலகிலிருந்து வந்துள்ள ஒரு ஜின்னியா, பிரகாசமான ஜின்கள் குலத்தின் இளவரசி. உங்களது கொள்ளு -கொள்ளு- கொள்ளு - கொள்ளு- கொள்ளு - கொள்ளு- கொள்ளு- கொள்ளுப்பாட்டியும் கூட- ஒன்றிரண்டு கொள்ளுவை விட்டுவிட்டிருந்தாலும் கூட, கவலைப்பட வேண்டாம். பன்னிரண்டாம் நூற்றாண்டில் உங்களது கொள்ளு - கொள்ளுத் தாத்தாவை நேசித்தேன். உங்களது புகழ்வாய்ந்த மூதாதையான தத்துவவாதி இபின் ரஷீத்தும், மூன்று தலைமுறைகளுக்கு முன் குடும்ப வரலாற்றின் தடயத்தைக் கொண்டு போக இயலாத ஜிம்மி கபூரான நீயும் அப்பெரும் நேசத்தின் விளைவே -மனித குலங்களுக்கும் ஜின்களுக்கும் இடையில் நிலவியதில் மிகப் பெரிய நேசமாக அது இருந்திருக்கலாம். இஸ்லாமிய கிறித்தவ, நாத்திக அல்லது யூத என என்னும்படியான, இபின் ரஷீத்தின் சந்ததியர் அனைவரையும் போல நீயும் ஒரு பாதி ஜின்களுக்குரியவரே என்று அர்த்தமாகும். மனிதப் பகுதியினை விடவும் மிக வலுவான ஜின்களின் பகுதி, உங்களனைவரிடத்தேயும் வலுவாயிருக்கிறது. அங்கே மற்றமையினை உங்களால் உயிர்த்திருக்க வைப்பது

சாத்தியமாவது அதன் காரணமாகத்தான். ஏனெனில் நீங்களே மற்றமையும்கூட.

“வாவ், அமெரிக்காவில் பழுப்பு நிறப் பகட்டனாயிருப்பது மோசமானதில்லை. நான் அரைபாதி பூதமும் கூட என்றெனக்குச் சொல்லிக்கொண்டிருக்கிறீர்கள்” அவன் கூச்சலிட்டான்.

அவன் எவ்வளவு இளமையாயிருந்தான், தானறிந்திருந்ததை விடவும் வலுவானவன் என அவள் கருதினாள். கடந்த இரண்டு இரவுகளில் அவன் பார்த்திருந்ததைப் பார்க்கும் பலர் சித்தம் பேதலித்திருப்பார்கள். ஆனால் அவனோ கலவரமுற்றிருப்பினும், நிதானமாயிருந்தான். மனிதரிடத்தேயான திட நம்பிக்கையே உயிர்த்திருப்பதற்கான அவர்களது சிறந்த வாய்ப்பினையும், கற்பிதம் செய்ய இயலாததை, பிரக்ஞை சாராததை, முன்னிருந்திராததை நேராகக் காணும் அவர்களது திறனையும் பிரதிபலித்தது. ஒருவிதத்தில் பெற்றுக்கொள்ளப்பட்டதும், (அதன் காரணமாக வெற்றிபெறாததுமான) இந்து - தெய்வம் - அரசியரின் அதிநாயகர்- இடமாற்றப்படல் வாயிலாக, இளைஞனான ஜிதேந்திரா தன் கலையில் சதா முரண்பட்டது இது போன்றதுதான். ஆழத்திலிருந்து எழும் ராட்சதன் உங்கள் சொந்த ஊரின் அழிவும் உங்கள் தாய்மார் வல்லுறவுக்கு ஆளாதலும், வானில் இரண்டாவது சூரியன் வருவதும் அதன் பின்னான இரவு ஒழிப்பும் - நாயகன் நட்ராஜின் குரலில் அவன் வெறுப்புடன் கொடூரத்திற்குப் பதிலளித்தான். நீ பெற்றிருப்பதெல்லாம் அவ்வளவுதானா, அதுதான் உனது சிறந்த அடியா, ஏனெனில் உன்னை வீழ்த்திட உன்னிடம் நாங்கள் பிரயோகிக்க வேண்டியது எதுவென யூகிக்க வேண்டும், தாயோளி, இப்போது கற்பனைப்படைப்பில் தைரியத்தைப் பழகிவந்துள்ள அவன், தன் உண்மையான வாழ்வில் கண்டறிந்துகொண்டிருந்தான். அவன் எதிர்கொள்ள வேண்டியிருந்த முதல் ராட்சதன், அவனது காமிக் - புத்தகப் படைப்பே.

தீரமிக்க இவ்விளைஞனிடம் அவள் கண்ணியத்துடனும் தாய்மையுடனும் பேசினாள். அமைதியாயிருங்கள், உங்களது உலகம் மாறிக்கொண்டிருக்கிறது என்றாள் அவனிடம். மிகப் பெரும் கொந்தளிப்புகளில் காற்றடித்து வரலாற்றின் அலை எழும்போது, அமைதியான பகுதிக்கான பாதையை வகுத்துச் செல்ல நிதானமிக்கவர்கள் அவசியம். நான் உங்களுடன் இருப்பேன். உங்களுக்குள்ளேயான ஜின்னியைக் கண்டுகொள்ளுங்கள், உங்களின் நாயகன் நட்ராஜினைவிடவும் பெரிய நாயகனாக நீங்கள் இருக்கக் கூடும். அது உள்ளே இருக்கிறது. நீங்கள் கண்டறிவீர்கள்.

புழுத்துளை மூடிக்கொண்டது. தலையைக் கைகளில் பற்றியவாறு அவன் தன் படுக்கையில் உட்கார்ந்திருந்தான். "இப்போது இதுதான் எனக்கு நடக்கின்றது. என் படுக்கையிலிருந்து மூன்றடி தொலைவில் உலகினூடே செல்வதான இரயில் நிலையத்தை நிர்மாணிக்கின்றனர். கட்டுமான அனுமதி? அப்படியொன்றுமில்லை. முப்பரிமாணத்தைத் தாண்டிய உலகில்? அது குறித்து இம்மா புகார் செய்கிறார். *3-1-1* னை இப்போதோ இம்மா அழைக்கின்றார்." அவனது நரம்பியல் நடுக்கம் பேசிக்கொண்டிருந்தது.

அதனை விளையாடுமாறு விட்டுவிட்டாள். நிலவரத்தைச் சமாளிப்பதில் அது அவனது பாணி. அவள் காத்திருந்தாள். தன் படுக்கைமீது சாய்ந்தான். அவன் தோள்கள் நடுங்கின. தன் கண்ணீரை அவளிடமிருந்து மறைக்க முயன்றான். அவற்றை தான் பார்க்கவில்லை என்பதாக பாவனை செய்தாள். அவன் மட்டும் அங்கு தனித்தில்லை என்று அவனிடம் கூறி, அவனது ஒன்றுவிட்ட சகோதரர்களுக்கு அவனை அறிமுகப்படுத்திட அவள் அங்கிருந்தாள். அமைதியாக அத்தகவலை அவன் மனத்திலே பதித்தாள். அவனின் ஜின் பகுதி ஈர்த்துக்கொண்டது. புரிந்துகொண்டது, அறிந்துகொண்டது. அவை இப்போது எங்குள்ளன என்பது உங்களுக்குத் தெரியும் என அவள் அவனிடம் கூறினாள். வரப்போகும் காலத்தில் ஒருவருக்கொருவர் நீங்கள் உதவமுடியும்.

அவன் உட்கார்ந்தான். திரும்பவும் தலையைப் பற்றிக்கொண்டான். "இப்போதைக்கு இத்தொடர்பு விபரமெல்லாம் எனக்குத் தேவையில்லை. எனக்கு விகோடின் வேண்டும்" என்றான்.

அவள் காத்திருந்தாள். அவன் சீக்கிரமே அவளிடத்தே வந்து சேருவான். அவளைப் பார்த்து புன்னகைக்க முயன்றான். "அது பெரியது, அது என்னவாயிருந்தாலும்.... நீ என்னவாயிருப்பினும்,.. நான் யார் என்பது குறித்து என்னதான் நீ கூறினும். எனக்குச் சிறிது நேரம் தேவைப்படுகிறது'' என்றான்.

"உனக்கு நேரமில்லை. உனது அறையில் முகப்பு ஏன் திறந்துகொண்டது என்றெனக்குத் தெரியவில்லை. நேற்றிரவு தோன்றியது உங்களது நாயகன் நட்ராஜ் இல்லை என்றெனக்குத் தெரியும். உங்களைப் பயமுறுத்துவதற்காக அல்லது அது வேடிக்கையானது என்பதற்காகவோ, யாரோ ஒருவர் அவ்வுருவத்தை எடுத்தார். மீண்டும் சந்திக்க முடியும் என்று நீங்கள் நம்ப இயலாத ஒருவர். நகருங்கள், உங்கள் அம்மாவைப் பாதுகாப்பான இடத்திற்குக் கொண்டு போங்கள். அவர்களால்

புரிந்துகொள்ள இயலாது. அவர்கள் துனியாஜாத்தாக இல்லாத படியால் சுழலும் கரும்புகையை பார்க்க இயலாது. அது உங்கள் தந்தைவழியிலிருந்து வருகின்றது என அவள் என்னிடம் கூறினாள்.

“அத்தேவடியாப் பயல், ஜின்னி போல மறைந்துபோனான். எங்கள் ஆசைகளை நிறைவேற்ற வேண்டாம். ஆப்பிரிக்கப் பாம்புண்ணிப் பறவையுடன் ஒரு புகைச் சுருளில் போய்விடவேண்டும். அவ்வளவே” என்றான் ஜிம்மி.

“உங்கள் அம்மாவை கொண்டுபோங்கள், இங்கே உங்களில் யாரும் இனியும் இருப்பது பாதுகாப்பானதில்லை” துனியா அவனிடம் கூறினாள்.

ஜிம்மி அதிசயித்தான், “வாவ், மோசம். ஹாலோவீன், எப்போதைக்கும்''.

***

இந்தியத் தேசியக் கொடியால் சுற்றப்பட்டு, சமீபத்தில் தேர்ந்தெடுக்கப்பட்டிருந்த ரோஸா ஃபாஸ்ட் என்னும் மேயரின் டெஸ்க் மீது பிரம்புக் கூடையில் பெண் குழந்தை கண்டறியப்பட்டது. மூட நம்பிக்கையும் உணர்வு நெகிழ்ச்சியும் மிகுந்தோரால் மொத்தத்தில் நல்லதாக பார்க்கப்பட்டது. குறிப்பாக அக்குழந்தைக்குச் சுமார் நான்கு மாதங்கள் இருக்கலாம். மாபெரும் புயலின்போது பிறந்து தப்பிப்பிழைத்திருக்கலாம் என்று அறிவிக்கப்பட்டபோது, ஊடகம் அதனைப் புயல்குழந்தை என்று குறிப்பிட, அப்பெயர் தங்கிவிட்டது. அது புயல்மானாகிற்று. உறுதியற்ற கால்களில் நின்று சூறாவளியைத் தீரத்துடன் எதிர்கொண்ட பாம்பி போன்ற மானின் பிம்பத்தை யூகிக்க வைத்தது. அத்துரிதமானதும் மறதிமிக்கதுமான காலத்திற்கேற்ற துரிதமான குறுகியகால நாயகி. அவளது வெளிப்படையான தெற்காசிய இனக் கூறினைப் பரிசீலிக்கையில், அவள் தேசிய எழுத்து வெற்றியாளராக ஆகிடும் வயதாவற்கு முன்னர், அது நீடித்திருக்காது என எங்கள் மூதாதையர் அனுமானித்தனர். India Abroad - இதழின் அட்டையை அலங்கரித்தாள், இந்திய - அமெரிக்கக் கலைகளின் சங்கத்தால் முன்னணி நியூயார்க் ஓவியர்களைக் கொண்டு தீட்டப்பட்ட, அவளது எதிர்கால வளர்பருவ ஆளுமை குறித்த கற்பித உருவச்சித்திரங்களின் கண்காட்சியின் விஷயமாகி, நிதி திரட்டும் தந்திரத்தில் ஏலம் விடப்பட்டாள். ஆனால், முற்போக்கு சார்புகளுள்ள, இரண்டாவது தொடர்ச்சியான பெண் மேயர் தெரிவு செய்யப்பட்டதால் ஏற்கனவே ஆத்திரமுற்றிருந்தோர் அவளது வருகையால் கோபப்பட்டனர். சிரமமிக்க நாட்களில்

இது நடந்திருக்கவே கூடாது என இந்த ஏக்கமிகுந்தோர் கூச்சலிட்டனர். எங்கள் மூதாதையரில் எஞ்சியோர் அதனை அங்கீகரித்தனரோ இல்லையோ, அதிகபட்ச பாதுகாப்புள்ள காலத்தில் மேயர் ஃபாஸ்டின் டெஸ்க்கின் மீதான அவளது வருகை, சிறியதொரு அற்புதமாய் உணரப்பட்டது.

புயல்மான் எங்கிருந்து வந்தாள். நகர்மன்றத்திற்குள் எப்படி வந்தாள்? எவரது கவனத்தையும் ஈர்க்காதபடி, பிரம்புக் கூடையைச் சுமந்தவாறு, நள்ளிரவில் ஒவ்வொரு சோதனைச் சாவடியை கடந்து செல்கின்ற, கருஞ்சிவப்பான கம்பளித் தலைமுடி உடையப் பெண்ணை, நகர் மன்றத்தின் மீது விடாது பார்வை செலுத்தும் கண்காணிப்பு கேமராக்கள் காட்டின - தன்னைப் புலப்படாதவளாக ஆக்கிக்கொள்ளும் திறமை பெற்றிருந்தாள், கேமராக்களிடம் இயலாது போனாலும், குறைந்தபட்சம் சுற்றுமுற்றும் இருந்தவர்களிடமும் கண்காணிப்புத் திரைகளைக் கவனிப்பதைக் கடமையாகக் கொண்டிருந்த அலுவலர்களிடமும். அவள் வெறுமனே மேயரின் அலுவலகத்தில் நுழைந்தாள். குழந்தையை வைத்தாள். கிளம்பிவிட்டாள். இப்பெண் குறித்து எங்கள் மூதாதையர் நல்லபடியாக அனுமானித்தனர். அவ்வமைப்பு தூங்கிக் கொண்டிருந்ததை ஒருவாறு அவள் கண்டுவிட்டாளா அல்லது ஒருவித புலப்படாத அங்கியை அணிந்திருந்தாளா? அது அங்கியாயிருப்பின், அவள் கேமராக்களுக்கும் புலப்படாது இருக்க வேண்டுமே? இயல்பாகவே, சாதாரணமக்கள் அதியாற்றல்கள் குறித்து விருந்து மேசைகளில் தீவிர விவாதங்கள் மேற்கொள்ளத் தொடங்கினர். ஆனால் அதியாற்றல்களுள்ள ஒருத்தி ஏன் தன் குழந்தையைக் கைவிட வேண்டும்? அவள் மாயக் குழந்தையின் தாயாக இருப்பின், புயல் மானும் மாய ஆற்றல்கள் சிலவற்றைக் கொண்டிருக்க வேண்டுமே? திகில் மீதான யுத்த காலத்தில் மகிழ்ச்சியற்ற சாத்தியப்பாடுகளிலிருந்து ஒருவர் விலகிச் செல்லலாகாது என்பது முக்கியம் என்பதால் அவள் அபாயகரமானவளாய் இருந்திருக்க வேண்டுமோ? புயல் குழந்தை ஒரு மனித வெடிகுண்டா? என்னும் தலைப்பில் ஒரு கட்டுரை வெளியானதும், எங்கள் மூதாதையரில் பலர் நீண்ட காலத்திற்கு முன்பே யதார்த்தவாதத்தின் விதிகளை கைவிட்டிருந்ததை உணர்ந்துகொண்டனர். அதியற்புதத்தின் மிகவும் கவர்ச்சிகரமான பரிமாணங்களில் இயல்பாக உணர்ந்தனர். விஷயங்கள் மாறவும் நமது சின்னப் புயல் சாத்தியமின்மையின் நாட்டிலிருந்து வந்தவராகவே இருந்தது. ஆனால் முதலில் ஒவ்வொருவரும் அவளுக்கொரு வீடு பார்க்க வேண்டுமே என அக்கறைப்பட்டனர்.

பிரைட்டன் பீச்சில் இருந்த வளமான உக்ரைனின் யூத குடும்பத்திலிருந்து ரோஸாஃபாஸ்ட் வந்திருந்தாள். ரால்ப் லாரெனின் மிடுக்கான ஆடைகளை உடுத்தினாள். ஏனெனில் அவரது நபர்கள் எங்களுக்கு அண்டை வீட்டாராக இருந்தனர். ப்ராங்ஸிலிருந்து வந்த ரால்ப் லிஃப்ஸிட்ஸ், அவளது உக்ரைனின் அருகிலிருந்த பெலாரஸில் மூதாதையரைக் கொண்டிருந்தார். மேயர் ஃப்ளோராஹில்லின் நட்சத்திரம் விழவும் ஃபாஸ்டின் நட்சத்திரம் உயர்ந்தது. அவளுக்கும் வெளியேறுகின்ற மேயருக்கும் இடையில் நேசம் போய்விடாதிருந்தது. இரகசிய நிதிகளுக்குப் பணம் திருப்பிவிடப்பட்டது என்னும் நிதி மோசடிகளாலும் அவளது நெருங்கிய இரு சகாக்கள் குற்றஞ் சாட்டப்பட்டிருந்தாலும், மேயர் ஹில்லின் பதவிக்காலம் குற்றச்சாட்டுகளால் நிலைகுலைந்தது. முடைநாற்றத்தின் சிறு பகுதி மேயர் அலுவலகத்தினை ஊடுருவியிருப்பினும், தூசு புகாதிருந்தது. நகர்மன்றத்தைத் தூய்மைப்படுத்துவேன் என்னும் உறுதிப்பாட்டின் மீதமைந்த, ரோஸா ஃபாஸ்டின் வெற்றிகரமான தேர்தல் பிரச்சாரம், அவளது முந்தையவருக்கு உவப்பானதாக இல்லை. ஃப்ளோரா ஹில், அலுவலகப் பொறுப்பிலிருந்து நீங்கியபின் தந்த குறிப்பு, தன்னைத் தொடர்ந்து வர இருப்பவர் "இரகசிய நாத்தகவாதி" என்பது ரோஸா ஃபாஸ்டிற்கு எரிச்சலூட்டிற்று. அவள் தனது மூதாதையரின் நம்பிக்கையிலிருந்து மிகவும் விலகியிருந்தாள். ஆனால் கடவுளற்ற தன்மையின் தனியிடத்தே அவள் என்ன செய்தாள் என்பது அவளது விவகாரமே யொழிய, வேறு ஒருவருடையதல்ல என்று உணர்ந்தாள். விவாகரத்து பெற்று, தற்போதைக்கு யாருடனும் தொடர்பின்றி, ஐம்பத்து மூன்று வயதாகி, பிள்ளைகளின்றியுள்ள ஃபாஸ்ட், குழந்தைப் புயலின் நிலைமையால் நெகிழ்ந்து, அச்சிறு பெண்ணை புதியதொரு வாழ்வுக்குள் கொண்டுவருவது தன் வேலை என ஒப்புக் கொண்டாள். முடிந்தால், பரபரப்புப் பத்திரிகைகள் எட்டிவிடாதபடி கொண்டுவர வேண்டும் என்றாள். தத்தெடுப்பதற்காகப் புயல் துரித கதியில் தொடர்பு கொள்ளப்பட்டது. புதியதொரு பெயரில் அநாமதேயமாக ஆரம்பித்திட, வெற்றிகரமாக புதுப்பெற்றோரிடம் கைமாற்றப்பட்டது. ஆனால் சில வாரங்களிலேயே புதுப் பெற்றோர் நிஜ நிகழ்ச்சிகளின் தொலைக்காட்சித் தயாரிப்பாளரை அணுகிட, Storm watch என்னும் பெயரில் ஒரு காட்சித் தொடர் தயாரானது. நடசத்திரக் குழந்தை வளர, அத் தொடரும் வளர்ந்தது. ரோஸா ஃபாஸ்ட் இதனைக் கேள்விப்பட்டதும் ஆத்திரமுற்றாள். கள்ளங்கபடமற்ற

குழந்தையைக் காட்சிப்படுத்திடும் ஆபாச சினிமாக்காரர்களிடம் ஒப்படைத்துவிட்டனர் என்று கூச்சலிட்டாள்.

"அந்தச் சாகசக்காரர்களிடம் இருந்து அவளைக் கொண்டுவாருங்கள்" என்று கத்தினாள். யதார்த்தமாகத் தன்னை முன்வைத்திடும் இச்சலிப்பூட்டும் நிகழ்வு அத்தருணத்தே மிகையானதாகிவிடவே, தொலைக்காட்சி அலைவரிசை அத்தொடரினை நிறுத்திவிட்டிருந்தது. புகழ்ச்சியின் அற்பமான சாத்தியப்பாட்டிற்காக அந்தரங்கத்தைக் கைவிடுவது சரியானதே என ஒவ்வொருவரும் அறிந்திருந்தனர். காற்றலைகளின் நிலைத்த தன்மையில் அந்தரங்கமான அகம் மட்டுமே தன்னாட்சி மிகுந்தும் சுதந்திரமாயும் இருந்து காணாது போயிருந்தது என்னும் எண்ணம் இருந்தது. எனவே குழந்தைப் புயல் தீரமிக்கதாகக் காட்டப்படும் அபாயமிருந்தது. மேயர் ஃபாஸ்ட் சினத்துடன் இருந்தாள். ஆனால் மறுநாளே அதன் வளர்ப்புத் தந்தை, குழந்தையை தத்தெடுப்பு மையத்திடம் திருப்பி ஒப்படைத்தார். "இவளைப் பெற்றுக் கொள்ளவும், நோய் பீடித்தவள், அவள் கன்னத்திலிருந்த புண் அழுகியது போலாகிவிட்டது அவ்வளவு துரிதமாய்" என்றார். மருத்துவமனைக்குக் கொண்டு செல்லப்பட்ட அக்குழந்தை சோதனைக்குப் பின் ஆரோக்கியமானதாகக் கூறப்பட்டது. எனினும் அடுத்த நாளன்று அக்குழந்தையினைத் தூக்கி வைத்திருந்த தாதியருள் ஒருத்தியின் இரு முன் கைகளிலும் அழுகிய தசைப்பகுதிகள் காணப்பட்டன. அழுதபடி அவசரப் பிரிவுக்குள் நுழைந்த அவள், எழுதித் தரப்பட்ட மருந்து மாத்திரைகளை ஆதாயம் பெறும்பொருட்டு வியாபாரி ஒருவரிடம் விற்றதாக ஒத்துக் கொண்டாள்.

என்ன நிகழ்ந்து கொண்டிருந்தது யார் விநோதத் தன்மையைக் கொண்டுவந்தது என்பதை முதலில் புரிந்து கொண்டது மேயர் ரோஸா ஃபாஸ்ட்தான். "இவ்வற்புதக் குழந்தை ஊழலை அடையாளங் கண்டுவிடும். அவள் சுட்டிக் காட்டிடும் ஊழல் நபர், தார்மிகச் சிதைவின் அடையாளங்களைத் தன் உடலில் காட்டத் தொடங்குவார்" என அவள் தன் நெருங்கிய சகாக்களிடம் தெரிவித்தாள். தீய சக்திகளும் அதியற்புத ஆற்றல்களும் சேர்ந்த பழைய ஐரோப்பிய உலகத்தைச் சேர்ந்ததான, அவ்வகையான பேச்சு நவீன கால அரசியல்வாதியின் வாயில் சரிவர அமராது என அச்சகாக்கள் எச்சரித்தனர். ஆனால் ரோஸா ஃபாஸ்ட் பின்வாங்கவில்லை. "நாம் இந்த அலுவலகத்திற்கு வந்தது இவ்விடத்தைச் சுத்தப்படுத்த. இதனைத் தூய்மைப்படுத்திட

ஒரு மானுடத் துடைப்பத்தைச் சந்தர்ப்பம் அளித்துள்ளது" என அறிவித்தாள். தெய்வீக அம்சத்தை ஏற்காமலேயே அற்புதங்களை நம்பிடக்கூடிய நாத்திகவாதியாய் அவளிருந்தாள். அடுத்த நாள், இப்போது வளர்ப்பு ஏஜென்ஸியின் பொறுப்பிலிருந்த அக்குழந்தை, மேயரின் அலுவலகத்தைப் பார்வையிட வந்தது.

சிறியதொரு மானுட சுரங்கத்தின் குப்பை கூட்டுபவர் போல அல்லது போதை மருந்தைக் கண்டுவிடும் அல்சேஷன் நாய் போல, நகர்மன்றத்திற்குள் குழந்தைப் புயல் திரும்ப நுழைந்தது. பெரியதொரு ப்ரூக்ளின் - உக்ரேனியத் தழுவலாய் அதனை வளைத்துக் கொண்ட மேயர், "காரியத்தில் ஈடுபடுவோம், உண்மையின் குழந்தையே" என்றாள். துரிதமாய் அடுத்து நிகழ்ந்தவை, வரலாற்றுக்குரிய விஷயமாயிற்று. அறை மாற்றி அறையாக, துறைமாற்றித் துறையாக, ஊழல் மற்றும் மோசடியின் குறிகள் ஊழல் மற்றும் மோசடிப் பேர்வழிகளின் முகங்களிலே தென்பட்டன. செலவின் பெயரிலான மோசடிகளும் குத்தகைகளுக்கான கையூட்டுகளும் ரோலக்ஸ் கடிகாரங்கள் பெற்றுக்கொண்டதும் நிர்வாக இயந்திரத்தின் அதிகாரத்தால் நன்மையடைந்த விவரணங்களும் வெளியாகின. அற்புதக் குழந்தை அருகாமையில் வந்ததுமே கெடுமதியானவர்கள் தம் தவறுகளை ஒப்புக்கொள்ளத் தொடங்கினர். அல்லது சட்டத்தால் வேட்டையாடப்படுவதிலிருந்து நழுவிட, தப்பியோடினர்.

மேயர் ஃபாஸ்ட் மாசுமருவற்றவராயிருக்கவே, சிலவற்றை நிரூபணம் செய்திட முடிந்தது. அவளது முந்தையவர் தொலைக்காட்சியில் இம்மேயரின் "இரகசிய வித்தைகளை" பரிகசிக்க, தன் அலுவலகம் வந்து இச்சிறிய குழந்தையைச் சந்திக்க அழைப்புவிடுத்தாள் ரோஸா ஃபாஸ்ட், ஆனால் ஃப்ளோரா ஹில் அதனை ஏற்கவில்லை. மாமன்றக் கூடத்தில் குழந்தைப் புயலின் வருகை, அங்கிருந்த நபர்களிடத்தே பீதியைத் தூண்டிவிட்டு, வெளியேறும் வாயில்களை நோக்கி அவர்களைத் துரிதப்படுத்தியது. அங்கிருந்தோர் நேர்மையான ஆண் - பெண்களாக அறியப்பட்டனர். "இறுதியாக இப்பகுதிகளில் யார் யார் இருப்பது என்றறிந்து கொள்ளலானோம் என்று கருதுகிறேன்" என்றாள் மேயர் ஃபாஸ்ட்.

இத்தகைய தருணத்தே ரோஸா ஃபாஸ்ட் போன்ற தலைவரைப் பெற்றிருப்பதில் எங்கள் மூதாதையர் அதிர்ஷ்டசாலிகளாக இருந்தனர். "சமுதாயத்தில் விஷயங்கள் எப்படிச் செல்கின்றன. விவகாரம் என்ன, என்று தன்னைக் குறித்த வரையறுப்பில் ஒத்துச் செல்லாத எந்தவொரு சமுதாயமும், பிரச்சினையில் இருக்கிறது என்றாகும். சமீப காலம் வரையிலும்

அதிசயமானதாயும் சாத்தியமற்றதாயும் நிகழக்கூடியனதாயும் தொடங்கியுள்ளன. இது என்ன அர்த்தப்படுத்துகின்றது என்று நாம் அறிந்து கொள்வதும் நிகழக்கூடிய மாற்றங்களை தீரத்துடனும் புத்திசாலித்தனத்துடனும் எதிர்கொள்வதும் அவசியமாகும்." எந்த வகையிலும் வழக்கத்திற்கு மாறான நிகழ்வுகளை அறிக்கையிட விரும்புவோருக்கு, தற்போதைக்கு *311* தொலைபேசி எண்களின் சேவை கிடைக்கும் என அவள் பிரகடனம் செய்தாள். "தகவல்களைப் பெறுவோம், அங்கிருந்து நகர்ந்து போவோம்" என்றாள். குழந்தைப் புயலைப் பொறுத்தவரை மேயரே அவளைத் தத்தெடுத்துக் கொண்டாள். அவள் எனது பெருமிதமும் ஆனந்தமும் மட்டுமல்ல. எனது இரகசிய ஆயுதமும் கூட. "என் மீது எந்தவொரு குழந்தைப் புயலையும் பிராயோகிக்க முற்பட வேண்டாம், இல்லாது போனால் என் குட்டிப் பெண் உங்கள் முகத்தை நுகர்ந்து விடுவாள்" என்றாள் எங்களிடம்.

உண்மையின் குழந்தைக்கு தத்துத் தாயாக இருப்பதில் ஒரு தீமை இருந்தது. காலைத் தொலைக்காட்சியில் தன் குடிமக்களிடம் அவள் கூறினாள். "அவள் முன்னே நான் மிகச் சிறிய பொய்யைக் கூறிவிட்டால், என் முகமே, அச்சந்தரும் விதத்தில், அரிக்கத் தொடங்கிவிடும்."

***

அப்பெரும்புயலடித்து இருநூற்றியொரு நாட்களுக்குப் பின், பிரித்தானிய இசையமைப்பாளர் ஹியூகோ கேஸ்டர் பிரிட்ஜ், உலக நிலைமைகளிலான தீவிர மாற்றங்களைப் புரிந்துகொள்ளவும் அவற்றைச் சமாளிப்பதற்கான செயல் தந்திரங்களை வகுக்கவும் புதியதொரு அறிவார்ந்த குழுவை அமைத்திடும் அறிவிப்புக் கொண்ட கட்டுரையை நியூயார்க் டைம்ஸில் வெளியிட்டார். இக்கட்டுரை வெளியானதற்கு அடுத்து வந்த தினங்களில், அரைபாதித் தேர்ச்சியுடைய கும்பல் எனப் பரிகாசிக்கப்பட்டாலும், மறுக்க முடியாத விதத்தில் தொலைக்காட்சி கவர்ச்சிமிக்க உயிரியலாளர்கள் - பைத்தியக்கார பேராசிரிய - தட்ப வெப்ப நிலையாளர்கள், மாய - யதார்த்தவாத நாவலாசிரியர்கள், அசடான சினிமா நடிகர்கள் மற்றும் துரோகியான இறையியலாளர்கள் - கேலி நிலவினும்கூட - விநோதத் தன்மை என்னும் தொடர் பரவலாவதற்குப் பொறுப்பானவர்களாயிருந்தனர். அத்தொடர் உடனே பற்றிக்கொண்டு, படிந்து போனது.

அமெரிக்க வெளியுறவுக் கொள்கை மீதான தனது ஆவேச எதிர்ப்பு, சில லத்தீன் அமெரிக்க சர்வாதிகாரிகள் மீதான

தனது பாசம் மற்றும் அனைத்துவிதமான மதவியல் நம்பிக்கை மீதான தீவிரப் பகைமை காரணமாக கேஸ்டர் பிரிட்ஜ் நீண்ட காலமாக பிரிவினை சார்ந்த பண்பாட்டு நபராக இருந்து வந்திருந்தார். அவரது முதலாவது திருமணத்தின் முடிவு குறித்த நிரூபணம் ஆகாத வதந்தி ஒன்றும் எப்போதும் நிலவிற்று. 1980 களின் ஹாலிவுட்டின் தலைமை நபருடன் ஒட்டிக்கொண்டிருந்த, பரபரப்பான சிறு வதந்திபோல விடாப்பிடியானதும் காயப்படுத்துவதுமான வதந்தி அது. அபாயகரமான கலைஞரான கேஸ்டர்பிரிட்ஜ், ஓர் அழகான சக இசைக் கலைஞரைச் சந்தித்து சீக்கிரமே மணமுடித்தார். நட்சத்திர ஆற்றல் மிக்க வயலின் கலைஞர் அவர். பிற்பாடு சீக்கிரமே ஒரு தொழிற்துறை சக்கரவர்த்தியின் பார்வையை ஈர்த்திட, அவளது திருமண நிலையை மீறியும், அவர் அவளைச் சுற்றிவரலானார். நிலவிய ஒரு வதந்திப்படி, இசைக் கலைஞரது சிறிய கென்னிங்டனின் ஓவல் இல்லத்தில், "அவளது வாழ்விலிருந்து நீ மறைந்து போய்விட எவ்வளவு பிடிக்கும்?" என்று கலைஞருடன் மோதி நின்றார். அப்போது கஞ்சாவோ வேறு மோசமான ஒன்றின் தாக்கத்தாலோ ஒரு மில்லியன் பவுண்ட்டுகள் என்று சொல்லிவிட்டுப் போய்விட்டார். அவர் விழித்தெழுந்தபோது, எந்தக் குறிப்புமின்றி அவர் மனைவி போய்விட்டிருந்தார். மேலும் துருவியாராய்ந்தபோது அவரது வங்கிக் கணக்கில் ஒரு மில்லியன் பவுண்ட் செலுத்தப்பட்டிருக்கக் கண்டார்.

அதன் பிறகு அவரது மனைவி அவருடன் எந்தத் தொடர்பும் வைத்துக் கொள்ள விரும்பவில்லை. அவரை விவாகரத்து செய்தாள். துரிதமாக, அத்தொழில் துறை சக்கவர்த்தியை மணந்துகொண்டாள். அவர் ஒரு போதும் மறுமணம் செய்யவில்லை எனினும், திரும்பவும், போதை மருந்தை உட்கொள்ளவில்லை. அவரது தொழில் மலர்ச்சி கண்டது. "அவர் தன் மனைவியை ஸ்டராடிவேரியஸ் போல விற்றுவிட்டு, அப்பணத்தை வைத்து வாழ்ந்தார்" என அவரது முதுகுக்குப் பின்னே மக்கள் பேசினர். கேஸ்டர் பிரிட்ஜ் திறமை மிகுந்த குத்துச் சண்டை வீரராக இருந்ததால் அவ்வதந்தியை அவருக்கு நேராக யாரும் திருப்பிக் கூறவில்லை.

அவர்கள் ஆரம்பிக்கும் முன்பேயே இவ்வுலகம் விசித்திர இடமாக இருந்தபோதும் விநோதத் தன்மைகள் பெருகிக் கொண்டிருக்கின்றன. ஒரு சம்பவம் பழைய, சாதாரண விநோதத் தன்மைக்குள் அல்லது புதிய, அசாதாரணமானதிற்குள் விழுகின்றதா என்பதை அறிவது சிரமமாயிருந்தது. ஃபிஜியையும் மலேசியாவையும் அதிவேகப் புயல்கள் துவம்சம் செய்துள்ளன.

நான் எழுதும் வேளையில் பிரமாண்ட நெருப்பு ஆஸ்திரேலியா மற்றும் கலிஃபோர்னியாவினூடே பரவிக் கொண்டிருக்கின்றது. பருவநிலை மாறுதலின் ஆதரவாளருக்கும் எதிர்ப்பாளருக்கும் இடையிலான வழக்கமான விவாதங்களை ஏற்படுத்துவது இந்த அதீதக் கால நிலையாக இருக்கக் கூடும். அல்லது இன்னும் மோசமான ஒன்றின் சான்றாக இது இருக்கக் கூடும். பின் - நாத்திக நிலை என்று நான் அழைக்க இருப்பதை எங்கள் குழு எடுத்துக் கொள்கிறது. கடவுள், மனிதரின் படைப்பு, நீங்கள் தேவதைகளில் நம்பிக்கை கொண்டு கைதட்டுவதனால் மட்டுமே அவர் உயிர்திருக்கிறார். போதுமானோர் கைதட்டாத அளவுக்கு நுட்ப உணர்வு கொண்டிருப்பின், இந்த Tinker bell கடவுள் இறந்துபோவார் என்பதே எங்களது நிலை. எனினும், துரதிருஷ்டவசமாக கடவுள் உயிர்த்திருக்கிறார். இன்னும் மோசம் என்னவென்றால் அவர் இப்போது கண்டபடி ஓடிக்கொண்டிருக்கிறார் என்று அவர் தன் கட்டுரையில் எழுதினார்.

அக்கட்டுரை தொடர்ந்தது. ஆதாமும் ஏவாளும் கடவுளைக் கண்டறிந்த தினத்தன்றே, அவர் மீதான கட்டுப்பாட்டினை இழந்துவிட்டனர். அதுவே உலகின் இரகசிய வரலாற்றினுடைய ஆரம்பம். ஆணும் பெண்ணும் கடவுளைக் கண்டுபிடித்தனர். உடனே அவர் அவர் தம் பிடியிலிருந்து நழுவி, தன் படைப்பாளரை விடவும் மிகுந்த ஆற்றல் பெற்றவரானார். மிகவும் தீங்கு விளைத்திடும் நாட்டம் கொண்டவரானார். Terminator படத்தில் இடம்பெறும் அதிகணினி போல, 'Sky net, Sky- god, அதுவேதான். ஆதாமும் ஏவாளும் அச்சம் கொண்டவராயினர், ஏனெனில் எஞ்சிய தம் காலமெல்லாம் அவரைப் படைத்த குற்றத்திற்காக அவர்களைத் தொடர்ந்து வந்து தண்டிப்பவராக கடவுள் இருந்தார் என்பது வெளிப்படை. முழு வளர்ச்சி பெற்றர்களாக, நிர்வாணிகளாக, முதல் பெருவெடிப்பை அனுபவிப்பவர்களாக ஆதாமும் ஏவாளும் ஒரே சமயத்தில் ஒரு தோட்டத்தில் இருப்புக்கு வந்தனர். நன்மை - தீமையின் அறிவு விருட்சத்திடம் அவர்களை ஒரு சர்ப்பம் இட்டுச் செல்லும் வரையிலும் அவர்கள் எப்படி அங்கே வந்தனர் என்று அவர்களுக்குத் தெரியாது. அதன் முதல் கனியை அவர்கள் தின்றதும் அவ்விருவருமே ஒரே சமயத்தில் படைப்புக் கடவுள், நன்மை -தீமையைத் தீர்மானிப்பவர், தோட்டத்தை ஆக்கிய தோட்டக்காரர், கடவுள் - இல்லாது போயின் தோட்டம் எங்கிருந்து வந்திருக்கும், அப்புறம் வேரற்ற தாவரங்களென அவற்றை அங்கே நட்டனர் - என்னும் கருத்துடன் இருப்புக்கு வந்தனர்.

அய்யோ, உடனே கடவுள் அங்கிருந்தார். சினம் கொண்டிருந்தார். என்னைக் குறித்த கருத்துடன் நீங்கள் எப்படி வந்தீர்கள்? அவ்வாறு செய்யுமாறு உங்களைக் கேட்டுக் கொண்டது யார்? என்று கேட்டு, அவர்களைத் தோட்டத்திலிருந்து, எல்லா இடங்களும் இருக்க, ஈராக்கிற்குள் எறிந்தார். "எந்தவொரு நல்ல செயலும் தண்டிக்கப்படாது போவதில்லை" என ஏவாள் ஆதாமிடம் கூறினாள். அதுவே ஒட்டுமொத்த மானுட இனத்தின் லட்சியமாக இருக்க வேண்டும்.

கேஸ்டர் பிரிட்ஜ் என்னும் பெயர் ஒரு கண்டுபிடிப்பாகும். இப்பெரும் கலைஞர் ஐபீரிய யூதர்களின் குடியமர்வுக் குடும்பத்தைச் சேர்ந்தவர். வளமானதும் இனிதுமான குரல் மற்றும் மன்னரின் தோற்றத்தினையுடைய நச்சென்று படுகின்ற அழகானவர். தன் சொந்தங்களின் வழக்கத்திற்கு மாறான உடற்கூற்றினையும் பகிர்ந்து கொண்டார். அவருக்குக் காது மடல்கள் இல்லை. அவரது விசுவாசங்கள் அவரது எதிரிகளுடையதைப் போன்றே கடுமையானவை என்றாலும் அவர் அற்ப விஷயங்களில் ஈடுபடுபவரில்லை. ஆழ்ந்த அபிமானமும் நட்பும் நிறைந்தவராக இருந்தார். அவரின் புன்னகை இம்சிப்பதாயிருந்தது. உங்கள் தலையைக் கொய்துவிடும் புன்னகை அது. அவரது பவ்வியம் பயங்கரமாயிருந்தது. அவரது மிக நீடித்த பண்புகள், ராட்வெய்லர் பிடிவாதமும், காண்டாமிருக - அடர்த்திமிகு தோலுமே. அவரது பற்களுக்கிடையே ஒரு கருத்து வந்து விட்டால் போதும் அதனை விட்டுவிடுமாறு எதுவும் அவரைத் தூண்டிவிட இயலாது. இப்புதிய பின் நாத்திகம் பரிகாசத்துடன் வரவேற்கப்பட்டாலும், அவரைக் கிஞ்சித்தும் தடுத்திடவில்லை.

அதி உன்னதமானவர் கற்பனையானவரா, தெரியப்படுத்தாத காரணங்களுக்காக இக்கற்பனையான தெய்வீகத் தன்மையானவர் மானுட இனத்தை வதைத்திட இப்போது தீர்மானித்திருந்தாரா என நள்ளிரவு அமெரிக்கத் தொலைக்காட்சி நிகழ்ச்சியில் கேட்கப்பட்டார். "அப்படித்தான், அதுதான் சரி, நாசகரமான அறிவற்றதின் வெற்றி, அறிவற்றவகையில் நாசகரமான கடவுளின் வடிவில் தன்னை வெளிக்காட்டிக் கொள்கிறது" என அவர் பெரும் உறுதிப்பாட்டுடன் கூறினார். இந்நிகழ்ச்சியை நடத்துபவர், மத்திய மேல் முன்வாய்ப்பற்களுக்கிடையிலான புகழ்பெற்ற இடைவெளியில் விசிலடித்தார். "நம்மை விடவும் பிரித்தானியர் சிறப்பாக கல்வியறிவு பெற்றவர்கள் என்று நான் எண்ணிக்கொண்டிருந்தேன்" என்றார்.

"ஒருநாள் கடவுள் நமக்கு புயலொன்றை அனுப்புவதாக வைத்துக் கொள்வோம். உலகின் பிடிமானங்களை உலுக்கிடக்

கூடிய, நமது அதிகாரம் நமது நாகரிகம், சட்டங்கள் என எதையுமே ஒரு பொருட்டாக எடுத்துக் கொள்ள வேண்டாம் என நமக்குரைத்த புயல் அது. ஏனெனில் இயற்கையால் தன் விதிகளை மீளவும் எழுதிடக் கூடுமானால், தன் எல்லைகளை முறித்து, தன் இயற்கையை மாற்றிடக் கூடுமானால், ஒப்பீட்டளவில் அற்பமான நம் கட்டுமானங்கள் மாபெரும் சோதனை- நம் உலகம், அதன் கருத்துகள், அதன் பண்பாடு, அதன் அறிவு மற்றும் விதிகள், நாம் கூட்டாக உருவாக்கியுள்ள மாயத்தின் தாக்குதலுக்கு உள்ளாகியிருக்கின்றன. நாமே அவிழ்த்து விட்டுள்ள அதியாற்றல்களுள்ள ராட்சசம் அது. எகிப்தில் அனுப்பப்பட்டது போல, கொள்ளை நோய்கள் அனுப்பப்படும். ஆனால் இந்தத் தடவை என் மக்களைக் கைவிட்டுச் சென்றிட வேண்டுதல் எதுவும் இருக்காது. அவர் அதனையெல்லாம் தாண்டியுள்ளார். அவர் நம்மைக் குறித்து நொந்துபோயுள்ளார். நோவாவின் காலத்தில் இருந்தது போல, ஓர் உதாரணத்தை முன்வைக்க விரும்புகிறார். நாம் அதனைப் பின்பற்றிட விரும்புகிறார்" என்றார் ஹியூகோ கேஸ்டர் பிரிட்ஜ்.

"இவ்வெற்றிக்குப் பிறகு நாம் சரியாக இருப்போம்" என்றார் நிகழ்ச்சியை வழங்குபவர்.

***

சில பகுதிகளில் பலிகிடாக்களைத் தேடுவது தொடங்கியிருந்தது. இவையெல்லாம் யாருடைய தவறென்று அறிந்துகொள்வது முக்கியமானது. விஷயங்கள் மோசமாகிக் கொண்டிருக்கின்றனவா என்றறிந்து கொள்வது முக்கியமானது. ஒருவிதத்தில் நிலை குலைந்த உலகிற்குப் பொறுப்பானவர்களாக அடையாளங்காணக் கூடியவர்கள், நிலைகுலைக்கும் நிகழ்வுகளைத் தூண்டிவிடுபவர்களே. இயல்பைத் தாண்டிய நிகழ்வுகளைத் தூண்டிவிடும் ஆற்றலைத் தமக்குத் தந்திடும் ஒருவித மரபணு உருமாற்றத்தைத் தாங்கியுள்ள நபர்கள், எஞ்சியுள்ள இயல்பான மானுட இனத்திற்கு மிரட்டலை விடுத்த நபர்களாக இருந்திருக்கக் கூடும். புயல் குழந்தை என்றழைக்கப்பட்டது இந்தியக் கொடியில் சுற்றப்பட்டிருந்தது சுவையாக இருந்தது. பதில்களைக் கண்டறியக் கூடுமா என்று கண்டிட, தெற்கு ஆசியாவிலிருந்து குடியமர்ந்த சமுதாயத்தைப் பார்வையிடுவது அவசியமாயிருக்கக் கூடும். இந்நோயின் விநோதத் தன்மை இப்போது சமூக நோயாக இருந்தது எனத் தோன்றிற்று. இந்தியர்கள், பாகிஸ்தானியர்கள், வங்காள தேசத்தினர் என்பவர்களில் சிலரால் அமெரிக்காவிற்குள் கொண்டுவரப்பட்டிருந்தது. 1980களின் ஆரம்பத்தில்

நாசகரமான எய்ட்ஸ் நோய் மத்திய ஆப்பிரிக்காவில் எங்கோ உற்பத்தியாகி அமெரிக்காவுக்கு வந்தது போல.

பொது மக்களின் முணுமுணுத்தல் ஆரம்பித்தது. தெற்காசிய பூர்வீகங்களைக் கொண்டுள்ள அமெரிக்கர் தம் பாதுகாப்பு குறித்து அஞ்சத் தொடங்கினர். நான் அவ்விசித்திரமில்லை. இயல்பு நிலையோ விநோத நிலையோ அமெரிக்க நிலையில்லை என்னும் விளம்பர வாசகத்தைப் பல வாடகைக் கார் ஓட்டுநர்கள் தம் வாகனங்களில் ஒட்டினர். உடல் தாக்குதல்கள் குறித்த கவலையூட்டும் அறிக்கைகள் சில இருந்தன. அப்புறம் இன்னொரு பலிகிடாக் குழு அடையாளம் காணப்பட்டது. பொதுமக்களின் கவனம் எனும் லேஸர் ஒளிக்கற்றை பழுப்பு நிற மக்களிடமிருந்து விலகிற்று. இப்புதிய குழுவைக் கண்டறிவது கடினமாயிருந்தது. அவர்கள் மின்னல் தாக்கிப் பிழைத்தவர்கள்.

மாபெரும் புயலின் போது மின்னல் தாக்குதல்கள் வீச்சிலும் வேகத்திலும் அதிகரித்தன. வெறுமனே மின்னாற்றலாக மட்டுமின்றி அடிப்படைத் தத்துவம் சார்ந்ததாகவும் புதுவித மின்னலாய்த் தோன்றிற்று. சதுர மைலுக்கு நான்காயிரத்துக்கும் அதிகமான தாக்குதல்கள் இருந்திருந்தன என எங்கள் மூதாதையரிடம் இயந்திரங்கள் கூறியபோது, எத்தகைய அபாயத்தில் தாங்கள் இருந்திருந்தனர், இன்னும் எவ்வளவு அபாயத்தில் இருக்க முடியும் என அவர்கள் புரிந்துகொள்ளத் தொடங்கினர். நகரில் ஒரு சராசரி ஆண்டில் சதுரமைலுக்கு நான்கு மின்னல் தாக்குதல்களுக்கு மேல் இருக்காது. அவையெல்லாம் உயர் கட்டடங்களின் மேலுள்ள மின்னல் கம்பிகளாலும் வானொலிக் கம்பங்களாலும் ஈர்க்கப்பட்டுவிட்டன போலும். சதுர மைலுக்கு நான்காயிரத்துக்கும் அதிகமான மின்னல்வெட்டுகள் எனில், மன்ஹாட்டன் தீவில் மட்டுமே அநேகமாக 95000 மின்னல் வெட்டுகள் என்று பொருள். இத்தகைய தாக்குதலின் நீண்ட காலத் தாக்கம் என்று புரிந்துகொள்வது சாத்தியமற்றிருந்தது. வீதிகளின் சிதிலங்களில் சுமார் 3000 சடலங்கள் காணப்பட்டன. மின்னல் வெட்டுகள் தாக்கப்பட்டவர்களில் எவ்வளவு பேர் தப்பிப் பிழைத்து இன்னும் நடந்துகொண்டிருந்தனர். அல்லது மின் அழுத்தம் உள்ளிருந்து அவர்களை எப்படி மாற்றிற்று என யாருக்கும் எதுவும் தெரியவில்லை. அவர்கள் வித்தியாசமாகத் தோன்றவில்லை. எல்லோரையும் போலவே தோன்றினர். ஆனால் அவர்கள் எல்லோரையும் போல இல்லாது போயினர் அல்லது அதன் காரணமாக எல்லோரும் பயந்தனர். அவர்கள் ஒவ்வொருவரது பகைவர்களாய் இருந்திருக்கக் கூடும். அவர்கள் கோபங் கொண்டிருந்ததால், தம் கைகளை நீட்டி, தாம் உள்ளீர்த்திருந்த இடித்தாக்குதல்களைக் கட்டவிழ்த்துவிட்டு,

நம் மூதாதையர் மீது ஆயிரக்கணக்கிலான மின் அலகுகளைப் பாய்ச்சி, வறுத்தெடுத்திருக்க முடியும். நம் மூதாதையரின் குழந்தைகளையோ தலைவரையோ அவர்கள் கொன்றிருக்க முடியும். இவர்கள் யார்? இன்னும் ஏன் உயிர்த்திருந்தார்கள்?

திகிலடையும் தருணத்தில் அவர்கள் இருந்தனர். ஆனால் அப்போது ஒருவரும் ஆடவர் - பெண்டிரை வழக்கமான கண்களுடன் ஏன் பார்த்துக்கொண்டிருக்கவில்லை?

***

தன் போக்கிலான "பங்குதாரர் செயல்வீரர்" சேத் ஓல்ட் வில்லேவால், இழப்பீட்டு கைகாப்பு நிதி, அபகீர்த்திமிக்க மனம் போன போக்கில் எடுத்துக்கொள்ளப்பட, செல்வந்தருக்கு வலைபோடும் தெரசா சகா குவார்டோஸ் அதிர்ச்சியாயும் தன் பரந்துபட்ட நண்பர் வட்டாரத்திற்கு ஏமாற்றமாயும் இருந்தார். தனக்கு என்ன வேண்டுமென்பதிலும், தனக்குக் கிடைக்கின்ற உலகத்திடம் என்ன எதிர்பார்த்தார் என்பதிலும், பிரபஞ்சத்தின் மீது திணித்திட அவர் தெரிவு செய்துள்ள வடிவத்துடன் பிரபஞ்சம் எப்படித் தன்னைச் சரிசெய்துகொள்ளும் என எப்படி எதிர்பார்த்தார் என்பதிலும் ஓல்ட்வில்லே போன்ற நபர், தன் சகாக்களை விட சற்று முன் நிற்பவர். அடுத்தடுத்து நிகழ்ந்த அதிபர் தேர்தல்கள் அவர் விரும்பிய பழமைவாதக் கட்சியின் இடத்தை அழுத்தமாக மறுதலித்த பின்னரும் - அது அவருக்குப் புரிபடாதிருந்தது. தான் நேசித்த நாட்டின் புரிந்துகொள்ளலுக்கு மாறாகச் சென்றபோதும் தனது அரசியல் - பொருளியல் லட்சியங்களை ஆவேசமாகப் பின்தொடர்வதில் அசையாது இருந்தார். டைம் வார்னர், க்ளோரோக்ஸ், சோனி, யாகூ, அல்லது டெல் - லிலுள்ளவர்களைக் கேட்டால் உங்கள் காது நிறையும்படி, அதில் சிலவற்றை அச்சிட முடியாதபடி கூறுவார்கள்.

அரசியலைப் பொறுத்தமட்டில், அவரது சமீபத்தைய நண்பரும் வழிகாட்டியுமான மாபெரும் - சற்று கோணலுடைய - பெண்ட்டோ எல்ஃபென்பியன் போல, வாக்காளர்களின் தவறுகளான அதிபர் தோல்விகளின் தொடர்ச்சி, நன்றி பாராட்டுதலுக்கு வாக்களிக்கும் வான் கோழிகள், என்று ஒதுக்கித் தள்ளிவிடுவார். எதிர்காலத்திற்காக, இங்கு ஓர் ஆளுனரை ஆதரிக்கவும், நிதி செலவழித்திட அங்கேயொரு மேயர் தேர்தலும், வங்கித்துறையில் உயர்ந்து வரும் ஓர் இளைய பாராளுமன்ற உறுப்பினர் என வேட்பாளர்களைத் தெரிவு செய்வதில் தன் ஆட்களை ஆதரிப்பதும் அடுத்த போராட்டத்திற்கு ஆயத்தமாவதுமாக இருப்பார். தன்னையொரு

நாத்திக யூதனென்று அழைத்துக்கொண்ட அவர், இசை நாடகப் பாடகராகவோ பெரிய கடல் நுரைவிளையாட்டாளராகவோ இருந்திட விரும்பியிருப்பார். தன் ஆரம்ப கட்ட ஐம்பதுகளில் இருந்த அவர் ஒவ்வொரு கோடையிலும் மாபெரும் அலையைத் தேடிச் சென்றிடும் உடல் தகுதியுடையவராக இன்னுமிருந்தார். தனது நகரில்லத்தில் விருந்துக்குப் பின் தனது நேர்த்தியான ஜாய்ஸின் குரலில் E lucevan le stelle அல்லது Ecco ridente in cielo என்னும் aria பாடல்வகையைப் பாடி விருந்தினரை மகிழ்வித்துவிடுவார். அவரால் அற்புதமான இசையைத் தர இயலும் என்பதை எல்லோரும் ஏற்றுக் கொண்டனர்.

ஆனால் தெரசா சகா! ஆண்டுக்கணக்கில் யாரும் அவளை நெருங்காதிருந்தனர். Adventure Capital -ன் புகழ்பெற்ற அதிபர் எலியான் குவார்டோஸை அவள் சிக்கவைத்த பிறகு இல்லாதிருந்தனர். AVC -யைத் தன் சீடர்களிடம் தந்துவிட்டு, தன் முதுமையாண்டுகளில் உல்லாசமாய் இருக்க வேண்டும் என அவர் விரும்பியதிலிருந்து அவருடன் அவள் ஒட்டிக்கொண்டாள். மோதிரத்தைப் பெற்றாள். சோதனைக் குழாய் அற்புதத்தால் அவருக்குப் பிள்ளை பெற்றாள். அவரை வெளியேற்றினாள். இப்போது வயதான எலியான் போய்விட்டிருந்தார். அவரது பணத்தை வைத்திருந்தாள். கணப்பொழுதுக்கு அவளைப் பற்றிய இந்த அமளியெல்லாம் என்னவென்று பார்த்துவிட வேண்டும் என நிதித்துறை திமிங்கிலம் டேனியல் மக் அரோனி முயன்று பார்த்தார். ஆனால் இரண்டு வாரங்களுக்குப் பின், தான் கைவைத்திருந்தவர்களில் மோசமான குணமிக்கவளும் கேடுகெட்ட வாயினை உடையவளும் அவள் என்று ஓடிவந்துவிட்டார். “நான் ஒருபோதும் கேட்டிராத வார்த்தைகளால் திட்டினாள். அது குறித்து தனிப்பட்ட சொற்களஞ்சியமே என்னிடமுள்ளது. உங்கள் இருதயத்தைப் பிடுங்கியெடுத்து, நடைமேடையில் அப்படியே தின்றுவிடுவாள். சரியாக வளர்க்கப்பட்ட நான், எவ்வளவு சீண்டப்பட்டாலும் பெண்களிடம் அப்படிப் பேச மாட்டேன். ஐந்து நிமிடங்களில் நீங்கள் அவள் உடல் மீது ஏறிவிடத் தக்கவள் . அவள் உடல் ஒரு தினுசுதான் என்பது மறுக்க முடியாதது - ஆனால் அவளது மோசமான குணத்தை எதுவும் சரி செய்திடாது - அவளை அப்படியே கார் கதவைத் திறந்து தூக்கியெறிந்துவிட்டு, வீடுவந்து உங்கள் மனைவியுடன் சாப்பிடவே விரும்புவீர்கள்” என எல்லாரிடமும் கூறினார்.

சேத் ஓல்ட்வில்லே தன் இல்லத்தில் கச்சிதமான நல்ல மனைவியையே பெற்றிருந்தார். சிண்டி சாக்ஸ்தான் அவர் மனைவி, அழகுக்காவும் ரசனைக்காகவும், தரும காரியங்களுக்காகவும் நல்ல எண்ணத்திற்காகவும் பரவலாகப் பாராட்டப்பட்டவள்.

நாட்டியக்காரியாக இருந்திடக் கூடிய திறமை அவளிடம் இருந்தது. ஆனால் அவர் அவளை நாடியபோது அவரைத் தெரிவு செய்துவிட்டாள். "தான் இல்லத்திலிருக்க வேண்டும் என்று விரும்பியவனுக்காக, தன் ஹாலிவுட் வாழ்க்கையைக் கைவிட்ட எஸ்தர் வில்லியம்ஸ் போல" என்று நண்பர்களிடம் சேத் தமாஷ் செய்வது வழக்கம். ஆனால் சமீபத்தில் அவளது பதிலளிக்கும் புன்னகையில் நகைச்சுவை இல்லாது போனது. அவர்கள் இளமையிலேயே மண முடித்தனர். சீக்கிரமே அடுத்தடுத்துக் குழந்தைகள் பெற்றனர். ஒருவருக்கொருவர் நெருங்கிய நண்பர்களாயிருந்தனர். ஆனால் ஓல்ட்வில்லே ஓர் அந்தஸ்துடையவர், ஒரு காமக் கிழத்தியை வைத்துக்கொள்வது அதன் பகுதிதான். தெரசா சகா கச்சிதமான காமக் கிழத்தியாக தோன்றியிருக்க வேண்டும். இப்போது அவளிடம் பணமிருப்பதால் அவர் பின்னால் போகமாட்டாள். முத்தமிடுதல் - சொல்லுதலின் விளைவுகளைப் புரிந்து கொள்ளுமளவுக்கு நீண்ட காலம் அவள் விருப்பு வெறுப்புகளில் உலகில் வாழ்ந்திருந்தாள். அவள் தனித்திருந்ததால், பெரிய மனிதருடனான தோழமை, பதிலுக்கு ஏராளமான மகிழ்வித்தலைச் செய்திட அவளை ஊக்குவித்திருக்கும். ஆனால் ஓல்ட்வில்லே, தனது நண்பர் அரோனி ஏற்கனவே அறிந்திருந்ததைத் தெரிந்துகொண்டார். தெரெசா அண்டங்காக்கையின் நிறத்திலான கூந்தலுடைய ஃப்ளோரிடாவின் வாணவெடி, தோற்றுவாய்கள் பரிசீலனைக்கு ஆட்படாத ஆடவரிடத்தே சினம் கொண்டிருப்பவள். வசை பாடும் அவளது திறன் ஆயாச மூட்டுவதாகும். அத்துடன், பிரிவின் போதான அவர்களது உரையாடலின்போது அவர் அவளிடம் கூறியது போல, அவள் வெறுத்த விஷயங்கள் நிறையவே இருந்தன. ஐந்து உணவகங்களில் மட்டிலுமே அவள் சாப்பிடுவாள். கருப்பு தவிர்த்த பிற வண்ண உடைகளை வெறுத்தாள். அவரது நண்பர்களால் அவள் ஈர்க்கப்படவில்லை. நவீனக் கலை, நவீன நாட்டியம், துணைத்தலைப்புகளுடைய திரைப்படங்கள், உடனிகழ் கால இலக்கியம், அனைத்துவகை தத்துவத்தையெல்லாம் வெறுத்தாள். ஆனால் மெட்டிலிருந்த தரமற்ற நவ செவ்வியல் பத்தொன்பதாம் நூற்றாண்டு அமெரிக்கச் சித்திரங்களையெல்லாம் பாராட்டினாள். அவள் டிஸ்னி உலகை நேசித்தாள். ஆனால் அவர் அவளை லாஸ் அலமண்டாஸின் புனைவியல் தன்மையிலான சந்திப்புக்கு மெக்ஸிகோவுக்கு இட்டுச் செல்ல விரும்பியபோது, இது எனக்குரிய இடமல்ல. அத்துடன் மெக்ஸிகோ அபாயகரமானது. இராக்கில் விடுமுறை தினங்களைக் கழிப்பது போன்றது" என்றாள். ஃப்ளோரிடாவின் அவெண்ட்சுராவிலுள்ள நம்மை இழுத்துச் சென்றுவிடும்

பூங்காவிலிருந்து ஓரடி தூரத்திலேயே வாழும் ஸ்பானிய தேசத்துக் குடியமர்வோரின் மகளிடமிருந்து சுய முரண் நகையின்றி வெளிப்படுவது இது.

அவர் அவளைத் தனதாக்கிக்கொண்ட ஆறு வாரங்களுக்குப் பின்னர், சவுதாம்ப்டனின் மெடோலேன் மீதுள்ள தன் இல்லத்தில் தன் விடை பெறுதலை முத்தமிட்டார். (சிண்டி ஓல்ட்வில்லே கடற்புரத்தை வெறுத்து, நகரிலேயே வேரூன்றி தங்கிவிட்டாள்.) திரு. ஜெரோனிமோ என்னும் வார்த்தைகளை முதுகில் கொண்ட காற்றை எதிர்க்கும் சட்டையணிந்து, தோட்டத்து டிராக்டரை ஓட்டியபடி புல்வெளியை செதுக்கிக் கொண்டிருந்த ஒருவர் அங்கிருந்தார். ஆனால் பிரிந்துபோகும் தம்பதியரைப் பொறுத்தவரை அவர் உயிர்த்திருக்கவில்லை. "நான் வருந்துகிறேன் என்றெண்ணுகிறீர்களா? எனக்குத் தெரிவுகள் இருக்கின்றன. உங்கள் மீது ஒரு சொட்டுக் கண்ணீர் சிந்தப் போவதில்லை. இப்போது என்னுடன் சுற்றிவர விரும்புவது யாரென்பதை அறிந்தால் இறந்துபோவீர்கள்" என தெரசா அவரிடம் கூறினாள். சேத் ஓல்ட்வில்லே அடங்கிய சிரிப்பால் குலுங்கத் தொடங்கினார். "ஆக நாம் திரும்பவும் பதினான்கு வயதினராக இருக்கிறோமா?" என்றவளை வினவ, அவளோ காயம்பட்ட கர்வத்தில் தகித்துக்கொண்டிருந்தாள். "நான் கொழுத்துவந்து கொண்டிருக்கிறேன். நானொரு மாபெரும் விண்ணப்பதாரர் ஆதலால் தனக்கென்றும் அவ்வளவாக வேலையிராது என்கிறார் எனது டாக்டர். அப்புறம் என் உடல் பைத்தியமாகிவிடும். இதனை நான் உங்களுக்காகச் செய்கிறேன். என்னைச் சரிப்படுத்திக்கொள்ளும் பொருட்டு, ஆனால் எனது புதிய ஆண் சிநேகிதரான அவர் தன்னால் முடியும் என்கிறார். வேண்டாம்,பொறுத்திருங்கள்," என்றாள். ஓல்ட்வில்லே நடந்துசெல்லத் தொடங்கினார். "நீங்கள் பெற முடியாதவற்றின் நிழற்படங்களை உங்களுக்கு அனுப்புவேன். நீங்கள் மடிந்து விடுவீர்கள்" என்று அவரிடம் கூச்சலிட்டாள். அது முடிவாய் இருக்கவில்லை. அடுத்து வந்த வாரங்களில், சேத்தின் மனைவியை மீண்டும் மீண்டும் அழைத்தாள். சிண்டி ஓல்ட்வில்லே அவற்றை செவிமடுக்காது விட்டுவிட்டாலும், அவள் பதிந்திருந்த அப்பட்டமான பாலியல் குரல் பதிவுகள் ஓல்ட்வில்லே தம்பதியரை விவாகரத்துக்கு உந்தித் தள்ளின. அதி மேலான வழக்குரைஞர்கள் சண்டையை முடுக்கிவிட்டனர். ஒய்ல் டென்ஸ்டீன் விவாகரத்து வகைப்பட்ட எண்கள் பரப்பப்பட்டன. கவனிக்கும் பொருட்டு மக்கள் அமர்ந்தனர். இந்தக் காட்சிக்கு அரங்கை ஒட்டிய இருக்கை தேவைப்பட்டது. அந்நாட்களில் சேத் ஓல்ட்வில்லே நசுக்கப்பட்டவராய்த்

118 ◆ இரண்டு வருடங்கள், எட்டு மாதங்கள், இருபத்தெட்டு இரவுகள்

தோன்றினார். அது பணம்பற்றிய விஷயமல்ல. அவரின் மனைவியைப் புண்படுத்தியதற்காக அந்த நபர் மிகவும் வருத்தப்பட்டார். அவர் மனைவி அந்த நபருக்கு நல்லது தவிர வேறெதனையும் செய்யவில்லை. அந்நபர் இந்த யுத்தத்தை விரும்பவில்லை. ஆனால் இப்போது அவள் விரும்பினாள். குருட்டு விழியைத் திருப்பியவாறு ஒரு புதுக் கண்ணாடி இருந்தது. எல்லாவற்றையும் கூர்மையான கவனக்குவிப்பில் நோக்கினாள். தனது கணவரின் தர்பார் போதும் என்றானது எனத் தன் பெண் சிநேகிதிகளிடம் கூறினாள். "அந்த ஆளைப்பிடி" என்றது பெண் சிநேகி கூட்டுக்குரல்.

புயலுக்கு முந்தைய வார இறுதியில் கடற்கரையில் தனித்திருந்த சேத், புல்வெளியின் சாய்வு நாற்காலியில் தூங்கி விழுந்தார். அவர் தூங்கியபோது யாரோ ஒருவர் வந்து அவரது நெற்றியில் சிவப்பு எருது இலக்கினை வரைந்துவிட்டனர். அது தோட்டக்காரன் என்பதை அவர் தூங்கி எழுந்ததும் திரு. ஜெரோனிமோ அவருக்குச் சுட்டிக்காட்டினார். கண்ணாடியில் அது Lime நோய் அறிகுறியைப் போலி செய்ய முயல்வதாகத் தோன்றிற்று. இல்லை. அதில்லை. அது வெளிப்படையான மிரட்டலே. பாதுகாப்பு நபர்கள் தர்மசங்கடத்திற்குள்ளாயினர். ஆம், செல்வி தெரெசா அவர்களைக் கடந்து போனாள். அவளொரு தூண்டிவிடும் பெண்ணாயிருந்தாள். அதுவொரு தீர்ப்புரை வருகையாயிருந்தது. இதைப் பொறுத்தமட்டில் அவர்கள் தவறான வழியில் போயிருந்தனர். அது திரும்ப நிகழாது.

அப்புறம் புயலடித்தது, பின்னர் மரங்கள் வீழ்ந்தன. இடி இடித்தது. அக்கிரமங்கள் எல்லாம். "அந்நாட்களில் நாங்களெல்லாம் எங்கள் விவகாரங்களில் கவனத்தைத் திருப்பியிருந்தோம். தன் மிரட்டலை நடத்திக் காட்டுவாள் என எங்களில் யாரும் எண்ணவில்லை. புயலின் நடுவே, ஒட்டுமொத்த நகரமும் உயிர் பிழைத்திட முற்படுகையில், அது எதிர்பாராததாயிருந்தது என்பதை ஒத்துக்கொள்ளவிடுங்கள். நண்பன் என்ற வகையில் இன்னும் விழிப்பாய் இருந்திருக்கக் கூடாதா என வெட்கப்படுகிறேன். தன் பாதுகாவலை அதிகரித்துக் கொண்டிருக்குமாறு அவருக்கு நான் எச்சரிக்கவில்லை" என அறவியல் பண்பாட்டு சங்கத்தின் நினைவுதினச் சேவையின்போது டேனியல் அரோனி குறிப்பிட்டார். புகழாரங்களுக்குப் பின்னே அதே படிமம் ஒவ்வொருவர் மனக் கண்ணிலும் இருந்தது. அவை சென்ட்ரல் பார்க் வெஸ்டிற்குள் சிந்திச் சிதறியபோது, நகர இல்லத்தின் வாயிலில் மழையால் வாட்டியெடுக்கப்பட்ட பெண், அடித்துச் செல்லப்பட்ட

சல்மான் ருஷ்தீ ◆ 119

முதலாவது காவலர், இரண்டாம் முறையாக அவளிடம் வந்து பிற்பாடு கவிழ்க்கப்பட்டது. அப்பெண் வீட்டுக்குள்ளே ஓடியது. எங்கேயிருக்கிறாய் தாயோளி என்று கத்தியபடி அவரது மையம் வரை சென்றது, அவர் அவள் முன்னே வெளியேறிச் சென்று தன் மனைவியையும் பிள்ளைகளையும் காப்பாற்றும் பொருட்டு தன்னைத் தியாகம் செய்தார். அவள் அங்கேயே அவரைக் கொலை செய்தாள். ஓக் மரமென சிவப்புக் கம்பளம் விரித்த படிகளில் அது உருண்டோடியது. கட்டுப்படுத்த முடியாதவாறு அழுது கொண்டிருந்த அவள் கணப்பொழுது அவர் உடல் முன்னே மண்டியிட்டாள். அப்புறம் வீட்டிலிருந்து ஓடினாள். யாரும் அவளை நிறுத்தவில்லை. யாரும் நெருங்கத் துணியவில்லை.

ஆனால், அப்போது அச்சேவையின்போது யாராலும் பதில் கூற முடியாதிருந்த கேள்வி, ஆயுதத்தின் தன்மை குறித்த கேள்வியே. இறந்துகிடந்த சடலங்கள் எதிலும் துப்பாக்கிக் குண்டுத் துளைகள் காணப்படவில்லை. போலீஸாரும் அவசர மருத்துவ சிகிச்சை அணியினரும் வந்து சேர்ந்ததும், உடலங்களனைத்தும் கருகிய சதையாக வாடை வீசின. அவற்றின் ஆடைகளும் கருகிப் போயிருந்தன. சிண்டி ஓல்ட்வில்லேயின் சாட்சியம் நம்ப முடியாததாயிருந்தது. அதீதமான திகில் நிலையிலுள்ள பெண்ணின் மன்னிக்கத்தக்க தவறென பலர் அதனை ஒதுக்கித் தள்ளினர். ஆனால் அவள் மட்டுமே நேரடி சாட்சியமாயிருந்தாள். அவள் என்ன சொன்னாள் என்பது அவளது கண்கள் பார்த்தது என்பதே. சற்றே குறைவிலான புகழ்வாய்ந்த செய்தி ஊடகப் பகுதிகளினால் கைப்பற்றப்பட்டதும் இரண்டங்குல தலைப்புச் செய்திகளாக பெரிதாக்கப்பட்டதும் ஆகும். தெரெஸா சகாவின் விரல் நுனிகளிலிருந்து பாய்ந்துவந்த இடிமுழக்கங்களாக, அவளிடமிருந்த கொட்டிய வெண்மையான, கிளைத்துச் செல்லும் மின்னேற்றமாக, அவளது அபாய வேலையைச் செய்வதாக இருந்தன. ஒரு பரபரப்புப் பத்திரிக்கை அவளை மின்காந்தச் சீமாட்டி என்றழைத்தது. இன்னொன்று ஷிமீணீக்ஷீ கீணீக்ஷீவ படக் குறிப்பான சக்கரவர்த்தினி திருப்பித் தாக்குகிறாள் என்பதைத் தெரிவு செய்தது. அறிவியல் புதினம் மட்டுமே மக்களுக்கு உதவக்கூடிய நிலையினை விஷயங்கள் எட்டியிருந்தன. முந்தைய நிஜ உலகின் சிநிமி அல்லாத சாதாரணத் தன்மை புரிந்து கொள்ளத் தக்கதாக திறனற்றதாகத் தோன்றிற்று.

உடனே மேலும் மின்சாரச் செய்தி வந்தது. பெல்ஹாம் பே பார்க்கில் ஆறாவது இரயிலின் நிலையத்திலே எட்டுவயதுப் பெண் தண்டவாளத்தில் விழுந்துவிட, எஃகு, ஐஸ்கிரீம் என

உருகி, பாதிப்பின்றி அப்பெண்ணை மீட்க அனுமதித்தது. வால் ஸ்ட்ரீட்டின் அருகிலுள்ள பாதுகாப்புப் பெட்டகத்தில், கொள்ளையர்கள் அடையாளந் தெரியாத ஆயுதத்தைப் பயன்படுத்தி, பேழைகள், பெட்டிகள், காப்பறைகளை உடைத்துத் திறந்து, லட்சக்கணக்கிலான டாலர்களுடன் தப்பிப் போயினர் என்றார், பாதுகாப்புப் பெட்டகச் சார்பாளர் ஒருவர். அரசியல் அழுத்தத்தால் மேயர் ரோஸாஃபாஸ்ட், காவல்துறை கண்காணிப்பாளருடன் கூட்டு நிருபர் கூட்டத்திற்கு அழைப்பு விடுத்தார். சமீபத்தைய மின்னல் தாக்குதல்களில் தப்பிப் பிழைத்தோரெல்லாம் அக்கூட்டத்திற்கு வருமாறு சோகத்துடன் அறிவித்தார். அது அவளது முற்போக்கான தாராளவாதத்தைக் காட்டிக் கொடுத்தலென அவளது அபிப்பிராயப்படியே, அவளின் முகத்தினூடே தெளிவாய் எழுதப்பட்டிருந்தது.

மனித உரிமைக் குழுக்களாலும் அரசியல் எதிரிகளாலும் பல செய்தியாளர்களாலும் அவ்வாசகம், கணித்திருந்தபடியே கண்டிக்கப்பட்டது. ஆனால் யதார்த்தம் பகுத்தறிவு சார்ந்ததாக அல்லது குறைந்தபட்சம் இயங்கியல் தன்மையானதாக இல்லாமல், திட்டமிட்டதாக, முன்னுக்குப் பின் முரணானதாக அபத்தமானதாக மாறியதும், பழைய தாராள பழமைவாத எதிர்ப்பு தன் அர்த்தத்தை இழந்தது. விளக்கைத் தேய்த்திடும் சிறுவன் தான் சொன்னதைச் செய்திடும் பூதத்தை வரவழைத்திருந்தால், நம் மூதாதையர் வசிக்கத் தொடங்கியிருந்த புதிய உலகில் நம்பத் தக்க நிகழ்வாக அது இருந்திருக்கும். ஆனால் அன்றாடத் தன்மையின்பால் நீண்ட காலம் பழகிப்போயிருந்தது. அவர் தம் புலன்களை மழுங்கச் செய்திருந்தன. இத்தகைய காலத்தில் வாழ்வது எப்படி என்றறிவது ஒருபுறமிருக்க, தாங்கள் அதிசயங்களின் உலகில் நுழைந்திருந்ததை ஒத்துக்கொள்வது கூட அவர்களுக்குச் சிரமமாயிருந்தது.

அவர்கள் அறியவேண்டியது நிறைய இருந்தது. அவர்கள் ஆவி என்று சொல்வதையும் அச்சொல்லை பாவனையாட்டத்துடன் தொடர்புபடுத்திப் பார்ப்பதையும் அல்லது தொலைக்காட்சியில் இளஞ்சிவப்பு கால்சராய்களில் தோன்றிடும் பார்பரா ஈடன் என்னும் பொலிவான ஜின்னி, லாரி ஹேக்மனுடன் காதல் கொண்டிருந்ததையும் சொல்லாமல் நிறுத்தக் கற்றுக்கொள்ள வேண்டியிருந்தது. இத்தகைய, திறன்மிகுந்த, நழுவிச் சென்றிடும் ஜீவிகள் எஜமானர்களைப் பெற்றிருக்க முடியும் என்று நம்புவது பெரிதும் புத்திசாலித்தனமற்றதாய் இருந்தது. உலகில் நுழைந்திருந்த பிரமாண்ட ஆற்றலின் பெயர் ஜின் ஆகும்.

துனியாவான அவளும் தோன்றி மறையும் ஒரு மனிதனை நேசித்தாள். (ஒரு போதும் அவளது எஜமானனில்லை) அந்நேசத்தின் விளைவு காது மடல்களற்ற பல குழந்தைகள். காது அடையாளம் குறிக்கப்பட்டிருந்த சந்ததியர் எங்கே இருந்தனரென துனியா தேடினாள். தெரெஸா சகா, ஜிதேந்திர கபூர், குழந்தைப் புயல், ஹியூகோ கேஸ்டர் பிரிட்ஜ் என்னும் பலரை. அவளால் முடிந்ததெல்லாம், அவர்கள் யார் மற்றும் சிதறிக் கிடக்கும் அவர்களது குலத்தினரது அறிவை அவர்தம் மனங்களில் பதிய வைத்ததே. அவளால் முடிந்ததெல்லாம், அவர்களுக்குள்ளிருந்த பிரகாசமான ஜின்னை விழித்தெழச் செய்து, ஒளியை நோக்கி அவர்களுக்கு வழிகாட்ட வைத்ததே. அவர்களனைவருமே நல்லவரில்லை. அவர்கள் பலரிடத்தே மானுட பலவீனம் ஜின்களின் வலுவை விடவும் சக்திவாய்ந்தது என்று நிரூபணம் செய்தது. இது ஒரு பிரச்சினையாயிருந்தது. உலகங்களுக்கு இடையிலான பிளவுகள் திறந்துகொள்ளவும், கருப்பு ஜின்களின் விஷமம் பரவத் தொடங்கிற்று. முதலில், வெற்றி குறித்துக் கனவு காணத் தொடங்கு முன்பு, ஜின்களிடம் பெரும் திட்டமேதும் இருக்கவில்லை. அவை அழிவைச் செய்தன. அது அவற்றின் இயல்பில் இருந்தமையால், விஷமமும், அதன் மூத்த உடன் பிறந்ததான நிஜமான தீங்கும், பதட்டமின்றி உலகின் மீது திணித்தன. பெரும்பாலான மனிதருக்கு ஜின்கள் எவ்வாறு நிஜமில்லையோ, அப்படியே ஜின்களுக்கு மனிதரும் நிஜமானவரில்லை, அவர்தம் வேதனைக்கு ஜின்கள் கவலைப்படவில்லை. சுவரின் மீது தான் எறிந்திடும் பதப்படுத்தப்பட்ட பறவைக்காகக் கவலைப்படும் குழந்தையை விடவும் கூடுதலாக இல்லாமல்.

ஜின்களின் தாக்கம் எங்குமிருந்தது. ஆனால் அந்த ஆரம்ப தினங்களில், தம்மை முழுதாக வெளிப்படுத்திக் கொள்வதற்கு முன்னர், நம் முன்னோரில் பலர், அணு உலையின் நிலைகுலைதலில், யுவதியின் கும்பல் வல்லுறவில் அல்லது பனிப்பாறை வீழ்ச்சியில், தம் மறைவான கரங்கள் செயல்பட்டிருந்ததைக் கண்டு கொள்ளவில்லை. ரொமேனியாவின் கிராமம் ஒன்றில் ஒருத்தி முட்டைகள் இடத் தொடங்கினாள். பிரெஞ்சு நகரம் ஒன்றில் குடிமக்கள் காண்டாமிருகங்களாக மாற ஆரம்பித்தனர். வயதான அயர்லாந்து நாட்டவர் குப்பைத் தொட்டிகளில் வாழப் புகுந்தனர். கண்ணாடியில் பார்த்த பெல்ஜிய நாட்டவர் ஒருவர், தன் பிடரி அங்கு பிரதிபலிக்கக் கண்டார். தன் மூக்கை இழந்திருந்த ரஷ்யர் ஒருவர், அது தானாகவே புனித பீட்டர்ஸ்பர்க்கைச் சுற்றிவரப் பார்த்தார். சிறு மேகம் முழு நிலவைத் துண்டாடியது. அதைப் பார்த்துக்கொண்டிருந்த

ஸ்பானிய யுவதி, ஒரு கத்தி அவளது கண்மணியைப் பாதியாகப் பிளந்து, விழித்திரைக்கும் லென்ஸ்களுக்கும் இடையிலான வெளியில் ஜெலெட்டின் நிறைத்து வெளியேறிச் செல்லக் கடும் வலியை உணர்ந்தாள். ஒருவனின் உள்ளங்கைத் துவாரத்திலிருந்து எறும்புகள் ஊர்ந்துவந்தன.

இத்தகைய விஷயங்களை எப்படிப் புரிந்துகொள்வது? எப்போதும் பிரபஞ்சத்தில் மறைந்துள்ள தத்துவமான சந்தர்ப்பம், உருவகம், குறியீட்டுவாதம், மிகையதார்த்தவாதம் மற்றும் குளறுபடியுடன் அணிசேர்ந்த, மானுட விவகாரங்களைக் கையில் எடுத்துக்கொள்வதை நம்புவது, உலகின் அன்றாட வாழ்வில் ஜின்களின் அதிகரித்துவரும் குறுக்கீடு எனும் உண்மையை ஏற்றுக்கொள்வதை விடவும், எளிதானதாயிருந்தது.

***

தன் போக்கில் திரிந்தவனும் உணவக மேலாளனும் நகரின் நபருமான ஜியாகோமா டோனிஸெட்டி, பதின்மூன்று வயது இளைஞனாக, தன் சொந்த நகரான இத்தாலியின் வெனிஸிலிருந்து, புறப்பட்டுத் தன் பயணத்தில் இறங்கினான். பாண்டிச்சேரியின் அரவிந்தர் ஆசிரமத்தில் இருவருமே ஆன்மிக நாட்டமும் இளமையும் கொண்டிருந்தபோது, அன்னை மிர்ரா அல்ஃபஸ்ஸா தொன்னூற்று மூன்றாம் வயதான மணவிழாவை நடத்திவைத்திட, தனது இத்தாலியின் கத்தோலிக்கத் தந்தையை மணந்திருந்த கொச்சியைச் சேர்ந்த, கருப்பு யூதரான தனது தாய், பரிசொன்றை அளித்தாள். கடிதவடிவில் மடிக்கப்பட்ட சதுரமான மான்தோல் சிவப்புநிற வில்லுடன் கட்டப்பட்டிருந்தது. இங்கே இருக்கின்றது உனது நகரம். இப்பொதியைத் திறக்க வேண்டாம். நீ எங்கே அலைந்து திரியினும் உன் இல்லம் உள்ளே பத்திரமாய் எப்போதும் இருக்கும் என அவனிடம் அவள் கூறினாள். எனவே தன் தாயின் மரணச் செய்தி தன்னை வந்து சேருமட்டும், அவன் வெனிஸைத் தன்னுடன் உலகெங்கும் எடுத்துவந்தான்.

அன்றிரவு அவன் மடிக்கப்பட்ட தோலை அதன் பாதுகாப்பான இடத்திலிருந்து எடுத்து சிவப்பு வில்லினைப் பிரித்துவிட, அது அவன் விரல்களில் துண்டுகளாய் உதிர்ந்தது. மான்தோல் உறையினைத் திறந்து பார்க்க, அதில் ஏதுமில்லை. ஏனெனில் காதலுக்குப் புலப்படும் வடிவமில்லை. அத்தருணத்தில், உருவமற்றதும் புலப்படாததுமான காதல், அவனிடமிருந்து படபடத்துச் சென்றது. அதனை இனி அவன் வைத்திருக்க முடியாது போனது. இல்லம் என்ற எண்ணமும், தான் எங்கேயிருந்தாலும் இல்லத்திலிருப்பதான உணர்வும் என்ற

மாயமும் அப்படியே மாயமானது. அதன் பின்னர், மற்றவர்கள் போலவே அவன் வாழ்ந்ததாகத் தோன்றிற்று. ஆனால் அவனால் காதல்வயப்படவோ நிம்மதியாகத் தங்கிவிடவோ முடியவில்லை. இறுதியில் அவ்விழப்புகளை ஆதாயங்களாகக் கருதத் தொடங்கினான். ஏனெனில் அவற்றிலிருந்துதான் பல இடங்களில் பல பெண்டிரின் வெற்றிவந்தது.

ஒரு விசேடத் திறனை அவன் வளர்த்தெடுத்தான். மகிழ்ச்சியின்றி மணமுடித்துள்ள மங்கையரின் காதல் அது. அநேகமாக அவன் சந்தித்த ஒவ்வொரு மணமான பெண்ணும் ஓரளவுக்குத் தன் மணவாழ்வில் மகிழ்ச்சியின்றி இருந்தாள், அவர்களில் அதிகமானோர் அதனை முடிவுக்குக் கொண்டுவர ஆயத்தமில்லாத போதும். அவனைப் பொறுத்தவரை, எந்தவொருத்தியினுடைய திருமண வலையில் சிக்கிவிடக் கூடாதென்று தீர்மானகரமாயிருந்தான். எனவே அவர்கள் தங்களிடையே சரியானவற்றைப் பொதுவில் கொண்டிருந்தனர், சரிவர உடன்படாத எல்லையற்ற தேசத்தைத் திருவாளர். டோனிஸெட்டி மற்றும் மல்மரிடுட்டே என்றவற்றை அவன் தனிப்பட அழைத்தான். அவனது கவனித்தலுக்காகப் பெண்கள் நன்றி பாராட்டினர். அவனும் தன் பங்கிற்குத் தவறாது நன்றி பாராட்டினான்.

"பெண்களிடத்தேயான வெற்றியின் இரகசியம் நன்றியே" என்று தன் இரகசிய நாட்பதிவில் அவன் எழுதினான். பேரேடு போன்ற இவ்விநோத ஏட்டில் தன் வெற்றிகளைப்பதிவு செய்தான். அவனது எண்ணிக்கையை நம்புவதாயின், பல ஆயிரங்களிருக்கும். அப்புறம் ஒரு நாள் அவனது அதிர்ஷ்டம் மாறிற்று.

சிரமமான கலவி புரிந்த ஓர் இரவுக்குப் பின்னே நன்கு பராமரிக்கப்பட்ட துருக்கிய குளியல் இல்லம் அல்லது ஹம்மாமிற்குச் சென்ற டோனிஸெட்டி, சூடேற்றி ஆவி படரவிட்டுத் தேய்த்துவிட அனுமதித்தான். நோவிடாவிலிருந்த இத்தகையதொரு மையத்திலேதான் ஒரு ஜின் அவனிடம் கிசுகிசுத்தது.

இருண்ட ஜின்கள் கிசுகிசுப்பாளர்களாக இருந்தன. புலப்படாதிருந்த அவை மனிதரின் நெஞ்சங்களில் தம் உதடுகளைப் பதித்து, அவர்தம் இருதயங்களுள் மெல்ல முணுமுணுத்து, தம் பலிகிடாக்களின் விருப்புறுதியை வென்றன. சமயங்களில் உடைமையாக்கிக்கொள்ளும் செயல் ஆழ்ந்ததாகி, தனி நபரின் அகம் கரைந்து, ஜின் தனது பலிகிடாவின் உடலில் உண்மையாகவே வசித்தது. முழுமையாக உடைமையாக்கப்படாத நேர்வுகளிலும்,

நல்லவர்கள் கிசுகிசுக்கப்பட்டபோது தீய செயல்களைச் செய்யக் கூடியவர்களாக ஆனார்கள். மோசமானவர்கள் இன்னும் மோசமான செயல்களைச் செய்யக்கூடியவர்களாக ஆனார்கள். மாட்சிமை, தாராளம், அடக்கம், அன்பு மற்றும் கருணை சார்ந்த செயல்பாடுகளைநோக்கி மானுடத்தை நெறிப்படுத்துவதாக பிரகாசமான ஜின்களும் கிசுகிசுத்தன. ஆனால் அவற்றின் கிசுகிசுப்புகள் குறைந்த தாக்கத்தைக் கொண்டிருந்தன. மனித இனம் மிக இயல்பாகவே இருண்டதை அல்லது மாற்றினை நோக்கிச் செல்வதாக இருப்பதை உணர்த்துவதாக அது இருக்கிறது. இதனால் இருண்ட ஜின்கள், குறிப்பாக மாபெரும் இஃப்ரிட்கள், ஜின் உலகின் உறுப்பினர்கள் எல்லாம் வலுமிக்கனவாக இருக்கின்றன. இது தத்துவவாதிகள் விவாதிப்பதற்கான விசயமாகும். நீண்டகால இன்மைக்குப் பிறகு, இரு உலகங்களில் கீழே உள்ளதற்கு நம் உலகிற்கு ஜின்கள் திரும்பியபோது, என்ன நிகழ்ந்ததென்று நம்மால் பதிவு செய்யவே இயலும். அதன் மீது அல்லது அதற்குள்ளாக போரினை அறிவிக்க இயலும். பூமியின் மீது இத்தகைய நாசத்தை இழைத்திட்ட, உலகங்களின் யுத்தம் எனப்படுவது, ஜின்களின் உலகத்திற்கும் நம்முடையதிற்கும் இடையிலான போர் மட்டுமல்ல, மாறாக தம்முடைய பிரதேசத்தில் அல்லாமல் நம்முடையதில் ஜின்களிடையே நிகழ்த்தப்பட்ட உள்நாட்டு யுத்தமாகவும் இருந்தது. பிரகாசமானவற்றிற்கும் இருண்டதற்கும் இடையிலான போராட்டத்திற்கு மனித இனம் யுத்த களனாகியது. பிரகாசமானதிற்கும் பிரகாசமானதிற்கும் மற்றும் இருண்டதிற்கும் இருண்டதிற்கும் இடையில், சாராம்சத்தில் ஜின்களின் அராஜகத் தன்மையிலான இயல்பையும் குறிப்பிட்டாக வேண்டும்.

இருண்டு வருடங்கள், எட்டுமாதங்கள், இருபத்தெட்டு இரவுகளின் போது நம் மூதாதையர்கள் ஜின்களின் அபாயங்களுக்கெதிராக தொடர்ந்து எச்சரிக்கையாயிருக்க வேண்டுமென்பதை கற்றுக்கொண்டனர். தம் பிள்ளைகளின் பாதுகாப்பு, மிகுந்த கவலைக்குள்ளானது. தம் குழந்தைகளின் படுக்கையறைகளில் விளக்குகளை எரியவிடத் தொடங்கினர். தம் அறைகள் காற்றில்லாமல் புழுங்குகின்றன என அவர்கள் குறைப்பட்டாலும் ஜன்னல்களை மூடினர். ஜின்களில் சில குழந்தைகளை அபகரித்தன. அப்படி யாராலும் சொல்ல இயலவில்லை. அத்துடன், வெற்றறை ஒன்றில் நுழையும்போது, மூச்சடக்கியபடி என்னைப் பொறுத்துக் கொள்ளவும் என்று முணுமுணுத்துக்கொண்டு வலது பாதத்தை முதலில் எடுத்துவைப்பது நல்லதாகப்பட்டது. எல்லாவற்றுக்கும் மேலாக, ஜின்கள் இருளுக்கும் ஈரத்திற்கும் ஈர்க்கப்படுவதால், இருளில்

குளிக்காதிருப்பது புத்திசாலித்தனமாய் இருந்தது. தணிவான வெளிச்சமும் அதிக ஈரப்பதமும் மிக்க ஹம்மாம்கள் கணிசமான ஆபத்துக்குரிய இடமாயிருந்தது. நம்முடைய மூதாதையர்கள் அந்த ஆண்டுகளிலே இவற்றையெல்லாம் படிப்படியாக அறியலானார்கள். ஆனால், எலிஸபெத் வீதியிலுள்ள நேரம் சரியாக ஒதுக்கப்பட்டிருந்த துருக்கியக் குளியல் இல்லத்தில் ஜியாகோமோ டோனிஸெட்டி நுழைந்தபோது, தான் மேற்கொள்ளும் அபாயத்தை அறியவில்லை. விஷமமிக்க ஜின்களில் ஒன்று அவனுக்காகக் காத்திருக்க வேண்டும். ஏனெனில் ஹம்மாமிலிருந்து அவன் கிளம்பியபோது, மாறிய மனிதனாயிருந்தான்.

சுருக்கமாய்ச் சொல்வதாயின், அவன் எவ்வளவு நன்றியுடன் பின்தொடர்ந்தாலும், பெண்கள் அவனிடம் காதல்வயப்படாது போயினர். மாறாக ஒருத்தியை அவன் பார்த்தால் போதும், அவள் வேறுவழியில்லாமலும் நம்பிக்கையில்லாமலும், கொடூரமான அறிவற்ற காதலில் விழுந்துவிடுவாள். பணிபுரிய - விளையாட - வீதியில் திரிய என அவன் எங்கு சென்றாலும், மூவாயிரம் டாலர் மதிப்பிலான சார்வெட் சூட்டிங் - சர்ட்டிங்கும் ஹெர்ம்ஸ் டையில் இருந்தாலும், எந்த யுவதியும் மயங்கிடவில்லை. ஆனால் அவனைக் கடந்த சென்ற ஒவ்வொருத்தியும் அவனது இருதயத்தைத் துடிக்கவிட்டாள். அவன் கால்களை ஜெல்லியாக மாற்றினாள். தனக்கு இளஞ்சிவப்பு நிற ரோஜாக்களின் பெரிய கொத்தினை அனுப்புமாறு அவனிடத்தே மிகுந்த ஆசையைத் தூண்டிவிட்டாள். குறைந்தது நான்கு கண்டங்களிலாவது மிகவும் தேடப்படுகின்ற பிரம்மச்சாரிகளில் ஒருவனாக இல்லாமல், குடிகாரனை அல்லது பிச்சைக்காரனைப் போல, அவனது ஆட்சேபணைகளைப் பொருட்படுத்தாமல், முன்னூறு பவுண்ட் விரல்நகச் சிகிச்சையாளரும் தொன்னூறு பவுண்ட் பசிக்காமைக்கான சிகிச்சையாளரும் அவனைக் கடந்துபோய்விட, வீதியில் அவன் அழுதான்.

குல்லாய் பராமரிப்பாளர், பரிசாரகப் பெண்கள், பரிசாரக மேற்பார்வைப் பெண்கள் எனப் பல்வேறான இரவு விடுதிப் பெண்களுக்கு அவன் தர்ம சங்கடமாயிருப்பதால், தனது வேலையிலிருந்து வெளியேறிவிடுமாறு அவனது வணிக சகாக்கள் அவனைக் கேட்டுக்கொண்டனர். சில தினங்களிலேயே அவனது வாழ்க்கை அவனுக்கு வதையானது. மருத்துவ உதவியை நாடினான். சிகிச்சையில் அச்சமிருப்பினும், தேவைப்பட்டால், பாலுணர்வுக்கு அடிமையானவன் என்றறியப்படவும் விரும்பினான். எனினும், மருத்துவரின் காத்திருப்பு அறையில், வீட்டுப்பாங்கான கொரிய அமெரிக்க வரவேற்பாளினியிடம் தன்

மனைவியாக முடியுமா என்பதைப் பரிசீலித்துப் பார்க்குமாறு, ஒரு காலை மண்டியிட்டு வினவினான். அவள் தனது திருமண மோதிரத்தை எடுத்துக்காட்டி, தன் டெஸ்க் மீதிருந்த தன் பிள்ளைகளின் நிழற்படத்தைச் சுட்டிக்காட்டிட, அவன் கண்ணீர் சிந்தி அழவே, வெளியேறுமாறு கேட்டுக் கொள்ளப்பட்டான்.

அவன் நடைபாதையின் யதேச்சைத் தன்மைக்கும் அடைபட்ட வெளிகளின் காமக்கிளர்ச்சி தரும் முனகலுக்கும் பயப்படத் தொடங்கினான். நகரத் தெருக்களிலுள்ள காதல் வயப்படுவதற்கான பெண்களின் அதிகப் பாரம் பெரிதாகையால், மாரடைப்பு குறித்து பயப்பட்டான். உட்புறங்களெல்லாம் அபாயகரமாயிருந்தன. அவற்றில் ஒன்று கூட ஒருபாலினத்தைக் கொண்டிருக்காததால் அவனை அருவருப்புடன் வெறுத்த பெண்களுடன் மின்னேற்றிகளில் சிக்கியதால், அவை அவமானமிழைப்பனவாக இருந்தன. தான் நிம்மதியாகத் தூங்கக் கூடிய தோல் கைப்பிடிகளுள்ள நாற்காலிகளைத் தேடிச் சென்றான். துறவு வாழ்வைத் தீவிரமாய் யோசித்துப் பார்த்தான். மதுவும் போதை மருந்தும் லகுவானதும் வலி குறைந்ததுமான தப்பித்தலை வழங்கின. அவன் சுய விநாசத்தை நோக்கிய திருகுச் சுழலில் கீழிறங்கிப் போனான்.

தன் Ferrari காரினை நோக்கித் தள்ளாடிச் சென்றுகொண்டிருந்த ஓரிரவில், தான் நண்பர்களற்றவன், யாரும் தன்னை நேசிக்கவில்லை, தன் வாழ்க்கையை அவன் அமைத்துக் கொண்டிருந்த ஒவ்வொன்றும், முட்டாளின் தங்கமென மோசமாயும் மலினமாயும் இருந்தது. அநேகமாக அவன் ஒரு காரினை நிச்சயம் ஓட்டக் கூடாது என குடிகாரனின் நிச்சயத் தெளிவுடன் புரிந்துகொண்டான். ஓட்டுநர் இருக்கையில் தானிருக்க தன் ஆயுளில் தான் பார்த்த ஒரே ஹாலிவுட் படத்திற்கு தனது காதலி ஒருத்தியால் இட்டுச் செல்லப்பட்டது அவனுக்கு நினைவு வந்தது. அப்படத்தில் ப்ரூக்ளின் பிரிட்ஜில் ஒருவரையொருவர் பார்த்துக் கொண்டபடி தற்கொலைக்குத் திட்டமிடுகின்றனர், ஓர் ஆணும் பெண்ணும். ஆனால் அப்படிச் செய்யாது லாஸ் வேகாஸுக்குப் போய்விடுகின்றனர். தான் வண்டியைப் பாலத்திற்கு ஓட்டிச் சென்று குதிக்கத் தயாராகி, அவளைத் தான் அழகான திரை நட்சத்திரத்தால் காப்பாற்றப்பட வேண்டும் என்று நம்புகிறானோ என வியப்படைந்தான். ஆனால் தன்னைப் பற்றியிருந்த விசித்திர நிலையின் மறைமுக விளைவால், பாலத்திலோ லாஸ் வேகாஸிலோ மோதி நின்ற எந்தவொரு இடத்திலோ தன் பாதையில் குறுக்கிட்ட ஒவ்வொருத்தியிடமும் அவன் தொடர்ந்து காதல்வயப்படுவான். அதன் காரணமாக திரைத் தேவதை சந்தேகத்திற்கிடமின்றி கைவிட்டுவிடும், அவன் இன்னும் பரிதாபத்திற்குரியவனாக இருப்பான்.

அவன் மனிதனாக இல்லாது போனான். காதல் எனும் ராட்சதனின் அடிமைநிலையில் ஒரு மிருகமாகியிருந்தான். La belle dame sans merci -யே தன்னைப் பெருக்கி, பெண்களே இல்லையோ என உலகின் அனைத்துப் பெண்களது உடல்களிலும் வசித்தாள். தான் வீட்டுக்குச் சென்று கதவைச் சாத்திவிட்டு, குணப்படுத்தக்கூடிய நோயினால் வருத்தப்படுவதாகவும், அது உச்சத்தைத் தொட்டு தன் இயல்பு வாழ்க்கையை மீண்டும் தொடங்கிட அனுமதித்து விடும் என்றும் நம்ப வேண்டியிருந்தது. அத்தருணத்தில் இயல்பு தன் அர்த்தத்தை இழந்துவிட்டதாகத் தோன்றிய போதிலும். ஆமாம் இல்லம்தான். அவன் தன்னை அவசரப்படுத்திக் கொண்டான். Lower Manhattan - இன் மேல்மாடி இல்லத்திற்கு ferrari - யை முடுக்கினான். ஓட்டுநரின் கவனக்குறைவுடன் வண்டியின் கவனக்குறைவும் சேர்ந்துகொண்டது. அத்தீவின் சற்றும் மோஸ்தரில்லாத பகுதியின் முச்சந்தியில் குறிப்பிட்ட தருணத்தில் Mr.Geronimo Gardner என்னும் வார்த்தைகளுடன் ஒரு தொலைபேசி எண்ணும் மஞ்சள் நிறத்தால் மறைக்கப்பட்டிருந்த இணையதள விபரமும் பக்கவாட்டில் எழுதப்பட்டிருந்த சிறிய சரக்கு வண்டியை மோதப்போக, அசுர வேகத்தில் வண்டிகளைத் திருப்புவதும் சக்கரங்கள் நாராசமாக கிரீச்சிடுவதும் பிரேக்குகள் உராய்வதும் என அத்துடன் நின்றுவிட்டது. யாரும் சாகவில்லை. ஃபெராரிக்குக் கடும் சேதம். சிறிய சரக்கு வண்டியின் பின்புறத்தே தோட்ட உபகரணங்கள் சிதறிக்கிடந்தன. இரண்டு ஓட்டுநர்களுமே சேதத்தைப் பார்வையிட சிரமமின்றி இறங்கிவந்தனர். அப்போதுதான் நடுக்கத்திலும் கிறக்கத்திலுமிருந்த ஜியாகோமோ டோனிஸெட்டி தன் மனம் பேதலித்துப் போனதை முழுதாக அறிந்துகொண்டான். வீதியில் அங்கேயே மயங்கிவிழுந்தான். ஏனெனில் தன்னை நோக்கிவந்துகொண்டிருந்த உடல்ரீதியில் ஆஜானுபாகான வயதானவன், தரையிலிருந்து பல அங்குல உயரத்தில் நடந்துகொண்டிருந்தான்.

திரு.ஜெரோனிமோ பூமியுடனான தொடர்பினை இழந்து ஓராண்டுக்கும் மேலாகியிருந்தது. அப்போது, அவனது உள்ளங் கால்களுக்கும் திண்மையான கிடைமட்ட மேற்பரப்புகளுக்கும் இடையிலான இடைவெளி அதிகரித்து இப்போது மூன்றரையாக, நான்கு அங்குலமாகக்கூட ஆகியிருக்கலாம். தனது நிலைமையின் இயல்பான பீதியூட்டும் அம்சங்கள் இருப்பினும் அவன் அவ்வாறு அதனை அழைக்கத் தொடங்கியிருந்தான். அதனை நிரந்தரமானதாகக் கருதுவது சாத்தியமற்றது என்று கண்டான். தனது நிலைமையை ஒரு சுகவீனமாக, முன்னர் அறிந்திராத வைரஸின் விளைவாக, ஈர்ப்புவிசைப் பூச்சியாக உருவகித்துக்

கொண்டான். அத் தொற்று கடந்துபோகும், தனக்குத் தானே கூறிக்கொண்டான். விவரித்திட முடியாத ஒன்று அவனுக்கு நிகழ்ந்திருந்தது. அதன் தாக்கங்கள் நிச்சயம் மங்கிப்போகும். இயல்பு நிலை தானே உறுதிப்படுத்திக் கொள்ளும். இயற்கை விதிகளை நீண்ட காலத்திற்கு மீறிட இயலாது. நோய்க் கட்டுப்பாட்டு மையங்களுக்குத் தெரிந்திடாத நோயினால் கூட. இறுதியில் அவன் நிச்சயமாக இறங்கிவிடுவான். இப்படித்தான் அவன் அன்றாடமும் தன்னை மீளவும் உறுதிப்படுத்திக் கொள்ள முயன்றான். இதனால் அவனது நிலைமை மோசமாகிவிடுவதன் தவிர்க்க இயலாத அடையாளங்கள் அவனைக் கடுமையாகத் தாக்கின. பீதியின் உணர்வுகளை அழுத்திவைப்பதற்கான, எஞ்சியுள்ள விருப்புறுதியைப் பெரிதும் எடுத்துக்கொண்டது. பெரும்பாலும் அவனொரு இறுக்கமான தனி நபரென்று பெருமிதப்பட்டாலும், எச்சரிக்கை எதுவுமின்றி, அவனது சிந்தனைகள் அடிக்கடி ஏறுமாறாக ஓடத் தொடங்கின. அவனுக்கு நிகழ்ந்து கொண்டிருந்தது சாத்திமற்றது, ஆனால் அது நிகழ்ந்து கொண்டிருக்கவே, சாத்தியமானது ஆனது. சாத்தியம் சாத்தியமற்றது, என்பவற்றின் அர்த்தங்கள் மாறிக்கொண்டிருந்தன. அறிவியல் அதனை அவனுக்கு விளக்கிக் காட்டுமா? மதத்தால் முடியுமா? எந்தவொரு விளக்கமும் சிகிச்சையும் இருக்க முடியாது என்னும் கருத்தினைக் கொண்டிருக்க அவன் விரும்பவில்லை. ஒருவிதத்தில் ஈர்ப்பு விசையைக் கடத்திவிடும் திண்மை இல்லாத அடிப்படைத் துகள்களே கிரேவிடான்கள். அவற்றை ஆக்க அல்லது அழிக்க இயலலாம், அப்படியாயின் அது புவிஈர்ப்பு ஆற்றல் அதிகரிக்கவோ குறையவோ காரணமாகக் கூடும். க்வாண்டம் இயற்பியலின்படி அதுதான் செய்தியாயிருந்தது. ஆனால் கிரேவிடான்கள் உண்மையாகவே இருந்தன என்பதற்கு ஆதாரம் இல்லை. க்வாண்டம் இயற்பியலே, நிறைய நன்றிகள், அவன் கருதினான், நீ மிகப்பெரும் உதவியாய் இருந்திருக்கிறாய்.

வயதான பலரைப் போலவே, திரு.ஜெரோனிமோ ஓப்பீட்டளவில் தனிமைப்பட்ட வாழ்க்கையை நடத்தினார். அவரது நிலையைத் தொந்தரவு செய்திட பிள்ளைகளோ பேரப்பிள்ளைகளோ இல்லை. இது அவருக்கு ஆறுதலாயிருந்தது. தான் மறுமணம் செய்திருக்கவில்லை என்பது குறித்தும் ஆறுதலடைந்தார். இதன் காரணமாக அவர் எந்தவொரு பெண்ணினதும் வேதனைக்கோ, கவலைக்கோ காரணமாக இருக்கவில்லை. மனைவியிழந்தவராக அவர் பல ஆண்டுகள் இருந்துவந்தபோது, சிலவான அவரது நண்பர்கள் அவரிடமிருந்து விலகிக்கொண்டும் வெறுமனே பரிச்சயமானவர்களாகியும், அவரின் சொற்செட்டான வழிமுறைகளுக்கு ஈடுதந்தனர். தன்

மனைவி இறந்தபிறகு, அவர்தம் சொத்தினை விற்றுவிட்டு, மன்ஹாட்டனில் உள்ள கடைசியான மறக்கப்பட்ட அண்டை அயலான கிப்ஸ் பேயிலுள்ள அடக்கமான வாடகை வீட்டுக்குக் குடிபெயர்ந்தனர். அநாமதேயமாயிருந்த மன்ஹாட்டன் அவருக்குக் கச்சிதமாய் பொருந்தியது. இரண்டாம் நிழற்சாலையிலுள்ள அவரது முடிதிருத்துபவருடன் ஒரு சமயம் நட்பார்ந்த உறவு இருந்துவந்தது. ஆனால் இப்போதோ அவர் தன் முடியைத் தானே வெட்டிக்கொள்கிறார். அவரே சொல்ல விரும்பியது போல, தன் தலையின் தோட்டக்காரராக மாறி வந்தார்.

மூலையிலிருந்த தேறல் கடையின் கொரியர்கள் தொழில் முறையில் இனிதாயிருந்தனர். ஆனால் சமீப காலமாக, இளைய தலைமுறை தன் பெற்றோரிடமிருந்து பொறுப்பேற்ற பிற்பாடு, சமயங்களில் அவர் வெற்றுப் பார்வைகளால் - நீண்ட காலத்திற்கு முன்னர் கண்ணாடியணிந்த மூத்தவர்கள் வரவேற்ற மெல்லிதான புன்னகைகள் மற்றும் சிறிய அங்கீகரிப்புள்ள தலையசைப்புகளுக்குப் பதிலாக இளமையின் அறியாமையை வெளிப்படுத்திய - வரவேற்கப்பட்டார். முதல் நிழற்சாலையின் வழியே இருந்த பல மருத்துவ நிலையங்கள், தம் அண்டை அயலை மருத்துவர்களின் கொள்ளை நோயால் தொற்றிவிட்டன. ஆனால் அவர் மருத்துவத் தொழிலை வெறுத்தார். அவர் தன் மருத்துவரையே பார்க்கப் போகவில்லை. டாக்டர்......... ருடன் உறவு நிலையைத் தொடர விரும்பினால் குறைந்தது ஆண்டுக்கொருமுறை உங்களை நாங்கள் பார்க்க விரும்புகிறோம் என்னும் அக்கனவானின் உதவியாளரது குறிப்புகள் வருவது நின்று போயிருந்தன. மருத்துவர்களுக்கென அவரிடம் என்ன பயன் இருந்தது. ஒரு மாத்திரை அவரது நிலையைக் குணப்படுத்திவிடுமா? முடியாது. குணப்படுத்தாது. அதிகம் தேவைப்படுவோரிடத்தே தவறாது தோற்று நின்றது அமெரிக்க மருத்துவ உதவி. அதனுடன் எந்தத் தொடர்பும் வைத்துக்கொள்ள அவர் விரும்பவில்லை. அந்த உதவியைப் பெறாதவரை நீங்கள் பெற்றிருந்ததே உங்கள் ஆரோக்கியம், அதன் பின்னர் நீங்கள் தூண்டப்பட்டு அந்நாள் வருவதற்குள் மருத்துவர்கள் குறுக்கிடாது இருப்பது நல்லது.

அரிதான சமயங்களில் இந்த போன் ஒலித்தது. அது தவறாது தோட்ட விஷயமாயிருந்தது. அவரது நிலைமை எவ்வளவு காலம் நீடித்ததோ அவ்வளவு கடினமாயிருந்தது அவர் வேலை செய்திட. தன் வாடிக்கையாளரை பிற தோட்ட வேலைக் கலைஞர்களுக்கு மாற்றிவிட்டு, தன் சேமிப்பில் இப்போது வாழ்ந்துகொண்டிருந்தார். பல ஆண்டுகளில் அவர்

திரட்டியிருந்த வட்டி இருந்தது. ஆனால் அவரது ஆடம்பரச் செலவுக்கு அது போதுமானதாயில்லை. மறுபுறத்தில், சொத்துச் சேர்த்திடும் பொருட்டு தோட்டக்கலையில் ஈடுபட்டிட ஒருவருமில்லை. எல்லாவின் சுவீகரிப்பும் இருக்கவே செய்தது. அதனை அவள் “ஒன்றுமற்றது” என விவரித்தாள். ஆனால் அது அவள் செல்வந்தராக வளர்ந்திருந்தபடியால். உண்மையில் அது சிறிய தொகைதான், அவளது மரணத்திற்குப் பின் அவருக்கு வந்து சேர்ந்தது. ஆனால் அவர் அதனைத் தொடவே இல்லை. ஆக அவருக்கு நேரமிருந்தது. ஆனால் ஒரு தருணம் தவிர்க்க முடியாது வந்து சேரும், விஷயங்கள் அப்படியே இருந்துவந்தால், அப்போது பணம் போய்விடும், அவர் அதிர்ஷ்டத்தின் தயவில் இருக்க நேரிடும். அதிர்ஷ்டம், ஈவிரக்கமற்ற பூச்சி.

ஆம், அவர் பணம் பற்றி கவலைப்பட்டார், ஆனால், மீண்டும் மகிழ்ச்சியாயிருந்தார். அக்கவலைகளை வேறு யாரிடத்தும் திணிக்கவில்லை. சூப்கள், தானியங்கள் என அவர் தனக்குத் தேவைப்படுபவற்றை பதுக்கிவைத்திருந்தாலும், அவ்வப்போது மளிகைப் பொருட்கள் வாங்குவதற்காக அவர் நுழையவிருந்த கடைகளின் அல்லது நடை பாதைகளின் நபர்களால், என்ன நிகழ்ந்துகொண்டிருந்தது என்பதை தனது அண்டை வீட்டாரிடமிருந்து மறைப்பது சாத்தியமின்றிப் போனது. தன் பயணங்களைக் குறைத்திட, அவர் சேமிப்பறையைக் கொள்ளையிட்டார். இருப்பினைச் சரி செய்ய, இணைய தளத்தில் வாங்கினார். தான் பட்டினியாயிருந்தபோது சப்ளை செய்யப்படும் வகையில் அவற்றை அனுப்பவைத்தார். வெளியே செல்வது குறைந்து போனது. அவ்வப்போது இருளில் நடப்பது தவிர்த்து. எனினும் இவ்வளவு முன்னெச்சரிக்கைகள் இருந்தும், அவரது நிலைமை அவரின் அண்டை வீட்டாருக்குத் தெரிந்திருந்தது. சலிப்புக் குறைந்தவர்களை அண்டை வீட்டாராகக் கொண்டிருந்ததில் அவர் அதிர்ஷ்டக்காரராயிருந்தார். தன் சக பிரஜைகளின் விசித்திரத் தன்மைகளில், எல்லாவற்றையும் பார்த்துள்ளேன் என்ற அக்கறையின்மையுடன். தன் காமாலைக் கண்ணுக்குப் பேர் பெற்றவர்களாய் இருந்ததைக் கண்டுகொண்டார். பூமிப்பரப்பிலிருந்து அவர் உயர்ந்து நின்றதைக் கேள்விப்பட்ட அவரின் அண்டை வீட்டார் அப்படியொன்றும் ஈர்க்கப்பட்டுவிடவில்லை. அது ஒரு வித தந்திரமாய் இருக்கும் எனக் குறைந்தபட்ச விவாதத்துடன் யூகித்தனர். நாளுக்கு நாள் அதே தந்திரத்தை அவர் தொடர்ந்து நிகழ்த்தினார் என்னும் விஷயம் அவரை ஆயாசமடையவைத்தது. தன் தாவு நடைக்கோல்களிலிருந்து அகன்றிடாதவர், நீண்ட நாட்களுக்கு முன்பே ஆவியாகிவிட்ட அதிசயக் காரணத்தைக்

கொண்டுள்ள கண்காட்சியாளராக இருந்தார். அல்லது, ஒரு விதத்தில் அவர் பாதிக்கப்பட்டிருந்ததால், ஏதேனும் தவறாகிப் போயிருந்தால், அது அவரின் தவறாகவே இருக்கக்கூடும். குறுக்கீடு செய்யப்படாதபோது சிறந்து விளங்கும் பொருளில் அவர் குறுக்கிடு செய்திருக்க வேண்டும். அல்லது இவ்வுலகம் அவரை அருவருத்து உதைத்து வெளியேற்றி இருக்க வேண்டும். எதுவாயினும், இதில் கவனிக்க வேண்டியது, அவரது நடைக்கம்பு, அவரைப் போலவே பழைமையானது.

ஆக சிறிது காலத்திற்கு அவர் புறக்கணிக்கப்பட்டார். அது விஷயங்களை லகுவாக்கிற்று. ஏனெனில் அந்நியரிடம் தன்னை விளக்கிக் கொள்ளும் ஆசை இல்லாதவராக அவர் இருந்தார். வீட்டில் இருந்தபடி கணக்குகள் போட்டுக்கொண்டிருந்தார். ஓராண்டில் மூன்றரை அங்குலங்கள் என்பது, மூன்று ஆண்டுகளில் இன்னும் அவர் உயிர்த்திருப்பின், இன்னும் அவர் தரையிலிருந்து ஓரடிக்கும் குறைவாகவே இருப்பார் என்றாகும். அவ்விகிதத்தில், வாழத்தக்க வாழ்க்கையைத் தனக்கு அளித்திடும் பிழைப்பு உத்திகளை அவர் வகுத்துக் கொள்ளக் கூடியவராக இருக்க முடியும் என்று தன்னைத் தட்டிக் கொடுத்துக் கொண்டார்.

அது மரபார்ந்ததோ எளிதானதோ ஆன இருப்பில்லை. ஆனால் செயல்படுத்தக் கூடியது. எனினும் தீர்க்கப்பட வேண்டிய நடைமுறைப் பிரச்சினைகள் இருந்தன. அவற்றில் சில அருவருப்பானவை. குளிப்பது கேள்விக்கு அப்பாற்பட்டதாயிருந்தது. அதிர்ஷ்டவசமாக குளியலறையில் Shower cubicle இருந்தது. இயற்கை உபாதைகளை முடிப்பது தரும சங்கடமாய் இருந்தது. கழிப்பறையில் அமர அவர் முயன்றபோது அவரது பின்புறம் இருக்கைக்கு மேலே தொங்கியது. தரையிலிருந்து மேலே இருந்திட அவரது பாதங்கள் வற்புறுத்திய அதே தூரத்தைப் பராமரித்தது. எவ்வளவு உயரத்தில் இருந்தாரோ, கழிப்பது அவ்வளவு கடினமாயிருந்தது. இது கருதிப் பார்க்கவேண்டியதாயிருந்தது.

பயணம் ஏற்கனவே பிரச்சனையாயிருந்தது. இன்னும் பெரிதாக ஆகக் கூடும். விமானப் பயணத்தை ஏற்கனவே நிராகரித்திருந்தார். ஒருவித மிரட்டலாக TSA அலுவலர் ஒருவரை அவர் அடித்துவிடக் கூடும். விமான நிலையங்களிலிருந்து கிளம்ப விமானங்களே அனுமதிக்கப்பட்டன. விமானத்தில் ஏறாதபடி ஒரு பயணி அப்படிச் செல்ல முற்படுவது முறையானதாக இருக்காது. அது தடுக்கப்பட வேண்டும். இதர பொதுப் போக்குவரத்து வசதிகளும் பிரச்சனைக்குரியதாயிருந்தன. சுரங்க வழியில், அவர் உயர்ந்து காணப்படுவது, சட்டவிரோத முயற்சியாக சுழல்

பாதையைத் தாண்டுவதாகக் கருதப்பட்டுவிடும். பாதுகாப்பாக அவரால் வண்டியோட்டிச் செல்லவும் இயலாது. நடந்த விபத்து அதனைத் தெளிவாக்கியிருந்தது.

மக்கள் என்னதான் அலட்சியமாய் நடந்துகொண்டாலும், இடது கைப்பக்கம் நடப்பது, இரவு வேளையில் நடப்பதுகூட மிகவும் புலப்படுவதாக பாதிப்புக்குள்ளாவதாக இருந்தது. அவர் தனது அடுக்கக இல்லத்தில் இருந்துவிடுவது சிறந்தது. நிலைமைகள் சீராகும் வரை கட்டாயப்படுத்தப்பட்ட ஓர் ஓய்வு வாழ்க்கை மற்றும் அவர் அன்றாட வாழ்வில் எஞ்சியிருந்ததன் பால் திரும்பிச் செல்ல முடியும். ஆனால் அதை எண்ணிப் பார்ப்பது சிரமமாயிருந்தது. வெயிலிலும் மழையிலும் வெப்பத்திலும் குளிரிலும் நாளுக்குப் பல மணி நேரம் கடின வேலை செய்து, வெளிப்புற வாழ்க்கைக்குப் பழகிப் போனவராய் இருந்தார். பூமியின் இயற்கை அழகுக்கு அவரது சிறிய அழகுணர்வை சேர்க்கக் கூடியவராய் இருந்தார். அவரால் வேலை செய்ய முடியாது போனால், உடற்பயிற்சி செய்ய வேண்டியிருந்தது. நடக்க வேண்டியிருந்தது. இரவிலும் நடக்க வேண்டியிருந்தது.

மிகவும் சொற்பமான மோஸ்தருள்ள அந்த அண்டை அயலில் மிகவும் குறைவான நவீனமுள்ளதாயிருக்கக் கூடிய பிரிவிலுள்ள குறுகலான வரிசையிலுள்ள குறுகிய அடுக்ககமான, பாக்தாத்தின் கீழ்மட்டத்து இரு தளங்களில் திரு.ஜெரோனிமோ வசித்தார். அவரின் குறுகிய வசிப்பறை குறுகிய தெருவின் மட்டத்திலிருந்தது. அவரின் குறுகிய படுக்கையறை குறுகிய தரைத்தளத்து மட்டத்திலிருந்தது. பெரும் புயலின்போது பாக்தாத் வெளியேற்றும் மண்டலத்திற்குள் இருந்தது. ஆனால் வெள்ளநீர் தரைத் தளத்தை எட்டியிருக்கவில்லை. அதுவொரு குறுகிய தப்பித்தலாயிருந்தது. அருகிலிருந்த தெருக்கள், விசாலமாய் இயற்கையாற்றல்களை வரவேற்கக் கைகளை நீட்டியிருந்ததால், துவம்சம் செய்யப்பட்டிருந்தன. கற்றுக்கொள்ள வேண்டிய பாடமொன்று இருந்திருக்கலாம். திரு. ஜெரோனிமோ எண்ணிப்பார்த்தார்.

அகலத்தை விடவும் குறுகலானது தாக்குதல்களுக்குத் தப்பியிருக்கலாம். ஆனால் அதுவொரு கவர்ச்சியற்ற பாடம், அதனை அவர் காலடிகள் எடுத்துவைக்கும், விரிந்த தோள்களுடைய அவரைப் போன்ற ஒருவர் ஒட்டிக்கொண்டிருக்க வேண்டிய விழுமியங்கள், விசாலம், உள்ளடக்கியிருத்தல், எல்லாம் உடனேயான தன்மை, நீளம், அகலம், ஆழம், பெரிய தன்மை, உலகம் குறுகியதைப் பாதுகாத்து விசாலமானதை

சல்மான் ருஷ்தீ ◆ 133

அழித்திட, விரிந்த சதைப்பிடிப்பான உதடுகளை விடவும் ஒட்டிக்கொண்டுள்ள வாயை ஆதரித்திட, கனத்தை ஆகிருதியை விடவும் மெலிந்த உடலை விரும்பினால், தொளதொளப்பானதை விடவும் இறுக்கமானதை விரும்பினால், முழக்கத்தைவிடவும் கனைப்பை விரும்பினால், அவர் அப்பெரிய கப்பலுடன் கீழே போக விரும்பியிருப்பார்.

அவரின் குறுகிய இல்லம் புயலுக்குத் தாக்குப் பிடித்திருக்கலாம், ஆனால் அவரைப் பாதுகாக்கவில்லை. அறியப்படாத காரணங்களால் அப்புயல் அவரை தனிச்சிறப்பான வகையில் பாதித்திருந்தது. தன் குடும்பத்தின் இல்ல மண்ணிலிருந்து அதிகரித்த அவரின் எச்சரிக்கையிலிருந்து அவரைப் பிரித்திருந்தது. புயல் அதற்கு உண்மையிலேயே பொறுப்பாயிருக்குமாயின், நான் ஏன் என்று கேட்காதிருப்பது கடினமாகும். ஆனால் அதற்கொரு காரணம் இருக்க வேண்டும் என்னும் சிரமமான உண்மையை அவர் புரிந்துகொள்ளத் தொடங்கியிருந்தார். ஆனால் ஒரு நோக்கத்தைக் கொண்டிருப்பதைப் போன்றதல்ல அது. குறிப்பிட்ட ஒன்று எப்படி நிகழ்ந்தது என உங்களால் கண்டறிய முடிந்தால் கூட எப்படி எனும் கேள்விக்கு உங்களால் பதிலளிக்க முடிந்தால்கூட - ஏன் என்பதை தீர்க்க உங்களால் நெருங்கிவர முடியாது போயிருக்கும். எப்படி என்பது இன்னும் அவரைத் தொந்தரவு செய்தது என்றெண்ணினார். கண்ணாடியிடம் தீரமான முகத்தை முன்வைத்திட முயன்றார். முகச் சவரம் செய்த போது தன்னைக் காண, இப்போது அவர் சிரமப்பட்டு குனிய வேண்டியிருந்தது. ஆனால் அன்றாடம் பயம் ஏறியது.

பாக்தாத்தின் அடுக்ககம், குறுகியதாக மட்டுமல்லாமல், குறைந்தபட்ச தேவைகள் நிறைவேற்றப்பட்டதாய், ஒருவித இன்மையாயிருந்தது. அவர் எப்போதும் சில தேவைகளைக் கொண்டவராகவே இருந்தார். தன் மனைவியின் இறப்புக்குப் பின்னர், தன்னால் பெற இயலாதது தவிர்த்து எதுவும் வேண்டாதவராக இருந்தார். தன் வாழ்வில் அவளது இருப்பு அது. அவர் உடைமைகளை ஒதுக்கித் தள்ளியிருந்தார். சுமைகளை இறக்கியிருந்தார். அவசியமானவை தவிர்த்து எதனையும் வைத்திருக்கவில்லை. தன் பாரத்தை இலேசாக்கியிருந்தார். தன் கடந்த காலத்தின் இயற்பியல் அம்சங்களிலிருந்து தன்னை விடுவித்துக் கொள்வது என்னும் இந்நிகழ்ச்சிப் போக்கு, தனது நிலையுடன் தொடர்பு கொண்டிருக்கக் கூடும் என்பது அவருக்குத் தோன்றவில்லை. இப்போது, அவர் எழுந்தபோது, நினைவுத் துண்டங்களைப் பற்றிக் கொள்ளத் தொடங்கினார்.

அவற்றின் ஒட்டுமொத்த எடை தன்னைத் திரும்பவும் தரைக்குக் கொண்டுவந்துவிடும் என்பதாக. தானும் எல்லாவும், ஒரு கிண்ணத்தில் மின்னடுப்பில் வறுக்கப்பட்ட பாப்கார்னுடன், தம் மடியின் மீது ஒரு விரிப்பைப் போட்டுக்கொண்டு, தொலைக்காட்சியில் ஒரு திரைப்படத்தைப் பார்த்துக் கொண்டிருந்தது அவருக்கு ஞாபகம் வந்தது. அப்படத்தில், விலக்கப்பட்ட நகரில் வளர்க்கப்படும் சீனத்துச் சிறுவனான மன்னன் தன்னை கடவுளாக நம்புகிறான். ஆனால் பல மாற்றங்களுக்குப் பிறகு அதே அரண்மனைத் தோட்டக்காரன் தன் புதிய வாழ்க்கையில் மகிழ்ச்சியாக இருப்பதாகக் கூறினான். அது உண்மையாக இருக்கக் கூடும் இதற்கு நேர்மாறானதாயும் இருக்கலாம் என திரு.ஜெரோனிமோ தன்னைப் பொறுத்து எண்ணினார். நான் மெல்ல தெய்வீகத்தை நோக்கி உயர்ந்து கொண்டிருக்கக் கூடும். அல்லது இந்நகரம், எல்லா நகரங்களும், சீக்கிரமே எனக்கு விலக்கப்பட்டவை ஆகலாம்.

அவர் ஒரு குழந்தையாயிருந்தபோது, அவருக்குப் பறக்கும் கனவு வந்திருந்தது. அக்கனவில் அவர் தன் படுக்கையறையில் தன் படுக்கையில் சாய்ந்திருக்கிறார். கூரையை நோக்கி மெல்ல எழக்கூடியவராக இருந்திருக்கிறார். அவர் எழவும் படுக்கை விரிப்பு அவரிடமிருந்து நழுவிவிட்டது. அப்புறம் தன் பைஜாமாவில், சுழலும் காற்றாடியின் இறக்கைகளைக் கவனமாகத் தவிர்த்தவாறு, மிதக்கிறார். அறையைக் கூட தலை கீழாக்கி, கவிழ்ந்துள்ள தரையில் கிடக்கும் நாற்காலி என ஆச்சரியப்படுகிறார். அது ஏன் விழவில்லை என ஆச்சரியப்படுகிறார். தன் அறையில் இருந்த மட்டுக்கும் பறத்தல் சிரமமில்லாதாதிருந்தது. இரவில் தென்றலை உள்ளே விடும் வகையில் பெரிய ஜன்னல்களைக் கொண்டிருந்தது அவரது அறை. அவர் முட்டாள்தனமாக அவற்றினூடே சென்றிருந்தால், ஒரு குன்றின் மீது அவரது வீடு நின்றிருக்கும் (அவர் விழிப்புற்றிருந்த நேரங்களில் அப்படி இல்லை) உடனே அவர் எடை இழக்கத் தொடங்கினார். மெதுவாக, பயமூட்டும்படியாக இல்லை. ஆனால் தவிர்க்க இயலாதபடி - ஆனால் அத்தருணத்தே திரும்பிப் பறக்காது போயிருப்பின், அவரது படுக்கையறையை இழந்திருப்பார். குன்றின் அடிவாரத்திற்கு மெல்ல இறங்கியிருப்பார். அங்கே அவரது அம்மா அழைத்த "அந்நியரும் அபாயங்களும்" இருந்தன. அவர் எப்போதும் படுக்கையறை ஜன்னல்களின் வழியே திரும்பிடக் கூடியவராக இருந்தார். ஆனால் சில வேளைகளில் அது ஓட்டப்பந்தயமாயிருந்தது. இந்த ஞாபகத்தையும் தலைகீழாக்க வேண்டும். இப்போது தன் அறையில் தங்கி இருக்கின்ற அவரைச் சார்ந்தது தரையில் பதிந்திருப்பது -

வெளியே செல்லும் ஒவ்வொரு முயற்சியும் அவரை மேலும் விலகியவராக இட்டுச் சென்றது.

அவர் தொலைக்காட்சிப் பக்கம் திரும்பினார். மாயக் குழந்தை செய்திகளில் இடம்பெற்றது. அம் மாயக் குழந்தையும் அவரும் ஒத்த காதுகளைப் பெற்றிருந்ததைக் கவனித்தார். இருவருமே இப்போது பழைய பரிச்சயமான தரை பதிந்த தொடர்மத்திலிருந்து விலகியவர்களாகி, மாயப் பிரபஞ்சத்தில் வாழ்ந்தனர். அம்மாயக் குழந்தையிடமிருந்து ஆறுதலடைந்தார். தான் புரிந்துகொள்ளத் தொடங்கியது இயல்பானதில்லை என்று அர்த்தப்படுத்தியது அதன் இருப்பு.

கார் விபத்து அவரது தவறாக இருந்ததில்லை. ஆனால் வண்டியோட்டுவது இப்போது அருவருப்பானதாயும் இசைவாயில்லாததாகவும் இருந்தது. அவரது அனிச்சைச் செயல்கள் எப்படி இருக்க வேண்டுமோ அப்படியில்லை. கடுமையான காயமின்றி அவர் தப்பித்திருப்பதில் அதிர்ஷ்டசாலி. விபத்துக்குப் பின்னர் இன்னொரு டிரைவர், ஜியோகோமோ டோனிஸெட்டி என்றழைக்கப்படும் சுகபோக வகையினர், ஒருவித குளிர் ஜுரத்தில் பிரக்ஞை வரப்பெற்றிருந்தார். ஆவி பீடிக்கப்பட்டவரைப் போல அவரைப் பார்த்துக் கத்தினார். "இங்கே என்ன செய்துகொண்டிருக்கிறீர்கள்? எங்களை விடவும் உங்களைச் சிறந்தவராக எண்ணுகிறீர்களா? எனவேதான் உங்களை விலக்கிவைத்துக் கொள்கிறீர்களா? பூமி உங்களுக்கு நல்லதில்லை. மற்ற ஒவ்வொருவரையும் விட நீங்கள் உயரத்தில் இருக்க வேண்டியுள்ளதா? நீங்கள் யார், கேடுகெட்ட தீவிரப் பிரிவினரில் ஒருவரா? பரிதாபமான உங்கள் வண்டியால் என் அழகிய காருக்கு என்ன செய்தீர்கள் என்று பாருங்கள், உங்களைப் போன்றவரை வெறுக்கிறேன். ஒழிய வேண்டிய மேட்டுக் கும்பல்." இவ்வார்த்தைகளை உச்சரித்த பிறகு திருவாளர் டோனிஸெட்டி திரும்பவும் மயக்கத்தில் விழ, துணை மருத்துவப் பிரிவினர் வந்து அவரைக் கவனித்துக் கொண்டனர்.

அதிர்ச்சி, மக்களை விசித்திரமாய் இயங்க வைக்கிறது. திரு. ஜெரோனிமோ அறிவார். ஆனால் அவரது நிலைமையைப் பார்த்த, குறைந்தது சிலரின் கண்களிலாவது குறிப்பிட்டதொரு வெறுப்பு முகிழ்ப்பதை அறிந்துகொள்ளத் தொடங்கினார். இரவில் மேலும் எச்சரிக்கை கொண்டிருக்கக் கூடும். அவர் குண்டினைக் கடித்தெடுத்து விட்டு, பகல் பொழுதில் நடந்து திரிய வேண்டும். ஆனால் அப்போது, அவரது நிலைமை குறித்த ஆட்சேபணைகள் அதிகரிக்கும். ஆமாம், ஒரு குடிமகனின் பரிச்சயமான அலட்சியம் இதுவரையிலும் அவரைப் பாதுகாத்து

வந்திருந்தது. ஆனால் மோசமான பகட்டுத்தனம் என்ற குற்றச் சாட்டிலிருந்து அவரைக் காக்கப் போவதில்லை. எவ்வளவுக்கு உயர்கின்றாரோ அவ்வளவுக்கு எதிர்ப்பும் இருக்கும் அவர் தன்னைத் தனித்து நிறுத்திக் கொண்டார். பூமியுடன் கட்டுண்டவர் மீதான தீர்ப்பே அவர் தரை மீது உயர்ந்து நிற்பது, தனது அசாதாரண நிலையில் அவர் சாதாரண மக்களை அற்பமாக நோக்கினார் என்னும் எண்ணம் அந்நியரின் விழிகளிலே தென்படத் தொடங்கிற்று அல்லது அது அங்கிருந்ததைப் பார்த்ததாக அவர் கருதத் தொடங்கினார். என் நிலைமையினை ஓர் அபிவிருத்தியென்று ஏன் கற்பிதம் செய்கிறீர்கள்? அவர் அழ விரும்பினார். ஏன் அது என் வாழ்வைச் சிதைத்து, எனது மரணத்தை முன் கூட்டியே கொண்டுவந்துவிடும் என்று ஏன் அஞ்சுகிறேன்?

"தணிகின்ற" வழிக்காக அவர் ஏங்கினார். அறிவியலின் பிரிவு ஏதேனும் அவருக்கு உதவக் கூடுமா? க்வாண்டம் கோட்பாடு இல்லையெனில் வேறு ஏதேனும்? கூரையிலிருந்து தொங்கிட அனுமதித்த "ஈர்ப்பு பூட்ஸ்கள்" பற்றி வாசித்திருந்தார். அவற்றை அணிந்திருப்போர் தரையுடன் ஒட்டிக் கொண்டிருக்கும் விதத்தில்,அவற்றைச் சரி செய்து கொள்ள இயலுமா? ஏதேனும் செய்ய இயலுமா? அல்லது மருத்துவம் மற்றும் அறிவியலின் எல்லைக்கு அப்பாலிருந்தாரா? நிஜவாழ்க்கை வெறுமனே பொருத்தமற்றதாகியிருந்ததா? மிகை யதார்த்தத்தால் அவர் கைப்பற்றப்பட்டிருந்தாரா? சீக்கிரமே அதனால் விழுங்கப்பட்டுவிடுவாரா? ஏதேனுமொரு சாதாரணத் தன்மையதான உணர்வை உண்டாக்கிடும் அவரது நிலை குறித்த சிந்தனை முறை ஏதேனும் இருந்ததா? தன் நிலைமையை மற்றவர்களுக்கு ஏதேனும் ஒரு விதத்தில் கடத்திவிடுகின்ற வகையில் அவர் உண்மையிலேயே தோற்றுள்ளவராக அல்லது தொற்றினைப் பரப்புபவராக அல்லது திறன் மிக்கவராக இருந்தாரா?

எவ்வளவு காலம் அவர் பெற்றிருந்தார்?

தரையிலிருந்து உயரே மிதப்பதென்பது முற்றிலும் அறியப்படாத நிகழ்வல்ல. உதாரணமாக தவளைகள் போன்ற சிறிய உயிரினங்கள், சூப்பர் கண்டக்டர்களைப் பயன்படுத்திய மின் காந்தங்களால் சோதனைச் சாலை தட்ப வெப்பத்தில் தரைக்கு மேலே மிதந்திருந்தன. அவர் புரிந்திராத உடல் நீரின் குறுக்குக்காந்த உந்தித்தள்ளுதலை உண்டாக்கின. மனித உயிரிகள் அதிகமாக நீரினால் ஆக்கப்பட்டவை, ஆதலின் அவருக்கு என்ன நடந்து கொண்டிருந்தது என்பதற்கான குறிப்பாக இது இருக்கக் கூடுமா? அப்படியானால் அத் தாக்கத்தை ஏற்படுத்திக் கொண்டிருந்த பிரமாண்டமான மின் காந்தங்களும் பாரிய சூப்பர் கண்டக்டராக மாறியிருந்ததா? அப்படியாயின் பாதிக்கப்பட்ட உயிரினமாக அவர் மட்டுமாக இருந்தது ஏன்? அல்லது புவிக் கோளத்தின் மாற்றங்களுக்கு உயிரியல் -வேதியியல் அல்லது இயற்கை கடந்த காரணத்தால் இயற்கை மீறிய நிலையிலான உணர்வு நுட்பம் கொண்டிடும் நபராயிருந்தாரா? அப்படியாயின், ஒவ்வொருவருமே விரைவில் அவரிருந்த படகில் இருப்பவர்களாக ஆகிவிடுவார்களா? ஒட்டுமொத்த மனித இனத்தை பூமி மறுதலிப்பதாக ஆகிவிடுவதற்கான சோதனைச் சாலை எலியாயிருந்தாரா?

இங்கே அவரது கணினித் திரையில் அவர் புரிந்துகொள்ளாத ஒன்று இருந்ததைப்பாருங்கள். Casimir ஆற்றலை அடக்கியாளுவதால் நுண்பொருட்கள் மேலெழுவது சாதிக்கப்பட்டிருந்தது. இவ்வாற்றலின் நுண்துகள் உலகினை ஆராய்ந்திடப் போராடிய அவர், பொருளின் சாராம்சத்தின் ஆழ்நிலை மட்டங்களில், பிரபஞ்சத்தின் அடித்தள ஆற்றல்களினுடைய அதிக அழுத்தத்தால் ஆங்கில மொழி சிதைந்து, படைப்பின் மொழியாலேயே இடப்பெயர்ச்சி செய்யப்பட்டது எனப் புரிந்துகொண்டார். ஐசோபின் டப்லெட், நோயதரின் தேற்றம், ரொடேஷன்

ட்ரான்ஸ்பர்மேஷன், மேல் - கீழ் க்வார்க்குகள், பௌலி பரஸ்பர விலக்கல் கொள்கை, டோபால்ஜிகல் வைண்டிங் எண் அடர்த்தி, தெ ராம் கோமாலஜி, ஹெட்ஜ்ஹாக் வெளி, டிஸ்ஜாய்ண்ட் யூனியன், ஸ்பெக்ட்ரல் அஸிம்மட்ரி, செஸைர் பூனைத் தத்துவம் எல்லாம் அவரது புரிதலைத் தாண்டியிருந்தது. செஸைர் பூனையை உருவாக்கிய லீவிஸ் கரோல், அதன் கோட்பாடு பொருளின் வேர்களுக்கு அருகே எங்கோ ஓரிடத்தில் இருந்தது என்றறிந்திருக்கக் கூடும். தன் தனிப்பட்ட சந்தர்ப்பங்களில் Casimirish ஆராய்ந்து கொண்டிருந்ததாயிருக்கக்கூடும், அப்புறம் திரும்பவும் இல்லாதிருக்கக் கூடும். பேரண்டத்தின் விழியில் அவர் தன்னையே பார்த்தால், அவர் இத்தகைய ஆற்றல் வினை புரியக் கூடிய நுண்பொருளாய் இருக்க முடியும்.

அவர் தனது மனம், தனது உடலைப் போலவே, திடமான தரையிலிருந்து தன்னை விடுவித்துக் கொண்டிருந்தது எனப் புரிந்துகொண்டார். இது நிற்க வேண்டியிருந்தது. அவர் எளிய விஷயங்களில் கவனத்தை ஒருமுகப்படுத்த வேண்டியிருந்தது. குறிப்பாக கவனத்தை ஒருமுகப்படுத்த வேண்டிய எளிய விஷயம், திடமான தளங்களின் மேலே பல அங்குல உயரத்தில் அவர் தொங்கிக் கொண்டிருந்தார் என்பதே. தரை, தன் அடுக்ககத் தளம், படுக்கைகள், கார் இருக்கைகள், கழிவறை இருக்கைகள் என்பதே. ஒரு முறை மட்டுமே, ஒரு கைப்பிடியை முயன்று பார்த்தார். அது போன்றதான தந்திரத்தை அவர் முயன்று பார்த்தபோது, தன் பாதங்களைப் போலவே தன் கைகள் அதே நிலைமையினை வளர்த்துக் கொண்டதைப் பார்த்தார். சரிந்து விழுந்து மல்லாந்த அவர், தரை விரிப்பின் மீது ஓரங்குலம் தொங்கினார். வெற்று வெளி, அவர் விழுந்தபோது, இதந்தர முடியாதிருந்தது. விழுந்த பிறகு மிகுந்த கவனத்துடன் நகர்ந்தார். கடுமையாக நோய்வாய்ப்பட்டவரைப் போலவும் தன்னை நடத்திக் கொள்ள வேண்டியவராகவும் இருந்தார். அவரது நிலைமை தனது ஆரோக்கியத்தைப் பாதித்து, தசைகளைப் பலவீனப்படுத்தி, அவரை வயதானவராக ஆக்கிக் கொண்டிருந்தது மட்டுமில்லை. அவரது பண்பு நலனையும் அழித்து, புதியதொரு அகத்தினால் இடப்பெயர்ச்சியும் செய்துகொண்டிருந்தது. அவர் அவராக இல்லாது போனார். ராஃபி, ரோன்னி மஸ் - பாதிரியாரின் - ஸோன்னிமஸாக இல்லாது போனார். சார்லஸ் மாமாவின் மருமகனாக அல்லது பெண்ட்டோ எல்ஃபென்பியனின் மாப்பிள்ளையாக, அல்லது தனது பிரியத்துக்குரிய எல்லாவின் நெஞ்சம் நொறுங்கிய கணவராக இல்லாது போனார். அவர் திரு.ஜெரோனிமோ கார்டனர். நிலவியல் பண்ணையின் திரு.ஜெரோனிமோவாக இல்லாது போனார். தனது சமீபத்தைய

அகமாகவும், தத்துவச் சீமாட்டியின் காதலராகவும், அவளது மேலாளர் ஓல்டுகேஸிலின் எதிரியாகவும்கூட இல்லாது போனார். வரலாறு அவரிடமிருந்து நழுவிப் போயிருந்தது. தனதிலும் பிறரின் பார்வையிலும் அவர் தரையிலிருந்து மூன்றரை அங்குல உயரத்தில் இருந்தவர் என்பதுக்கு அதிகமாகவோ குறைவாகவோ இல்லாதவராக ஆகிக் கொண்டிருந்தார், ஆகியிருந்தார். மூன்றரை அங்குலங்களும் உயர்ந்துகொண்டும்.

அவர் தனது வாடகையைச் சரியாக செலுத்திக் கொண்டிருந்தார். ஆனால் தன்னை அக்கட்டடத்திலிருந்து வெளியேற்றிட சாக்குப் போக்கினைத் தேடுவாள் சகோதரி என்று கவலைப்பட்டார். சகோதரி சி.சி.ஆல்பீ, அதியுயர்வான அல்லது அவளுக்குப் பிடித்த விருதான பாக்தாத்தின் சொந்தக்காரி என்பது, குறைந்தது அவளது அபிப்ராயத்தில், விசால மனமுடைய பெண் என்பதாகும். ஆனால் செய்திகளில் என்ன நிகழ்ந்துகொண்டிருந்தது என்பது குறித்து அவள் கவலைப்படவில்லை. உதாரணமாக புயல்மானாகிய உண்மையின் குழந்தை, கோர்ரி ஒய்ட், டாமியன் தார்ன் என்னும் அசுர வித்தான பிற திகில்படக் குழந்தைகளைப் போலவே, அதீதப் பரபரப்பில் தன்னை ஆழ்த்திக் கொண்டாள். குழந்தைப் புயலுக்குப் பின்னே என்ன வந்தது என்பது விசித்திரமே. வல்லுறவாளனாக இருக்கப் போகின்றவனால் துரத்தப்பட்டவள். பறவையாக மாறி, தப்பிவிட்டாள். சகோதரி கவனித்த செய்தி இணையதளங்களில் இப்படக்காட்சி இடம்பெற்றது. யூட்யூபிலும் காணக் கிடைத்தது. நகரின் அபிமானத்துக்குரிய தேவதைகளுள் ஒருத்தியான பிரேஸில் நாட்டின் உள்ளாடைத் தெய்வம் மார்பெஸ்ஸா சாகெப்ரெக்ட்டினை வேவுபார்த்துவந்த ஓர் உளவாளி, ஒரு மாயத்தால் கலைமானாக மாற்றப்பட்டு, ஏ நிழற்சாலையில் அண்டங்கருப்பிலான ஆவி ரூப வேட்டை நாய்க் கும்பலால் துரத்தப்பட்டான். அப்புறம் டைம்ஸ் ஸ்கொயரில் விஷயங்கள் இன்னும் மோசமாகின. அங்கே பல்வேறான சாட்சியங்களால், சில விநாடியும் பல நிமிடங்களுமான ஒரு கால கட்டத்தில், அச்சதுக்கத்தில் ஒவ்வொருவர் அணிந்திருந்த ஆடைகளும் மாயமாகின. அதிர்ச்சியூட்டும் வகையில் அவர்களை அம்மணமாக்கின.

கைபேசிகள், பேனாக்கள், சாவிகள், கிரெடிட் கார்டுகள், காகித நோட்டுகள், ஆணுறைகள், பாலியல் பாதுகாப்பின்மைகள், வீங்கிவிடக்கூடிய அகம்பாவங்கள், பெண்களின் உள்ளாடைகள், துப்பாக்கிகள், கத்திகள், மகிழ்ச்சியின்றி மணமுடித்த பெண்களின் தொலைபேசி எண்கள், ஃப்ளாஸ்க்குகள், முகமூடிகள், கொலோன், கோபக்கார மகள்களின் நிழற்படங்கள், சுவாசத்தைப்

பொலிவாக்கிடும் மாத்திரை அட்டைகள், வெண்ணிறப் பவுடர், போதை சிகரெட்டுகள், பொய்கள், ஹார்மோனிக்காக்கள், கண்ணாடி, குண்டுகள் அடங்கிய பிளாஸ்டிக் பைகள் நொறுங்கிய மறக்கப்பட்ட நம்பிக்கைகள் சேர்ந்த அவர்தம் பைகளில் இருந்தவை தரையில் சிதறின. சில விநாடிகள் (நிமிடங்களாயிருக்கலாம்), கழித்து அந்த ஆடைகள் மீண்டும் தோன்றின. ஆனால் ஆண்களின் அம்மணம் உடைமைகள், பலவீனம், விருப்பு வெறுப்பற்ற தன்மைகளை வெளிப்படுத்த, அவமானம், கோபம், பயம் உள்ளிட்ட முரண்பட்ட உணர்வுகளின் புயலைக் கட்டவிழ்த்துவிட்டது. பெண்கள் அழுதவாறு ஓட, ஆண்களோ தம் இரகசியங்களுக்காகத் திண்டாடினர். அவற்றை அவர்தம் உயிர்பிழைத்த பைகளில் திருப்பி வைக்க இயலும். ஆனால், வெளிப்பட்டுவிட்ட அவற்றை மறைக்க முடியாது போயிற்று.

சகோதரி துறவுக் கன்னியில்லை. ஒருபோதும் அப்படி இருந்ததில்லை. ஆனால் அவளது மத உணர்வுக்காகவும். நடிகை வோப்பி கொல்ட்பெர்க் போலிருந்ததற்காகவும் மக்கள் அவரை சகோதரி என்றழைத்தனர். ஒருவரும் அவளை சி.சி என்றழைக்கவில்லை. ஏனெனில் மறைந்த அவளது கணவர் லத்தீன் மரபிலான நெஞ்சம் பூரித்திருந்த இளைஞருடன் இவ்வாழ்க்கையிலிருந்து புறப்பட்டு, நரகத்தில் அல்லது அல்புக்கெர்யுவில்-ஓர் இடத்திற்கான இரு பெயர்கள் அவை - முடிந்து போனார் என்றாள் சகோதரி. அவரது புதிய மெக்ஸிக மரணத்திலிருந்து ஒட்டுமொத்த உலகமே அந்த இழப்பவர் மீதான அனுதாபத்தில், நரகத்திற்குப் போய்க்கொண்டிருந்தது போல் தோன்றிற்று. சகோதரி ஆல்பீ போதும் என்னும் அளவுக்கு அதனைப் பெற்றார். ஒருவித அமெரிக்கப் பைத்தியக்காரத்தனத்துடன் அவள் பரிச்சயமாகியிருந்தாள். துப்பாக்கி மீதான பைத்தியம் அவளுக்கு இயல்பாயிருந்தது. பள்ளியில் பிள்ளைகளைச் சுடுவது அல்லது கோமாளி முகமூடியணிந்து மாலில் கண்டபடி சுட்டுத்தள்ளுவது அல்லது காலை உணவுப் பைத்தியமிக்க உங்கள் அம்மாவை வெளிப்படையாகக் கொலைசெய்வது, இரண்டாவது திருத்தப் பைத்தியம் - போய்க்கொண்டிருந்த அன்றாடப் பைத்தியம் அதுவாயிருந்தது. நீங்கள் சுதந்திரத்தை நேசித்தால், இது குறித்து நீங்கள் செய்யக் கூடியதாக ஏதுமில்லை.

ப்ராங்ஸில் தனது இளமைக்காலத்திலிருந்தே அவள் கத்திப் பைத்தியத்தைப் புரிந்துகொண்டாள். கருப்புக் குழந்தைகளைத் தூண்டிவிட்ட குத்துச் சண்டை வகையிலான பைத்தியம் காரணமாக யூதர்களை முகத்தில் குத்துவது இயல்பாயிருந்தது.

அவளால் போதை மருந்துப் பைத்தியத்தை, அரசியல்வாதி பைத்தியத்தை, வெஸ்ட்பரோ பாப்டிஸ்ட் தேவாலய பைத்தியத்தை, ட்ரம்ப் பைத்தியத்தை புரிந்துகொள்ள முடிந்தது. ஏனெனில் அவ்விஷயங்கள் அமெரிக்க பாணியிலிருக்க இப்புதிய பைத்திய நிலை வித்தியாசமாயிருந்தது. அது 9-11 னைப் பைத்தியமாய் உணர்ந்தது. அந்நியமானது, தீங்கானது என. தீங்கு கட்டவிழ்த்துவிடப்பட்டு, உரத்தும் அடிக்கடியும் காணப்பட்டது என்றாள் சகோதரி. தீங்கு செயல்பட்டது, தன் குடித்தனக்காரர்களுள் ஒருவர், பகலும் இரவுமாக எல்லா நேரங்களிலும் தரையிலிருந்து பல அங்குல உயரத்தில் மிதக்கத் தொடங்கியதும், தீங்கே தனது கட்டடத்திற்கு வந்திருந்தது என்பது வெளிப்படையானது. உங்களுக்குத் தேவைப்பட்டபோது ஏசு எங்கிருந்தார்? பாக்தாத்தின் சிறிய நடைக்கூடத்தில் நின்றபடி அவள் உரக்கக் கூறினாள். "ஏசுவே, மேலும் ஒருமுறை பூமிக்கு இறங்கிவா, உனக்கெனச் செய்வதற்கு என்னிடத்தே இப்போது கடவுள் பணி இருக்கிறது."

பாக்தாத்தின் மேல்தளத்தில் வசித்துவந்த கலைஞர் (நிகழ்த்து கலை, நிறுவுதல் கலை, சுவரெழுத்து) ப்ளூ யாஸ்மின் வந்தது அங்கேதான். திரு.ஜெரோனிமோவுக்கு அவளைத் தெரியாது. அவளைத் தெரிந்து கொள்ளவும் கவலைப்படவில்லை. ஆனால், திடீரெனத் தன் சார்பாகப் பேசுகின்ற ஒரு துணை, ஒரு நண்பன், சகோதரியின் வழியில் இந்தியாவைப் பூர்வீகமாகக் கொண்டிருப்பவன், அல்லது அப்படித் தோன்றிய ஒருவன் கிடைத்தான். "அவனை விட்டுவிடுங்கள்" என்றாள் ப்ளூ யாஸ்மின். சகோதரி முகஞ் சுளித்தாள். தான் கேட்டுக்கொண்டவாறு செய்தாள். யாஸ்மின் மீதான சகோதரியின் பாசம் வியப்பூட்டுவதாய் இருந்தது. மாபெரும் நகரின் கணக்கற்ற சாத்தியமற்ற உறவுநிலைகளில் ஒன்றாயிருந்தது - காதலரை வியப்பிலாழ்த்திய நேசங்கள், அதன் வேர்கள் பேச்சில் இருக்கக்கூடும். பேசக்கூடியவளாக இருந்தது யாஸ்மின்தான், அவளது வார்த்தைகளால் சகோதரி வசியமானாள். பாக்தாத், இராக், அதுவொரு துன்பியல் நாடகம், யாஸ்மின் சொல்லவிரும்பினாள். ஆனால் பி இல்லாத பாக்தாத் (Bagdad) அற்புத இடமாகும், கதைகளின் அலாவுத்தீன் நகரமாகும், நம் காதுகளில் கிசுகிசுத்தபடி, நிஜமான நகரத் தெருக்களின் உள்ளேயும் வெளியேயும் கொடியெனப் பற்றிப் படரும், அந்த ஒட்டுண்ணி நகரக்கதைகளில், ஒவ்வொரு மரத்திலும் கனி தொங்குகின்றது. நம்ப முடியாத கதைகளும் சின்னக்கதைகளும் ஒல்லியான கதைகளும் கொழுத்த கதைகளும் சேர்ந்தது. ஒரு குட்டிக் கதைக்கான வேட்கை கொண்ட யாரும் நிறைவடையாது

போவதில்லை. கிளைகளிலிருந்து விழும் செழுமையான கனி வீதியில் கிடக்கும், யாரும் அதனை எடுத்துக்கொள்ளலாம். பறக்கின்ற கம்பள நகரத்தினை எங்கெல்லாம் முடிகின்றதோ, அங்கெல்லாம் நிர்மாணிக்கிறேன். நகரின் கோடியிலுள்ள தனி நபருக்குச் சொந்தமானதும் திட்டங்களின் படிக்கட்டுவிட்ட சுவரெழுத்துப் பின்புலத்தில் நான் அதனை வளர்த்தெடுத்தேன், என்றாள். அந்த பாக்தாத் என்னுடைய நகரம், நான் அதனுடைய அரசி மற்றும் பிரஜை, அதன் கடைக்காரர் மற்றும் சேமிப்பறைக் காவலர், அதன் மது அருந்துபவர் பராமரிப்பாளர் என்று சகோதரி ஆல்பீயிடம் கூறினாள். பாக்தாத்தின் சொந்தக்காரி, கதை நிலத்தின் மேற்பார்வையாளர். இங்கே அதன் மையத்தில் நிற்கிறீர்கள், அவ்விதமான பேச்சு சகோதரியின் இருதயத்தை உருக்கிவிட்டது. திரு. ஜெரோனிமோ ஒரு கதையின் நரகமாகிக் கொண்டிருந்தார். ப்ளூ யாஸ்மின் அவளிடம் கூறினாள். அவர் அப்படியே இருக்கட்டும். அப்போதுதான் எப்படி அவர் வெளிவருகிறார் என்று பார்க்க முடியும்.

ப்ளூ யாஸ்மினின் கூந்தல் நீல நிறத்தில் இல்லாமல் ஆரஞ்சாக இருந்தது. அவளது பெயர் யாஸ்மின் இல்லை. கவலைப்பட வேண்டாம். நீலம் ஆரஞ்சாக இருந்தது என்றவள் கூறினால், அது அவளது உரிமை. யாஸ்மின் என்பது அவளது போலிப்பெயராயிருந்தது. ஒரு யுத்த மண்டலமாயிருந்தது என்பது போல அவள் நகரில் வாழ்ந்தாள். ஏனெனில், கொலம்பிய இலக்கியப் பேராசிரியருக்கும் அவரது மனைவிக்கும் 116 வது தெருவில் அவள் பிறந்திருப்பினும், அந்த அசல் தன்மையை அவள் அங்கீகரித்திட விரும்பினாள். நாசமாய்ப் போன பிறப்புக்கு முன் அவள் பெய்ரூத்திலிருந்து வந்தாள் என்பதை தன் புருவங்களை மழித்துவிட்டு சீரற்ற மின்னல் - இடி வடிவங்களில் புதிதாய்த் தீட்டிக் கொண்டாள். அவளின் உடலும் சிக்கலான மண்டலமாயிருந்தது. புருவங்கள் தவிர்த்த உடற்பச்சைகளெல்லாம் வார்த்தைகளாயிருந்தன. காதலி கற்பனை செய். இருந்துகொள் என்றும் வழக்கமானவையாக. அவளிடத்தே Hamra street-னை விடவும் Riverside drive அதிகமிருந்தது. அவள் ஊழல் பிரதி என்பது போலவே பாலின ஊடாட்டமிகுந்தவளாகவும் இருந்தாள். பாலினங்களுக்கு இடையே இருந்த அளவு வார்த்தைகளுக்கு இடையேயும் வாழ்ந்தாள் என உத்தேசமின்றித் தன்னை நிரூபிப்பவளாக தன்னைப் பற்றிக் கூறினாள். குவான்டனாமோ பே கலைக் கண்காட்சி மூலம் கலை உலகில் ப்ளூ யாஸ்மின் ஒரு முத்திரை பதித்திருந்தாள். அதை ஏற்பாடு செய்தவற்குத் தேவைப்பட்ட அதிகாரத் தூண்டுதல் அளவுக்கு அது கவனத்தை

ஈர்ப்பதாயிருந்தது. வீடியோ கேமரா பார்த்திருக்க ஓர் அறையில் நாற்காலியைப் போட்டுக் கொள்ள அனுமதிக்குமாறு செய்துகொண்ட அவள், செல்ஸியா கலைக்கூடத்துப் பாவனை அமர்வுடன் அதனை இணைத்திடுமாறு பார்த்துக்கொண்டாள். அப்போது குவான்டனாமோ நாற்காலி அறையில் அதைச் சேர்ந்தவர்கள் அமர்ந்து தம் கதைகளைச் சொன்னபோது, அவர்தம் முகங்கள் செல்ஸியா பாவனை ரூபத்தின் தலைமீது பிரதிபலித்தன. அவள் அவர்களை விடுவித்து அவர்தம் குரல்களைத் திருப்பித் தந்தது போல, விஷயம் சுதந்திரத்தைக் குறித்தது. அவள் யாரொருவரையும் போன்றே பயங்கரவாதத்தை வெறுத்தாள். ஆனால் நீதி வழுவிப் போவதையும் வெறுத்தாள். அவளிடம் ஆண்டவனுக்கு நேரமில்லை. அத்துடன் அவளொரு சமாதானவாதியும் சைவ உணவுக்காரியும், தொலைந்தீர்கள்.

நகரின் கீழ்மட்டத்தில் ஒரு பிரபலமென, Day of locusts people நடத்திய முகாம்களில் இருபது வட்டங்களிலான உலகப் புகழ்பெற்றவர்களாக இருந்தாள். அவர்கள் இப்பெயரினை நத்தானியேல் வெஸ்டின் நாவலிலிருந்து அல்லாமல், டைலனின் பாடலிலிருந்து எடுத்துக்கொண்டனர். வெட்டுக்கிளிகள் பாடின. எனக்காகப் பாடிக்கொண்டிருந்தன. வெட்டுக்கிளிகளது கதைச் சம்பவங்கள், நகரமெங்கிலும் சுற்றிவந்து, நகர்ந்து வரும் விருந்துகளாகியிருந்தன. அவை தினங்கள் எனப்பட்டாலும் இரவில்தான் நடந்தன. மைக்கைப் பற்றியிருந்த நட்சத்திரமாக ப்ளூ யாஸ்மின் தன் பாக்தாத் கதைகளைச் சொல்லிக் கொண்டிருந்தாள்.

பழைய பாக்தாத்திலே ஒரு காலத்தில் ஒரு வணிகனுக்கு உள்ளூர் தனவந்தன் ஒருவன் பணம்தர வேண்டியிருந்தது. ஏகப்பட்ட தொகைதான் அது. எதிர்பாராமல் செல்வந்தன் மடிந்துபோனான். இது மோசம், எனக்குப் பணம் கிடைக்கப்போவதில்லை என வணிகன் நினைத்தான். ஆனால் தெய்வமொன்று கூடுவிட்டுக் கூடு பாயும் வித்தையை அவனுக்கு அளித்திருந்தது. ஒரேயொரு தெய்வம் இல்லாமல் பல தெய்வங்கள் இருந்த உலகின் பகுதியில் இது நடந்தது. இறந்தவனின் உடலுக்குள் தன் ஆவியைச் செலுத்திவிட்டால், இறந்தவன் உயிர் பெற்றெழுந்து கொடுக்க வேண்டியதைத் தந்து விடுவான் என வணிகன் யோசித்தான். வணிகன் பாதுகாப்பான இடத்தில் அல்லது அப்படி அவன் எண்ணிய இடத்தில் தன் உடலை விட்டுவிட, அவனது உயிர் இறந்தவனின் தோலுக்குள் புகுந்தது. ஆனால் அவன் இறந்தவனின் உடலில் மீன் சந்தையைக் கடப்பதற்காக ஆற்றங்கரைக்கு நடந்துகொண்டிருந்தபோது, இறந்து போன பெரிய கடல் மீனொன்று அவனைப் பார்த்து

சிரிக்கத் தொடங்கியது. இறந்துவிட்ட மீன் சிரிப்பதைக் கேட்க நேர்ந்தவர்கள், நடந்து செல்கின்ற இறந்தவனிடம் ஏதோ சிக்கல் என்பதைத் தெரிந்துகொண்டனர். சைத்தானால் பீடிக்கப்பட்டவனென்று தாக்கினர். இறந்த தனவந்தனின் உடல் வசிக்க முடியாததாகிவிடவே, வணிகனின் உயிர், அதனைக் கைவிட்டு, கைவிடப்பட்ட தன் கூட்டிற்குத் திரும்பிற்று. ஆனால் கைவிடப்பட்டிருந்த வணிகனின் உடலைக் கண்டிருந்த சிலர், அது இறந்துபோனவனின் உடலென எண்ணி, அப்பகுதி வழமைப்படி அதற்கு எரியூட்டினர். ஆக வணிகனுக்கு உடலில்லாது போனது. தனக்குச் சேர வேண்டியது கிடைக்காது போனது. அவனது உடல் இன்னும் சந்தைப்பகுதியில் எங்கோ அலைந்து கொண்டிருக்கக் கூடும். அல்லது இறந்த மீனின் உடலுக்குள் புகுந்து கதாநதிகளின் கடலுக்குள்ளே நீந்திப் போயிருக்கும். கதையின் நீதி என்னவெனில், கேடுகெட்ட உங்கள் அதிர்ஷ்டத்தை சார்ந்திருக்காதீர்கள்.

அத்துடன்

ஒரு காலத்திலே, பழைய பாக்தாத்திலே, கண்ணாடிக் கோளரங்கத்திற்கு இட்டுச் செல்லும் செங்குத்தான பாறைபோல மிகமிக உயர்ந்த வீடு இருந்தது. அதிலிருந்துமிகமிக செல்வந்தனான ஒருவர், கீழே பரந்துகிடக்கும் நகரிலே மொய்த்துக் கிடக்கும் மானுட எறும்புப் புற்றுகளைப் பார்த்தார். மிக உயர்ந்த குன்றின் மீது அமர்ந்திருந்த, நகரிலேயே மிகவும் உயர்ந்த வீடு அது. செங்கல், இரும்பு அல்லது கல்லால் கட்டப்படாது தூய்மையான பெருமிதத்தால் கட்டப்பட்டிருந்தது. தரையெல்லாம் மிக மெருகேறிய ஓடுகளால் பதிக்கப்பட்டிருந்தது. சுவர்களெல்லாம் உன்னத அகந்தையால் நிறுவப்பட்டிருந்தது. சர விளக்குகள் படிக அகங்காரத்தால் தொங்கவிடப்பட்டிருந்தன. எங்கணும் நின்றிருந்த கண்ணாடிகள் அவற்றின் உரிமையாளரை, வெள்ளியிலோ பாதரசத்திலோ பிரதிபலிக்காது மிகவும் புகழத்தக்கதான பிரதிபலிப்புப் பொருளில் பிரதிபலித்தன. இவ்வளவு குட்டையான நகரிலே இவ்வளவு உயர்ந்த கட்டடத்தை நிர்மாணித்ததை எதிர்த்து யாரும் ஒரு வார்த்தை சொல்லாதபடிக்கு, அங்கு வருகை புரிந்த அனைவரிடத்தேயும் மர்மமான முறையில் தொற்றிக்கொண்டதாக, அதன் உரிமையாளரின் பெருமிதம் அவ்வளவு பெரிதாயிருந்தது.

ஆனால், அச்செல்வந்தரும் அவரது குடும்பத்தினரும் அங்கு வந்தபின், துரதிருஷ்டத்தால் பீடிக்கப்பட்டனர். பாதங்கள் தற்செயலாக முறிந்தன. யாரேனும் ஒருவர் எப்போதும் நோய்வாய்ப்பட்டிருந்தார். யாரும் நன்றாகத்

தூங்கவில்லை. செல்வந்தரின் வியாபாரம் பாதிப்புறவில்லை. ஏனெனில் அவர் அதனை வீட்டில் நடத்தவில்லை. ஆனால் அவ்வீட்டிலிருந்தோரைப் பற்றியிருந்த சக்தி, இல்லத்தின் ஆன்மிக அம்சங்களில் வித்தகர் ஒருவரிடம் அவரது மனைவியை இட்டுச் சென்றது. அவ்வில்லம் எறும்பு மனிதர்களுக்கு நட்பாயிருந்த ஜின்னியால் நிரந்தரமாய் சபிக்கப்பட்டிருந்ததை அறிந்துகொண்ட அவள், செல்வந்தரையும் குடும்பத்தினரையும் ஆயிரத்தொரு சேவகர்களையும் நூற்றி அறுபது கார்களையும் அவ்வுயர்ந்த இடத்திலிருந்து சாதாரணமாகக் கட்டப்பட்ட சிறிய வீடுகளுக்குக் கொண்டுவந்துவிட்டாள். அதன் பின்னர் அவர்கள் சந்தோசமாய் வாழ்ந்தனர். செல்வந்தரைப் பொறுத்தவரை, காயம்பட்ட பெருமிதமே, காயம்பட்டவற்றிலிருந்து மீண்டுவருவது கடினமாயிருப்பினும், ஒருவரது கண்ணியத்திற்கும், சுயமரியாதைக்கும் ஏற்படும் காயமே. முறிந்த பாதத்தைவிட மோசமானதாக இருப்பினும், குணமாக நாளாகும் என்றபோதும்.

செல்வந்தக் குடும்பம் அவ்வுயர்ந்த வீட்டிலிருந்து வெளியேறிய பிறகு, நகர எறும்புகள் அதன் சுவர்களை மொய்க்கத் தொடங்கின. எறும்புகள், பல்லிகள், பாம்புகள், நகரின் கானகம் வாழும் வெளிகளில் படையெடுத்து வந்தன. பிரமாண்ட கட்டில்களில் கொடிகள் சுற்றிக்கொண்டன. விலைமதிப்பற்ற தரை விரிப்புகளினூடே புல் வளர்ந்தது. எங்கு பார்த்தாலும் எறும்புகள் ஆக்கிரமித்திருந்தன. படிப்படியாக, அவ்விடத்தின் நேர்த்தி, கோடிக்கணக்கிலான எறும்புகளால் மாசுற்றது. சுர விளக்குகளின் அகந்தை, தம் ஒட்டுமொத்த பாரத்தால் பிளந்து நொறுங்கிற்று. சிதறிய அகந்தைத் துண்டுகள், மங்கியும் இருண்டும் போயிருந்த தரைகளில் விழுந்திருந்தன. பெருமித நெசவால் உருவாக்கப்பட்டிருந்த தரை விரிப்புகளும், திரைகளும் கோடிக்கணக்கிலான சிறிய பாதங்களால் அரிக்கப்பட்டிருந்தன. ஊர்ந்து ஊர்ந்து வருபவை, பற்றிப் பற்றிக்கொள்பவை, வெறுமனே இருப்பவை, உயிர்த்திருப்பவை, உயர்ந்த கட்டடத்துப் பெருமையின் ஒட்டுமொத்தத்தையும் அழித்துக்கொண்டிருந்தன. தம் இருப்பினை மறுதலிக்க முடியாதவை, கோடிக்கணக்கிலான சிறிய பாதங்களால் தம் எறும்புத் தன்மையால் தம் இருப்பால் நொறுங்கிக் கொண்டிருந்தன. சுவர்களின் அகந்தை விரிசலுற்று, மலினமான சாந்தென உதிர்ந்து, கட்டடச் சட்டகத்தின் நொய்மைகளை வெளிப்படுத்திற்று. சுய கௌரவத்தின் கண்ணாடிகள் விரிசலுற்றன. அனைத்தும் சிதிலமாய்க் கிடந்தன. புகழ்வாய்ந்த அக்கட்டடம் பூச்சிகளின் துளையாக, எறும்புப் புற்றாக புழுப் பொட்டாக மாறியிருந்தது. இறுதியில், அது வீழ்ந்தது. புழுதியெனச் சரிந்தது. அடித்துச் செல்லப்பட்டது.

ஆனால் எறும்புகள் வாழ்ந்தன. பல்லிகளும் கொசுக்களும் பாம்புகளும் செல்வந்தக் குடும்பமும் கூட வாழ்ந்தன. ஒவ்வொருவரும் வாழ்ந்தனர், ஒவ்வொருவரும் அப்படியே இருந்தனர். சீக்கிரமே ஒவ்வொருவரும் அவ்வீட்டை மறந்தனர். அதைக் கட்டியவனும்கூட, அது ஒருபோதும் இல்லாதிருந்தது போல, எதுவும் மாறவில்லை. எதுவும், மாறியிருந்ததில்லை. எதுவும் மாற இயலாது, எதுவும் ஒருபோதும் மாறாது.

மிகப் பொலிவும் துருதுருப்பும் சற்றுப் பகட்டும் மிகுந்திருந்த அவளது தந்தையான பேராசிரியர் இறந்துபோயிருந்தாலும், அவரது கருத்துகளுக்கு உயிரூட்டிட அவள் அன்றாடம் முயன்றாள். அவர் கூறுவது போலவே, நாமனைவரும் கதைகளில் சிக்கியுள்ளோம் என்றாள். அவரது சுருள்முடி, விஷமப் புன்னகை, அழகிய மனம், நாம் ஒவ்வொருவரும் நமது ஆன்மிக நித்தியத்துவ எடுத்துரைப்பின் கைதியாயிருக்கிறோம், ஒவ்வொரு குடும்பமும் ஒரு குடும்பக் கதையின் கைதியாக, ஒவ்வொரு சமுதாயமும் தனக்குள்ளே கதையின் கைதியாக, ஒவ்வொரு மக்களும் தமது வரலாற்றுப் பதிவுகளுக்குப் பலியானவர்களாக ஒரே பக்கத்தில் பொருந்திப் போகாத இரண்டோ இரண்டுக்கு மேற்பட்டவையோயான கதைகள் இடத்திற்காகச் சண்டையிடுகின்றதும், எடுத்துரைப்புகள் மோதி சண்டைக்குச் செல்கின்ற உலகின் பகுதிகள் இருக்குமிடங்கள். அவள் இத்தகைய ஓரிடத்திலிருந்து வந்தாள். என்றைக்குமாக அவர் அகற்றப்பட்டிருந்த இடத்திலிருந்து, அவரின் உடலை அகற்றியிருந்தனர். அவரின் ஆவியை அல்ல. இப்போது ஒவ்வோரிடமும் அவ்விடமாக ஆகிக் கொண்டிருந்தது எனலாம். லெபனான் எங்கனும் இருந்திருக்கக் கூடும். எங்கும் இல்லாதிருக்கும், ஆதலின் நாமெல்லாம் புலம்பெயர்ந்தோரே, நமது முடி அவ்வளவு சுருளாக இல்லாதபோதும், நமது புன்னகை அவ்வளவு விஷமமாக இல்லாதபோதும், நம் மனங்கள் அழகு குறைந்து இருந்தபோதும், லெபனான் என்னும் பெயர்கூட தேவையில்லாத போதும், ஒவ்வோரிடத்தின் அல்லது எந்தவொரு இடத்தின் பெயரும் போதும் என்ற நிலையிலும், அதன் பொருட்டே அவள் பெயரற்றவளாக, பெயரிடப்படாதவளாக, பெயரிடப்பட முடியாதவளாக லெபனானியமானவளாக உணர்ந்திருக்கக் கூடும். வளர்ந்து கொண்டிருந்த ஒரு நபர்க் காட்சியின் பெயரற்ற பெயர் அது. அது புத்தகமாகவும் ஆகும் (என நம்பினாள்), திரைப்படமாகும் (நிஜமாகவே நம்பினாள், எல்லாம் சரியாக இருப்பின்) ஒரு இசை நாடகமாகும் (அதில் சிலரது பகுதிகளை அவள் எழுத வேண்டிவரும் என்றாலும்). இக் கதைகளெல்லாம் கற்பிதங்கள் என நான் எண்ணிக்

கொண்டிருக்கிறேன் என்றாள். யார் எங்கே முதலில் இருந்தது. எந்தக் கடவுள் யாருடைய கடவுளுக்கு முந்தி இருந்தது, என உண்மை விபரங்களாக இருப்பதை வற்புறுத்திடுபவை கூட, அவையனைத்தும் நம்பச் செய்பவை. புனைவுகள். யதார்த்தப் புனைவுகள் - மாயப் புனைவுகள். இரண்டும் நம்பச் செய்பவை, நம்பச் செய்யும் கதைகளில் முதலில் தெரிந்துகொள்ள வேண்டியது, அவையெல்லாம் உண்மையல்லாதவை - பறக்கும் கம்பளங்கள் ஆவிகள் போல பவாரி சீமாட்டியும் சண்டையிட்டுக் கொள்ளும் லெபனானிய வரலாறுகளும் கற்பிதமானவை என்பதைப் போன்று. அங்கே அவரை அவள் மேற்கோள் காட்டினாள். அவரை விடவும் சிறப்பாக யாரும் சொன்னதில்லை. அவரின் மகள் அவள், ஆதலின் அவரின் வார்த்தைகள் இப்போது அவளுக்கு உரியனவாயிருந்தன. இதுதான் நமது சோக நாடகம். அவரது வார்த்தைகளில் சொன்னாள், நமது புனைவுகள் நம்மைக் கொல்கின்றன. அப்புனைவுகள் நம்மிடம் இல்லாது போயிருப்பின், அது நம்மையும் கொன்றிருக்கும்.

பழைய பாக்தாத்தை அநேகமாக சுற்றி வளைத்திருக்கும் லாம் மலைத் தொடரின் உன்யாஸா மக்களைப் பொறுத்தவரை, கதை ஒட்டுண்ணிகள் தாம் பிறந்த ஒரு சில மணி நேரத்திற்குள் காதுகள் வழியே மனிதக் குழந்தைகளிடம் நுழைந்து, தமக்குத் தீங்கானவற்றை அதிகமாக வேண்டுமென்று குழந்தைகளை விரும்பச் செய்கின்றன. தேவதைக் கதைகள், நம்ப முடியாத கனவுகள், பயங்கர உருவங்கள், மாயக் காட்சிகள், பொய்களென. இல்லாதவற்றை இருக்குமாறு செய்யும் தேவை. இருந்தவை போன்று, இருப்பு சதா யுத்தமாயுள்ள மக்களுக்கு, நிஜமானவற்றின் மீது மங்காத கவனக்குவிப்பைக் கோரும். பராமரிப்பை வேண்டுபவர்களுக்கு, அபாயகரமானது. இருப்பினும் கதை ஒட்டுண்ணி ஒழிக்கச் சிரமமாயிருந்தது. அதுதான் விருந்து புரப்போருக்கு, மானுட உடலியலின் உருவரைக்கு, மானுட மரபணு குறியீட்டுக்குக் கச்சிதமாக தன்னை தகவமைத்துக்கொண்டு, மானுட இயற்கைக்கு இரண்டாம் இயற்கையானது. விருந்து புரப்போரையும் ஒழிக்காமல் அதனை ஒழிப்பது சாத்தியமற்றதாய்த் தோன்றியது. அதன் தாக்கங்களால் அதிகமாய்ப் பாதிக்கப்பட்டோர், இல்லாதவற்றின் தயாரிப்பு -பரவலால் பீடிக்கப்பட்டு, சில வேளைகளில் தூக்கிலிடப்பட்டனர். ஆனால் அது புத்திசாலித்தனமான முன்னெச்சரிக்கையாயிருந்தது. ஆனால் கதை ஒட்டுண்ணி அக்குலத்தினரைத் தொடர்ந்து இம்சைப் படுத்திற்று.

உன்யாஸா மக்கள் சிறிய, அருகிவரும் மலைப்பகுதியினர். அவர்தம் சுற்றுச் சூழல் கடுமையானது, அவர்தம் மலைப்பகுதி

பாறை மண்டி வளமின்றியிருந்தது. எதிரிகள் மிருகத்தனமாயும், பலராயும் இருந்தனர். அவர்தம் எலும்புகளை கலகலக்கச் செய்து துகளாக்கிவிடுகின்ற நோய்களுக்கு மூளைகளை அழுகச் செய்திடும் காய்ச்சலுக்குப் பலியாயினர். நீரைக் கொண்டு வரும் மழைத் தெய்வங்கள், பசுக்களை வழங்கும் கறித் தெய்வங்கள், எதிரிகளை வயிற்றுப் போக்கால் தாக்கி, கொல்வதற்கு எளிதானவர்களாக்கிடும் போர்த் தெய்வங்கள் குறித்த கனவுகளால் கதை ஒட்டுண்ணி அவர்களைத் தொற்ற வைத்தாலும், அவர்கள் கடவுளை வழிபடுவதில்லை. தண்ணீரைக் கண்டறிந்தது, கால்நடைகளை வளர்த்தது, எதிரிகளின் உணவில் நஞ்சுகலந்தது என்பது போன்ற அவர்தம் வெற்றிகள் என்னும் இம்மயக்கம், அவர்கள் உருவாக்கியதல்ல, மாறாக, புலப்படாத இயற்கைக்கு மீறிய சக்திகளின் கொடை - என்பது தாங்கிக் கொள்ள இயலாததாயிருந்தது. உன்யாஸா மக்களின் தலைவன், கதை ஒட்டுண்ணி நுழைவதைத் தடுத்திட, குழந்தைகளின் காதுகள் மண்ணால் அடைக்கப்பட வேண்டும் எனக் கட்டளையிட்டான்.

அதன்பிறகு கதைநோய் மடியத் தொடங்கிற்று, இளைய உன்யாஸா மக்கள், உலகம் மிக நிஜமாயிருந்ததை தாம் வளருகையில் வேதனையுடன் அறிந்துகொண்டனர். வசதி, வாய்ப்பு, இதம் - பதம், சந்தோசம் என்பன இவ்வுலகில் அர்த்தமற்ற வார்த்தைகள் எனப் புதிய தலைமுறையினர் புரிந்துகொண்டபோது, ஆழமான அவநம்பிக்கையுணர்வு பரவத் தொடங்கிற்று. நிஜத்தின் ஆழ்ந்த பீதியுணர்வைக் கருதிப் பார்த்திருந்த அவர்கள், உணர்வு, காதல், நட்பு, விசுவாசம், நம்பிக்கை அல்லது அக்கறை போன்ற நிலை குலையவைக்கும் பலவீனங்களுக்குத் தம் வாழ்வில் இடமில்லை என முடிவு கட்டினர். அதன் பின்னர் அப் பழங்குடியினரது இறுதிப் பைத்தியக்காரத்தனம் ஆரம்பித்தது. கசப்பான சண்டைகளுக்கும் கொடுமையான பூசல்களுக்கும் பிறகு, கதைத் தொற்ற இடமாற்றியிருந்த கலகத் தன்மையான அவநம்பிக்கையின் பிடியிலிருந்த உன்யாஸா இளைஞர்கள், தம் மூத்தோரைக் கொன்று, தம் குடியே அழிந்துபோகும் மட்டும் ஒருவர் இன்னொருவரை வீழ்த்தினர்.

போதுமான கள விபரங்கள் இல்லாதவிடத்தே, கதை ஒட்டுண்ணி எப்போதேனும் இருந்ததா? அல்லது அதுவே ஒரு கதையா, உன்யாஸாவினரின் பிரக்ஞையில் ஒட்டிக்கொண்ட ஒட்டுண்ணிக் கண்டுபிடிப்பா என உறுதிப்படக் கூறுவது சாத்தியமில்லை. இல்லாத ஒன்று, விடாப்பிடியான தூண்டுதலினால், இத்தகைய விளைவை உருவாக்கிற்று, இருந்த ஒன்றாக அது இருந்திருப்பின், அப்படியாயின், புனைவுகளைப்

போன்றே முரண்பாடுகளையும் வெறுத்த உன்யாஸா மக்கள், அவர்கள் ஒட்டுமொத்தமாக உருவாக்கியிருந்த உண்மை என்னும் நிச்சயத்தால், முரண்பட்ட நிலையில், அழித்தொழிக்கப்பட்டிருக்கலாம்.

இணக்கமாயிருந்திட முயன்றிராத அந் நிசப்தமான கிழவர் மர்மமான திரு.ஜெரோனிமோ மீது அவள் ஏன் அக்கறைப்பட்டாள்? என யாஸ்மின் இரவில் தன் கண்ணாடியை வினவினாள். தன் தந்தையைப் போல உயரமாயும் பொலிவாயும் நிமிர்ந்த நடையுடனும், தன் தந்தை இருந்திருப்பின் எட்டியிருக்கக் கூடிய வயதில் இருந்ததாலா? ஆம், இருக்கக் கூடும், ஒத்துக்கொண்டாள். தந்தையின் பிரச்சனைகள் திரும்பவும், இடம்பெயர்ந்த ஏக்கவடிவில் ஈடுபாடு கொண்டதற்காக அவள் எரிச்சலடைந்திருப்பாள் - அத்தருணத்தே தன் பின்னே காணப்பட்ட தோற்றத்தினால் அவள் கவனம் திருப்பப்படாது இருந்திருந்தாள். கறுப்பு உடையணிந்து, பறக்கும் கம்பளத்தின் மீது சம்மணமிட்டு உட்கார்ந்து, மெலிந்த இளமையாகத் தோன்றும் அழகிய பெண்ணினுடைய தெளிவாகப் பிரதிபலிக்கப்பட்ட பிம்பம் தனது படுக்கை அறைக் கண்ணாடியில், கீழேயுள்ள தோட்டக்காரன் தரைக்கு மேல் சுமார் நான்கு அங்குலத்தில் இருந்தது போல மிதந்து கொண்டிருந்தது அக்கம்பளம்.

நகரின் இயல்பு வாழ்க்கை பாதிக்கப்பட்டிருந்தாலும், அதிகப்படியானோர், அதனால் வளைக்கப்பட்டிருக்கவில்லை. மாயமானது அற்பத்திற்குள் புகுந்ததுகண்டு இன்னும் திகைப்புற்றனர். அடித்தளத்தில் மாதாமாதம் நிகழ்ந்து கொண்டிருந்த பூமிக்கு மேலேயான உணர்வினைச் சகித்துக் கொள்ளுமாறு சகோதரி அல்பீனை ஊக்குவிக்கவே செய்தனர். ஆரஞ்சு நிறத்திலான மானுடப் பெண்ணுரு தன் முன்னே நடுக்குற்று நிற்பது போன்றே இருந்த துனியாவைக் கண்டதும் யாஸ்மின் அநேகமாக நாயெனக் குலைத்துவிட்டாள்.

"முதலில், எனக்கு முக்கிய விஷயங்கள் கொண்டுள்ள நபராக நீ இருக்கவேண்டும். ஜெரோனிமோ என்றறியப்பட்ட திருவாளர் ரபேல் மேனஸெஸ் மற்றும் நீ அப்படியில்லை. இரண்டாவதாக, உனக்கு இருப்பவை சாதாரணக் காதுகளே" என எரிச்சலுடன் குறிப்பிட்டாள் துனியா.

வாய் திறந்த ப்ளூ யாஸ்மினால் அதனின்றும் சப்தத்தை வெளிப்படுத்த முடியவில்லை. பறக்கும் கம்பளத்திலிருந்த பெண் இன்னும் எரிச்சலுடனேயே, "ஜெரோனிமோ மேனஸெஸ்?" எனத் திரும்பத் திரும்பக் கூறினாள். அது நீண்ட நாளாயிருந்தது. "அவருடைய அடுக்ககம் எது?" யாஸ்மின் விரலொன்றைத்

தரையில் பதித்தாள். அவள் ஒன்று என்று சொல்ல முடிந்தது. கம்பளத்தின் மீதிருந்தவள் வெறுப்புற்றவளாகத் தோன்றினாள்.

"இதனால்தான் நான் கம்பளங்களை விரும்புவதில்லை. உப்பிய அவற்றின் அமைப்பு எப்போதும் திசை தவறும்" என்றாள்.

***

நாம் போக வேண்டியிருக்கிறது, உடனே இவ்வீட்டிலிருந்து போக வேண்டும், முடிந்தால் இன்றிரவே, அம்மா.

ஏன் மகனே, உன் படுக்கையறையில் அரக்கன் இருப்பதாலா?

இயல்பாயிரு, இயல்பாயிருக்குமாறு அவனிடம் கூறு.

என்னது நீங்களும் அவனை இப்போது இயல்பாயிரு என்கிறீர்கள்?

ஏன் கூடாது? ஜினேந்திரா, இது அமெரிக்கா, ஒவ்வொருவர் பெயரும் மாறுகிறது, நீயும் இப்போது ஜிம்மிதான். ஆதலின் உயரக் குதிரையிலிருந்து இறங்கிடு.

சரி, கவலைப்படாதீர்கள், நாம் இங்கிருந்து போக வேண்டியுள்ளதை அம்மாவிடம் கூறு நிர்மல், இங்கிருப்பது பாதுகாப்பானதில்லை.

நார்மல் என்றென்னைக் கூப்பிடு. நான் தீவிரமாய் சொல்கிறேன். அப்போதுன்னை தீவிரம் என்கிறேன்.

ஜினேந்திரா, உனக்கு நல்ல வேலையும் அதிகப் பணமும் தந்த உன் மருமகனை நிலைகுலைத்துவிடாதே. நீ அவனுக்கு ஏன் மரியாதை தரக்கூடாது?

தாமதமாவதற்குள் நாம் இங்கிருந்து புறப்பட்டாக வேண்டும் அம்மா.

என் பறவைகளிடமிருந்து நான் கிளம்ப வேண்டுமா? பறவைகள் என்னாகும்?

பறவைகளை மறந்துவிடுங்கள் அம்மா. அவர் திரும்பி விடுவார். நாம் இங்கிருப்பின் மோசமாகிப் போகும்.

உன் படுக்கையறையை நோட்டம் விட்டேன். சரி பார்க்குமாறு உன் அம்மா சொன்னதால் செய்தேன்.

எதுவும் சரியில்லாது போகவில்லை. இயல்பாயிருக்கிறது. சுவரில் பழுதில்லை. எல்லாம் முதல் ரகம்.

அம்மா, தயவுசெய்து.

மகனே, எங்கே போவது? போவதற்கு இடமேதும் இல்லை. உன் தாய் நோயாளி.

எங்கே என்பது கேள்வியேயில்லை.

நிர்மலின் இடமுண்டு.

என்ன நீங்கள் இப்போது என்னுடன் புறப்படப் போகிறீர்களா?

எவ்வளவு நாட்கள்? ஓரிரவா? பத்தாண்டுகளா? இவ்வீடு என்னாவது?

இவ்வீடு அபாய மண்டலம்.

போதும், அதிகம், இங்குதான் இருக்கப்போகிறோம். விஷயம் முடிந்தது.

இப்படியாக பல மாதங்கள் வரை, தன் தாய் சொன்னது என்று அவன் நம்பத் தொடங்கும்வரை. தான் நம்பியிருந்தது நடக்கப்போவதில்லை, புழுத்துளை, துனியா, நாயகன் நட்ராஜ், பழங்காலத்து மாயக்காட்சிகளாக இருந்தன. மனநிலையைப் பாதிக்கும் ஒயின், அல்லது காளான்கள் அல்லது ரொட்டியால் ஏற்பட்டிருந்தன. அவனுக்கு உளவியல் உதவி தேவைப்பட்டது. மருந்து அவசியமாயிருக்கலாம். அவன் விசித்திரமாயிருந்திருக்கலாம். இறுதியில் இரவு வருமட்டும், குளிர் காலத்தில், பனியில், இயற்கைக்கு மாறான அதிகப் பனியில், நினைவில் இருப்பதைவிடவும் கூடுதலாகப் பெய்திருந்த பனியில், தீர்ப்புரையாக அல்லது சாபமாக மக்கள் நடக்கத் தொடங்கியிருந்த பனி, ஏனெனில் சமீபகாலமாய் ஒவ்வொருவரும் எல்லா தட்பவெப்பத்தையும் அப்படியே கருதினர். கலிஃபோர்னியாவில் மழையடித்தபோது ஒவ்வொருவரும் படகுகளைக் கட்டத் தொடங்கினர். ஜார்ஜியாவை புயல்தாக்கியபோது, தங்கள் கார்களைப் போட்டுவிட்டு பிரமாண்டமான பனி ராட்சசனால் விரட்டப்பட்டதாக, மக்கள் பயந்தோடினர். வெப்பமான நாடுகளில் தம் தோற்றுவாயினையும் கனவுகளையும் கொண்டிருந்த, இன்னமும் பனி ஒரு மாயமென உணருகின்ற மக்களுக்குள்ளே க்வீன்ஸில், அவர்கள் இங்கே எத்தனை ஆண்டுகள் வாழ்ந்திருந்தாலும் சரி, எவ்வளவு கடினமாயும் அடிக்கடியும் அது விழுந்தாலும் சரி. பனி என்பது மிகையதார்த்தம். நல்ல மாயாஜாலமாக உருக்கொண்டுள்ள பில்லி சூன்யம் போன்றது. எனவே, இப்பில்லி சூன்யம் நிஜமான இரவில் அந்த ராட்சசன் நிஜமாகவே தோற்றமளித்த இரவில், மிகக் கொடுமையாய் பனி பெய்திருந்தது. அது ஓடுவதைச் சிரமமாக்கியது.

அந்த இரவில்தான் அவன் ஓடவேண்டியிருந்தது, நார்மலின் அலுவலகத்திலிருந்து தன்னால் முடிந்தவரை வேகமாய் ஓடினான். தடுமாறியும் விழுந்தும் மீண்டும் எழுந்தும் - மூச்சிழுத்தும்

சல்மான் ருஷ்தீ ◆ 155

மூச்சிரைத்தும், சற்றுப் பின்னே தன் விலும்புகளைப் பற்றியவாறு நார்மல் வர - ஏனெனில், நெருப்பின் காரணமாக, வீடிருந்த இடத்திலிருந்த நெருப்பு அல்லது தீப்பிழம்புகள் காரணமாக பறவைகள் வறுபட்டன. அல்லது பறந்தேகின. எதிரில் இருந்த நடைமேடை மீதிருந்த கனமான நாற்காலி மீது, கரிந்து போன இறகுகளையுடைய பறவைகள் அவள் தலைக்கு மேல் மிதக்க, தன் வயதான வாழ்வை விழுங்கிக் கொண்டிருந்த பிழம்புகளைப் பார்த்தபடி, பிழம்புகள் பனியை உருகி ஓடவிட்டன. அதனால் அவளது நாற்காலி சிறு பள்ளத்து நீரில் நிற்பதாயிற்று. எரிந்தும் புகைக்கறை படிந்தும் ஆனால் உயிருடன் அவனது அம்மா இருந்தாள். மயிலிறகு விசிறி, உருகுகின்ற பனிச் சேறால் மூடப்பட்டிருந்த சட்டமிடப்பெற்றுள்ள மூன்று புகைப்படங்கள், ஆகியவை சூழ அவள் அசைவின்றியும், வார்த்தைகளின்றியும் இருந்தாள். ஒருவாறு புகையற்ற செம்பிழம்புகள் அவளுக்குப் பின்னிருந்தன. ஏன் அங்கு புகையில்லை, அவன் தன்னையே கேட்டுக்கொண்டான். அவளிடம் துரிதமாய் அவன் சேர்ந்த போது, பாவம் சீமாட்டி, அவர்கள் கவனிக்காதபடி நாற்காலியைத் திருப்புங்கள், பாவம் அம்மா, மிகவும் சில்லிட்டிருப்பதாக தோன்றுகிறார்கள், நெருப்புக்கு நெருக்கமாய் நகர்த்துங்கள் என்று கண்காணிப்பாளர்கள் சொல்லிக் கொண்டிருந்தனர்.

இப்போது காரணம் குறித்த விவாதம் ஏதுமில்லை. பெரும்பற்களுடன், அம்மைத் தழும்புகளுடன், நீண்ட பிழம்புச் சிவப்பிலான யுத்த சட்டையை அலங்கார வேலைப்பாடுகளுடன் அணிந்து, மிகப் பெரிய கருந்தாடியை இருப்பு வார் போல கட்டிக்கொண்டு, இடப்புறமாக வாளினைச் செருகியபடி, புகையற்ற நெருப்பிலிருந்து எழும் எல்லா ஆண் ஜின்னையும் போலவே பிறந்து, நெருப்புப் பந்திலிருந்து வெளிப்பட்ட பிரமாண்ட ஜின்னியை ஒவ்வொருவரும் பார்த்தனர். சின்ன ஜிம்மியின் தலையுடன் குழப்புவதற்காக, நாயகன் நட்ராஜின் வடிவை எடுத்திட ஜுமுருத் ஷா தயங்கிடவில்லை. பயங்கரமான தன் முழுக் கீர்த்தியுடன் தோற்றமளித்தது. மிகப் பெரும் ஜுமுருத், பாரிய இஃப்ரிட்களில் மிகப் பிரமாண்டமானதான அது தன் பறக்கும் தாழியில் உடன்வர, பூமிக்கு வெடித்துச் சென்ற அது, குறிப்பற்ற விநோதத் தன்மையின் கால முடிவுக்கு சமிக்ஞை செய்தது. யுத்தம் என்றழைக்கப்பட்டதின் ஆரம்பமாய் இது இருந்தது.

மிகப் பெரிய ஜுமுருத்தும் அதன் மூன்று சகாக்களும்

ஒரு காலத்தில் தற்செயலாகவோ அல்லாமலோ, தலை கொய்யப்பட்ட ஒரு இளவரசனின் தலையிலிருந்து எடுக்கப்பட்ட பொன் மகுடமுள்ள தலையுடைய மாபெரும் இஃப்ரிட் ஜுமுருத் ஷா, வரலாற்றின் குறிப்பிட்டதொரு புள்ளியில், தத்துவாசிரியர் கஸாலியின் தனிப்பட்ட ஜின்னி ஆனது. ஜின்னியா துனியாவால் கூட உச்சரிக்கப்படப் பயந்த பெயருடைய பயங்கர உருவம் அது. எனினும், கஸாலி அந்த ஜின்னியின் எஜமானர் அல்லர். மனிதர்களுக்கும் ஜின்னிகளுக்கும் இடையிலான உறவு நிலைக்குப் பொருத்தும்போது, எஜமானர் - வேலையாள் என்னும் வார்த்தைகள் பொருத்தமற்றிருக்கின்றன. ஏனெனில் ஒரு மானுடருக்கு ஒரு ஜின்னி ஆற்றுகின்ற எந்தவொரு சேவையும், அடிமைத்தனத்தின் சாட்சியமாக இல்லாது வரமாகின்றது. தயாளச் செயலாகிறது. அல்லது ஒருவிதப் பொறி, விளக்கிலிருந்து விடுவிக்கப்பட்ட ஜின்னியாக இருப்பின், நன்றி பாராட்டுதலின் சமிக்ஞையாகிறது. இத்தகையதொரு பொறியிலிருந்து மறந்துபோன சூனியக்காரரால் அடைக்கப்பட்ட புட்டியிலிருந்து ஜுமுருத் ஷாவை கஸாலி விடுவித்திருந்தார் என்றே கதை சொல்கிறது. நீண்ட காலத்திற்கு முன்னே, தனது ஊரான டுஸ்ஸின் வீதிகளில் திரிந்து கொண்டிருந்த கஸாலி, குப்பைக் குவியலில் கொட்டப்பட்டிருந்த இருண்டதொரு குப்பியைக் கண்டுவிட்டார். சல்மான் ஊசிக் கோபுரங்களும் புதிரான சுவர்களுமுள்ள அந்நகரினை துரதிருஷ்டவசமாக அக்குப்பைக் குவியல் உருச்சிதைத்தது. சரியான பயிற்சியுள்ள தத்துவவாதிகள் போலவே, சிறைப்பட்டுள்ள ஆவியின் இருப்பினை சட்டென்று உள்ளுணர்வால் அறிந்துகொண்டிருந்தார். பயிற்சிக் கொள்ளையனின் குற்றவுணர்வுடன், உயரிய நீலக் கண்ணாடி புட்டியில் தன் உதடுகளைப் பதித்து, ஜின்னுடனான உரையாடல்களை ஆரம்பிக்கத் தேவைப்படும் மறை மந்திரத்தைச் சற்று உரத்துக் கிசுகிசுத்தார்.

மாபெரும் ஜின்னியே பிரமாண்ட ஜின்னியே,
இப்போது உன்னை என் கையில் வைத்திருக்கிறேன்.
உன்னை விடுவிக்கும் முன் சொல்லிவிடு
எனக்கு நீ வழங்கிடும் வெகுமதி என்ன?

கண்ணாடி வழியே நுண்வடிவிலான ஜின்னி பேசுவது கேலிச் சித்திரத்தில் பேசுகின்ற எலிபோன்றது. பிடிபட்ட ஜின்னி தவறாது அவர்களுக்கு வழங்கிடும் நஞ்சு மாத்திரையை இந்நொய்மையான உயிர்கள் விழுங்குவதாக பலர் ஏமாற்றப்பட்டிருக்கின்றனர். எனினும், கஸாலி திடசித்தத்துடன் இருந்தார்.

ஜின்னியின் பதிலாக இருந்தது இது.
பேரம் செய்ய வேண்டாம். என்னைப் போக விடுங்கள்.
பலவீனர்கள் பேரம் செய்வர். பலவான்கள் அறிவர்.
இலவசமாய் என்னை விடுவிப்போர்
என்றென்றும் ஆசீர்வதிக்கப்படுவர்.

இக்குழந்தைத்தனமான ஏமாற்றுக்குச் சரியான பதிலடியை கஸாலி தெரிந்திருந்தார்.

உன்னையும் உன் கூட்டத்தையும் நன்கறிவேன் !
உள்ளே இருக்கும்போதே, உன் உறுதிமொழியைச் செய்துவிடு!
வைத்துக்கொள்ள புனித உறுதிமொழி இன்றி
முட்டாளே உன்னைத் தாவியோட விடுவான்.

தனக்குத் தெரிவு செய்திட சந்தர்ப்பம் இல்லாததை அறிந்து கொண்ட ஜுமுருத், வழக்கமான மூன்று ஆசைகள் சூத்திரத்தை முன்வைத்தது. வழக்கமான சூத்திரத்திலிருந்து சற்று விலகிய வார்த்தைகளில் ஒத்துக்கொண்டு, ஒப்பந்தத்தை மூடி முத்திரையிட்டு, கஸாலி பதிலளித்தார்.

எந்தவொரு நிலவின் கீழும் எந்த வேளையிலும்,
வரமொன்று கேட்பேன்.
எந்த வேளையிலும் ஒன்று இரண்டு மூன்று
என துரிதமாய் நிறைவேற்றப்படல் வேண்டும்.

விடுவிக்கப் பெற்றதும், தன் முழு உருவத்திற்கு விரிவு கொண்ட ஜின்னி, வழக்கத்திற்கு மாறான, இரு விசயங்களைக் கொண்ட மனித உயிர் கஸாலி என்பதால் அதிர்ந்துபோனது. முதலில், அவர் பின்வாங்கவில்லை. பின் வாங்குதல் - பல நூற்றாண்டுகளுக்குப் பின்னர் இளம் ஜிம்மி கபூர் கண்டறிய இருந்தது. பண்பாட்டு ரீதியில் அவசியமானது மட்டுமின்றி, கொடூரமான ஜுமுருத்தைக் கண்ட மாத்திரத்தில் உண்டாகும் உள்ளுணர்வு சார்ந்த எதிர்வினையும் கூட. எனினும் தோன்றி மறையும் இது “பின்வாங்கவில்லை” என்ற குழப்பத்துடன்

கவனித்துக் கொண்டது மாபெரும் இஃப்ரிட். இது முதலாவது. இரண்டாவதாக, அவர் சட்டென்று எதனையும் கேட்கவில்லை. இது முன்னர் நிகழாதது. முடிவிலாச் செல்வம், பெரிய ஆண்குறி, வரம்பில்லாத அதிகாரம்... இந்த ஆசைகள் ஆணின் அதிகபட்ச கோரிக்கைகளில் முதலாவதாக இடம்பெற்றதை எந்த ஜின்னியும் அறியும். ஆசைப்படுகின்ற ஆணின் மனம் வியக்கத்தக்க விதத்தில் கற்பனை வளமற்றது. ஆனால் ஆசை இல்லையா? மூன்று ஆசைகளையும் ஒத்திபோடுவதா? அநேகமாய் அது கண்ணியமற்றது.

"ஒன்று மற்றதற்காகவா கேட்கிறீர்கள்? ஜுமுருத் ஷா கர்ஜித்தது. "என்னால் தர இயலாதது எதுவுமில்லை" கஸாலி தன் தத்துவாசிரியத் தலையைச் சாய்த்து, கன்னத்தின் மீது கைவைத்து, "ஒரு விசயத்தின் பண்பை ஒன்றுமற்றதுக்காக நீ தருவதைப் பார்க்கிறேன். அது ஒரு பொருள் இல்லை என்பதாலேயே தரப்பட முடியாதிருப்பது ஒன்றுமற்றது. எனினும் உன் பார்வையில் பொருளற்ற தன்மையாயிருப்பதே பொருட் தன்மை வடிவமாகும். இதனை நாம் விவாதிக்கலாம். புரிந்து கொள் ஜின்னி. தனிப்பட்ட தேவைகளுள்ள மனிதன் நான். முடிவிலாச் செல்வமோ, பெரிய ஆண்குறியோ, வரம்பற்ற அதிகாரமோ எனக்குத் தேவையில்லை. எனினும், பெரியதொரு சேவையினை உன்னிடம் நான் கேட்கும் நேரம்வரும். தெரியப்படுத்துவேன். இதற்கிடையே போய்விடு. போக உனக்குச் சுதந்திரம் உண்டு" என்றார்.

"அந்த நேரம் எப்போது வரும்?" ஜுமுருத் ஷா வினவிற்று. "நான் மும்முரமாய் இருக்கப் போகிறேன். நீண்ட காலமாக அப்புட்டியில் அடைந்துகிடந்த பிற்பாடு, செய்வதற்கு நிறைய இருக்கின்றன."

"நேரம் வரும்போது வந்து சேரும்" எனச் சீற்றத்துடன் குறிப்பிட்ட கஸாலி, தன் புத்தகத்திடம் திரும்பினார். "எல்லாத் தத்துவவாதிகள் மீதும் உமிழ்கின்றேன். கலைஞர்கள், எஞ்சியுள்ள சமுதாயத்தினர் மீதும்" என்று கூறிய ஜுமுருத் ஷா, ஆத்திரத்தின் புனலாய் சுழன்று போய்விட்டது. அப்புறம் காலம் கடந்தது. ஆண்டுகள் கடந்தன. தசாப்தங்கள் கடந்தன. கஸாலி மடிந்து விட்டார். அவருடன் ஒப்பந்தம் மடிந்தது. அல்லது அப்படி ஜின்னி நம்பியது. உலகிற்கிடையிலான பிளவுகள் விரிந்தன. பின் மூடிக்கொண்டன. பாரசீகத்தில் மாய உலகம் என்று பொருள்படும் ஜுமுருத், மனிதரின் உலகைப்பற்றி, ஆசையைத் தெரிவிக்க மறுதலிக்கும் மனிதனைப் பற்றி சிறிது காலம் மறந்துபோனது. நூற்றாண்டுகள் சென்றன.

சல்மான் ருஷ்தீ ◆ 161

ஒரு புத்தாயிரம் ஆரம்பித்தது. உலகங்களைப் பிரித்திட்ட முத்திரைகள் உடையத் தொடங்கின. அப்புறம் பெருக்கமே! அது மீண்டும் இங்கே இந்நொய்மையான உயிர்களிடையே இருந்தது. அதன் தலையில் திடீரென்று ஒரு குரல் அதன் இருப்பைக் கோரியது. இறந்தவனின் குரல், தூசின் குரல், தூசை விடவும் குறைந்தது, இறந்தவனின் தூசியுள்ள வெறுமையின் குரல், ஒரு விதத்தில் உயிரேற்றப்பட்ட, ஒருவிதத்தில் இறந்தவனின் உணர்வு நுட்பத்தால் பீடிக்கப்பட்ட வெறுமை, தன் மாபெரும் ஆசையைக் கூறும் பொருட்டு அதனை இருக்கச் சொல்லிக் கட்டளையிடும் வெறுமை. வேறு வழியில்லாத அது, ஒப்பந்தத்தால் கட்டுண்டு, இறப்புக்குப் பின் ஒப்பந்தத்தால் தான் கட்டுப்பட முடியாது என்ற வாதிட உத்தேசித்திருந்தும், கஸாலியின் வழக்கத்திற்கு மாறான மொழியை ஞாபகப்படுத்திக் கொண்டது. எந்த வேளையிலும், எந்தவொரு நிலவின் கீழும், எந்த வேளையிலும் ஒன்று இரண்டு மூன்று என, ஒரு இறப்பு விதியைச் சேர்த்துக் கொள்ள தான் மறந்துபோனதால், ஓர் அங்கியென கடப்பாடு அதன் மீது கிடந்தது. வெறுமை விரும்பியதனைத்தையும் அது நிறைவேற்ற வேண்டி இருந்தது.

தனியாத தன் ஆவேசத்தையெல்லாம், புட்டியில் அடைபட்டிருந்த நித்தியத்தில் பாதியில் கழித்துள்ள மாபெரும் இஃப்ரிட்டின் இனத்தையெல்லாம் அது நினைவு கூர்ந்து அவசரகதியில் வரவழைத்துக் கொண்டது. தன்னை சிறைப்பிடித்தவனின் ஒட்டுமொத்த பிரிவுக்கெதிராக பழிவாங்கப்பட வேண்டியதைக் கருத்தில் கொண்டது. இறந்த ஒருவனின் மீதான இந்த அற்பமான கடப்பாட்டிலிருந்து தன்னை அது விடுவித்துக் கொள்ளும். அப்புறம் அது பழிவாங்கலுக்கான நேரமாயிருக்கும். இவ்விதம் அவன் உறுதி எடுத்துக் கொண்டான்.

ஜுமுருத் ஷாவின் ஆவேசத்தைப் பொறுத்தவரை, பதினாறாம் நூற்றாண்டில் மிகப் பெரும் மொகலாய மன்னர் மகா அக்பரின் அரசவையிலிருந்த இந்திய அரசவைக் கலைஞர்களின் குழுவொன்று, அதனைச் சிறுமைப்படுத்தி புண்படுத்தி இருந்திருந்தது. சுமார் 460 ஆண்டுகளுக்கு முன்னர் நாயகன் ஹம்சாவின் சாகசங்களைச் சித்தரிக்கும் ஹம்ஸாநாமா ஓவிய வரிசையில் அது பலமுறை இடம்பெற்றது. ஜுமுராத் இங்கே இருக்கிறது. இந்தச் சித்திரத்தில்! அதன் கையாட்கள் ரைம் ரத்தக் காட்டேறியும் ஷைனிங் ரூபியும் அடுத்த கேட்டினைத் திட்டமிட்டபடி இருக்க. கிசுகிசுப்பு கிசுகிசுக்கிறது. கொக்கரிப்பு சீறுகிறது. அவர்களுக்கு மேல் ஆரஞ்சு வெள்ளை விதானம் இருக்க, அவர்களுக்குப் பின்னே

கல் மேகங்கள் போல உப்பிய பாறைகளாலான மலை இருந்தது. நீண்ட எருதுக் கொம்புகளையுடையவர்கள், மண்டியிட்டு நின்றனர். அல்லது வெறுமனே உறுதிமொழி எடுத்தனர். ஏனெனில் ஜுமுருத் ஷாவைப் பார்த்த மாத்திரத்திலேயே நல்லவர்கள் மோசமாகப் பேசுவார்கள். அதுவொரு அரக்கன், பயங்கரம், பிசாசு, வேறு எதனையும் விட பத்து மடங்கு பெரிது, இருபது முறை அருவருப்பானது. மெலிதான சருமம், நீண்ட கருந்தாடி, காது முதல் காது வரையிலான இளிப்பு. வாய் நிறைய ஆட்கொல்லிப் பற்கள், கோயாவின் சனியைப் போல எரிச்சலூட்டுவது. இருந்தும் அவ்வோவியம் அவனை அவமதித்தது. ஏன்? ஏனெனில் அது அவனைத் தோன்றி மறைபவனாக சித்தரிக்கிறது. நிச்சயமாக ஓர் அரக்கனே, ஆனால் ஜின்னியல்ல. குருதியும் சதையும், புகையற்ற நெருப்பில்லை. மாபெரும் இஃப்ரிட்டுக்குக் கையளிப்பதான ஓர் அவமதிப்பு.

(நிகழ்வுகள் எடுத்துக்காட்டுவது போல, மனிதச் சதையில் ருசி கொண்ட மாபெரும் இஃப்ரிட் அல்ல அவன்.)

அக்பரின் அரசவையைச் சேர்ந்த அற்புத ஓவியர்கள் தீட்டிய ஓவியங்களில் கொடூரமான ஜுமுருத் ஷாவின் படிமங்கள் பல உள்ளன. ஆனால் அதனை புராண நாயகனான ஹம்ஸாவினால் பெரிதும் தோற்கடிக்கப்பட்டிருந்த எதிரியே. ஹம்சாவின் புகழ்பெற்ற பறக்கும் தாழிகளிலிருந்து அவரது ராணுவத்திலிருந்து தப்பியோடும் வீரர்களுடன் இருக்கின்றது. தம் பழத் தோட்டங்களைக் கொள்ளையடிப்போரைப் பிடிக்கும் பொருட்டு தோண்டப்பட்ட பள்ளத்திற்குள் அவமானத்துடன் விழுந்திருந்தான். கோபமிக்கத் தோட்டக்கலையினரால் மோசமாக அடிக்கப்படுகிறான். வீரனான ஹம்ஸாவைப் போற்றிடும் ஆர்வத்தில், அவனது கற்பித உருவத்தின் மூலம், இச்சித்திரங்கள் வரையப்படுமாறு ஏற்பாடு செய்திருந்த நிஜ உலகின் சக்கரவர்த்தி - கலைஞர்கள் ஜுமுருத் ஷாவுக்கு மோசமான காலத்தைத் தந்தனர். அது பெரியது. ஆனால் பேதை. காற்றில் மிதக்கும் தாழிகளின் மாயாஜாலம்கூட அதனுடையதல்ல. சூனியவாதியும் நெருங்கியதுமான ஜபர்தஸ்தினால் ஹம்ஸாவின் தாக்குதல்களிலிருந்து பாதுகாப்பாக பறக்க வைத்திட அவர்கள் அனுப்பப்படுகின்றனர். இந்த ஜபர்தஸ்து, பிரமாண்டமானது என்ற பொருளுடையது. ஜுமுருத் ஷா போல, இருண்ட ஜின்னின் வலுவான குழு உறுப்பினர்களுள் ஒன்றைப் போன்றிருந்தது. ஓர் சூனியவித்தைக்காரர், ஆம், ஆனால் அந்தரத்தே எழுவது குறித்த விசேடத் திறன்களுடன். (மற்றும் பாம்புகள்) மொகலாய அரசவை ஓவியர்களால் அவர்தம் உண்மை இயல்பு வெளிப்படுவதாக இருந்திருப்பின், ஹம்ஸா

உண்மையில் பெற்றிருந்ததை விடவும் முரட்டுச் சண்டையை அவர்களால் தந்திருக்க முடியும்.

அது ஒரு விசயம். மொகலாய ஓவியர்கள் அதனைத் தவறாக பிரதிநிதித்துவப்படுத்தாது இருந்திருப்பினும், ஜுமுருத் ஷா இன்னமும் மானுட இனத்தின் எதிரியாகவே இருந்திருக்கும் - மனிதப் பண்பின் மீதான அதன் வெறுப்பு காரணமாக. மனித உயிர்களின் சிக்கலான தன்மையை தனிப்பட்ட இகழ்ச்சியாக, மனிதரின் பைத்தியம் பிடிக்க வைக்கும் முரணாக, களைந்தெறியவோ இணக்கம் செய்திடவோ, முயற்சியேதும் மேற்கொள்ளப்படாத முரண்பாடுகளாக, லட்சியவாதம் உலகியல் பற்று, கண்ணியம் - அற்பத்தனம், உண்மை - பொய்களின் கலவையாக எடுத்துக் கொண்டது போன்றிருந்தது.கரப்பான் பூச்சியை விடவும் தீவிரமாகக் கருதப்பட முடியாதனவாக இருந்தன. அதிகபட்சம் அவை பொம்மைகளாயிருந்தன. வெறியாட்டமாடுகின்ற கடவுளை நெருங்குகின்றவர்களுள் ஒருவர் எனவே அவர் நெருக்கமாயிருந்தார். அப்படியே அவர் தெரிவு செய்தால், தன் வேட்டையில் கொன்றுவிடுவார். வேறு விதமாகச் சொல்வதானால், தத்துவாசிரியர் கஸாலிகூட சந்தேகப்படாத உலகத்தின் மீது தன்னைக் கட்டவிழ்த்து விடாதபோதும். அதன் மீது தன்னை கட்டவிழ்த்துவிட்டிருப்பார். அவரது அறிவுரைகளுக்கு ஏற்பவே அவர் நாட்டமிருந்தது. ஆனால் இறந்துவிட்ட தத்துவவாதியின் அறிவுரைகள் தெளிவாய் இருந்தன.

"பயத்தைப் பதிய வையுங்கள், பாவம் நிறைந்த மானுடனை கடவுளிடத்தே நெருங்க வைப்பது பயம் மட்டுமே. பயம் கடவுளின் அம்சம், அவ்வகையில் சர்வ வல்லமை வாய்ந்தவரின் முடிவிலா ஆற்றலுக்கும் தண்டிக்கும் இயற்கைக்குமான நொய்மையான உயிரியான மனிதனின் பொருத்தமற்ற எதிர்வினையாய் இருக்கிறது. பயம் என்பது கடவுளின் எதிரொலி, எதிரொலி கேட்குமிடங்களிலெல்லாம் மனிதர் மண்டியிட்டு பிரார்த்திக்கின்றனர். பூமியின் சில பகுதிகளில், கடவுள் ஏற்கனவே அஞ்சப்படுகிறார். அப்பகுதிகளைப் பற்றிக் கவலைப்பட வேண்டாம். மானுடப் பெருமிதம் வீங்கியுள்ள இடத்திற்குப் போகவும், தன் ஆயுதங்கள், இறைச்சிக் கலங்கள், தொழில்நுட்பக் கோயில்கள், அறிவையும் செல்வத்தையும் விட்டுவிட்டு, மனிதன் தன்னைக் கடவுளாக நம்பும் இடத்திற்குப் போகவும். கடவுளே அன்பு என்று சொல்லப்படும் இடங்களுக்கும் போகவும். அவர்களிடம் சென்று உண்மையைக் காட்டவும்." கஸாலி அவரிடம் கூறினார்.

ஜுமுருத் ஷா பதிலளித்தது. "கடவுள் தொடர்பாக நான் உன்னுடன் ஒத்துப்போக வேண்டியதில்லை. அவரது இயற்கை குறித்தோ அவரது இருப்பு குறித்தோ. அது எனது வேலையில்லை. வேலையாக இருக்க முடியாது. உலகத்தில் நாம் மதம் பற்றிப் பேசுவதில்லை. அங்கேயான நம் அன்றாட வாழ்க்கை பூமி மீதான வாழ்க்கையிலிருந்து அப்படியே அந்நியமானது. அப்படிச் சொல்வதாயின், மிகு உயர்வானது. மரணத்தில் கூட நீ ஒரு தணிக்கைக்குள்ளாகும் ஒழுக்கவாதி என்று நான் சொல்ல முடியும். அவை ருசிகரமானவையாயினும், தத்துவம், சலிப்பூட்டுபவர்கள் தவிர்த்து வேறு யாருக்கும் ஆர்வமூட்டும் விசயமாக இருக்காது. இறையியல் என்பது தத்துவத்தின் மிக அலுப்பூட்டும் ஒன்றுவிட்ட சகோதரன் ஆகும். இத்தகைய தூக்கத்திலாழ்த்தும் விசயங்களை உனது தூசு மண்டிய கல்லறைக்கு விட்டுவிடுவேன். ஆனால் உன் ஆசையைப் பொறுத்தவரை, அதை எனது கட்டளையாக மட்டும் ஏற்கப்போவதில்லை. உடன்படுவது எனக்குச் சந்தோசமானது. அது ஒரு நிபந்தனையாக இருக்கையில், தொடர்ச்சியான நடவடிக்கைகளை நீ கோருவதால், இது எனது மூன்று ஆசைகள் தொகுப்பினை முழுதுமாய் மீட்டுவிடும்."

"சம்மதம்" என்றது கஸாலியாயிருந்த வெறுமை. இறந்தவர்கள் ஆனந்தத்தில் சிரித்தால், இறந்துவிட்ட தத்துவவாதி கிலியால் கலவரமுற்றிருப்பார். ஜின்னி இதனைக் கண்டுகொண்டது. (சமயங்களில் ஜின் காண முடிவதாய் இருக்கக்கூடும்.) "ஏன் ஆனந்தமாக?" என விசாரித்தது. "சந்தேகப்படாத உலகின் மீது குளறுபடியைக் கட்டவிழ்ப்பது தமாஷ் இல்லையா?"

கஸாலி, இபின் ரஷீத் குறித்து எண்ணிக்கொண்டிருந்தார். "சிந்தனையிலுள்ள என்பகைவன், பகுத்தறிவு மனதின் போதாமைகள் இருந்தும், காலப்போக்கில், மானுடர் நம்பிக்கையிலிருந்து, அறிவின் பால் திரும்புவர் என்ற நம்பிடும் வறிய முட்டாள். நான் இயல்பாகவே வித்தியாசமான மனமுடையவன். பலமுறை அவனை வென்றுள்ளேன். இருந்தும் எங்கள் விவாதம் தொடர்கின்றது. அறிவுப் போரில் நெருப்பில் ரகசியக் கருவியை வைத்திருப்பதும், ஆடுவதற்குப் பொருத்தமான வேளையில் துருப்புச் சீட்டை வைத்திருப்பதும் நல்லது. இக்குறிப்பிட்ட நேர்வில், வல்லமை மிக்க ஜுமுருத், நீதான் அந்தத் துருப்புச் சீட்டு, இம் முட்டாளின் வரவிருக்கும் தர்மசங்கடத்தையும் தவிர்க்க முடியாத தோல்வியையும் ரசிக்கிறேன்."

“தத்துவாசிரியர்கள் குழந்தைகள், நானே குழந்தைகளை விரும்பியதில்லை” என்றது ஜின்னி.

வெறுப்பில் அது கிளம்பிற்று. ஆனால், கஸாலியிடம் திரும்பிவந்து, இறந்தவனின் தூசு சொல்ல இருந்ததைக் கேட்பதற்கான நேரம் வரும். மதம் குறித்தும் கடவுள் குறித்தும் வெறுப்புக் குறைந்ததாக அது இருக்கும் நேரம் வரும்.

***

ஜபர்தஸ்து குறித்த ஒரு குறிப்பு. அதுவும் ஒருமுறை மானுட சூனியக்காரியால் பீடிக்கப்பட்டிருந்தது. ஆண் மந்திரவாதியால் சிறைப்பிடிக்கப்படுவதை விடவும், மிகுந்த அவமானகரமாய் அது இருந்தது. பிரிட்டனின் விசயத்தில் பேசிய அதே சூனியக்காரியே என இவ்விசயங்களை ஆய்வு செய்வோரால் கூறப்படுகின்றது. தகாத உறவுப் போர்வைகளிடையே தன் சகோதரனுடன் கிடந்து, மந்திரவாதி மெர்லினையும் பற்றிக் கொண்டு படிக்க குகையில் மூடி முத்திரையிட்ட கேடுகெட்ட மோர்கனா லெஃபே, குறிப்பிட்ட சில கதை சொல்லிகளிடமிருந்து நாங்கள் கேள்விப்பட்டுள்ள கதை இது. இது உண்மையானதா என்று எங்களால் சொல்ல இயலாது. அவன் எப்படித் தப்பித்தான் என்பது பதிவு செய்யப்படவுமில்லை. எனினும், அறியப்படுவது எதுவெனில், ஜபர்தஸ்து தன் இருதயத்திலே மனித இனத்தின் மீதான சீற்றத்தைக் கொண்டிருந்தது. குறைந்தபட்சம் ஜுமுருத்துக்கு சம அளவிலே. ஆனால் ஜுமுருத்துவினுடையது ஆவேசக் கோபம். ஜபர்தஸ்தினுடையது துருவப் பனியென சில்லிட்டது.

***

அந்த விசித்திரமான நாட்களிளும்,அவற்றை அடுத்துவந்த உலக யுத்த நாட்களிளும், அமெரிக்க அதிபர், வழக்கத்திற்கு மாறான புத்திசாலியாக, பேச்சாளராக, சிந்தனைவயப்பட்டவராக, நுட்பமிக்கவராக, சொல்லிலும் செயலிலும் அளவெடுத்தவராக, சிறந்த நாட்டியக்காரராக, (மனைவியின் அளவுக்கு இல்லையெனினும்), மெல்லக் கோபப்படுபவராக, விரைந்து புன்னகைப்பவராக, பகுத்தறிவு நடவடிக்கை மிக்கவராகவும் எண்ணிக்கொண்ட மதவாதியாக, பொலிவு மிக்கவராக (சற்று குவளைக்காது இருப்பினும்), மறுபிறவி எடுத்து சினார்ட்டா போலத் தன் உடலில் லகுத்தன்மை உடையவராக, (பாடுவதற்குத் தயக்கம் இருப்பினும்), நிறக்குருடாக இருந்தார். நடைமுறையாளராக, பூமி மீது பாதங்களைத் திடமாகப் பதித்தவராக இருந்தார். இதனால் மாபெரும் ஜுமுருத்தால் விடப்பட்ட சவாலுக்குப் பொருத்தமாக ஈடுகொடுத்திட

இயலாதவராய் இருந்தார். அச்சவால் மிகை யதார்த்தமானதாய், விசித்திரமானதாய், கொடூரமானதாய் இருந்தது. ஏற்கனவே குறிப்பிடப்பட்டுள்ளது போல, ஜுமுருத் தனியே தாக்கவில்லை. மாறாக சூனியம் கொண்ட ஜபர்தஸ்து, ஆன்மாக்களைக் கொண்டுள்ள ஷைனிங் ரூபி, ரத்தக் காட்டேரி ரைம் சகிதமாக வந்து தாக்கிற்று.

முதல் தாக்குதல்களில் ரைம் முனைப்பாக இருந்தது. தனது இயல்பான பகல்பொழுது நிலையில், சிறியவனாக, சாதாரணமாக, இருண்ட சருமம் கொண்டவனாக, கொழுத்த கழுதை போன்ற ஜின்னியாக, தூக்கத்தலிருந்து தூண்டப்பட்டதும் தாக்கத் தயாரானதாக, இருளின் போர்வையில் பாரிய, நீண்ட பற்களுடைய நில, கடல் மற்றும் ஆகாய விலங்குகளாக மாறிடக் கூடியதாக, பெண்ணாக, அதே போல ஆணாக, அனைத்திலும் மனித விலங்கு ரத்த வேட்கை மிக்கதாக, இருந்தது. வரலாற்றுப் பதிவேட்டில் முதலாவதாகத் தென்பட்டதும், தோன்றிய இடமெங்கும் பெரும் பீதிக்குக் காரணமாயிருந்ததும், ஜெகில் - ஹைட் ஜின்னியான இது, உலகிலுள்ள ரத்தக் காட்டேறிக் கதைகள் அனைத்துக்கும், ஜப்பானின் கேகி வீரக் கதைக்கும், உயிருள்ள ஆடவர் - பெண்டிர் மற்றும் விலங்குகளின் உருவையும் எடுக்கக் கூடிய, குருதியருந்தும் பிரேதத்திற்கும், அடிக்கடி பெண்ணுரு மேற்கொண்டு, குழந்தைகளின் குருதியைக் குடிக்க விரும்பிய, பிலிப்பைன்சின் நீண்ட நாவுடைய அஷ்வங்கிற்கும், அயர்லாந்தின் பீர்க் - ட்யூவுக்கும் ஜெர்மனியின் ஆல்ப்பிற்கும் போலந்தின் உபியெற்கும் டிரான்ஸில் வேனியாவின் ரத்தக் காட்டேறி வ்ளாட் டிராக்குலுக்கும் பொறுப்பான தனியொரு ஜீவன் அது. உலகங்களின் யுத்தத் தொடக்கத்தில், ரைம் நீருக்குள் சென்றது. வெளிச்சமில்லாத ஒரு பிற்பகலில், குளிர்காலத் துறைமுகத்திலிருந்து பாரிய கடல் அரக்கனாய் எழுந்து, ஸ்டேடென் ஐலண்ட் ஃபெர்ரியை விழுங்கிவிட்டது. திகில் அலை ஒன்று நகரெங்கும் அப்பாலும் வீசிற்று. தேசத்தின் பயங்களைப் போக்கிட அதிபர் தொலைக்காட்சியில் தோன்றினார். அன்றிரவு மிகவும் வாக்குவன்மை கொண்டுள்ள இத்தலைமை நிர்வாகியும் சாம்பல் நிறத்தில் தோன்றினார். இழந்தவராக இருந்தார். உங்களது அழிவுக்குத்தான் அமெரிக்காவுக்குத் தீங்கிழைக்கிறீர்கள், சக அமெரிக்கர்களே தவறு செய்திட வேண்டாம். இக்குற்றத்திற்கு பழிதீர்க்கப்படும், பொறுப்பானவர்களை தண்டிக்கும் மட்டும் நாங்கள் தூங்க மாட்டோம் என்னும் அவரது வழமையான முழக்கங்கள் உள்ளீடற்றவையாகவும் ஆண்மையற்றவையாகவும் ஒலித்தன. இத்தாக்குதல்காரனை சமாளித்திட அதிபரிடம் ஆயுதங்களில்லை. வெற்று வார்த்தைகளின் அதிபராக

ஆகியிருந்தார். அவர்களில் பலர், எப்போதும் இருந்து வந்திருப்பது போன்றே நீண்ட காலம் இருந்தார். ஆனால் அவரிடமிருந்து நிறைய எதிர்பார்த்திருந்தோம்.

***

ஜூமுருத்தின் மூன்று வலிமையான கூட்டாளிகளில் இரண்டாவதான ஷைனிங் ரூபியைப் பொறுத்தவரை, அதன் அபிப்ராயத்திலேயே, கிசுகிசுக்கும் ஜின்களில் மிகப் பெரியதாக இருந்தது. (சூனியமிக்க ஜபர்தஸ்த் மிக உயர்ந்ததாகத் தன்னைக் கருதிக்கொண்ட போதிலும், மாபெரும் ஜின்னின் அகந்தையும் போட்டிக் குணமும் அதிகம் அழுத்தந் தராத முடியாதவை). ஷைனிங் ரூபியின் வல்லமை, ஒருவனது உடலில் புகுந்து, அவனது விருப்புறுதியை அடக்கி, அஞ்சத்தக்க அல்லது அவமானகரமான அல்லது வெளிப்படுத்தல் தன்மையதாக அல்லது ஒரே வேளையில் அவை அனைத்துமான காரியங்களில் ஈடுபட கட்டாயப்படுத்துவதன் மூலம் பிரச்சினையை உண்டாக்குவது. முதலில், உலகின் மிக ஆற்றல் வாய்ந்த அரசு சாராத நிதி நிறுவனத்தின் அதிபரான டேனியல் அரோனி, பைத்தியக்காரரைப் போலப் பேசத் தொடங்கியதும், அவருக்குள்ளே ஷைனிங் ரூபி இருப்பதை மக்கள் யூகிக்கவில்லை. பீடிக்கப்பட்டவரைப் போல அவர் நடந்துகொண்டதைப் புரிந்துகொள்ளவில்லை. நான்கு நாட்கள் பீடித்திருந்த பிறகே ஷைனிங் ரூபி "மக்" அரோனி உடலினை, தனது நிறுவனத்தின் தலைமையகத்தின் வானிலுள்ள பெரிய முகப்புக் கூடத்தின் நேர்த்தியான தரைவிரிப்புள்ள தரை மீது, உடைந்த பொம்மையெனக் கிடப்பவனின் கூடாக விட்டுவிட்டு, விடுவித்தபோதுதான் எங்கள் முன்னோர் புரிந்துகொண்டனர். பக்கவாட்டில் இந்த ஜின்னி திரும்பியபோது, மிக மெல்லிதாக எலும்பும் தோலுமாகத் தோன்றி, சரிந்துவிழுந்த நிதி நிறுவன ராட்சசனைச் சுற்றி வந்து, ஆர்ப்பரித்து மறைந்துவிட்டது. "உலகெங்கிலும் உள்ள பணமெல்லாம் அவ்வளவாக ஒன்றுமில்லை. உங்கள் சாக்குப் பைகளில் உள்ள தங்கமெல்லாம் என் பிடியிலிருந்து உங்களைக் காப்பாற்றாது" எனக் கூச்சலிட்டது ஜின்னி. உலகின் வலிமைமிக்க அரசு சாராத நிதி நிறுவனத்தின் அளப்பரிய ஆறு வணிகத் தளங்களின் மீதுள்ள வணிகர்கள், நூற்றுக்கணக்கிலான உயர் தொழில்நுட்ப தட்டையான திரையுள்ள தொலைக்காட்சிப் பரப்பிலே, அழிவின் அறிகுறியென அவர்களது நனவிலித் தலைவரின் படிமம் பரபரப்பாய்த் தோன்றவும் ஓயாது அழுதனர். பயத்தில் நடுங்கினர். இறந்துவிட்ட தத்துவவாதியின் ஆசைகளை ஈடேற்றிவிடும் வகையில் ஜூமுருத்திற்கு உதவிடும் ஷைனிங் ரூபி, அற்புதமான பணியை முடித்திருந்தது.

இன்னும் கிடைக்காத தெரசா சகா குவார்டோஸின் கைகளில் தன் நண்பன் சேத் ஓல்ட்வில்லே இறந்திருந்தது. டேனியல் மக் அரோனி இருண்டதொரு இடத்தில் நுழைந்திருந்தார். வாழ்க்கை கடினமாயிருந்தது. மனிதருக்குப் பல அடிகளைத் தந்தது. திடமானவன் அவற்றைக் கன்னத்தில் வாங்கிக்கொண்டு போய்விடுவான். இரு முஷ்டிகளையுடைய வலுவான மனிதனாகத் தன்னைக் கருதிக்கொண்ட அவன் தன் எடையால் குத்துவிடக் கூடியவன், தனது ஊழியர்கள் விரும்பியபடி, உலகினை நடைமுறைப்படுத்துபவராக, படைப்பாளராக, பாதுகாப்பாளராகவும், கண்ணாடிக் கோபுரத்திலுள்ள 7500 பேருக்குத் தேவைப்பட்ட நபராகவும் இருந்தான். அது அவனது பணியாயிருந்தது. சாலையில் தடைகளிருந்தன.

வேசித் தொழிலுள்ள பெண்டிரின் விசுவாசமின்மை, அதிகார முள்ளவர்களின் சமரசத் தன்மையிலான போக்கு ஊடகங்களில் வெளியாதல், நெருங்கிய சகாக்களின் வர்த்தக விவகாரங்கள் வெளிப்படுதல், புற்றுநோய், வேகமாய் சென்ற கார் மோதல்கள், கருப்புச் சரிவுகளிலான பனிச்சறுக்கு மரணங்கள், இருதய குருதியோட்டம், தற்கொலைகள், எதிரிகள் - கீழ்மட்டத்தவர்களின் ஆவேசம், தனிப்பட்ட நலனுக்காக அரசு ஊழியர்களை அதிகமாக ஆட்டிவைத்தல், இவைகுறித்து அவன் தோள்களைக் குலுக்கினான். இவை பிரதேசத்துடன் சேர்ந்து செல்பவை. யாரேனும் சரிவை ஏற்றுக்கொள்ள வேண்டுமெனில், யாரேனும் ஏற்றுக்கொண்டனர். சரிவை ஏற்றுக்கொள்வது கூட விவகாரமாயிருக்கும். Vertigo-வின் கிம் நோவக் இருமுறை சரிவை ஏற்றுக்கொண்டாள். இரண்டாம் முறை நிஜமாகவே, இந்த அபத்தம் நடந்தது. எல்லாநேரமும் நடந்தது.

பெரும்பாலானவர்கள் நம்பியதை விடவும், விஷயங்கள் மிகவும் வேறுபட்டிருந்ததை அவன் அறிந்திருந்தான். சாதாரண மக்கள் ஒத்துக்கொள்ளக் கூடியதாயிருப்பதை விடவும், உலகம் காட்டுத்தனமாக, நாசகரமானதாக அதீதச் சுற்றுச்சூழல் மிக்கதாக இருந்தது. சாதாரண மக்கள், உண்மைக்கெதிராக கண்களை மூடிக்கொண்டு, கள்ளமற்ற நிலையில் வாழ்ந்தனர். திரை விலக்கப்பட்ட உலகம் அவர்களைப் பீதிக்குள்ளாக்கும். தார்மிக நிச்சயங்களை நாசமாக்கும், தைரியத்தை இழக்கச் செய்யும் அல்லது மதத்தில் குடியில் பின்வாங்க வைக்கும். உலகம் அது இருந்தது போலல்லாமல் அவன் செய்துவைத்தபடி இருந்தது. உலகின் அச்சித்திரத்திலே அவன் வாழ்ந்தான். அவனால் அதனைக் கையாள முடிந்தது. அதன் விசைகளையும் எஞ்சினையும் நம்பிக்கைகளையும், சாவிகளையும் அவன் அறிந்திருந்தான். அழுத்த வேண்டியதும் அழுத்துவதைத் தவிர்க்க வேண்டியதுமான பொத்தான்களை அறிந்திருந்தான்.

சல்மான் ருஷ்டீ ◆ 169

அவன் உருவாக்கியதும் கட்டுப்படுத்தியதுமான நிஜ உலகம் அது. அது கரடுமுரடாக இருப்பின், சரியே. 7500 பேர்களிடையேயும் அவர்களுக்கு மேலேயும் முரட்டுத்தனமான சவாரியாளாக இருந்தான். அவனிடம் வேலைக்கு அமர்ந்துள்ள முரட்டு ஓட்டுநர்கள், பலரும் உல்லாசமாக வாழ விரும்பினர். காஸா டிராகோனஸ் பானம் அருந்தச் சென்றனர். உயர்மட்டப் பெண்களிடம் போயினர். அவன் அவ்வழியில் வசிக்கவில்லை. ஆனால் கச்சிதமாயிருந்தான். நிர்வாகக் குழுவினர் கூட்டத்தில் இருந்தது போன்றே, ஜூடோ விரிப்பின் மீதும், அஞ் சத்தக்கவனாயிருந்தான். அவனது வயதில் பாதியுள்ளவர்களை விடவும் அவனால் கூடுதல் பளுவைப் பிரயோகிக்க இயலும். இளமை என்பது இளைஞர்களுக்கே உரித்தானதாக இல்லாது போயிற்று. மக் அரோனி கோல்ஃப், டென்னிஸ், பழைய நபர்களுக்குரிய விஷயங்களை ஆடினார். ஆனால் ஒரு பந்தினை வளைந்து போடும் பொருட்டு தன்னை ஒரு கடற்கரைப் பையனாக மாற்றிக் கொண்டார். பனிச்சறுக்கு வித்தகன் ஆவதற்கு, பெரிய அலையின் யோடாக்களைத் தேடிச் சென்று அவர்தம் வழிமுறைகளைக் கற்றுக் கொண்டார். வெய்ஸ் முல்லரின் டார்ஸான் போல அவர்தன் மாரினை அடித்துக்கொள்ள வேண்டிய அவசியமில்லை. தன் வழியில் வருவதையெல்லாம் அவரால் கையாள முடிந்தது. அவர் பெரிய மனிதக் குரங்காய் இருந்தார். மனிதக் குரங்குகளின் மன்னனாயிருந்தார்.

ஆனால், சேத் ஓல்ட் வில்லேவுக்கு நிகழ்ந்தது வித்தியாசமானது. அவ்விளைவு ஒரு கோட்டினைத் தாண்டியிருந்தது. ஒரு பெண்ணின் விரல் நுனிகளிலிருந்தான். மின்னல்வெட்டு, அது அவனது பிரபஞ்ச விதிகளுடன் ஒத்திசையவில்லை. விஷயங்கள் எப்படியிருந்தன என ஒருவர் சித்திரத்தை மீண்டும் வரைந்தால், அந்நபருடன் அவன் பேச வேண்டியிருந்தது. அவருடன் விவாதிக்க வேண்டியிருந்தது. சாத்தியப்பாட்டின் விதிகளை மாற்றுவது மற்றவர்கள் பொருட்டில்லை என்பதை அவர் புரிந்துகொள்ளுமாறு செய்ய வேண்டியிருந்தது. முதலில் இது அவனுக்குத் தாக்குதலாயிருந்தது. கோபப்பட வைப்பதாயிருந்தது. அப்புறம் அந்நியத் தன்மை பெருகவும் அடித்து முழங்குவதான நிசப்தத்திற்குள் அமிழ்ந்து போனான். தேரையென அவன் தோள்களின் மீது அவன் தலை அமரும் வண்ணம், அவனது கழுத்து அவன் சட்டைப்பட்டைக்குள் பின்வாங்கியது. ஆற்றினை நோக்கியிருந்த கோபுரத்தில் மக்கள் விடுதலைச் சிலையையும் வெற்றுத் துறை முகத்தையும் பார்த்தனர். அனைத்துப் படகுகளும் நீங்கியிருந்ததால் வெற்றுத் துறைமுகமாயிருந்தது. உல்லாசப் படகையும் அதன் பயணிகளின் சாப்பாட்டு வேளை, நீரின் இயற்கைக்கு மாறான நிசப்தத்தைக்

கவனித்து, அவர்கள், அரோனியின் சமமான பரிச்சயமற்ற ஊமைத்தனத்தை அது நிராகரித்ததாகப் புரிந்துகொண்டனர். மேற்பரப்பில் எதுவோ நுரைத்துக் கொண்டிருந்தது. அப்புறம் அரோனி பேசத் தொடங்கினார். மோசமானது வெளிப்பட்டது. 7500 பேர் கற்பிதம் செய்திருக்கக் கூடியதைவிடவும் அது மோசமாயிருந்தது.

இருண்ட ஜின்னின் சக்தியின் கீழாக, டேனியல் மக் அரோனி சொன்னதும் செய்ததும் இதுவே. தான் பீடிக்கப்பட்ட முதல் நாளன்று Wall Street Journal -லிடம், தானும் தனது நிறுவனமும் உலகளாவிய சதியொன்றில் ஈடுபட்டிருந்ததாகவும், தங்களது பங்குதாரர்கள் சர்வதேச நிதியம், உலக வங்கி, அமெரிக்கக் கருவூலம் மற்றும் மைய வங்கி எனவும் அவர் தெரிவித்தார். இரண்டாம் நாளன்று ஊடகப்பரப்பு தன்னைச் சுற்றிக் கொந்தளிக்க, சதிகாரர்களது யுத்த தந்திரத்தின் முதல் தாக்குதலின் விபரங்களை Bloomberg இல் வெளியிட்டுக் கொண்டிருந்தார். உலகின் மொத்த உற்பத்தியை விடவும் 16 மடங்கு பெரிதாயுள்ள, பெறப்பட்ட கடன் அறிமுகம் மூலமாக, அமெரிக்க உள்நாட்டுப் பொருளாதாரத்தை அழிப்பதாகும். இதனை ஏற்கனவே சாதித்திருக்கிறோம் என என்னால் கூற முடியும் என்று பெருமையுடன் கூறினார். 97 மில்லியன் முழுநேர ஊழியர்களுக்கு எதிராக, நல்வாழ்வுத் திட்டத்தில் 101 மில்லியன் பேரை அமெரிக்கா இப்போது பெற்றிருக்கிறது என்பதால் இது நிரூபணமாகிறது. மூன்றாம் நாளன்று, அவரது பதவி விலகல் அல்லது பதவி நீக்கம் என்பதற்கான கோரிக்கைகள் ஒவ்வொரு தரப்பிலிருந்தும் முன்வைக்கப்பட்டன. தாராளவாத நோக்குடைய MSNBC அலைவரிசையில் தோன்றிய அவர், "மூன்றாம் உலக யுத்தம் 100 விழுக்காடு நிச்சயமானதாக ஆகியுள்ளது என்னுமளவுக்கு சதுரங்கப் பலகையை நிறுத்துவது" குறித்துப் பேசினார். ஸ்டுடியோவில் இடைவெளிகள் கேட்கக்கூடியனவாக இருந்தன என்றார். "நாம் நிறைவடைதலின் அருகே இருக்கிறோம். அமெரிக்காவும் இஸ்ரேலும் சீனாவுடனும் ரஷ்யாவுடனும் போரிடுவதற்காக ஆர்ப்பரித்துக் கொண்டிருக்கின்றன. இரண்டு காரணங்களுக்காக. வெளிப்படையானவையும் நிஜமானவையும். முதலாவது, சிரியாவும் ஈரானும், இரண்டாவது, பெட்ரோ டாலரின் மதிப்பை பாதுகாப்பது." நான்காம் நாளன்று, முகச் சரவம் செய்யாதவராய் தலை வாராதவராய் பல இரவுகள் தூங்காதவரைப் போன்றவராக. கண்களை சோம்பேறித்னமாய் பக்கத்துக்குப் பக்கம் உருட்டி நோக்கியவராக, தன் ஊழியர்களின் ஆதரவைக்கோரி, மைக்ரோஃபோனில் பைத்தியக்காரத்தனத்துடன் கிசுகிசுத்தார். "அதிபர் பதவியை

ஒழித்தல், ராணுவச் சட்டத்தை அமலாக்குதல் வரப்போகும் யுக முடிவுக்கான எதிர்ப்பையெல்லாம் அகற்றுதல் என்பவற்றில் முடிகின்ற, பொய்யான கொடி நிகழ்வை சீக்கிரமே நாம் ஆரம்பிப்போம். உங்களுக்குக் கிடைக்கப் போவது, ஓருலகப் பொருளாதார அமைப்பு சேர்ந்த ஒரு வல்லமை மிக்கவரின் உலக அரசாங்கம். இதையே நாமெல்லாம் விரும்புகிறோம். சரியா? இவ்வுரிமை எனக்கிருக்கிறதா? என்கிறேன்."

அவர் தன் பார்வையாளர்களை பயமுறுத்திக் கொண்டிருந்தார். அவரது ஊழியர்கள் தம் கண்களில் காளான் மேகங்களைக் கொண்டவாறு, தம் நாட்டுப்புற விடுதி உறுப்பினர் தகுதி மற்றும் நல்ல திருமணங்களின் நாசத்திற்கு வருந்தியபடி, அவரிடமிருந்து விலகிப் போகத் தொடங்கினர். தம் பிள்ளைகளின் மரணங்களையும் தம் இல்லங்களின் அழிவையும் பார்த்துக் கொண்டிருந்தனர். இவற்றில் ஏதேனும் ஒன்று நிகழுமுன் தவிர்க்க முடியாத அவமதிப்பின் சூறாவளி அதன் மீது வெடித்தெழ, இம்மாபெரும் நிறுவனத்தின் சரிவும் அதன் விளைவாக அவர்தம் செல்வம் முடிவுறுவதும் நிகழும். ஆனால் டேனியல் அரோனியின் உருக்கக் காட்சியிலிருந்து அவர்களால் விடுபடுவதற்கு முன்பாக, மைய நபர் விழவும் இருண்ட ஜின்னி ஷைனிங் ரூபி, நொறுங்கிக் கிடந்த தன் உடலிலிருந்து வெற்றிகரமாக எழுந்துவந்தது. இயற்கை கடந்த ஒரு ஜீவனின் தோற்றம், அவர்களில் பலரை வழித்தடங்களில் நிறுத்திட, மற்றவர்கள் அலறியபடி, படிக்கட்டுகளுக்கு விரைந்தனர். அவர்தம் முகங்களைக் கண்டு நகைத்த ஷைனிங் ரூபி, சில வணிகர்களிடத்தே கைப்பற்றுவதற்குத் தூண்டிவிட்டது. இருவருக்கு இருதயம் நின்று உயிர் பிரிந்தது. உயிர்பிழைத்த ஒவ்வொன்றும் ஒரு முடிவுக்கு வந்திருந்தது அப்போதுதான். ஒவ்வொருவரும் இன்னொருவரின் பீதியில் இப்போது வாழ்ந்துகொண்டிருந்தனர். பீடித்துள்ள இப்பிசாசின் தீய வார்த்தைகளை அரோனி உச்சரித்துக்கொண்டிருந்தாரா? அல்லது மாபெரும் மனிதன் தன் பைத்தியக்கார ரகசியங்களை வெளிப்படுத்துமாறு செய்திருப்பதில், இதன் உண்மையான பிசாசுத்தனம் உள்ளதா? அப்படியாயின்.... உலகின் இறுதி உண்மையில் இல்லையா? ஷைனிங் ரூபி அவர்கள் அவ்வாறு சிந்திக்க வேண்டுமென்று விரும்பிற்று. பக்கவாட்டில் திரும்பி பா-பூம்-க-பூம்! எனக் குதூகலமாய் கூச்சலிட்டது. பிறகு மறைந்தது. உங்கள் அழிவைச் சந்திக்க ஆயத்தமாகுங்கள்!"

***

நீண்ட நாட்களாக சூனியக்காரர் தோற்றமளிப்பதைப் போன்றே தோன்றினார் சூனியக்கார ஜபர்தஸ்த் நீண்ட

தாடியும் உயர்ந்த தொப்பியும் கோலும் சகிதமாக. மிக்கி மவுஸ் பயிற்சி எடுத்த சூனியக்காரர் கேண்டால்ஃப் தி கிரேவும் ஜபர்தஸ்தும் ஒருவர் மற்றவரிடத்தே நெருக்கமானவர்களைக் கண்டுகொண்டனர். எனினும், ஜபர்தஸ்து தன் பிம்பம் குறித்த பிரக்ஞை கொண்டிருந்தது. இப்போது ஜாக்ஸன் ஹைட்ஸில் ஒரு பகலிரவு பெரிஸ்தானுக்கான, புழுத்துளையின் திட்டிவாசல் திறந்திருக்க, அது தன் தோற்றத்தைப் பொருத்தமாக வைத்துக்கொள்ள, திரைப்படங்கள் -பத்திரிகைகளை வாசித்தது. எல்லாவற்றுக்கும் மேலாக, ஆயிரம் வருடம் வயதான வெள்ளைப் பாம்பிடம் ஜெட் லீ காதல்வயப்படும் கூருணர்வு நிலையை விரும்பியது. தான் ஜெட் லீ போலத் தோன்ற வேண்டும் என சிறிதுகாலம் ஆசைப்பட்டது, தன் தோற்றத்தில் தீவிரமாறுதல் தேவை என ஒரு கட்டத்தில் கருதியது. பௌத்த துறவியின் வெண்ணிற அங்கியைப் போட்டுக்கொண்டு, படிகமாலையணிந்து திரைப்பட நாயகனென தலையை மொட்டையடித்துக்கொண்டது, இறுதியில் இம்மாற்றத்தை நிராகரித்தது. உன் வயதுப்படி நடந்துகொள், தனக்குத்தானே கூறிக்கொண்டது, தானொரு குங்ஃபூ நட்சத்திரம் போலத் தோன்றிட விரும்பவில்லை. ஒரு கடவுளெனத் தோன்றிட விரும்பியது.

பூமியிலிருந்து எழுதல் - எதிர்ஈர்ப்பு விசை - ஜபர்தஸ்தின் தனிச் சிறப்பாயிருந்தது. பல ஜின்களுக்குத் தனிப்பட்ட விமானங்களாகச் சேவை புரிந்த, புகழ்வாய்ந்த பறக்கும் தாழிகளைப் படைத்திட்ட அது வசியத்தில் ஆழ்ந்த துடைப்பம், மாயத்திற்குள்ளான பாதணிகள், தாமே உயரும் தொப்பிகள் பறக்க விரும்பும் கடிகாரங்களையும் உருவாக்கிக் காட்டியது. கணிசமான செல்வத்தைக் குவித்தது. தங்கமும் ஆபரணங்களுமாக. அரிய உலோகங்கள், விலையுயர்ந்த கற்கள் மீதான ஜின்களின் ஈர்ப்பு நன்கறியப்பட்டது, நன்றாகப் பதிவு செய்யப்பட்டிருப்பது. மாபெரும் அறிஞர்களைப் பொறுத்தவரை, இதன் தோற்றம், மாய லோகத்தில் நடத்தப் பெற்ற காட்டுத்தனமானதும் தீராத வெறியாட்டங்களிலும் உள்ளது. அப்பளபளப்பு, பிரகாசத்தின் மீதான பல ஜின்களின் நேசத்தில் உள்ளது. தங்க மெத்தைகளில் சாய்ந்து, கூந்தல், கணுக்கால்கள், கழுத்து - இடைகள் எல்லாம் மணிக்கற்களால் அலங்கரிக்கப்பட்டிருக்க, ஜின்னியா மோகினிகளுக்கு ஆடை தேவைப்படவில்லை. முடிவுறாத விருப்புறுதியால் தம் ஜின்னித் துணைவர்களை நிறைவு செய்தன. செல்வந்த ஜின்களுள் ஒன்றான ஜபர்தஸ்து, பாலியல் வகையில் மிகவும் துடிப்பாயிருந்தவற்றுள் ஒன்றுமாகும். பறக்கும் மாயாஜாலம் அதீதத் தேவைகளுக்கான பணத்தைத் தந்தது.

சல்மான் ருஷ்தீ ◆ 173

உலகங்களின் யுத்தத்தின் அம்முதல் கட்டத்தில், அமானுஷ்யமான நடவடிக்கைகளால் ஜபர்தஸ்து பயத்தைப் பரவவிட முற்பட்டது. நன்கு வடிவமைக்கப்பட்ட காட்சி அறைகளின் மீது சாய்விருக்கைகளைப் பறக்கவிடுதல், மற்ற வாகனங்களின் பாதைகளில் புகுவதற்கு மாறாக அவற்றின் மீது மஞ்சள் வாடகை கார்கள் பறந்திடுமாறு ஊக்குவித்தல், பாதாளச் சாக்கடை மூடிகளை உயர்த்தி, நகர நடைபாதைகளின் வழியே தலையளவு உயரத்தே மிதக்கவிட்டு, பிரமாண்டமான பறக்கும் வட்டுகளாக மாற்றி, கேடுகெட்டவரின் தலைகளை அரிவதற்கு எதிர்பார்ப்பவையாக விடுதல் என, இலக்குகளாகக் குறிக்கப் பெற்றவர்கள் கேடு கெட்டவரே. ஆனால் ஜபர்தஸ்து இந்த இடம் கேடு கெட்டதே அல்ல என ஜுமுருத்திடம் புகார் செய்தது.

உண்மையில் அது அதீதமாய் நல்ல தன்மையிலானது. நாத்திகர்கள் இல்லை. அனைத்து விதமான தெய்வங்களும் காடுகளின் ஒவ்வொரு மூலை முடுக்கிலும் போற்றப்பட்டனர். வழிபடப்பட்டனர். ஜுமுருத் பதிலடி தந்தது. “கவலைப்பட வேண்டாம். அருள் நிரம்பின இவ்விடத்திலிருந்து அவை வந்திருக்கின்றன அல்லது இங்கே வசித்திடத் தீர்மானித்திருக்கின்றன. அது போதுமானதாயிருக்கும்.”

சந்தோசத்தின் பொருட்டு, பூமியிலிருந்து எழுதல் வித்தைகளுக்கு இடையே, சூனியக்கார ஜபர்தஸ்து, அதிகப்படியான நச்சரவங்களை சந்தேகப்படாத பொதுமக்கள் மீது விடுவதன் தாக்கத்தைக் கவனிக்க விரும்பியது. பாம்புகளும் ஜின்களே. ஆனால் கீழ்நிலையிலானவை, அதன் வேலையாட்கள் போன்றவை. அல்லது செல்லப் பிராணிகள் போன்றவை. சூனியக்காரர்கள் ஜபர்தஸ்து கட்டவிழத்துவிட்ட பாம்புகளின் மீதான நேசம் தூய்மையானதே. ஆனால் மேலோட்டமானது, ஆழ்ந்த உணர்வுகளுடைய ஜின்னியில்லை அது. ஆழ்ந்த உணர்வுகளில் ஜின்னிக்கு ஆர்வமில்லை. மற்றவற்றில் போன்றே, இதில் துனியா விதிவிலக்காயிருந்தாள்.

ஜபர்தஸ்தின் அரவங்களுள் ஒன்று, கிரிஸ்லர் கட்டடத்தின் உச்சியிலிருந்து அடிவரை, தாறுமாறான இழைவுச் சறுக்கென சுருண்டு கொண்டது. மறுபிறவி அடைந்த கிளவுட் கிளப் குடியிருந்த மூன்று தளங்களில் மத்தியிலுள்ள 67 வது தளத்தின் மீதுள்ள ஜன்னலிலிருந்து, போதை மருந்து உட்கொண்ட, நிச்சயமாக கண்ணாடி அணிந்திருந்த அலுவலக ஊழியர் தாவிக்கொண்டிருந்தது தெரிந்தது.

கண்ணியமில்லையெனினும், கண்ணாடியாவது கச்சிதமாய் இருக்க, அற்புதமான உடல்நிலையில், சறுக்கிவந்து பாம்பின்

தலை தொட்டு, நடைபாதையில் விழுமட்டும், பாம்பினைச் சுற்றி சுற்றி வந்தான். ரயில் நிலையம் நோக்கிப் பறந்த அவன், வரலாற்றில் காணாது போனான். அவன் இறங்கிவந்தது ஏழு வித்தியாசமான கேமரா போன்களால் படமாக்கப்பட்டது. ஆனால் அவனை அடையாளம் காண்பது சாத்தியமற்றுப் போனது. அவனைத் தனது அந்தரங்கத்தில் விட்டுவிடுவதில் எங்களுக்கு மகிழ்ச்சி. எங்களுக்குத் தேவையான டிஜிடல் படிமங்கள் எங்களிடமுள்ளன. பெரிதாக்கப்பட்ட அவற்றில், நாங்கள் விரும்பும் போதெல்லாம் ஆயிரத்து ஓராவது முறையாக, மீண்டும் நிகழ்த்திக் காட்டுகிறான் தன் மாபெரும் சறுக்குத் திருகுச் சுழலை.

இருபதடி நீளமுடைய பாம்பின் ஊசலாடும் நாக்கு, பறந்தோடும் பாதசாரிகளின் கணுக்கால்களைத் தீண்டி, அவர்களை விழ வைத்தது. காயங்களை ஏற்படுத்தியது. ஜமாய்க்கா நாட்டுக் கொடி போல, மஞ்சள், கருப்பு, பச்சை வண்ணங்களிலான, வைர வடிவிலான சாய் சதுரங்களாய் வடிவமைக்கப் பெற்ற இன்னொரு பெரிய புழு உயிர்பெற்று, ஒரே வேளையில் யூனியன் சதுக்கத்தில் - தன் வால் மீது ஆடியவாறு, சதுரங்க ஆட்டக்காரர்களை, பனிச்சறுக்கு ஓசையற்ற புது மிதியடிகளில் உள்ள பதின் பருவத்தினரை, சாக்கலேட் கடைக்கு விரைகின்ற தாய்மாரை - பிள்ளைகளைச் சிதறி அடித்தது. மூன்று வயதானவர்கள், வரோல் தொழிற்சாலையின் இரண்டாவது - மூன்றாவது வாயில்களைக் கடந்து, செக்வேய்ஸின் நகர் பகுதியில் மெல்லப் பறந்தேகினர். நடனமாடும் பாம்பினை ஆண்டி என்ன செய்திருப்பார். Double ouroboros வெள்ளிப் பட்டுத்திரையில் - அல்லது பன்னிரண்டு மணி நேரப் படத்தில் என அவர்கள் நடுங்கும் குரல்களில் வியந்து கொண்டிருந்தனர். அது ஒரு சிரமம் தரும் குளிர்காலமாயிருந்தது. சதுக்க விளிம்புகளில் பனி இன்னும் குவிந்துகொண்டிருந்தது ஆனால், பாம்பு ஆடியபோது தட்ப வெப்பம் - மழை குறித்து மக்கள் மறந்து போயினர். அந்நகர மக்கள் அக்குளிர் காலத்தில் நிறையவே ஓடினர். ஆனால் அவர்கள் தப்பியோடியது என்ன கொடூரமாய் இருப்பினும், வேறுபட்ட திகிலை நோக்கியும் ஓடிக்கொண்டிருந்தனர். வறுக்கும் வாணலியிலிருந்து நெருப்புக்கு.

அவசர கால உணவுப் பொருட்கள் தீர்ந்து கொண்டிருந்தன. நகரிலிருந்து கிளம்பும் பாதையில் வயது வந்தவர்களும் சிறியவர்களும் மூட்டைகளும் நிரம்பிய மலைகளுக்குச் செல்லும் ஆரன் அடிக்கின்ற வண்டிகள் மண்டிக்கிடந்தன. தடுப்புகள் கவனிக்கப்படாததால் விபத்துகள் நடந்தன. இன்னும் பெரிய

போக்குவரத்து நெரிசல்கள் ஏற்பட்டன. பீதிதான் அன்றைய பொழுதாயிருந்தது.

***

மாபெரும் ஜுமுருத்தைப் பொறுத்தவரை, உண்மை சொல்லப்பட வேண்டுமாயின், தன் கீர்த்திவாய்ந்த சகாக்களால் சற்று உற்சாகம் கொண்டது. லிங்கன் மையத்துக் கடையில் தன் பரிவாரங்களுடன் தோன்றி, நீங்களெல்லாம் என் அடிமைகள் என்று கூச்சலிட்டுத் தன் அதிகபட்ச நடவடிக்கையில் இறங்கிற்று. ஆனால், நடுநடுங்கும் அந்நாட்களில்கூட, அது ஒரு புதிய இசை நாடகத்தை முன்னெடுத்துச் செல்கிறது என்றெண்ணிய சூதுவாது இல்லாதவர்கள் இருந்தனர். ஓரிரவன்று ஒருலக வணிக மையத்தின் உச்சிக்குப் பறந்து போன அது, ஒரு காலில் நின்றபடி, காது கிழிபடும் கூச்சலைக் கட்டவிழ்த்துவிட்டது. நியூயார்க்கினர் பலரது இருதயங்களை நிறைத்திட்ட பீதி இருந்தும், சோகமான செவ்வக அருவிகளின் ஓரமாய் நின்ற பிரஜைகளை இன்னும் புதிரில் ஆழ்த்தியது.

புகழ்பெற்ற பழைய கொரில்லா சினிமாவின் மோசமான தழுவலுக்கான விளம்பர உத்தி அது என அவர்கள் யூகித்தனர். பழைய அஞ்சலகக் கட்டடத்தின் பிரபலமான முகப்பிலே ஒரு துளையிட்டது. ஆனால் இத்தகைய நாசம் ஒவ்வொரு கோடையிலும் சினிமாக்களில் காணக்கூடியதே. அதுவும் அடிக்கடி நிகழ்த்தப்பட்டு தன் தாக்கத்தை இழந்துபோயிற்று. ஆக அதீத தட்ப வெப்ப நிலைகளுடனும்தான், பனி, பனிக்கட்டி என. நெருங்குகின்ற நாசத்தைப் புறக்கணித்திடும் அசாதாரணத் திறனுடைய குடும்பப் பிரிவாய் அது இருந்தது. நெருங்குகின்ற நாசத்தின் உருவகமாக இருந்திட ஒருவர் முற்பட்டால், இது சற்று விரக்தியளிப்பதாய் இருந்தது. தனது துணை நடிகர்களாக அவர் அழைத்துவந்த ஜின்கள் தலைமைப் பாத்திரங்களில் நேர்த்தியின்றி தாமே நடித்தன என்பது போல தோன்றிற்று. மாபெரும் ஜுமுருத் தன் திறனை இழந்துவிடக் கூடுமோ என அதனை வியக்க வைத்ததே போதுமானதாயிருந்தது.

இருண்ட ஜின்னிடம் குறைபாடு இருப்பின், இருக்கிறது. ஆனால் இல்லை. இருண்ட ஜின்னின் பல குறைபாடுகளில் அவற்றின் நடத்தையில் ஒரு குறிக்கோளற்ற தன்மை உள்ளது. அவை இக்கணத்தில் வாழ்கின்றன. பெரிய திட்டங்கள் ஏதுமில்லை. எளிதில் கவனம் பிசகக்கூடியவை. யுத்த தந்திரத்தின் பொருட்டு ஜின்னியிடம் போக வேண்டாம், ஏனெனில் ஜின்னி கிளாஸ்விட்ஸெஸ் கிடையாது. Sun tzu ஜின் கிடையாது. தான் பார்த்ததையெல்லாம் வென்ற செங்கிஸ்கான் தன் ராணுவத்துடன் வந்த குதிரைகளின் மந்தையைப் பராமரிப்பதில் தன் யுத்த

தந்திரத்தைக் கொண்டிருந்தான். குதிரை மீதியங்கும் வில்லாளிகள் அஞ்சத்தக்க குதிரைப் படையாயிருந்தனர். இறந்துவிட்ட குதிரைகூட பயன்படத்தக்க விதத்தில், அவனது படை வீரர்கள் குதிரைப்பால், குருதி, கறியில் உயிர்வாழ்ந்தனர். ஜின் இந்த ரீதியில் சிந்திக்கவில்லை. மிகவும் தனிநபர் வாதிகளாதலால், கூட்டு நடவடிக்கைக்கு பழகிப்போகவில்லை. எந்தவொரு ஜின்னியையும் போலவே படுகொலையை அனுபவித்த ஜுமுருத் ஷா, அப்பட்டமாக வெளிப்படையாகவும், வசியத்திலிருந்து விடுபட்டதாகவும் இருக்கலாயிற்று. தேவதை தேசத்தில் முடிவற்ற விதத்தில் நீட்சிகொள்ளும் அபரிமிதமாகக் காத்திருக்கும் பாலியல் நடவடிக்கையின் மேலான ஆனந்தங்களின் பால் ஒருவரது எண்ணங்கள் திரும்பும் முன்பாக, எவ்வளவு கார்களை ஒருவர் பாரிய முள்ளம்பன்றிகளாக வெஸ்ட் சைட் ஹைவேயில் திரியவிட முடியும், ஒரு கையசைப்பில் எவ்வளவு சொத்துகளை நாசப்படுத்த முடியும்? தகுதிமிக்க பகைவன் இல்லாதபோது, ஆட்டம் சுவாரசியமாக இருக்குமா?

சமுதாயம் ஒருபோதும் நீண்ட காலத்திற்கு சண்டையிடக் கூடிய தகுதியுடையதாக இருந்ததில்லை என ஜுமுருத் ஷா தனக்குள்ளே முணுமுணுத்தது. இந்த அற்ப ஜீவிகளுடன் சற்றைக்கு சுற்றித் திரிவது அனுபவிக்கத் தக்கதாயிருந்தது. மிகப் படாடோபமானதாயிருந்தன அவை. அவ்வளவு சுய முக்கியத்துவத்துடன், பிரபஞ்சத்துடனான தம் பொருத்தப்பாடின்மையினை அங்கீகரித்திட அவ்வளவு விருப்பமின்றி இருந்தன. மிகவும் மதிப்புள்ள அவற்றின் திட்டங்களை பாழாக்கிட, ஆனால் சிறிது காலத்திற்குப் பின்பு, இறந்துபோன தத்துவாசிரியரிடத்தேயான மூன்று ஆசை உறுதிப்பாடு இருக்கிறதோ இல்லையோ, நீடித்த நிகழ்வு ஈர்ப்புடையதாயில்லை. தன்னுலகத்தை அவர்களுடையதுடன் இணைத்திடும் புழுத்துளை திறந்துகொண்டது. அதனுடைய மிக கச்சிதமான சாதனையாக இருந்திருந்தது.

அதன் முக்கியத்துவத்தை அழுத்திக் காட்டிட அது டைம்ஸ் சதுக்கத்தின் ஜம்போட்ரானில் தோன்றி, சீக்கிரமே ஒட்டுமொத்த மனித இனத்தையும் அடிமைப்படுத்த இருக்கின்ற, வல்லமையான படையெடுப்பின் தலைவராகத் தன்னை வெளிப்படுத்திக் கொண்டது. நீங்களெல்லாம் இப்போது என் அடிமைகள் என்று கத்தியது. உங்கள் வரலாற்றை மறந்துவிடுங்கள், க்வீன்ஸிலுள்ள புழுத்துளை பீதி தரும் விதத்தில் திறந்திருப்பினும், அதனூடே குவிகின்ற படையெடுத்து வரும் ராணுவம் ஏதுமில்லை எனக் குறிப்பிட்டிருப்பான். பெரிஸ்தானிலுள்ள ஜின் பாலுறவில் மும்முரமாயிருந்தது.

சல்மான் ருஷ்தீ ♦ 177

மாபெரும் ஜின்னின் அதீத சோம்பலைப் பற்றிச் சுருக்கமாகப் பேசுவது அவசியமாகும். மிகவும் ஆற்றல் வாய்ந்த இந்த ஆவிகளில் பல அடிக்கடி புட்டிகளிலும் விளக்குகள் போன்றவற்றிலும் பிடிபடுவது எப்படி என்பதைப் புரிந்துகொள்ள விரும்பினால், ஏதேனும் செயலினை ஒரு ஜின்னி செய்து முடித்தபின் வருகின்ற அளப்பரும் சோம்பலில்தான் பதில் இருக்கின்றது. அவற்றின் தூக்க காலங்கள் அவற்றின் விழிப்பு நேரங்களை விட அதிகம் உள்ளன. இக்காலங்களில் அவை ஆழ்ந்து தூங்குவதால், அவற்றை எழுப்பிவிடாமலேயே, எந்தவொரு வசியமுள்ள கொள்கலனிலும் திணிக்கமுடியும் தள்ள முடியும்.

உதாரணமாக, படகினை விழுங்கிச் செரித்திடும் பெரிய சாதனைக்குப் பின், ரைம் ரத்தக் காட்டேரி இன்னும் வல்லமை மிக்க டிராகன் வடிவில், துறைமுகப் படுக்கையில் தூங்கி விழுந்தது. பல வாரங்களாக விழித்தெழவில்லை. நிதியில் ஜாம்பவான் டேனியல் அரோனியைப் பீடித்து ஆட்டிவைத்தது. இரண்டு மாதங்கள் வரை ஷைனிங் ரூபியை ஓய்ந்து போக வைத்தது. ஜபர்தஸ்தும் ஜுமுருத்தும் சற்றுக் குறைந்தே அலுப்புற்றனர். ஆனால், சிறிது நேரத்திற்குப் பின் அவையும் தூங்கிவிழத் தயாராயின. தூக்கக் கலக்கத்திலுள்ள ஒரு ஜின்னி எரிச்சலடையும் ஆவியாகும். இந்நிலையில்தான், மன்ஹாட்டனின் மேகங்களின் மீதமர்ந்து, ஜுமுருத்தும் ஜபர்தஸ்தும், யார் யார் யாருக்கு என்ன செய்தது, யார் தலைசிறந்த செயல் புரிந்தது, யார் இனிமேல் பொறுப்பாவது, பல நூற்றாண்டுகளுக்கு முன்னர் தத்துவாசிரியர் கஸாலியிடத்தே மாபெரும் ஜுமுருத் செய்திருந்த வாக்குறுதியை நிறைவேற்றுவதில் நெருங்கிவந்துள்ளது யார் என சண்டையிட்டுக் கொண்டன. நகரினைத் தன் பிடியில் வைத்துள்ள, குரூரமான குளிர்காலத்திற்குப் பொறுப்பு நானே என ஜுமுருத் படாடோபமாக கூறிக்கொண்டபோது, ஜபர்தஸ்து விஷமமாகச் சிரித்தது. "மோசமான தட்ப வெப்ப நிலைக்கு இப்போது நீ பொறுப்பேற்பது, உன் திறனை நிரூபித்திட நீ எவ்வளவு படாதபாடு படுகிறாய் என்பதை காட்டுகிறது. நானே காரண காரிய ரீதியில்தான் வாதிடுகிறேன். இதனைச் செய்கிறேன். விளைவு அது என. நாளைக்கு அஸ்தமனத்திற்கு நீ பொறுப்பேற்கக் கூடும், உலகினை இருளில் ஆழ்த்தியதாகக் கூறிக் கொள்ள முடியும்" என்றது.

இதனை மீண்டும் கூறியாக வேண்டும். மிக வல்லமை வாய்ந்த ஜின் ஆயினும், போட்டிக் குணம் அற்பமாயும் குழந்தைத்தனமாயும் இருந்து, குழந்தைத்தனமான சச்சரவுகளுக்கு இட்டுச்செல்கிறது. குழந்தைத்தனம் வழக்கமாய் இருப்பது போன்றே, இவை குறுகிய காலத்திற்கானவையே. ஆனால் அவை நீடிக்கும்போது கசப்பானவையாகவும் வெறுக்கத் தக்கவையாகவும் இருக்க

முடியும். ஜின் சண்டையிடுகையில் விளைவுகள் மனித விழிக்கு அதிசயமானவையாக இருக்க முடியும். நாம் புரிந்துகொள்வது போன்றே, அவை பொருட்களல்லாதவற்றைத் தூக்கி எறிகின்றன, அவை வசியத்திற்குள்ளானவை. பூமியிலிருந்து ஆகாயத்தைப் பார்த்தபடி மனிதர்கள் இவ்வசியப்படுத்தவற்றை பொருட்களாக அல்லாமல், வால் நட்சத்திரங்கள், எரிகற்கள், பாயும் நட்சத்திரங்கள் என்று வாசிப்பர். ஜின்னி எவ்வளவு ஆற்றல் மிக்கதோ அவ்வளவு சூடானதாயும் பயப்படத் தக்கதாயும் எரிகல் இருக்கும். அனைத்து இருண்ட ஜின்களில் மிகவும் வலுவானவை ஜபர்தஸ்தும் ஜுமுருத்தும், ஆதலின் அவற்றின் மாய நெருப்பு ஒருவருக்கொருவரே அபாயகரமானதாய் இருந்தது. ஜின்னை ஜின் கொன்றது. நம் கதையின் முக்கிய அங்கமாயிருக்கும்.

இச் சச்சரவின் உச்சமாக, நகரின் வெண் மேகங்களின் மேலே, ஜபர்தஸ்து ஜுமுருத்தின் பலவீனமான புள்ளியில் தன் பழைய சிநேகிதனைக் குத்திற்று. அதனுடைய அளப்பரும் பெருமிதத்தை. “நான் விரும்பினால், உன்னை விடவும் பாரிய அரக்கனாக என்னை ஆக்கிக் கொள்ள முடியும், ஆனால் அளவில் எனக்கு நாட்டமில்லை. நான் விரும்பினால், ரத்தக் காட்டேரியை விடவும் திகைக்க வைக்கும் உருவமாவேன். ஆனால் என் வடிவத்தைத் தக்க வைத்துக்கொள்ளவே விரும்புகிறேன். நான் விரும்புகையில் ஷைனிங் ரூபியை விடவும் திறமை மிக்க கிசுகிசுப்பாளன், எனது கிசுகிசுப்பு மேலும் நீடித்ததும் நாடகப் பாங்கானதுமான விளைவுகளைக் கொண்டிருக்கிறது” எனக் கூக்குரலிட்டது ஜபர்தஸ்து. ஒருபோதும் அதிக வார்த்தையாடாத ஜுமுருத், கோபத்தில் கர்ஜித்து, பெரிய நெருப்புப் பந்தினை எறிந்தது. அதனை ஜபர்தஸ்து தீங்கற்ற பனிப்பந்தாக்கிற்று. குளிர்காலப் பூங்காவிலுள்ள பையனைப் போலத் தன் எதிரியின் மீது அதனை திருப்பியடித்தது. “இன்னும் இருக்கிறது சொல்ல, சொல்ல விடு என்னை, உனது புழுத்துளையை உருவாக்கியது குறித்து பூரித்துப் போயிருக்கிறாய். உலகின் நீண்ட பிரிவினைக்குப் பின்னர், முதல் முத்திரைகள் உடைந்து முதல் பிளவுகள் திரும்பத் திறந்துகொண்டதும், நீ வருவதைக் கற்பனை செய்வதற்கு அப்போது நான் விதைத்தது, சீக்கிரமே கனி தாங்கி, உன்னால் முடிந்ததைக் காட்டிலும் ஆழமான காயத்தை மானுடத்தின் மீது ஏற்படுத்திற்று. நம்மைப் போலில்லை என்பதற்காகவே மானுடத்தை வெறுக்கிறாய். அழகானதும் நாசமாக்கப்பட்டதுமான பூமி அதனுடைமையாக இருப்பதற்காக நான் வெறுக்கிறேன். இறந்துவிட்ட உனது தத்துவாசிரியரின் அற்பமான வெறிகொண்ட பழிவாங்கலுக்கு அப்பாலும் நான் வெகுதூரம் சென்றுள்ளேன். கொடூரங்களின்

தோட்டமே வளரக்கூடிய தோட்டக்காரன் ஒருவன் இருக்கிறான். கிசுகிசுப்புடன் நான் ஆரம்பித்துள்ளது, பூமிக்கோளத்திலிருந்து மானுட இனத்தை வெளியேற்றிவிடும் கர்ஜனையாகும். அப்போது தேவதை தேசம் துடிப்பின்றி வெளிப்படையானதாகும். ஆசிர்வதிக்கப்பட்ட முழுப் பூமியும், மனிதன் இல்லாது தூய்மையாகி, ஜின்னின் பிரதேசமாகும். இதுவே நான் செய்யக் கூடியது. நான் பிரமாண்டமானவன். நான் ஜபர்தஸ்து" என ஜபர்தஸ்து கத்திற்று.

"பகுத்தறிவின்மை தன்னையே தோற்கடித்துக்கொள்கிறது" என இபின் ரஷீத் கஸாலியிடம் - பகுத்தறிய முடியாமையின் அறிவால் தூசுடன் தூசான - சொன்னது. "அறிவு சிறிதும் பகுத்தறிவின்மை மிகுதியும் மயக்கத்தில் இருப்பது. இறுதியில், அறிவு பகலினைத் தனதாக்குகையில், கனவுகளில் எப்போதும் அடைபட்டிருப்பது பகுத்தறிவின்மையே."

"மனிதர்கள் கனவு காணும் உலகம் அவர்கள் உருவாக்கிட முற்படும் உலகமாகும்" என்றார் கஸாலி.

***

அப்போது அமைதியான காலகட்டம் தொடர, ஜபர்தஸ்து, ஷைனிங் ரூபி, ரைம் காட்டேரி ஆகியோர் தேவதை தேசத்திற்குத் திரும்பினர். க்வீன்சிலுள்ள புழுத்துளையின் வாயில் மூடியிருக்க, சிதைந்த வீடு மட்டுமே இருந்தது. மோசமானது முடிந்தது என எங்களது மூதாதையர் நம்பினர். கடிகாரங்கள் முன்னோக்கி ஓடின. வசந்தம் எழுந்தது. மனிதர் சென்ற இடமெல்லாம் பூக்களை வைத்துள்ள யுவதியரின் நிழலில் நின்றனர். மகிழ்ச்சியாய் இருந்தனர். அந்நாட்களில் நாங்கள், குறிப்பாக இளைஞர்கள் ஞாபகம் அற்றவர்களாயிருந்தோம். இளைஞரைத் திசை திருப்பிட நிறையவே இருந்தது. சந்தோசமாக திசை திரும்புவதற்கு அவர்கள் தம்மை அனுமதித்துக் கொண்டனர்.

மாபெரும் ஜுமுருத் பெரிஸ்தானுக்குத் திரும்பவில்லை. கஸாலியின் கல்லறை அடியில் அமர்ந்து கேள்விகள் கேட்டிட சென்றது. தத்துவம் - இறையியலின் பாலான அனைத்து எதிர்ப்புகளுக்குப் பின்னர், அது கவனிக்கத் தீர்மானித்தது. ஜின் அரட்டையிலும் விஷமத்திலும் அது நொந்துபோயிருக்கலாம். ஜின் நடத்தையின் குறிக்கோளற்ற அராஜகம், அதன் பொருட்டே முடமாக்கி விடுதல் மிகவும் வெறுமையாயிருந்தது. தான் சண்டையிடுவதற்கு கொடி ஒன்று தேவை எனப் புரிந்துகொண்டது. கடைசியில் அது வளர்ந்திருக்கலாம், அது உடலியல் ரீதியிலல்ல. உள்முகமாகத்தான். வளர்ந்தபின் ஓர் இலட்சியத்தை மதிக்க வேண்டுமாயின், தன்னைவிட

அது பெரிதாயிருக்க வேண்டும் என்றுணர்ந்து, தானொரு அரக்கனாதலால், அது மிகப் பெரியதாய் இருக்க வேண்டி இருந்தது. சந்தையிலிருந்த பொருந்தாத ஓர் இலட்சியம், கஸாலி அதனிடம் விற்க முயன்று கொண்டிருந்தது. காலத்தில் இவ்வளவு தொலைவிலுள்ள நம்மால் அதன் மனதை முழுதாக அறிந்துகொள்ள இயலாது. அதனை அவர் வாங்கிவிட்டார் என்பதை மட்டுமே நாம் அறிவோம்.

சிந்தனையால் தன்னை மேம்படுத்திக்கொள்ள முற்படும் செயற்பாட்டாளரை அல்லது ஜின்னியை குறித்து எச்சரிக்கையாயிருக்க வேண்டும். சிறிதான சிந்தனை அபாயகரமானது.

திரும்பவும்
காதலில் துனியா

துனியா முதலில் ஜெரோனிமோ மேனஸெஸைக் கண்டபோது, படுக்கையோர மேசை மீதுள்ள, ஏற்றப்பட்டிருந்த ஒரேயொரு விளக்கின் வெளிச்சம் அவரை நோக்கிப் பாய, திகில் பட நிழல்களை நீண்ட, எலும்பும் தோலுமான கன்னத்தின் மீது படியவிட, அந்நாட்களில் அவர்கொண்ட தூக்கத்திற்கு நெருக்கமான ஓய்ந்துபோன தூக்கக் கலக்க நிலையில், தூக்க முகமூடியணிந்து, அநேகமாக இருண்டிருந்த படுக்கையறையில், மிதந்துகொண்டிருந்தார். அவரது உடலின் இருமருங்கிலும் தொங்கிய போர்வை, மாயாஜாலக்காரரின் உதவியாளராக அவரைத் தோன்ற வைத்தது, உயர்ந்த தொப்பிக்காரரின் தந்திரத்தால் மயக்கப்படும்போது, பூமியிலிருந்து எழுந்து பாதியாக அறுபட இருந்தார். இதற்கு முன்பு அம்முகத்தை எங்கே பார்த்திருக்கிறேன்? என்றெண்ணியவள், தனக்குத் தானே உடனே பதிலளித்துக்கொண்டாள். அஞ்ஞாபகம் *800* ஆண்டுகளானது என்ற போதிலும், தன் காதலனின் தலையைச் சுற்றித் துணி இல்லாதபோதும், சாம்பல் நிறத்தாடி அவ்வளவு சீராகப் பராமரிக்கப் படாமலும், நினைவில் உள்ளதை விடவும் முரட்டுத்தனமானதாகவும், தாடி வைத்துக்கொள்ள வேண்டும் என்பவனுடையதாக இல்லாது, முகச்சவரம் செய்வதை விட்டுவிட்டிருந்தவனின் முகத்தின் மீதான பராமரிப்பற்ற வளர்ச்சியாகவும் அவளது உண்மையான மானுடக்காதலின் முகம் இருந்தது. அம்முகத்தை அவள் பார்த்து எட்டு நூற்றாண்டுகளுக்கும் மேலாயிற்று. எனினும் அது நேற்றைக்கு இருந்ததென, அவளைக் கைவிடாததென, அவன் தூசு தும்பாக குறைபட்டுப் போகவில்லை. அவள் குறிப்பிட்டிருந்த உயிரூட்டம் பெற்ற தூசாக - எனினும் தூசுதான் - நிலைகுலைந்து இறந்து போன தூசுதான் - இங்கே இருந்தது. இவ்வளவு காலமும் இருட்டில் அவளுக்காக அவன் காத்துக்கொண்டிருந்தது போல, *800* ஆண்டுகளுக்கும் மேலாக, தன்னைக் கண்டறிந்து தம்

தொன்மையான காதலைப் புதுப்பித்துக் கொள்ள இருந்தது போல.

ஜின்னியா இளவரசிக்கு மிதத்தல் ஒன்றும் புதிரில்லை. சூனியக்கார ஜின்னி ஜபர்தஸ்தின் வேலையாக இது இருக்க வேண்டும். முதலாவது பிளவுகளை மீண்டும் திறக்கவும், ஜெரோனிமோ மேனஸெஸினைச் சபிக்கவும் ஜபர்தஸ்து நழுவிப் போயிருந்தது. ஆனால் ஏன்? அது மர்மமாயிருந்தது. இது எதேச்சையான வஞ்சனையா அல்லது சரியாக ஒழுங்குபடுத்தினால், இருண்ட ஜின்னின் ஆற்றலுக்குத் தடையாக, எதிர்ப்பாக, எதிர்சக்தியாக நிரூபணமாகக் கூடியவை என ஜபர்தஸ்து ஒருவாறு துனியாஜாத்தின் இருப்பினை உள்ளுணர்வால் அறிந்து, புரிந்து கொண்டதா? துனியா சந்தர்ப்பத்தில் நம்பிக்கை கொள்ளவில்லை. பிரபஞ்சத்தின் குறிக்கோள் தன்மையிலான இயற்கையை ஜின் நம்பிற்று. - அதிலே எதேச்சையானதுகூட இலக்கினைக் கொண்டிருந்தது. ஜபர்தஸ்தின் நோக்கங்களினைக் குறித்த கேள்விக்கு அவள் பதிலளிக்க வேண்டியிருந்தது. தனக்குத் தேவைப்பட்டதைக் காலத்தே கண்டறிந்தாள். எழுதல் - நசுக்கியழித்தல் என்னும் இரட்டை நோய்களை பரப்பிடும் ஜபர்தஸ்தின் திட்டத்தை அது பூமியின் பரப்பிலிருந்து சமுதாயத்தை ஒரேயடியாக அப்புறப்படுத்திவிடும் என்றறிந்தாள். இதற்கிடையே வசியத்தை ஜெரோனிமோ மேனஸெஸ் எதிர்த்ததால் அவள் ஈர்க்கப்பட்டாள். சாதாரண மனிதர்கள் என்றால், அந்தரத்திற்கு உயர்ந்த நிலத்தின் உயிரின் வாசனையுணர்ந்த அப்பிரதேசப் பறவைகளால் தாக்கப்பட்டு, தாழ் தட்ப நிலையால் உறைந்து, ஆக்ஸிஜன் இல்லாமல் மூச்சுத் திணறி, இறப்பதற்கென விண்ணுக்கு உயர்ந்திருப்பார்கள். ஆனால், சிறிது காலத்திற்கு அப்புறம், பூமியிலிருந்து ஒப்பீட்டளவில் குறைவான தூரத்திலேயே, இன்னும் உட்புறங்களை ஆக்கிரமிக்கக் கூடியவராய், அவமானப்படுத்தும் குளறுபடி இல்லாது, தன் இயற்கையான பணிகளைச் செய்ய முடிவதாக இருந்தது. இது ஒரு தனிநபர் போற்றுவதற்குரியது என்ற அவள் எண்ணினாள். ஒரு முரட்டு வாடிக்கையாளர், ஆனால், பெரிதும் அம்முகத்தால் திசை திருப்பப்பட்டாள். திரும்பவும் அம்முகத்தைப் பார்ப்போம் என்று அவள் எண்ணியிருந்ததில்லை.

அவளது உடலைத் தழுவிய இபின் ரஷீத், அவள் எரிச்சலுறும் அளவுக்கு அதன் அழகைப் புகழ்ந்ததும், "அப்படியானால், எனது எண்ணங்கள் புகழத்தக்கனவாயில்லை என்றெண்ணுகிறாய்" என்றாள். மனமும் உடலும் ஒன்றே, மனம் என்பது மனித உடலின் வடிவமே. உடலின் அனைத்து செயல்பாடுகளுக்கும் இப்படி அது பொறுப்பாகிறது. அவற்றில் ஒன்றே சிந்தனை என்றான். உடலைப்

புகழ்வது, அதனை ஆளுகின்ற மனதைப் புகழ்வதே. இதனை அரிஸ்டாடில் கூறியிருந்தார். அவன் ஒத்துக்கொண்டான். இதனால் அவனுக்குச் சிரமமாய் இருக்கவே, பிரக்ஞை உடலுக்குப் பின் உயிர்த்திருக்கிறது, ஏனெனில் மனம் உடலைச் சேர்ந்தது. அதற்கு வெளியே அர்த்தமற்றது என்பதை நம்புமாறு அவள் காதில் தெய்வ நிந்தனையாகக் கிசுகிசுத்தான். அரிஸ்டாடிலுடன் அவள் வாதிடவில்லை, அதனால் ஒன்றும் சொல்லவில்லை. பிளேட்டோ வேறுபட்டவர் என்று ஏற்றுக்கொண்டான். பறவை போல மனம் உடலில் சிக்கிக் கொள்கிறது. கூண்டினை அது உதறித் தள்ளினாலே அது மேலே உயர்ந்து விடுதலையாக முடியும் என்றெண்ணினார் பிளேட்டோ.

நான் புகையால் ஆக்கப்பட்டிருப்பவள் என்றவள் கூற விரும்பினாள். என் மனம் புகை, என் எண்ணங்கள் புகை, நான் அனைத்தும் புகை, புகை மட்டுமே. இவ்வுடல் நான் அணிந்துள்ள ஆடை, எனது மாயக் கலையினால் மானுட உடல் செயற்பாடுகளை அது செய்யக்கூடியதாக நான் செய்திருக்கிறேன். அது உடலியல் ரீதியில் சரியாக இருப்பதால், குழந்தைகளைக் கருக்கொண்டு, மூன்றுகளாக, நான்குகளாக, ஐந்துகளாக வெளித்தள்ளுகிறது. இருப்பினும் நான் உடலைச் சேர்ந்தவளில்லை. நான் விரும்பினால், இன்னொரு பெண்ணில் அல்லது மானில் அல்லது கொசுவில் வசிக்க இயலும். அரிஸ்டாடில் சொன்னது தவறு, ஏனெனில் நான் பல யுகங்கள் வாழ்ந்துள்ளேன். நான் விரும்பியபோது, என் உடலை மாற்றினேன். எனக்கு சலிப்பேற்படுத்திய ஆடையைப் போல. மனமும் உடலும் இரண்டு என்றவள் கூற விரும்பினாள். உடன்பட மறுப்பது அவனை ஏமாற்றமடையச் செய்யும் என்பதால் நாவைக் கட்டுப்படுத்திக் கொண்டாள்.

இப்போது ஜெரோனிமோ மேனஸெஸில் இபின் ரஷீத் மறுபிறவி எடுத்துள்ளதைக் கண்ட அவள், நீ ஒரு புது உடலிலும் நுழைந்திருக்கிறாய் என்று முணுமுணுக்க விரும்பினாள். காலத்தினூடே இருண்ட நடைபாதையில் நீ பயணித்திருக்கிறாய். ஆன்மா தன் பழைய பிரக்ஞையை உதறிவிட்டு, தன் அகத்திலிருந்து விடுபட்டு, இன்னொரு ஜீவனிடம் நுழைய ஆயத்தமான, தூய சாராம்சமாக இருப்பின் தூய ஒளியாக ஆகும்வரை பயணிக்கிறது. இங்கே நீ திரும்பவும் வேறுபட்டு இருக்கிறாய் என்பதை யாராலும் மறுதலிக்க முடியாது. இருந்தும் அதேதான். இருளில் கண்களை மூடிக்கொண்டு உலகிற்குள் வந்தாய் எனக் கற்பனை செய்துகொள், இப்போது போலவே காற்றில் மிதக்கிறாய். உனக்கொரு உடலிலிருந்ததுகூட உனக்குத் தெரிந்திருக்காது. இருந்தும் நீ நீயாக இருந்தாய் என்பதை

அறிவாய். நீ பிரக்ஞையானதுமே உனது அகம், உனது மனம் அங்கே இருக்கும். அது தனித்த விசயம்.

ஆனால், தன்னுடன் வாதித்தபடியே, அது அப்படியில்லை என்றெண்ணினாள். தம் வடிவை மாற்ற முடியாத மனித உயிர்களிடத்தே இது வேறுபட்டதாக இருக்கலாம். இறந்து நீண்ட காலமானவனின் இந்தத் தூங்கும் உருவத்தின் எதிரொலி, உயிரியலின் விநோதம் தவிர்த்து வேறு எதனாலும் அல்ல. நிஜமான மனிதரைப் பொறுத்த அளவிலே, அவர்களது மனம், ஆன்மா, பிரக்ஞை, அவர்தம் உடல்களில் குருதியென ஓடுகின்றன. அவர்தம் உடலியல் இருப்பின் ஒவ்வோர் உயிரணுவிலும் வசிக்கின்றன. ஆக அரிஸ்டாட்டில் சொன்னது சரியே. மனிதரிடம் மனமும் உடலும் ஒன்றே, பிரிக்க முடியாதவை. அகம் உடலுடன் இருந்து அதனுடன் அழிந்தும் விடுகிறது. அந்த ஒன்றுபடலைத் திகிலுடன் அவள் கற்பனை செய்தாள். அதுதான் நிலைமை எனில் மனித உயிர்கள் எவ்வளவு அதிர்ஷ்டசாலிகள் என இபின் ரஷீதுவாகவும் இல்லாமலுமிருந்த ஜெரோனிமோவிடம் அவள் சொல்ல விரும்பினாள். அதிர்ஷ்டசாலி மற்றும் நாசமானவன். அவர்களது இருதயங்கள் துடித்தபோது ஆன்மாக்களும் துடித்தன. நாடித்துடிப்புகள் விரைவு கொண்டதும் அவர்தம் உயிர்களும் எழுச்சிகொண்டன.

அவர்தம் கண்கள் ஆனந்தக் கண்ணீரால் நனைந்ததும் சந்தோசத்தை உணர்ந்தது அவர்களின் மனங்களே. அவர்தம் மனங்கள் மக்களைத் தொட்டதும் அவர்தம் விரல்கள் தொட்டுக்கொண்டன. மற்ற விரல்களால் இணைந்தது போன்றிருந்தன. மனம் உடலுக்கு புலனுணர்வைத் தந்தது. ஆனந்தத்தை அனுபவிக்குமாறு உடலை அனுமதித்தது. தம் காதலரின் இனிய சுகந்தத்தில் காதலை நுகர்ந்திட அனுமதித்தது. அவர்தம் உடல்கள் மட்டுமல்லாமல், மனங்களும் உறவு கொண்டன. இறுதியில் ஆன்மா, உடலைப் போல அழியக்கூடியதான அது, வாழ்வின் மிகப் பெரும் கடைசிப் பாடத்தைக் கற்றுக்கொண்டது - உடலின் மரணம்தான் அது.

ஒரு ஜின்னியா மானுட வடிவம் கொண்டது, ஆனால் அவ்வடிவம் ஜின்னியாவுடையதல்ல, ஆதலின் அதனால் ருசிக்கவோ நுகரவோ உணரவோ இயலாது. அதன் உடல் காதலுக்காக ஆனதில்லை., ஏனெனில் அது மனதின் இணைவாழ்வுத் துணையோ உடைமையாளரோ இல்லை. தத்துவாசிரியர் அவளை நெருங்கித் தொட்டபோது, பல அடுக்குகளுடைய குளிர்கால ஆடையை அவள் அணிந்தபோது, யாரோ ஒருவர் தழுவ, மேல்கோட்டினை ஒரு கை தடவுவதென, தொலைதூரத்து கிளர்ச்சி தவிர்த்து வேறு எதனையும் அவள்

உணராதது போல இருந்தது. ஆனால் அவள் தத்துவாசிரியரை மிக வலுவாக நேசித்திருந்ததால், தன் உடல் கிளர்ச்சியுற்று பரவசப்பட்டதாகக் கூறி அவரை நம்ப வைத்தாள். இபின் ரஷீத் முட்டாளாக்கப்பட்டிருந்தான். இத்தகைய விவகாரங்களில் ஆண்கள் எளிதில் ஏமாற்றப்பட்டனர், ஏனெனில் கிளர்ச்சி கொள்ள வைப்பதற்கான ஆற்றல் தம்மிடம் உள்ளது என்று நம்ப விரும்பினர். அவன் தன்னை மகிழ்ச்சிப்படுத்தியதாக அவனை நம்பவைக்க விரும்பினாள். ஆனால் உண்மை என்னவென்றால், ஓர் ஆணுக்கு அவளால் உடல் இன்பத்தை தர முடியுமே தவிர பெற இயலாது. அத்தகைய இன்பம் எப்படி இருக்கும் என அவளால் கற்பனையே செய்ய முடியும், அவளால் பார்த்து அறிந்த, அதன் வெளிப்புற அடையாளங்களைத் தன் காதலனுக்கு அளிக்க முடியும்.

அவனைப் போலவே தன்னையும் முட்டாளாக்கிட முயன்றபோது, அவளும் சந்தோசத்தை அனுபவித்தாள். அது அவளை நடிகை ஆக்கியது, போலியான, தன்னையே ஏமாற்றிக்கொள்ளும் முட்டாளாக்கியது. இருப்பினும் அவளொருவனை காதலித்திருந்தாள். அவனது மனதிற்காகக் காதலித்திருந்தாள். அவனும் தன்னைக் காதலிக்கும் வகையில் ஓர் உடலில் அவனைப் புக வைத்திருந்த அவனுக்குக் குழந்தைகள் பெற்றிருந்தாள். அந்த ஞாபகத்தை எட்டு நூற்றாண்டுகள் வரை கொண்டிருந்தாள். இப்போது அவள் வியப்பும் பரபரப்பும் அடையும் வகையில், அவன் மறுபிறவி எடுத்திருந்தான். புதிய தசையும் புதிய எலும்பும் பெற்றிருந்தான். மிதக்கின்ற இந்த ஜெரோனின் வயதானவன் என்றால், அதனால் என்ன? இபின் ரஷீத்தும் 'வயதானவனாக' இருந்திருந்தான். சிறிய மெழுகுவர்த்திகளைப் போலிருந்த மனித உயிர்கள், அவ்வார்த்தைக்கு என்ன பொருளென்று புரிந்துகொள்ளவில்லை. இவ்விருவரையும் விட அவள் வயதானவளாக இருந்தாள். மனிதரைப் போல அவளுக்கு வயதேறினால், அது பயங்கரமாயிருக்கும் என்னுமளவுக்கு வயதானவளாயிருந்தாள்.

அவள் டைனோஸார்களை ஞாபகப்படுத்திக் கொண்டாள். அவள் மனித இனத்தை விடவும் வயதானவள்.

மனித உயிர்களிடத்தே எவ்வளவு ஆர்வம் கொண்டுள்ளன, மானுடமாக இல்லாதவருக்கு மனித இனம் எவ்வளவு வசீகரமானது என்பதை ஜின்கள் ஒன்றுக்கொன்று ஒத்துக்கொள்வதில்லை. இருப்பினும் மனிதனுக்கு முன்பான காலத்தில், ஓர் உயிரணு உயிர்களின் காலத்தில், மீன்கள், நிலத்திலும் நீரிலும் வாழ்வன, முதலில் நடந்திட்ட உயிர்கள்,

சல்மான் ருஷ்தீ ♦ 189

முதலில் பறந்தவை, முதலில் சறுக்கிச் சென்றவை. அப்புறம் பெரிய விலங்குகளின் யுகங்கள் இவற்றிலெல்லாம், ஜின்கள் தேவதை தேசத்திலிருந்து அரிதாகவே முயன்று பார்த்தன. பூமியின் காடு, பாலைவனம், மலை முகடு, இக்காட்டுமிராண்டி விஷயங்களைப் பற்றியெல்லாம், கவலையில்லை. நாகரிகம் மட்டுமே தருகின்ற விஷயங்களின் வகைமாதிரிகளிடத்தேயான, ஜின்னின் பீடிப்பை பெரிஸ்தான் வெளிப்படுத்திற்று.

நேர்த்தியான அடுக்குகளில், நீரோடைகள் அநேகமாக கால்வாய்களில் பாய்ந்திட, முறையான தோட்டங்களின் இடமாய் அது இருந்தது. மலர் படுக்கைகளில் பூக்கள் வளர்ந்தன. இனிதான நிழற்சாலைகள் அமைத்திட சம ஒழுங்கிலே மரங்கள் நடப்பட்டன. இதமான நிழலும் அழகான வீச்சும் தந்திட கொத்துகள் அமைக்கப்பட்டன. தேவதை தேசத்தில் சிவப்புக்கல் கூடங்கள் இருந்தன. பட்டுப் போன்ற சுவர்களுடைய வளை மாடங்கள் பல - அவற்றுக்குள்ளாக தரை விரிப்புள்ள பெருமாட்டி தனியறைகள் - சாய்ந்திட மெத்தைகளும் அருந்திட ஓயின் குவளைகளும் - அங்கே மகிழ்ச்சி பெற ஜின்கள் ஓய்வெடுத்தன. அவை புகையாலும் நெருப்பாலும் ஆனவை. எனினும் அவை தமது இயல்பின் வடிவமற்ற தன்மைக்கு மாறாக வடிவ ரூபமுள்ளவற்றை விரும்பின. இது அடிக்கடி அவர்களை மானுட ரூபங்கொள்ள வைத்தன. இதுவே, ஏழையர், மடிகின்ற சமுதாயத்தினரிடத்தேயான அவற்றின் கடன்பட்ட நிலையை வெளிப்படுத்திற்று. அவற்றின் சாராம்சமான குளறுபடியான அகங்களின் மீது உடலியல், தோட்டக்கலை, கட்டடக்கலை, ஒழுங்கினை திணித்திட உதவும் வார்ப்பினை அவர்களுக்கு அளித்தது. தேவதை தேசத்தின் பெரும் செயல்பாடான, பாலியல் நடிவடிக்கையில் மட்டுமே, ஆணும் பெண்ணுமான ஜின்கள், தம் உடலங்களைக் கைவிட்டு, சாராம்சங்களாக ஒன்று இன்னொன்றுக்குள் விழுந்தன. ஆவேசமான நீண்ட ஒன்று கலத்தலில், புயல் நெருப்பினைப் பின்னிக் கொள்வதாக, நெருப்பு புகையை ஊதுவதாக. இல்லாது போனால், அவை தம் கட்டுமானத்தை பொதிந்து வைத்திருந்த கிளிஞ்சல்களென தம் 'உடல்களை'ப் பயன்படுத்திக் கொள்ளவே வந்திருந்தன. முறையான தோட்டம் காட்டுத்தனத்தை சம்பிரதாயமாக்கியது போல, இவ்'வுடல்கள்' அவற்றைச் சம்பிரதாயப்படுத்தின. 'உடல்கள்' நல்லவையாயிருந்தன என ஜின்கள் ஒத்துக்கொண்டன.

இளவரசி துனியா - அல்லது துல்லியமாகச் சொல்வதானால், துனியா, உலகம், என்னும் பெயரை ஏற்றுக்கொண்டிருந்த இளவரசி, ஆண்களின் உலகிற்கு வருகின்றபோது - பெரும்பாலான தன் பிரிவினரை விடவும் மேலும் சென்றிருந்தாள். மானுட உணர்வை தன்னகத்தே கண்டறிவதற்கான வழியை அறிந்திருந்த அளவுக்கு

மனித உயிர்களிடத்தே அவள் வசீகரம் கொண்டிருந்தாள். ஒருமுறை காதல் வசப்பட்டிருந்த அவள், திரும்பவும் இப்போது, வேறான காலத்தில் அவதாரம் எடுத்துள்ள அதே நபரிடத்தே அப்படிச் செய்வதன் விளிம்பிலே இருந்தாள். மேலும், அவளை அந்நபர் வினவினால், அவரது உடலுக்காக அல்லாமல் மனதிற்காகக் காதலித்ததாக அவள் கூறியிருப்பாள். மனமும் உடலும் ஒன்றல்ல. இரண்டு என்பதற்கு அவரே சாட்சி.

வெளிப்படையாகப் பேசுவதானால், அசாதாரண மனம் விதிவிலக்கற்ற நிலையில், இபின் ரஷீத்தை அவனது உடலமைப்புக்காக யாரும் நிஜமாக நேசிக்க இயலாது - அவனைச் சந்தித்தபோது, முதுமையின் தளர்ச்சி சார்ந்த மனிதனின், தனது நேசத்துக்குரிய ஜெரோனிமோ மேனஸெஸின் அவதாரத்தின் உடல், அசலை விடவும் கணிசமான அபிவிருத்தி கொண்டிருந்ததாக அவள் குறித்துக்கொண்டாள். அதுவும் வயதானது என்ற போதிலும் வலுவாய் திடமாய் இருந்தது. நல்ல நிலையில் அமர்த்தப்பட்ட இபின் ரஷீத்தின் முகம் அது. ஆம், அவள் அவனை நேசிப்பாள், இத்தடவை தன்னிடத்தே கூடுதல் மாயாஜாலத்தை நிகழ்த்தி, கிளர்ச்சியைப் பெறக்கூடும். இத்தடவை தருவது போன்றே அவளால் பெறவும் முடியலாம். ஆனால் இம் மனம் முட்டாள்தனமாய் இருந்தால் என்ன செய்வது? அவள் காதல் வயப்பட்டிருந்த மனமாய் இல்லாது போயின் என்ன செய்வது? முகத்துக்கும் உடலுக்கும் மட்டுமே அவள் இசைவு தர இயலுமா? இயலலாம், அவள் எண்ணினாள். யாரும் முழுநிறைவானவரில்லை, அவதாரம் என்பது சரியற்ற நடைமுறை. ஒவ்வொன்றை விடவும் குறைவானதை அவள் ஏற்கக் கூடும். அவன் சரியாகத் தோன்றினான். அது போதுமானதாயிருக்கும்.

ஒரு விசயம் அவள் மனத்தில் உதிக்கவில்லை. ஜெரோனிமோ மேனஸெஸ் துனியாஜாத்தின் குலத்தைச் சேர்ந்தவர், அது அவரை அவளின் சந்ததியாக்கிற்று, அவளது கொள்ளு - கொள்ளு - கொள்ளு-கொள்ளு-கொள்ளு- கொள்ளு-கொள்ளுப் பேரனாகும் சாத்தியத்தை அளித்தது. ஒன்றிரண்டு கொள்ளு கூடலாம் - குறையலாம். தொழில் நுட்ப ரீதியில், திருவாளர் ஜெரோனிமோவுடனான உடலுறவு தகாத உறவாயிருக்கும். ஆனால் ஜின்கள் தகாத விலக்கினை அங்கீகரிப்பதில்லை. ஜின்களின் பிரபஞ்சத்தில் குழந்தை வளர்ப்பு அரிதானது. சந்ததியரை நிறுத்துவது அவசியமாய்த் தோன்றியதில்லை. சொல்லிக் கொள்ளும்படி அநேகமாக சந்ததியினரே இல்லை. ஆனால் துனியாவுக்கு சந்ததிகள் இருந்தனர். நிறையப் பேர். எனினும், தகாத உறவு விசயத்தில், அவள் ஒட்டகையின் உதாரணத்தைப் பின்பற்றினாள். ஒட்டகம் தனது தாய், மகள்,

சகோதரன், சகோதரி, தந்தை, மாமா அல்லது இன்னும் யாருடனும் உறவு வைத்துக்கொள்ளும். அது கண்ணியம் பார்ப்பதில்லை. எந்த முறையையும் பின்பற்றுவதில்லை. அவனோ அவளோ ஆசையால் மட்டுமே உந்தப்பட்டனர். தனது மக்கள் அனைவரையும் போலவே, துனியா அதே போக்கு கொண்டிருந்தாள். அவள் விரும்பியதைப் பெற்றுவிடுவாள். அவள் ஆச்சரியப்படும்படி, அவள் விரும்பியதை இந்தக் குறுகிய இல்லத்திலேயே, இந்த குறுகிய அடித்தளத்திலேயே, தூங்கும் மனிதன் தன் படுக்கைக்கு மேலே பல அங்குல உயரத்தில் மிதக்கின்ற இடத்திலேயே கண்டறிந்திருந்தாள்.

தன்னுடல் தனது தெரிவாயில்லாத, அவன் அதனைச் சேர்ந்தும், அது அவனைச் சேர்ந்ததுமான இந்த அழியப்போகும் மனிதன் தூங்கிக் கொண்டிருந்ததைக் கவனித்த அவள், அவனை எழுப்பத் தயங்கினாள். அடுக்கக மாடியில் அவள் அருவருப்பாக நுழைந்த பிறகு, அங்கு குடியிருந்த ப்ளூ யாஸ்மினின் எச்சரிக்கையால், துனியா தன்னைப் புலப்படாதவளாக்கிக் கொண்டாள். இம்முறை, பார்க்கப்படுமுன் பார்த்திடுவதை விரும்பினாள். அவள் படுத்துக்கொள்கின்ற உருவத்தை நோக்கி மெல்ல நகர்ந்தாள். விழிப்பு நிலையின் விளிம்பிலே, தூக்கத்தில் முணுமுணுத்தவாறு, அவன் அரைகுறையாய்த் தூங்கினான். அவள் கவனமாக இருக்க வேண்டியிருக்கும். அவன் தூக்க நிலையில் இருந்தால்தான் அவளால் அவனது இருதயத்தைக் கவனிக்க இயலும்.

நெஞ்சங்களுக்கு எதிரே ஆற்றல் மிகு வார்த்தைகளை முணுமுணுத்து, மானுடரின் பற்றுறுதியை அடக்கி, கட்டுப்படுத்தி கிசுகிசுக்கின்ற ஜின்னின் திறமை பற்றி சிறிது ஏற்கனவே சொல்லப்பட்டுள்ளது. துனியா தேர்ந்த கிசுகிசுப்பாளி, ஆனால் அவள் பீடித்திருந்தாள், அது கூடுதலாக ஓர் அரிய திறன். கவனிக்கும் கொடை அது. தூங்குபவனை நெருங்கி, அவனது மார்பில் மெலிதாய்த் தன் காதை வைத்து, தனக்குத் தானே அகம் பேசிக்கொள்ளும் ரகசிய மொழியை விடுவித்து, அவனது இருதய ஆசையைக் கண்டறிதலாகும். ஜெரோனிமோ மேனஸெஸைக் கவனித்த அவள், மிகவும் கணிக்கக் கூடிய ஆசைகளை முதலில் கேட்டாள். - என் பாதங்கள் திரும்பவும் தரையைத் தொடும் விதத்தில் பூமியை நோக்கி என்னை மூழ்க விடுங்கள். வருத்தம் தருகின்ற நிறைவேற்ற முடியாத முதுமையின் ஆசைகளின் அருகே, மீண்டும் என்னை யுவதியாக இருக்க விடுங்கள், வாழ்க்கை நீண்டதால் இளமையின் வலிமையையும் நம்பிக்கையையும் திரும்பத் தாருங்கள். இடம்பெயர்ந்த கனவுகளுக்கு அருகே, நீண்ட காலத்திற்கு முன் நான் கிளம்பிய அத் தொலைதூர

இடத்தில் மீண்டும் என்னைச் சேர விடுங்கள். அதனின்றும் அந்நியமாகி இருக்கிறேன். அது என்னை மறந்திருக்கிறது. நான் ஆரம்பித்தது அந்த இடம் என்றாலும் இப்போது நான் அங்கே வேற்றுக் கிரகத்து நபர், மீண்டும் என்னைச் சேர விடுங்கள், எனக்குரியவை அத் தெருக்கள் என்றறிந்து, என் கதை அத்தெருக்களின் கதையின் அங்கம் என்றறிந்து அத்தெருக்களில் நடக்க விடுங்கள் - அது அப்படி இருந்திருக்கவில்லை. அப்படியே இருக்கட்டும், அப்படியே இருக்கட்டும், பிரெஞ்சு கிரிக்கெட் ஆட்டத்தைப் பார்க்கவிடுங்கள், பேருந்து நிலையத்தில் இசையைக் கேட்கவிடுங்கள், சிறுவர்களின் தெருச் சந்தங்களை மீண்டும் கேட்க விடுங்கள். அவள் இன்னும் கவனித்தாள். அப்புறம் அவள் கேட்டாள். கீழே ஒவ்வொன்றும் இருக்க, இருதயத்து இசையின் ஆழ்ந்த சுரத்தைக் கேட்டாள். தான் என்ன செய்தாக வேண்டும் என்பதை அறிவாள்.

***

ஈர்ப்பு விசைக்கு எதிரான தனது உடலின் அனிச்சைப் போராட்டத்தின் விளைவாக, தனது புதிய இயல்பு நிலை பற்றிச் சிந்தித்திட கற்றுக்கொண்டு, அன்றாட சோம்பலான எலும்பு வலியை உணர்ந்தபடி திரு.ஜெரோனிமோ காலையில் விழித்தெழுந்தார். ஈர்ப்பு விசை இன்னும் இருந்தது. தனது உடனடி அண்மைப்பகுதியில் ஒருவாறு குறைந்திருந்ததை நம்புவதற்கு, போதுமான தன் முனைப்பைத் திரட்டிட அவரால் இயலவில்லை. ஈர்ப்பு விசை ஈர்ப்பு விசைதான். ஆனால் விளக்க முடியாததும் சற்று வலுவானதுமான எதிர்விசையிலிருந்த அவரது உடல், அதனின்றும் இழுத்து மெல்ல மெல்ல மேல் நோக்கி நகர்த்திக்கொண்டிருந்தது. அது ஓய்ந்துபோகச் செய்வதாயிருந்தது. வேலை, துயரம், காலத்தால் இறுக்கம் கொண்ட முரட்டு மனிதராகத் தன்னை எண்ணினார். லகுவில் திகைத்துவிடுபவரில்லை. ஆனால் அரைபாதியான சிரமமிக்க ஓய்விலிருந்து விழித்தெழுகின்ற இந்நாட்களில், அவர் தலையிலிருந்த முதல் எண்ணம் ஓய்ந்துவிட்டேன், ஓய்ந்துவெளியேறினேன், போவதற்கு நெடுத்தூரமில்லை. தனது நிலை தணியுமுன்பு அவர் இறந்திருந்தால், அவரைப் புதைத்திருக்கலாம், அல்லது, அவர் அழுகிக்கொண்டிருந்தபோது, அல்லது அவரது பிரேதம் கல்லறையை நிராகரித்து மண்ணைவிலக்கி மெல்ல எழுந்து மேற்புறத்திற்கு வந்து தன் இறுதிமனையில் மிதந்திருக்கலாம், அவர் எரியூட்டப்பட்டிருந்தால், சாம்பல் வண்ண சிறு கேக் கூட்டமாக வானில் பிடிவாதமாகக் கூடி, சோம்பல் மிக்க பூச்சிகளின் கூட்டமெனத் தீவிரமாய் உயர்ந்து காற்றினால் கலைக்கப்படும்வரை அல்லது மேகங்களிடையே காணாது

போயிற்றா? இவையே அவரது காலைக் கவலைகள். ஆனால் இக்குறிப்பிட்ட காலையில், ஏதோவொன்றின் கெட்ட உணர்வால், தூக்கத்தின் பாரம் சீக்கிரமே விலக்கப்பட்டது.

அறை இருளில் இருந்தது. படுக்கையருகே இருந்த மேசை விளக்கினை அணைத்ததாக ஞாபகமில்லை. தூங்குவதற்கு எப்போதும் இருண்ட அறையினையே அவர் விரும்பியிருந்தார். ஆனால் இவ்விநோதக் காலங்களில் சிறிய விளக்கு எரிந்திடுமாறு விட்டுவிடத் தொடங்கியிருந்தார். அவர் தூங்கியபோது, போர்வை அடிக்கடி நழுவி விழுந்தது. அதைத் தேடிப்பிடிக்க அவர் பல அங்குலங்கள் இறங்க வேண்டியிருந்தது. இருளில் அதைத் தேடுவதை வெறுத்தார். ஆகவே வழக்கமாக ஒரு விளக்கு, ஆனால் இன்று காலையில் நிழலில் எழுந்தார். அவரது கண்கள் இருளுக்குப் பழகிப் போயிருக்கவே, அறையில் தான் மட்டுமில்லை என்பதை உணர்ந்துகொண்டார். ஒருத்தி மெல்ல நனவாகிக் கொண்டிருந்தாள். அவரது மனம் சாத்தியமற்ற அவ்வார்த்தையை உருவாக்கியது. இருளில் அவர் கவனிக்கையில் அடையாளங் காணக்கூடிய ஒருத்தி நனவாகிக் கொண்டிருந்தாள், அவள் தன் இறந்த மனைவி.

அடர்ந்த நிழல்களிலும் பழைய ப்ளிஸ் இடத்தில் லா இன்கோயெரன்ஸாவில் அவரிடமிருந்து மின்னல் அவளை எடுத்துக்கொண்டதிலிருந்து எல்லா எல்ஃபென்பியன் எப்போதும் நன்னம்பிக்கையுடன் எப்போதும் பகட்டுடன் எப்போதும் இளமையுடன் அவரது கனவுகளில் வராது இருந்ததில்லை. பயமும் சோகமும் நிரம்பிய இக்காலத்தில், அவருக்கு முன்னர் மாபெரும் இணக்கமின்மைக்குள் போயிருந்த அவள், ஆறுதலளிக்கவும் உறுதியளிக்கவும் திரும்பிவந்தாள். வாழ்க்கை வெறுமையால் பின்தொடரப்பட்டதால், அவர் ஒருபோதும் சந்தேகதிலிருந்ததில்லை. விழித்தெழு, வற்புறுத்தினால், பிறப்பின்போது நாம் எழுந்து வந்ததும் நாமெல்லாம் திரும்பியாக வேண்டியதுமான, வெறுமையின் சமுத்திரத்திலிருந்து வெளிப்படுதலே வாழ்க்கை என்று கூறியிருப்பார். எனினும் கனவு காணும் அவரது சுகம், இத்தகைய அறுதிச் சித்தாந்தத்துடன் தொடர்பு கொள்ளவே விரும்பவில்லை. அவரது தூக்கம் கலைந்தது. ஆனால், அவள் இன்னும் தன் நேசத்துக்குரிய இயற்பியல் தன்மையுடன் வந்தாள். அவரது உடலின் கதகதப்பை வளைத்துக் கொள்ள அவளது உடல் அவரைச் சுற்றிக் கவிந்தது. அவளின் மூக்கு அவரது கழுத்துக்குள் பதிய, அவரது தோள் அவளது தலையைச் சுற்றி வளைக்க, அவரது கை அவளது கூந்தலில் சரிந்திருக்க எப்போதும் போல அவள் அதிகம் பேசினாள். நின்றுவிடாத

அரட்டைப் பேர்வழி, அவர் பழைய காலங்களில் வானொலி எல்லா என்று குறிப்பிட்டிருந்தார். சிரித்துக்கொண்டும், சற்று எரிச்சலுற்றபடியும், அறுபது விநாடிகள் நிசப்தமாயிருந்திட முற்படுமாறு, அவர் அவளைக் கேட்டுக்கொள்வதும், ஒரு முறையேனும் அவளால் முடியாது போனதுமான காலங்கள் இருந்திருந்தன. ஆரோக்கிய உணவு குறித்து அவருக்கு அவள் ஆலோசனை கூறினாள். அதிகம் குடித்ததற்காகக் கண்டித்தாள். அதீதமாய் அடைபட்டுவிட்ட காரணத்தால் தான் பழகிப் போயிருந்த உடற்பயிற்சியை அவர் இதமான சமீபத்தைய ஒப்பனைகளை விவாதித்தாள். அரசியல் குறித்து போதித்தாள். நிலவியல் தோட்டம் குறித்துப் பேச நிறையவே வைத்திருந்தாள். ஒன்றும் பேசவில்லை, எல்லாவற்றையும் பேசினாள், திரும்பவும் ஒன்றும் பேசாமல் இருந்தாள்.

இசைப்பிரியர்கள், காதல் பாடல்கள் பற்றி எண்ணுவது போல அவளது தனி மொழிகள் குறித்து எண்ணினார். அவரது வாழ்க்கைக்கு தமக்கே உரிய இசைக் கருவிகளை அவர்கள் வழங்கியிருந்தனர். இப்போது அவரது பகல்கள் நிசப்தமாயிருந்தன. ஆனால் அவரது இரவுகள், குறைந்தது அவற்றில் சில, அவளது வார்தைகளால் இன்னும் வீங்கியிருந்தன. ஆனால் இப்போது அவர் விழித்தெழுந்து இருந்தார். அவர் மீது ஒருத்தி நின்று கொண்டிருந்தாள். அவர் வாழ்க்கை மாறியிருந்த சாத்தியமற்றதின் கூடவே இன்னொரு சாத்தியமற்றது இருந்திட முயன்றது. இது மேலும் சாத்தியமற்ற சாத்தியமின்மையாக இருந்திருக்கலாம். ஆனால் இருளில் கூட அவரால் அவள் உடலை எந்த இடத்திலும் அடையாளங் காண முடிந்தது. ஒருவித ஜன்னி நிலைக்குள் தான் போயிருக்க வேண்டும் என்றெண்ணினார். தன் வாழ்வின் இறுதியை எட்டியிருக்கக் கூடும் மற்றும் இறுதித் தருணங்களின் குழப்பத்தில் இத்தரிசனம் அவருக்கு வழங்கப்பட்டிருக்கக் கூடும்.

எல்லா? அவர் அழைத்தார். ஆம், பதில் வந்தது. ஆம் மற்றும் இல்லை.

விளக்கைப் போட்டுக் குதித்தார். அது அவரது சருமத்திலிருந்து இல்லாது போயினும், மெத்தையிலிருந்தது. அவரது போர்வை விழுந்து கிடந்தது. இப்போது எல்லா எல்ஃபென்பியன் துனியாவை நோக்கி, நிஜமான பயத்தாலும் சாத்தியமற்ற மகிழ்ச்சியின் பிறப்பாலும் அவர் நடுங்கினார்.

அவர்கள் ஒருவரையொருவர் பார்த்துக்கொள்வதை நிறுத்த முடியவில்லை. அவர்கள் இருவருமே அவதாரங்களைப் பார்த்துக் கொண்டிருந்தனர். மாற்றுகளில் காதல்

வயப்பட்டுக்கொண்டிருந்தனர். அவர்கள் அசல்களல்ல. நகல்கள். ஒவ்வொருவரும் இன்னொருவரது இழப்பின் எதிரொலியாக, மற்றவர் போலி என்பதை ஆரம்பத்திலிருந்தே ஒவ்வொருவரும் அறிவார்கள். ஆரம்பத்திலிருந்தே அந்த விசய ஞானத்தை அழுத்திவைத்திட ஒவ்வொருவரும் விரும்பினர். குறைந்தது சிறிது காலத்திற்காவது நம்மைப் பிரதான நபர்களாக அல்லாமல் விளைவுகளாகவே எண்ணிக்கொள்கிறோம்.

"என் மனைவி இறந்துவிட்டாள். ஆவிகள் இல்லை, ஒன்று நான் மாயக்காட்சியின் பிடியில் இருக்க வேண்டும். அல்லது இது ஒரு குரூர விளையாட்டாக இருக்க வேண்டும்" என்றார் ஜெரோனிமோ.

"இறந்தோர் நடப்பதில்லை, அது உண்மை. ஆனால், அற்புதமானது உயிர்த்திருக்கிறது" துனியா பதிலளித்தாள்.

"முதலில் பூமியிலிருந்து எழுதல் இப்போது புத்துயிர்ப்பு" என்றார்.

துனியா அவரது நிலைக்கு உயர்ந்து திரு.ஜெரோனிமோவிடம் உரத்த பழைய பாணி மூச்சுத் திணறலைத் தூண்டிவிட்டு, பசப்பும் வகையில் பதிலளித்தாள். "பூமியிலிருந்து எழுதலைப் பொறுத்து அந்த ஆட்டத்தில் இருவர் ஆடலாம், புத்துயிர்ப்பைப் பொறுத்து முடியாது, அப்படியில்லை."

நிஜத்தின் யதார்த்தத்தில் உள்ள நம்பிக்கையுடன் ஒட்டிக் கொண்டிருக்கவும், தன் நிலையை விதி விலக்கானதாக்கவும், பொதுவான நின்று போதலின் அடையாளமல்ல எனவும் கருதிட அவர் சிரமப்பட்டு முயன்று கொண்டிருந்தார். தொலைக்காட்சியில் தோன்றிய மாயக் குழந்தை, முதலில் தன் இருப்பால் அவருக்கு ஆறுதலளித்து, அவரது உயிர்ப்பிலான சஞ்சலத்தை சீக்கிரமே மோசமாக்கிற்று. அவளைத் தன் எண்ணங்களிலிருந்து அகற்றிட முயன்றார். செய்திகளைக் கவனிப்பதை நிறுத்தியிருந்தார். அதிக மிகை யதார்த்த அம்சங்கள் தெரிவிக்கப்பட்டால், அவை பற்றி அறிந்துகொள்ள அவர் விரும்பவில்லை. மாற்றுகளை விடவும் தனிமையும் தனிச்சிறப்பான தன்மையும் மேலும் விரும்பத்தக்கனவாக, உணரத் தலைப்பட்டன. தான் மட்டுமே ஒரு தொந்தரவாக அரைகுறையாக மாறியிருந்தது என்பதை தன்னால் ஒத்துக்கொள்ள முடிந்தால், நகரம், நாடு, புவிக் கோளம், என எஞ்சியுள்ள அறியப்பட்ட உலகத்தை, அறியப்பட்ட அல்லது பின் ஐன்ஸ்டீனிய அறிவியலில் நம்பகமான கருதுகோள் நிலையிலான கோட்பாடுகளால், தன்னாலும் வரையறுக்க இயலும். எனவே அக்காணாதுபோன, ஏங்கிய அந்நிலைக்குத் திரும்புவதைக் கனவு

காண இயலும். முழு நிறைவான அமைப்புகளிலும் குளறுபடிகள் நிகழ்ந்தன. இந்நிகழ்வுகள், அமைப்பின் முழுத் தோல்வியைச் சுட்டிக்காட்ட வேண்டியதில்லை. செயல்பாட்டின்மைகள் செயல்பாடுகளாக்கப்படலாம். மீண்டும் நிறுத்தப்படலாம் திடமாக.

இப்போது, இறப்பிலிருந்து எழுந்துள்ள எல்லாவினால் எதிர் கொள்ளப்பட்ட அவர், நிதானம் என்று அவர் எண்ணியிருந்த நம்பிக்கையின் இறுதித் துகளையும் கைவிடப்பட வேண்டியிருந்தது. ஏனெனில் எல்லா தன்னை துனியாவாக, தன்னை மகிழ்விப்பதற்காக தன் மனைவியின் தோற்றத்தை எடுத்துக்கொண்டிருந்த அல்லது அவ்வாறு அவள் சொல்லிய ஜின்னின் இளவரசியாக வெளிப்படுத்திக்கொண்டிருந்தாள். ஆனால் அது மின்சார சங்குகள் மாலுமிகளை அழித்தது போல, அல்லது சிர்சே செய்தது போல, அவரை ஏமாற்றவும் மயக்கவும் அழிக்கவும் இருக்கக்கூடும். இங்கே எல்லா துனியா, துனியெல்லா, தன் அழகிய மனைவியின் அழகிய குரலில், பிரகாசமும் இருண்டுமுள்ள ஜின்னின் ஆவிகள், இஃப்ரிட்கள் பற்றிய அதிசயக் கதைகளை சொல்லிக் கொண்டிருந்தாள். பாலியல் உறவு நம்ப முடியாததாயிருந்த மாய உலகம் பற்றியும், க்வீன்ஸிலுள்ள முதலாவது புழுத்துளை பற்றியும், (இப்போது எல்லா இடங்களிலும் நிறைய உள்ளன) இருண்ட ஜின்களின் வருகை - அவற்றின் வருகையால் உண்டான விளைவுகள் பற்றியும் சொல்லிக் கொண்டிருந்தாள். அவர் அவ நம்பிக்கையும் கடவுளற்றவருமான மனிதராயிருந்தார். இத்தகைய கதை அவரது வயிற்றைக் கரைத்தது. மூளையில் ஒருவித உளறல் இருந்தது. என் நிதானத்தை இழக்கின்றேன். அவர் தனக்குத்தானே கூறிக்கொண்டார். என்ன சிந்திப்பது அல்லது எப்படிச் சிந்திப்பது என்பதை அறியாது போனார்.

அவரது உள்ளார்ந்த குழப்பத்தைக் கவனித்தபடி, "ஆவி உலகம் நிஜமானது, ஆனால் அதற்காக கடவுள் இருக்கின்றார் என்று அர்த்தமில்லை. அவ்விசயத்தைப் பொறுத்தவரை உங்களைப் போன்றே நான் அவ நம்பிக்கையானவள்" என இதமாக அவள் கூறினாள்.

அவள் எங்கும் போகாது இன்னும் அறையிலேயே இருந்தாள். அவரைப் போலவே காற்றில் மிதந்துகொண்டு, தன்னைத் தொட அவரை அனுமதித்தாள். அவளைத் தொட முடியுமா என்றறிவதற்காக அவளைத் தொட்டார். தன் கை சரியாகக் கடந்து சென்றுவிடும் என்ற அவரின் மூளையின் ஒரு பகுதி நம்பியது. அவர் சரியாக ஞாபகப்படுத்திக் கொண்ட கருப்பு மேலுடையினை அவள் அணிந்திருந்தாள். யுத்த

சல்மான் ருஷ்தீ ♦ 197

மண்டலத்திலுள்ள புகைப்படக்காரரைப் போல கருப்புக் கால்சராய்களின் மீது கருப்பு மேலுடையாக அது இருந்தது. குதிரைவால் கொண்டை போட்டிருந்தாள். ஆலிவ் நிறத்தில் மெலிந்த சதைப்பிடிப்பான கைகள் கொண்டிருந்தாள்.

அவள் லெபனானைச் சேர்ந்தவளா என எல்லாவை அடிக்கடி மக்கள் விசாரித்தனர். அவளது தோல்களைத் தொட்ட அவரது விரல் நுனிகள், தன் ஸ்பரிசத்திற்குப் பரிச்சயமான எல்லாவின் கதகதப்பான சருமத்தை உணர்ந்தன. அவரை நோக்கி அவள் நெருங்கினாள், அப்போது அவளைத் தடுப்பது அவருக்கு சாத்தியமற்றிருந்தது. தன் முகத்தில் கண்ணீர் பெருக்கெடுத்ததை அறிந்திருந்தார். அவளைப் பற்றிக் கொள்ள, பற்றிக்கொள்வதற்கு அவள் அனுமதித்தாள். அவரது கைகள் அவள் முகத்தைத் தாலாட்டின. சட்டென, தாங்க முடியாதபடி, அது தவறாக உணர்ந்தது, அவளது கன்னம், எதிர்பார்த்திராத நீட்சி பெற்றிருந்தது. நீங்கள் யாராயினும் எதுவாயினும் அவளுடையவரல்ல என்றார். அவரது வார்த்தைகளின் கீழே கவனித்தாள். ஒரு மாறுதல் செய்தாள். மீண்டும் முயலுங்கள், என்றாள். ஆம், அவளது தாடையின் கீழே தன் உள்ளங்கையைக் குவித்தார். ஆம், அது நன்றாயிருக்கிறது.

அனைத்துக் காதலின் ஆரம்பத்திலும், காதலர்கள் ஒவ்வொருவரும் தன்னுடன் செய்து கொள்ளும் தனிப்பட்ட உடன்படிக்கை இருக்கிறது. எது சரியானது என்பதன் பொருட்டு, இன்னொருவரிடம் உள்ள தவறானதை ஒதுக்கிவிடுவதற்கான ஓர் ஒப்பந்தம் அது. காதல், குளிர்காலத்திற்குப் பிறகான வசந்தம். நேசமற்ற குளிரால் இழைக்கப்படும் வாழ்வின் ரணங்களைக் குணப்படுத்த அது வருகின்றது. இருதயத்தில் கதகதப்பு பிறக்கையில், பிரியத்துக்குரியவரின் குறைபாடுகளெல்லாம் ஒன்றுமற்றவை. ஒன்றுமற்றதை விடவும் குறைவானதே, தன்னுடனேயான ரகசிய உடன்படிக்கை கையெழுத்திட எளிதானது. சந்தேகத்தின் குரல் நிசப்தமாக்கப்படுகிறது. பிற்பாடு, காதல் மங்கும்போது, ரகசிய உடன்படிக்கை மடமையாய்த் தோன்றும். அப்படியாயின், அதுவொரு அவசியமான மடமை, அழகில் காதலர்கள் கொண்டுள்ள நம்பிக்கையிலிருந்து பிறப்பது, அதாவது, சாத்தியமற்றதன் சாத்தியப்பாட்டில் உண்மையான காதல்.

தனது பிழைப்பாகக் கொண்டிருந்த பூமியிலிருந்து விலகியவரான, தனது அறுபதுகளில் இருப்பவர், தான் காதலித்திருந்த ஒரே ஒரு பெண்ணிடமிருந்தான மின்னல் தாக்குதலால் கிழிபட்டுள்ளவர். கடல்தாண்டி தொலைதூரத்திலுள்ள நூற்றாண்டுகால இழப்பின் ஞாபகத்தைத் தன் நெஞ்சில் வளர்த்துவரும், இன்னொரு

உலகின் இளவரசி ஆகிய இருவரும் இழப்பு அல்லது முறிந்த காதலில் உண்டான தனிச்சிறப்பான வேதனை என்னும் வலியில் இருந்தனர். பாக்தாத் என்றழைக்கப்பட்ட வீட்டின் இருண்ட அடித்தளப் படுக்கையறையில், மரணத்தால் நெடுங்காலத்திற்கு முன் ஒத்துப்போயினர். அவற்றைப் புதுப்பித்திட ஒருவருடன் ஒருவர் இசைந்தனர். அவரது பிரியத்துக்குரிய மனைவியின் உடலிலிருந்து அவள் உடைகளை அகற்றினாள். துனியாவின் குரல் எல்லாவினுடையது போலில்லை என்பதைக் கவனியாதிருக்க அவர் முடிவெடுத்தார். அவளது போக்கு தன் மனைவியினுடையதாயில்லை. நேசிக்கும் தம்பதியரை ஒன்றிணைக்கும் ஞாபகங்கள், அவளின் உன்னதமான கவனிப்பாளராய் இருந்தாள். அவர் விரும்பிய பெண்ணாக இருந்திடும் பணியைத் தனக்கு வைத்துக் கொண்டாள். ஆனால், முதலில், கவனித்தலுக்கு கால நேரமும் அக்கறையும் அவசியம். இரண்டாவதாக, ஜின்னியா இளவரசி தன் பொருட்டே காதலிக்கப்பட விரும்புகிறாள். எனவே, துனியா போல் நேசிக்கப்பட வேண்டும் என்னும் ஆசை, இறந்துவிட்ட பெண்ணை ஆள்மாறாட்டம் செய்திடும் முயற்சியுடன் சண்டையிட்டு, போலி உருவை , அது இருக்க வேண்டியதை விடவும் கச்சிதம் குறைந்ததாக ஆக்கிற்று. ஜெரோனிமோ மேனஸெஸினைப் பொறுத்தமட்டில், அவள் அவரது வலுவான ஒல்லியான வயதானவரின் உடலமைப்பைப் பாராட்டினாள். ஆனால் அவள் நேசித்திருந்த மனிதர் மனம் முழுக்க நிறைந்திருந்தார்.

“தத்துவம் குறித்து உங்களுக்கென்ன தெரியும்” என அவள் அவரைக் கடைசியாகக் கேட்டாள்.

பெண் தத்துவாசிரியரைப் பற்றியும் அவரது நீட்சேவிய - ஷோபன்ஹோவெரிய அவநம்பிக்கை பற்றியும் அவர் அவளிடம் கூறினார். அலெக்சாண்ட்ரா ப்ளிஸ் ஃபரினாவின் இல்லத்துப் பெயர் லா இன்கோயெரென்ஸா என்று அவர் குறிப்பிட்டதும், துனியா மூச்சை இழுத்து விட்டாள். The Incoherence of the philosophers vs The Incoherence of the Incoherence என கஸாலிக்கும் இபின் ரஷீத்துக்கும் இடையே நீண்ட காலத்திற்கு முன் நிகழ்ந்த, புத்தகங்களின் சண்டையை எண்ணிக் கொண்டாள். இங்கே மூன்றாவதாக ஓர் இணக்கமின்மை இருந்தது. கிஸ்மத்தின் மறைந்த கையினை தற்செயலாக துனியா பார்த்தாள். அது கர்மா எனவும்பட்டது. விதி இருந்தது அப்பெயரில். பெயர்களில் ஒளிந்திருக்கின்றன நம் விதிகள்.

ஜெரோனிமோ மேனஸெஸ், உன்யாஸாவின் அவநம்பிக்கை குறித்து ப்ளூ யாஸ்மினின் கதையைக் கூறினார். அலெக்ஸாண்டிரா ஃபரீனாவின் லட்சியங்களிலொன்று தன் உதடுகளிலிருந்து

வெளிவருவதைக் கண்டு தானே வியந்து அவர் குறிப்பிட்டார். “இத்தருணத்தில், எனது தற்போதைய நிலையில், பொதுவாக பூமியின் நிலவரம் குறித்து எதுவும் சொல்லாதிருப்பது - வாழ்க்கை குறித்த துன்பியல் பார்வையைக் கொள்ளாதிருப்பது சிரமமாகும்” அது மோசமான பதிலில்லை. துனியா எண்ணினாள். அது சிந்திப்பவனின் பதிலாயிருந்தது. அவளால் அதனுடன் ஒத்துப்போக முடியும். “நான் புரிந்துகொள்கிறேன். ஆனால் அவ்வணுகுமுறை நீங்களொரு தேவதை போன்ற இளவரசியை சந்திக்கும் முன்னர் வருகின்றது” என்று அவள் பதிலளித்தாள்.

காலம் நின்றது. திரு.ஜெரோனிமோ பெரிதும் ஆற்றல் பெற்றிருந்த, வசியம் பெற்ற இடத்தில் இருந்தார். அது அவரது அடித்தள அறையாயும் ஜின்னியின் புகைநாறும் நேசக் கூண்டாயும் இருந்தது. எந்தக் கடிகாரமும் அடிக்காத, இரண்டாவது முள் நகராத, டிஜிட்டல் எண் மாறிடாத இடமாக இருந்தது. தமது கலவியின் நேரமற்ற நேரத்தின் போது நிமிடங்கள் அல்லது வாரங்கள் அல்லது மாதங்கள் கடந்து சென்றனவா என அவரால் சொல்ல முடியாதிருந்தது. ஏற்கனவே, பூமியிலிருந்தான அவரது விலகலுக்குப் பிறகு, பொருட்களின் இயல்பு குறித்துத் தனக்குத் தெரியுமென்று அவர் நம்பியவற்றில் அதிகமானதை ஒதுக்கி வைத்திட அவர் கட்டுப்பாடு கொண்டிருந்தார். இன்னும் தங்கியிருந்த தன் பழைய நம்பிக்கைகளின் சிலவான துண்டு துணுக்குகளிலிருந்து இப்போது அவர் விடுபட்டுக் கொண்டிருந்தார். நீண்டதொரு இடைவெளிக்குப் பிறகு, தன்னுடைய மனைவியின் உடையதாகவும் இல்லாததாகவும் உள்ள ஒருத்தியின் உடல் இருந்தது. எல்லாவின் சதை குறித்த அவரது புலன் ஞாபகம் பலவீனப்பட்டு நீண்ட காலமாகிறது. அதனை ஒத்துக்கொள்ள அவர் அவமானப்பட்டாலும், அலெக்ஸாண்டிரா ஃபரீனாவின் சமீபத்தைய ஞாபகங்கள், தன் மனைவியுடன் உறவு கொண்ட பிறகான நினைவுகளுடன் குழம்பிக் கிடந்தன. இப்போது முற்றிலும் புதிதான இந்த உணர்வு அதனை அகற்றிக் கொண்டிருந்தது. எல்லா எல்ஃபென்பியானின் உணர்வு தன்னைச் சுற்றிலும் இனிய வெதுவெதுப்பான அலையாக நகர்வதை எண்ணிப் பார்ப்பதில், தன்னுடன் அவர் ஒத்துப் போவதாக ஆகிக் கொண்டிருந்தது. அவதாரத்திலோ அத்தகைய வேறெந்த அபத்தத்திலோ ஒருபோதும் நம்பிக்கை கொண்டிராத அவர், தேவதை போன்ற இளவரசியின் வசியப்பிடிப்பில் வேறு வழியற்றவராக, காதலின் கடலுக்குள் ஆழ்ந்தார். நீங்கள் சொல்வது போல அங்கே ஒவ்வொன்றும் உண்மையாயிருந்தது. அவ்வசியக்காரி அவர் காதில் கிசுகிசுத்தாள் ஒவ்வொன்றும் உண்மையாக இருந்தது. தன் மனைவி எப்போதும் தேவதை போன்ற இளவரசியாய் இருந்திருந்தாள் என்பதைத் தனது

200 ◆ இரண்டு வருடங்கள், எட்டு மாதங்கள், இருபத்தெட்டு இரவுகள்

குழப்பத்திலும் அவரால் ஒத்துக்கொள்ள முடிந்தது. எல்லாவின் ஆயுளில்கூட என் முதல் ஆயுளில், இது எனது இரண்டாவது, ஜின்னியா கிசுகிசுத்தது. ஆம், தனது முதல் ஆயுளில்கூட மாறுவேடத்திலான ஜின்னியாவாக இருந்திருந்தாள். அதனால் தேவதை போன்ற இளவரசி, போலியாகவோ செல்லுபடியாகாததாகவோ இல்லாது போனாள். அது எப்போதும் அவளாக இருந்திருந்தது. இதுவரையிலும் அதனை அறியாதிருந்தாலும், இது ஒரு ஜின்னியாயிருந்தால், சரியே, இது அவர் விரும்பிய தேர்வு செய்த ஜின்னி, ஏனெனில் நாமனைவரும் காதலை, நித்தியக் காதலை விரும்புகிறோம். மரணத்தைத் தாண்டி மறுபிறவி கொள்வதற்காக காதல் திரும்புகின்றது. நாம் மடியும் மட்டும் நம்மைப் போஷித்து வளர்ப்பதற்காக.

அவ்விருண்ட அறையில், நகருக்கு வெளியே நிகழ்த்தப்பட்ட சீர்குலைவு குறித்த செய்தி சென்றுசேரவில்லை. நகரம் அச்சத்துடன் அலறிக் கொண்டிருந்தது. ஆனால் அவர்களால் அதைக் கேட்க முடியவில்லை. துறைமுகத்து நீரில் துணிந்திட படகுகள் மறுதலித்தன. தம் இல்லங்களில் இருந்து வெளியேறி வேலைக்குச் செல்ல மக்கள் அஞ்சினர். நிதி நிலைமையில் இப்பீதி வெளிப்பட்டது. பங்குகள் சரிந்து கொண்டிருந்தன. வங்கிகள் மூடப்பட்டன. சூப்பர் மார்க்கெட்டின் வரிசைகள் காலியாயிருந்தன. புதிய பொருட்களின் விநியோகம் நின்று போனது. திகிலின் பக்கவாதம் தன் பிடியில் வைத்திருந்தது நகரினை, காற்றில் நாசம் நிலவிற்று. ஆனால் பாக்தாத்தின் அடித்தளத்துக் குறுகிய படுக்கையறையின் இருளில், தொலைக்காட்சி ஓடவில்லை. சீர்குலைவின் சந்தடியைக் கேட்க முடியவில்லை.

கலவி மட்டுமே அங்கிருந்தது, அவர்கள் இருவருக்கும் கலவி ஓர் ஆச்சரியத்தைக் கொண்டிருந்தது. உங்கள் உடலில் புகை நாறுகிறது. உங்களைப் பாருங்கள், நீங்கள் எழுச்சி கொள்ளும்போது நீங்கள் மங்குகிறீர்கள். துவண்டு போகிறீர்கள், உங்கள் ஓரங்களில் புகை இருக்கிறது. உங்கள் மானுடக் காதலர்கள் அதனை உங்களிடம் ஒருபொழுதும் கூறவில்லையா? என்றாள். எல்லா அதனையே தன்னிடம் கூறியதை நினைத்துக் கொண்டவராய் இல்லை என்று பொய் கூறினார். துனியா உண்மையை அறிந்திட விரும்ப மாட்டாள் என்று சரியாக உள்ளுணர்ந்து ஞாபகத்தை மறைத்துவிட்டார். அவர் சந்தேகப்பட்டது போலவே, இது அவளை சந்தோசப்படுத்திற்று. " ஏனெனில் நீங்கள் ஒருபோதும் ஜின்னியாவுடன் உறவு கொண்டதில்லை. இது வேறு தளத்திலான எழுச்சி" அவள் அவரிடம் கூறினாள். ஆம், உண்மை என்றார். ஆனால் பரபரப்பு

சல்மான் ருஷ்தீ ♦ 201

ஏறிட, அவரது ஜின்னின் அகம் தன்னை வெளிப்படுத்திற்று. நூற்றாண்டுகளாக அவளிடமிருந்து தன்னிடம் வந்திருந்த ஜின்னின் அகம். அவர்கள் கலவி புரிந்தபோது கந்தகப் புகையாக இருந்தது. அவருக்குள்ளேயிருந்த ஜின்னை அவளால் விடுவிக்க முடியுமாயின், அப்புறம் பல விசயங்கள் சாத்தியப்படும். அவரின் புகைபோன்றதான காதில் அவள் கிசுகிசுத்தாள். “ஜெரோனிமோ, ஜெரோனிமோ, நீங்களும் ஒரு தேவதையாகவே தோன்றுகிறீர்கள்”.

அவர்களின் கலவியில் துனியாவுக்கு எதிர்பாராத ஒன்று நிகழ்ந்தது. தேவதை தேசத்தின் உடலற்ற உறவின் அளவுக்கு - புகையும் நெருப்புமான பரவச ஒன்றிப்பின் அளவுக்கு அல்லாது, அனுபவித்தாள், ஆனால் நிச்சயமாக ஒரு வலுவான இன்ப உணர்வு இருந்தது. (இருக்க வேண்டும் என அவள் நம்பியிருந்தது போல) அவள் மேலும் மானுடமாக ஆகிக் கொண்டிருந்தாள் என்பது மட்டுமல்லாமல், அவள் முதலில் சந்தேகப்பட்டதை விடவும் அவளது புதிய காதலர் கூடுதலாக ஜின்னியைக் கொண்டிருக்க வேண்டும் என்பதை இது அவளுக்கு எடுத்துக் காட்டிற்று. ஆக அவர்தம் பாவனைக்காதல், மற்றவர்களது ஞாபகத்திலிருந்து பிறந்த அவர்தம் காதல், பிற்பாடு வந்த அவர் தம் பின் - காதல் உண்மையாயிற்று, அசலானதாயிற்று, தன்னளவிலும் தனக்கானதுமான விசயமாயிற்று. அதிலே, இறந்துபோன தத்துவாசிரியரை எண்ணிப் பார்ப்பதை அநேகமாய் அவள் நிறுத்திவிட்டாள். தன்னை அவள் அனுமதித்துக் கொண்டிருந்த, திரு.ஜெரோனிமோவின் இறந்த மனைவியின் நகல், அவருக்குத் தேவையான நேரத்தில் வந்திருக்கக் கூடிய இந்த அறியப்படாத மாய ஜீவியால் அவரது புனைவில் மெல்ல இடப் பெயர்ச்சி செய்யப்பட்டுக் கொண்டிருந்தது. நேரமும் வர வேண்டும். இபின் ரசீத்தின் வாசலில் உருக்கொண்ட 16 வயது அநாதையாகவோ காணாது போன காதலின் இந்நகலாகவோ அல்லாமல், கீர்த்தி மிகுந்த உன்னத அகமாகத் தன்னை அவரிடத்தே எப்போது எடுத்துக்காட்ட முடியும் என்று எண்ணிட துனியா தன்னை அனுமதித்துக் கொண்டாள். எதிர்பாராத அந்நம்பிக்கையின் பிடியில், இபின் ரசீத்திடம் தான் ஒரு போதும் சொல்லாதவற்றை ஜெரோனிமோ மேனஸஸிடம் சொல்லத் தொடங்கினாள்.

அவள் கூறினாள், “தேவதை தேசத்தின் எல்லைகளைச் சுற்றிலும், வட்ட வடிவ மலை காஃப் நிற்கின்றது. கதைப்படி அங்கே, சிந்துபாத்தின் ரூக்கிற்கு உறவினரான, சிமுர்க் என்னும் பறவைத் தெய்வம் ஒரு காலத்தில் வாழ்ந்தது. ஆனால் அது ஒரு கதையே. ஜின்னும் ஜின்னியுமான, கதையல்லாத நாங்கள், அப்பறவையை அறிவோம். ஆனால் அது எங்களை ஆளவில்லை. எனினும் காஃப் மலை மீது ஓர் ஆட்சியாளர் இருக்கிறார்.

அலகு, இறகு, நகத்தாலான விசயமில்லை. மாறாக ஷாருக்கின் மகன் ஷாபால் என்னும் தேவதை போன்ற சக்கரவர்த்தி, அவரது மகள், ஜின்னிகளில் மிகவும் ஆற்றல் வாய்ந்த ஆஸ்மன் பெரி, அதாவது விண்ணக இளவரசி, மின்னல் இளவரசி என்றறியப்படுபவள். ஷாபால் கிமுர்க் மன்னர், அப்பறவை அவரது தோளில் அமர்ந்து அவருக்குப் பணியாற்றுகிறது.

சக்கரவர்த்திக்கும் மாபெரும் இஃப்ரிட்டுக்குமிடையே நெருக்கமில்லை. தேவதை தேசத்திலேயே மிகவும் விரும்பத்தக்க இடம் காஃப் மலையே. இஃப்ரிட் அதனைக் கைக்கொள்ள விரும்பும். ஆனால் சக்கரவர்த்தியின் மகள், மாபெரும் ஜின்னியா சூனியக்காரியின் இடிமுழக்க மாயாஜாலம், ஜபர்தஸ்து மற்றும் ஜுமுருத் ஷாவுடையதற்கு இணையானது. காஃப் மலையைச் சுற்றிலும் மின்னல் சுவரை அது பராமரிப்பதால், அவர்தம் பேராசையிலிருந்து வட்டவடிவ மலையைப் பாதுகாக்கிறது. எனினும் தேவர்களிடையே அல்லது காஃபின் தாழ்ந்த சரிவுகளில் நிறைந்துள்ள, சற்றுக் குறைந்த உயிர்களிடையே, தம் ஆட்சியாளர்களுக்கு எதிராகக் கிளர்ச்சி செய்திடத் தூண்டிவிட்டு, பிரச்சினையை வளர்ப்பதற்கான சந்தர்ப்பத்தை அவர்களெல்லாம் தேடிக் கொண்டிருக்கின்றனர். இத்தருணத்தே, சக்கரவர்த்திக்கும் இஃப்ரிட்டுக்கும் இடையே, முடிவுறாத போராட்டத்தில் ஒரு பிளவு இருக்கிறது. உண்மையைச் சொல்வதானால், பல யுகங்களாக அது ஒரு தேக்க நிலையில் இருந்து வருகிறது. பெரிஸ்தானுக்கும் ஆண்களின் உலகிற்குமிடையே நீண்ட காலமாய் மூடப்பட்டுள்ள முத்திரையை நொறுக்கிடும் புயல்களும், நில நடுக்கங்களும் இதர இடர்களும் தம் விஷமத்தை இங்கே நிகழ்த்துமாறு இஃப்ரிட்களை அனுமதித்திருக்கின்றன. ஒரு புதுமையின் அல்லது குறைந்தது நீண்ட காலமாய் மறுக்கப்பட்ட ஒன்றின் ஈர்ப்பினை அது கொண்டிருக்கிறது. அவர்களால் இதனை நீண்ட காலமாய் செய்ய முடியாதிருந்தது. அவற்றை எதிர்த்திடக்கூடிய மாயம் பூமியில் இல்லையென அவர்கள் நம்புகின்றனர். முரடர்களாதலால், அதீத எதிரியை அழித்திடும் கருத்தினை அவர்கள் விரும்புகின்றனர். ஆதலின் அவர்கள் வெற்றி குறித்து எண்ணுகையில் என் தந்தையும் நானும் சற்று ஆறுதலடைவோம்."

"நீயா? காஃபின் இளவரசி நீயா?" திரு. ஜெரோனிமோ வினவினார்.

"அதைத்தான் உங்களிடம் சொல்ல முயன்று கொண்டிருக்கின்றேன். இங்கே பூமி மீது ஆரம்பிக்கின்ற சண்டை ஒரு சண்டையின் கண்ணாடியாகும். அது தேவதை தேசத்தில் எப்போதும் நிகழ்ந்து வருகின்றது" என்றாள் அவள்.

இப்போது, மகிழ்ச்சியின் தந்திரத்தை அறிந்திருந்த அவள், அதனைப் பின் தொடர்வதில் சோர்வடையாதவளாக இருந்தாள். "வயதான" மனிதக் காதலரை அவள் தெரிவு செய்ததற்கான காரணங்களுள் ஒன்றென ஜெரோனிமோ மேனஸெஸிடம் அவள் முணுமுணுத்தது, தம்மைக் கட்டுப்படுத்துவது எளிதாக இருப்பதாக அவர்கள் கண்டறிந்ததே. இளைஞரைப் பொறுத்தவரை, ஒரு சில சாதகங்களைக் கொண்டிருந்தது என்பதில்தான் சந்தோசப்படுவதாக அவளிடம் கூறினார். அவள் கேட்டுக்கொண்டிருக்கவில்லை. அவள் உச்ச கட்டத்தின் ஆனந்தங்களைக் கண்டறிந்து கொண்டிருந்தாள். பெரும்பகுதியைப் பொறுத்தவரை, இனியதொரு குழப்பத்தில் அவர் காணாது போனார். மூன்று பெண்டிரில் இருவர் மானுடர், ஒருவர் அல்லாதவர், யாரிடம் தான் கலவி புரிந்து கொண்டிருந்தது என்பது தெரியாதவராக இருந்தார். இதனால் முதலில் அவருக்கு என்ன நிகழ்ந்து கொண்டிருந்தது என்பதை அவர்களில் யாரும் கவனிக்கவில்லை. ஒரு தருணம் வரையிலும் அப்போது அவர் கீழேயும் அவள் மேலேயும் இருக்க, எதிர்பாராத ஒன்றை, அநேகமாக மறந்துவிட்ட ஒன்றை, தலையின் கீழும் முதுகின் கீழும் உணர்ந்தார்.

தலையணைகள் விரிப்புகள்

படுக்கை அவரது உயரத்தில், அவருக்குக் கீழிருந்த கட்டில் ஸ்பிரிங்குகள் இரண்டாவது காதலியென பெருமூச்செறிந்தது. அப்போது அவளின் எடை தன் மீது இறங்குவதை, ஈர்ப்பு விசை தன்னை உறுதிப்படுத்திக் கொண்டதை உணர்ந்தார். அழுவதை சுலபமாகக் காணும் நபராக அவர் இல்லையெனினும், தனக்கு என்ன நேர்ந்தது என்பதை அவர் புரிந்துகொண்டபோது அழத் தொடங்கினார். விடுபட்ட அவள் அவரைத் தழுவிக் கொண்டாள். அவரால் கிடந்திருக்க முடியவில்லை. இன்னும் பாதி அவ நம்பிக்கையில் படுக்கையிலிருந்து எழுந்து படுக்கையறைத் தரையை நோக்கித் தன் பாதங்களை இறங்க அனுமதித்தார். அவை தொட்ட மாத்திரத்தில் அவர் கத்தினார். அநேகமாக விழப் போனவராக இருந்து அப்புறம் நின்றுகொண்டார். அவரின் கால்கள் பலவீனமாயும், பயன்பாடு இன்மையால் தசைகள் மிருதுவாயும் இருந்தன. அவரருகே நின்ற அவளின் தோள்மீது, தன் கையைப் பதித்தார். அப்புறம் தன்னை நிமிர்த்தி அவளை விடுவித்துவிட்டு, தானாக நின்று கொண்டார். அந்த அறை, உலகம், தனது பரிச்சயமான நீண்ட காலத்திற்கு முன் இழந்த வடிவத்திற்குள் விழுந்தன. பொருட்களின், தன் உடலின், தன் உணர்வுகளின் எடையை உணர்ந்தார். "நான் உன்னை நம்பியாக வேண்டும் எனத் தோன்றுகிறது. நீ யாரென்று சொல்கிறாயோ அதுவாக இருக்கிறாய். தேவதை தேசம் இருக்கின்றது. நீ அதன் சக்திமிக்க சூனியக்காரி, ஏனெனில் என் மீது படிந்திருந்த சாபத்தை நீ நீக்கியிருக்கிறாய். பூமியில் என்னுடன் மீண்டும் சேர்ந்திருக்கிறாய்" என்று அதிசயித்தார்.

அவள் திரும்பவும் இணைந்து கொண்டாள். அதனை விடவும், மிக அசாதாரணமானது, யாரென்று நான் கூறுகிறேனோ அதுவாக நான் இருப்பினும், துனியா துனியாஜாத்தின் தாய் மட்டுமல்லாமல், காஃப் மலையின் விண்ணக இளவரசியும் ஆவாள். இங்கே நடந்துள்ளதற்கு நான் பொறுப்பில்லை.

நமது கலவியில் உன்னிடத்தே ஓர் ஆற்றலைப் பாய்ச்சிட உதவினேன். அதனை நீ கொண்டிருக்கிறாய் என்பதை நம்மில் யாரும் சந்தேகிக்கவில்லை என்பது தவிர. உன்னை நான் மீண்டும் பூமிக்குக் கொண்டு வரவில்லை. நீயாகவே செய்தாய். உன் உடலிலுள்ள ஜின்னின் ஆற்றல் ஜபர்தஸ்தின் சூனிய வித்தைக்குத் தாக்குப்பிடித்தால், இந்த உலகிலும், அது போன்றே அடுத்த உலகிலும் கணக்கில் கொள்ள வேண்டிய ஓர் எதிரியை இருண்ட ஜின் கொண்டிருக்கும். இருண்ட ஜின்னின் தவிர்க்க முடியாத வெற்றியில், பூமியின் அனைத்து மக்களின் மீதும் தம் கொடுங்கோன்மையை நிறுவுவதில், ஜுமுருத்தும் அதன் கும்பலும் நம்புவதென, உலகங்களின் யுத்தம் முடிவுறுவதற்குப் பதிலாக வெல்லப்படும்."

"உணர்ச்சிவசப்படாதே, நான் தோட்டக்காரன் மட்டுமே. மண்ணைக் கிளறுகிறேன். விதைக்கிறேன். களை எடுக்கிறேன். நான் யுத்தத்திற்குப் போவதில்லை" என்றார்.

"பிரியமானவரே, நீங்கள் எங்கும் போக வேண்டாம். இந்த யுத்தம் உங்களிடம் வந்துகொண்டிருக்கிறது" என்றாள்.

***

லா இன்கோயெரன்ஸாவின் எஸ்டேட் மேலாளர் ஆலிவர் ஓல்டுகேஸில் தன் காதலியின் படுக்கையறையிலிருந்து பீதியின் அலறல் வந்ததைக் கேட்டார். தனக்கு நேர்ந்தது அவளுக்கும் நேர்ந்திருக்க வேண்டும் எனச் சட்டென்று புரிந்துகொண்டார். "வேலி தாண்டும் அத் தேவடியா மகனை நிஜமாகவே கொல்வேன்" என்று கர்ஜித்த அவர், பெண் தத்துவாசிரியருக்கு உதவிட வெறுங் காலில் ஓடினார். அவரது முடி கலைந்தும் குலைந்தும் இருக்க, அவரின் சட்டை தொளதொளத்த கால்சராய்களுக்கு வெளியில் தொங்கிற்று. அவர் ஓடியபோது காற்றாலை விசிறியாய் கைகள் சுழன்றது. பிற்கால மார்க்ஸ் எனும் சிங்கத்தை விடவும் விரைவாகச் சென்ற ஓபிலிக்ஸ் அல்லது ப்ளூட்டோவென ஆதாயமில்லாத வகையில், மங்கலான, நீக்க முடியாத குதிரைச் சாண நெடி வீசும் மிதியடி அறையைக் கடந்து, பழைய மரத்த தரைகளைத் தாவி, தலையைக் குனிந்தவாறு எருதென ஓடினார். புத்தகங்கள் நிறைந்த இறுமாப்புடைய அடுக்குகளின் ஆட்சேப கிசுகிசுப்புகளை ஒதுக்கித் தள்ளிவிட்டு, அலெக்ஸாண்டிராவின் அந்தரங்க அறையை அடைந்தார். அவளின் படுக்கையறை வாசலில் தன்னை நிதானப்படுத்திக் கொண்டார். தாடியை ஒழுங்கு படுத்தினார். சட்டையை கால்சராய்களுக்குள் திணித்துக் கொண்டார். தலைமையாசிரியரைப் பார்க்க வரும் மாணவன் என- "என் சீமாட்டியே, இப்போது நான் வரலாமா?" என குரலின் கனம் தன் பயத்தை வெளிக்காட்ட, கூச்சலிட்டார்.

அவளின் உரத்த பதில் கூச்சலே அவருக்குத் தேவைப்பட்டது. ஒருவரையொருவர் பார்த்தவாறு அவர்கள், எஜமானியும் சேவகனுமாக, அவர்கள் நின்றபோது, அவள் காலாவதியான இரவு உடையிலும் அவர் கண்ணாபின்னா என்றும், ஒரேவிதத் திகில் இருவர் கண்களிலும் தெரிய காணப்பட்டனர். அத் திகில் மெல்லத் தரையை நோக்கிட, அவர்களின் நான்கு வெற்றுப் பாதங்களில் ஒன்றையல்லாமல், அவரது கணுக்கால்களில் ஒவ்வொருவராய் முளைத்தெழும் உரோமம் நன்கு வடிவம் பெற்று தரையில் படிந்திருந்த பாதங்களையே பார்த்தது. அவர்களுக்கும் தரைக்கும் இடையே ஓரங்குலக் காற்று நின்றது.

“இது ஒரு தேவடியாள் நோய். அவனின் மிகையான வளர்ச்சி, அந்தப் பூஞ்சை, அந்த அபின், இந்தத் தொற்றுடன் உன் வீட்டுக்கு வந்தது. அவன்தான் நமக்குப் பரப்பியவன்” ஓல்டுகேஸில் குமுறினார்.

“எத்தகைய தொற்று இத்தகைய விளைவை உண்டாக்கி இருக்கும்?” அவள் அழுதாள்.

தன் உள்ளங் கைகளை மடித்துக்கொண்டு ஓல்ட் கேஸில் கத்தினார். “என் சீமாட்டியே, இது மோசமானது. உன் அந்தரங்க மலர் படுக்கையில் நீ எடுத்துக்கொண்டது இந்த டச்சு எல்ம் வண்டுதான். உயிரைக் குடித்துவிடும் இந்த ஓக் கொலையாளி பைடோ பித்தோரா. நம்மை நோய் பீடித்தவர்களாக்கிவிட்டு அவன் கிளம்பியிருக்கிறான்.”

அவள் தொலைபேசியைப் பயனில்லாது அவர் முகத்தில் ஆட்டியபடி, “அவன் தன் போனில் பதில் சொல்லவில்லை” என்றாள்.

ஆலிவர் ஓல்டுகேஸில் அழுத்தமாய்க் கூறினார். “எனக்குப் பதில் சொல்வான் அல்லது அவனது மேட்டு நிலத்தினை சமப்படுத்துவேன். அவனது காட்டுமிராண்டியான தேவடியா கபாலத்தில் தோட்டமிடுவேன், எனக்குப் பதிலளிப்பான்.”

***

அப்புரிபடாத இரவுகளில் அனைத்துவிதமான பிரிவினைகளும் அறிவிக்கப்பட்டுக் கொண்டிருந்தன. பூமியிலிருந்து மனிதரைப் பிரித்தது மோசமானதாயிருந்தது. எனினும், உலகின் சில பகுதிகளில் அது ஆரம்பித்திருக்கவில்லை அல்லது முடிந்திருக்கவில்லை. இலக்கிய உலகில் எழுத்தாளர்களிடமிருந்து அவர்களின் விசயங்களைக் குறிப்பிடத்தக்க வகையில் பிரிவினை செய்தனர். காரண காரியப் பிரிவினையை விஞ்ஞானிகள் அறிவித்தனர். வார்த்தைகள் - அர்த்தங்கள் பிரிவினை காரணமாக, அகராதிகளின் புதிய பதிப்புகளைக்

கொண்டுவருவது சாத்தியமற்றதாகியது. ஏழைகளிடமிருந்து செல்வந்தரின் பிரிவினை அதிகரிப்பதை பொருளாதாரவாதிகள் குறித்தனர். தாம்பத்தியப் பிரிவினை தொடர்பாக அதிகரித்த வழக்குகளை விவாகரத்து நீதிமன்றங்கள் சந்தித்தன. பழைய நட்புகள் திடுமென்று முடிவுக்கு வந்தன. பிரிவினைக் கொள்ளை நோய் உலகெங்கும் துரிதமாய் பரவிற்று.

அதிகப்படியான ஆடவர் பெண்டிர் அவர்களது செல்லப் பிராணிகளிடமிருந்து சாக்கலேட் பேப்ரடார்ஸ், குழிமுயல்கள், பாரசீகப் பூனைகள், மர நாய்கள், பெரும் எலிகள், ET என்னும் பெயருடைய குரங்கு ஆகியவற்றைப் பிரித்தது உலகளாவிய பீதியைக் கிளப்பிற்று. மனித வாழ்வின் நெசவு பிரியத் தொடங்கிற்று. டெக்ஸாஸின் ஹுஸ்டனில் உள்ள மெனில் கலெக்சன் அருங்காட்சியகத்தில், புத்திசாலியான காப்பாளர் கிறிஸ்டோஃப் பண்டோக்ரேட்டர் திடீரென்று கோல்கொண்டாவின் தீர்க்க தரிசனத் தன்மையைப் புரிந்து கொண்டார். அதில் மேல்கோட் போட்டுள்ள ஆண்கள், தொப்பிகளுடன், தாழ்ந்த கட்டடங்களும் மேகமற்ற வானமும், பின்புலத்தில் இருக்க நிற்கின்றனர். நன்கு உடையணிந்த மழையென படத்திலுள்ளவர்கள் மெல்ல விழுந்துகொண்டிருப்பதாக எப்போதும் நம்பப்பட்டது. ஆனால் மேக்ரிட்டே மனித மழைத்துளிகளைத் தீட்டியிருந்ததில்லை என பண்டோக்ரேட்டர் உணர்ந்தார். "அவை மானுடப் பலூன்கள் அவை எழுகின்றன. அவை எழுகின்றன!" அவர் கூச்சலிட்டார். தன் கண்டுபிடிப்பை முட்டாள்தனமாக அறிவித்ததால், மெனில் கட்டடங்களை ஆயுதந்தாங்கிய காவலரால் பாதுகாக்க வேண்டியதாயிற்று/ எதிர் ஈர்ப்பு விசையின் தீர்க்கதரிசியினுடைய மாபெரும் படைப்பால் ஆத்திரமுற்ற உள்ளூர் மக்களுக்கு எதிராக. காவலர்களில் சிலர் உயரத் தொடங்கினர். அது பீதியூட்டுவதாயிருந்தது. அப்படியே எதிர்ப்பாளர்களில் பலரும் - வர இருக்கும் விசமிகள் - செய்தனர்.

***

"வழிபாட்டிடங்களில் சர்வ வல்லமையுள்ளவரின் பாதுகாப்பைக் கோருகின்ற, பீதி கொண்ட ஆண்களும் பெண்களுமாயிருந்தனர். நான் எதிர்பார்த்தது போலவே, அச்சம் மனிதரை ஆண்டவனிடம் செலுத்துகிறது." கஸாலியின் தூசி இபின் ரசீத்தின் தூசியிடம் சொல்லிற்று.

பதிலில்லாது இருந்தது.

"என்ன விசயம்? வெற்று விவாதங்களிலிருந்து விடுபட்டு வந்து விட்டீர்களா?" கஸாலி கேலி செய்தார்.

இறுதியில் முழுதும் ஆணின் சிக்கல் நிரம்பிய குரலில் இபின் ரசீத் பதிலளித்தான். "உங்களுக்குப் பிள்ளை பெற்றவள் இயற்கை இறந்த ஆற்றல் பெற்றவள் என்றறிவது சிரமமானது. அவள் இன்னொருவனுடன் படுத்துக் கிடப்பவள் என்பதைத் தாங்கிக் கொண்டிருக்கும் தேவையின்றியும்" என்றான். அவள் அவனிடம் கூறியிருந்ததால் அதை அவன் அறிவான். தனது ஜின்னியா வழிமுறையில், தனது நகலிடம் தன் எதிரொலியிடம் இன்னொரு உடலிலான தன் முகத்திடம் அவள் காதல் வயப்பட்டாள் என்பதை அவன் வாழ்த்துச் செய்தியாக எடுத்துக் கொள்வான் என்றெண்ணினாள். மனிதரிடத்தேயான அவளது நேசம் இருந்தாலும், அவள் அறுதியாகப் புரிந்துகொண்டிராத விசயங்கள் அவர்களிடத்தே இருந்தன.

தூசு மட்டுமே சிரிக்கக் கூடியதாக கஸாலி சிரித்தார். "நீ இறந்துவிட்டாய், முட்டாளே. எட்டு நூற்றாண்டுகளுக்கும் மேலாக இறந்துவிட்டாய், இது பொறாமைக்கான நேரமில்லை" என்றார்.

இபின் ரசீத் தன் கல்லறையிலிருந்து பதிலடி கொடுத்தான். "இது சாரமற்றதாகும். நீங்கள் ஒருபோதும் காதல் வயப்பட்டிருந்ததில்லை என்பதையே இது காட்டும். நீங்கள் உயிர்த்திருக்கும் போதும்கூட ஒருபோதும் வாழ்ந்ததில்லை என்பதே இதன் மூலம் தெரியவரும்."

"எனது ஒரே காதலியாக இருந்ததும் இருப்பதும் கடவுள் மட்டுமே. அவரே எனக்குப் போதுமானவராக இருந்தார், இருக்கிறார்" என்றார் கஸாலி.

***

பூமிக்கு மேலே ஒன்றரை அங்குலத்தில் தன் பாதங்கள் இருந்ததை சகோதரி ஆல்பீ கண்டறிந்ததும் தன் வாழ்வின் எந்தவொரு தருணத்தையும் விட, கோபமாயிருந்தாள். "ப்ளோரிடாவிலுள்ள புதிய டிஸ்னி பூங்காவிற்குத் தன் மகளைக் கூட்டிச் செல்வதாயிருந்ததற்கு ஒரு வாரத்திற்கு முன்னர், திகைப்பூட்டும் குரலையுடைய லூசியானாவுடன் அவளது அப்பா ஓடிப்போனார். அச்சமயத்தில் ஹோர்லம் ரிவர் ஹவுஸின் இரண்டாம்தள அடுக்ககத்தின் மூலமாகச் சென்ற அவள், குற்றமிழைக்கும் பெற்றோரின் தடயங்களையெல்லாம் அழித்து, புகைப்படங்களைக் கிழித்துப்போட்டு, அவரது தொப்பியை நார் நாராக்கி அவர் விட்டுப்போயிருந்த உடைகளையெல்லாம் கணப்பில் போட்டாள். தன் கைகளை ஆட்டி வாய் மூடி நிசப்தமாகத் திறக்கும் தாயைக் கவனித்தாள். தன் மகளின் ஆத்திரத்தைத் தணிக்கும் வகையில் தொலைபேசியில் பேச

முயலவில்லை அவள். அதன் பின்னர் அவளது அப்பா உயிர்த்திருக்கவில்லை. இளமையான சி.சி.ஆல்பீ ஒருபோதும் அசட்டை செய்யப்படக்கூடிய நபரல்ல என்று புகழ்பெற்றாள்.

அவளது அபிமான ப்ளூ யாஸ்மினும் அதிர்ந்து போயிருந்தாள். கட்டுப்படுத்தமுடியாதபடி, தரையிலிருந்து இரு அங்குல உயரத்தில் அழுது கொண்டிருந்தாள். "எப்போதும் நான் அவருக்கு ஆதரவாயிருந்தேன். அவருக்கு எதிராகச் சொல்லப்பட்ட போதெல்லாம் அவர் பக்கமாய் நின்றேன். ஏனெனில் அவர் அத்தகைய வெள்ளி நரி. என் அப்பாவை ஞாபகப்படுத்துவார். அப்புறம் பறக்கும் கம்பளத்தில் ஒருத்தி தோன்ற நான் இப்படியானேன். தனது பாழாய்ப்போன நோயை எனக்குக் கடத்துவார் என்பதை எப்படி நான் அறிய இயலும்?" என்று அரற்றினாள்.

அது இரு காட்டிக்கொடுத்தல்களைச் செய்து பைத்தியமாக்கிற்று. சில நிமிடங்களுக்குப் பின்னர் சகோதரி ஆல்பீ, குண்டுகள் நிரப்பிய துப்பாக்கியுடன் திரு.ஜெரோனிமோவின் அடுக்ககத்தில் நுழைந்திட முற்பட்டாள். "இங்கிருந்து வெளியே போ. இரவிலேயே வெளியேறிவிடு அல்லது விடிவதற்குள் தூக்கிச் செல்லப்படுமாறு செய்துவிடு" அவள் கத்தினாள்.

"அவர் தரையில் நின்றுகொண்டிருக்கிறார். குணமாகிவிட்டார், ஆனால் நம்மை நோயாளியாக்கிச் சென்றிருக்கிறார்." ப்ளூ யாஸ்மின் அலறினாள்.

திரு.ஜெரோனிமோ துப்பாக்கியின் முனையைப் பார்த்த வண்ணம், பயப்படுவோரைப் பயம் மாற்றிவிடுகிறது என்றெண்ணினார். தன் நிழலிலிருந்து ஓடுபவராக பயம் இருந்தது. அது தலையில் ஹெட்போன்கள் அணிந்த பெண்ணாய் இருந்தது. அவற்றில் அவள் கேட்கக்கூடிய ஒரே சப்தம் அவளது திகிலே. பயம் ஆன்மவாதப் போக்கினதாய் சுய மோகமிக்கதாய்த் தன்னைத் தவிர வேறெதற்கும் குருடானதாய் இருந்தது. அறங்களை விட வலுவானதாய், தீர்ப்பினை விட வலுவானதாய், பொறுப்பினை விட வலுவானதாய், நாகரிகத்தைவிட வலுவானதாய் பயம் இருந்தது. தன்னிடமிருந்து வெளியேறிவிட்டதென, குழந்தைகளைக் காலடியில் போட்டு நசுக்கிடும் விலங்கென பயம் இருந்தது. வெறியனாக, கொடுங்கோலனாக, கோழையாக, சிவப்பு மூடுபனியாக, வேசியாக பயம் இருந்தது. தன் இருதயத்தைக் குறிவைத்த துப்பாக்கி குண்டாக பயம் இருந்தது.

"நான் கள்ளங்கபடமற்றவன், ஆனால் உனது துப்பாக்கி அற்புத வாதத்தை உருவாக்கிற்று" என்றார்.

“நீங்களே பிளேக்கைப் பரப்புபவர். நோயாளி சூனியம், காச நோய் மேரி! பிளாஸ்டிக்கில் உங்கள் உடலை மூடி, மேலும் யாருடைய வாழ்வையும் நாசமாக்காதபடி ஒரு மைல் ஆழத்தில் புதைத்திட வேண்டும்” என்றாள் சகோதரி ஆல்பீ.

ப்ளூ யாஸ்மின் கழுத்தைப் பிடித்தபடி இருக்க பயம் இருந்தது. “இறந்தும் இந்த உலகத்தில் நான் கைவிட்டும் என் அப்பா என்னைக் காட்டிக் கொடுத்தார். அவர் எனக்கு எவ்வளவு அவசியம் என நான் அறிந்தபோது, என் பாதங்களுக்குக் கீழிருந்து உலகைப் பிளந்து நீங்கள் என்னைக் காட்டிக்கொடுத்தீர்கள். அவர் என் அப்பாவாக இருந்தார். ஆகவே எதுவாயினும் அவரை நேசிக்கிறேன். நீங்கள்? நீங்கள் போய்விடுங்கள்.”

தேவதை போன்ற இளவரசி மறைந்து போயிருந்தாள். பூட்டில் சாவி திரும்புவதை அவள் கேட்டதுமே, பக்கவாட்டில் திரும்பி காற்றிலுள்ள ஒரு பிளவினூடே மறைந்துவிட்டாள். அவள் அவருக்கு உதவலாம், உதவாது போகலாம். ஜின்னின் விசித்திரமான நம்பகமற்ற தன்மையையெல்லாம் அவர் கேள்விப்பட்டிருந்தார். அவள் தனது பாலியல் பசிக்கு இரையூட்டிடவே அவரைப் பயன்படுத்தி இருக்கக்கூடும். ஏனெனில் அவ் விசயத்தில் ஜின்கள் திருப்தியடையாதவை. இப்போது அவள் ஒழிந்ததால், அவளை ஒருபோதும் மீண்டும் பார்க்க இயலாது. அவள் அவரை கீழே பூமிக்குக் கொண்டு வந்திருந்தாள். அதுவே, அவரது வெகுமதி. எஞ்சியவையெல்லாம், அவரது ஜின் ஆற்றல்கள் குறித்தவையெல்லாம் முட்டாள்தனமானது. தன் பயத்தில் சீற்றமிழந்துள்ள பெண்ணின் கைகளில் துப்பாக்கி இருந்த, விவாதிக்க முடியாத உண்மையை எதிர்கொண்டு, அவர் தனித்திருக்கலாம். வீடற்றவராக இருந்திருக்கலாம்.

“நான் போகிறேன்” என்றார்.

“ஒரு மணி நேரம்” என்றாள் சகோதரி.

***

திரு.ஜெரோனிமோவின் படுக்கையறையிலிருந்து தொலைதூரத்தில், லண்டன் நகரில், ஹாம்ப்ஸ்டெட்டின் இயற்கையான அண்டை அயலான வெல்வாக்கிலுள்ள இசையமைப்பாளர் ஹியூகோ கேஸ்டர்பிரிட்ஜின் வீட்டுக்கு வெளியே ஒரு கும்பல் கூடியிருந்தது. அதனைப் பார்த்து அவர் ஆச்சரியப்பட்டார். ஏனெனில் சமீபத்தில் அவர் நகைப்புக்கிடமானவராக ஆகியிருந்தார். அவரது புதிய கீர்த்திக்கு பொதுமக்களின் கோபம் பொருத்தமற்ற எதிர்வினையாய்த் தோன்றிற்று. அவர் இடம்பெற்ற ஒரு தொலைக்காட்சி நிகழ்ச்சியில், தனக்கு நம்பிக்கையில்லாத கடவுள் மூலம்

சமுதாயத்தின் மீது பிளேக்கினை ஏவிவிடப் போவதாக அவர் மிரட்டியதிலிருந்து, கேஸ்டர் பிரிட்ஜை பரிகசிப்பது சம்பிரதாயமாகியிருந்தது. அவர் வீட்டிலிருந்துகொண்டு மணியாட்டியபடி ஊதித் திரிந்தபடி சலசலத்துக்கொண்டு அமர்க்களம் செய்தபடி வாயை மூடிக்கொண்டிருக்க வேண்டும் என்பதுதான் அக்கலைஞரைக் குறித்த செவ்வியல் முட்டாள்தனமாயிருந்தது என ஒவ்வொருவரும் கூறினர். அளப்பரிய, திடமான, இதுவரையிலும் ஊடுருவ முடியாத சுயநம்பிக்கை கொண்டவராக, கேஸ்டர் பிரிட்ஜ் இருந்தார். ஆனால் அவர் புதிய அற்பவாதம் பற்றி எண்ணியதால் முந்தைய மேன்மை அழித்தொழிக்கப்பட சாதாரணமாகிவிட்டார். உருவகத்தன்மையிலான கோளம் நிஜ உலகைப் பாதிக்கும் அளவுக்குத் திறனுடையதாக இருக்க முடியும் என்னும் கருத்துக்கு இடமில்லாது இருந்தது. இதனால் இப்போது அவர் தெய்வீகப் பழிவாங்கலில் நம்பிக்கை கொண்ட நாத்திகவாதியாக, தமாஷாக இருந்தார்.

நல்லது, யாரும் புரிந்துகொள்ளாத யாரும் அனுபவித்திராத விசித்திரமான ஷோன் பெர்க்கின் இசையுடன் அவர் வீட்டிலேயே இருந்திருப்பார். ஆறு சுரங்களிலான இடைக்கால இசை, பல்பரிமாண அணுகுமுறை என்றெல்லாம் எண்ணிக்கொண்டு இருந்திருப்பார். சமீப நாட்களில் அவர் மேலும் மேலும் தன்போக்கினராக இருந்தார். அவர் இருந்த வளாகத்தின் அழைப்பு மணி பழுதாகிவிட்டது. அதைச் சரிப்படுத்தும் அவசியத்தை அவர் உணவில்லை. சுருக்கமாக அவர் திரட்டியிருந்த பின் - நாத்திகக் குழு, பொதுமக்கள் மறதியால் கரைந்து போயிருந்தது. ஆனால் அவர் நிசப்தமாயும் கோபத்துடனும் கடித்த பற்களுடன் துப்பாக்கியைப் பிடித்தபடி நின்றார். புரிந்துகொள்ள முடியாதவர் என்று எண்ணப்படுவதற்குப் பழகிப் போயிருந்தார். சிரியுங்கள், தன் விமர்சகர்களுக்கு அமைதியாய் அறிவுறுத்தினார். வெல்வது யாரென்பதைப் பார்த்துக்கொள்வார்.

ஆனால் நகரில் புதிய போதகர் தென்பட்டார். நகரில் காட்டுத்தனம் நிலவிற்று. வடக்கிலுள்ள கவுன்ஸில் எஸ்டேட்டுகளில் தீ, ஆற்றுக்குத் தெற்கிலுள்ள பழமைவாதப் பகுதிகளின் கடைகளில் கொள்ளை, பிரதான சதுக்கத்தில் என்ன கோரிக்கை வைப்பது என்று தெரியாத கலகக் கும்பல். இத்தீப்பிழம்புகளிலிருந்து வெளிப்பட்டான். அனல் போன்ற ஒருவன் தலைப்பாகையுடன், யோஸ்மைட் சாம் குங்குமத்தாடி - புருவங்கள் கொண்ட சிறிய நபர், புகைவாசம் கடுமையாக வீசுபவன், வானில் ஒரு பிளவினூடே அடியெடுத்துவைத்தவனாக, சார்பாளனாக

இருந்தான். அரசாங்கக் குழுக்களில் இடம்பெற்றான். அரசு விருது தரப்படப் போவதாக பேச்சு இருந்தது. உண்மையாகவே பிளேக் பரவிக் கொண்டிருந்தது. அவன் இடியென முழங்கினான். அதற்கெதிராக நம்மை நாம் காத்துக்கொள்ளவில்லையெனில், நாமெல்லாம் தொற்றுக்கு உள்ளாவோம், ஏற்கனவே தொற்றிவிட்டது. நமது பலவீனமான குழந்தைகளில் பலரது குருதியில் அந்நோயின் கசடு தொட்டிருக்கிறது. ஆனால் நம்மைப் பாதுகாக்க ஆயத்தமாயிருக்கிறோம். பிளேக்கினை எதிர்த்து அதன் வேர்வரை போராடுவோம். பிளேக் பல வேர்களுடையது. புத்தகங்கள், திரைப்படங்கள், நடனங்கள், ஓவியங்கள் மூலம் பரவியது என்றான் யூசுஃப். ஆனால் அவன் அஞ்சியதும் வெறுத்ததும் இசை. ஏனெனில் அது, சிந்திக்கும் மனதிலிருந்து சரிந்து, இருதயத்தைப் பற்றிக் கொள்வது. அனைத்து இசைக் கலைஞர்களிலும் மிக மோசமானவரை வெறுத்தான். இரைச்சலாக உருவம் கொண்டது பிளேக். தீங்கு சப்தமாய் உருமாறிற்று. இதனால் ஒரு போலீஸ் அதிகாரி இசைக் கலைஞர் கேஸ்டர் பிரிட்ஜிடம் வந்து போய்க்கொண்டிருக்கிறார்; விஷயங்கள் இயல்பு நிலைக்கு வரும்வரை நீங்கள் வெளியேற வேண்டியிருக்கும் அய்யா. இந்த இடத்தில் உங்கள் பாதுகாப்புக்கு நாங்கள் உத்தரவாதம் தர இயலாது. உங்கள் அண்டை அயலாரையும் கருத வேண்டியுள்ளது. கள்ளமற்றவர்கள் காயம்பட நேரும், நான் உங்களைப் புரிந்துகொள்ளுமாறு செய்யுங்கள். நீங்கள் என்னிடம் சொல்வது தெள்ளத் தெளிவாய் இருக்கட்டும். இதில் நான் காயமடைந்தால், அப்போது நான் வேடிக்கை பார்ப்பவனாக இருக்க மாட்டேன் என்றுதானே இப்போது கூறுகிறீர்கள்? அத்தகைய மொழிக்கு அவசியமே இல்லை. நிலவரத்தை நீங்கள் புரிந்துகொள்ளவேண்டும். உங்களின் அகம்பாவமான பிடிவாதத்தில் என் அலுவலர்களைப் பலி கொடுக்க மாட்டேன்.

வெளியேறுங்கள், இது என் வீடு, இது எனது கோட்டை, பீரங்கிகளாலும் கொதிக்கும் எண்ணெயாலும் என்னைப் பாதுகாத்துக் கொள்வேன்" என்றார்.

இது ஒரு முறை மிரட்டலா, அய்யா?

இது ஒரு பாழாய்ப்போன பேச்சு உருவகம்.

அப்படியானால், ஒரு மர்மம், கூடியுள்ள கும்பல், வெறுப்பு வார்த்தைகள், பாதுகாப்பாக உருமாற்றங் கொண்ட ஆக்கிரமிப்பு, மிரட்டப்படலுக்கு உட்பட்டிருப்பதாகக் கூறிக்கொள்ளும் மிரட்டுதல், குத்தப்படும் அபாயத்திலிருப்பதாகப் பாவனை செய்கின்ற கத்தி, தன்னைத் தாக்குவதாக கன்னத்தைக் குற்றங் கூறும் முஷ்டி. பரிச்சயமான அனைத்தும், காலத்தின் உரத்த கேடு

சல்மான் ருஷ்தீ ♦ 215

கெட்ட புதிருக்குரியவராக இல்லை. இப்படியான புனிதமற்ற புனிதர்கள் எப்போது முளைத்தனர். ஒருவித சமூகவியல் - பாலினக் கூட்டற்ற இனப்பெருக்கத்தில் உருவானவர்கள், ஒன்றுமற்றவைகளிலிருந்து அதிகாரிகள் ஆக்கப்பட்டவர்கள். தோள்களைக் குலுக்க வேண்டிய விசயமாய் அது இருந்தது. அப்புறம் மர்ம இரவன்று, இசைக்கலைஞர்களுடன் காணப்பட்ட பெண் குறித்த செய்திகள், சன்னலுக்கு எதிரே நிழலுருவமாக, எங்கிருந்தோ வந்ததாகத் தோன்றிய அறியாத பெண், இசைக்கலைஞரை இரவுச் சன்னலோரம் விட்டுவிட்டு மறைந்துவிட்டவள், கூடியிருந்த கும்பலை மீறி அதனைத் திறக்க, அவரது வேதனை தரும் இசை அவருக்குப் பின்னே எச்சரிக்கை மணியென ஒலிக்க, சிலுவையிலறையப்பட்டதாக அவரது கைகள் விரிந்திருக்க, அவர் என்ன செய்துகொண்டிருந்தார்? தன் வீட்டுக்குள் சாவினை வரவழைத்துக் கொண்டிருந்தாரா, கும்பல் ஏன் சட்டென்று நிசப்தமாயிற்று, புலப்படாத பாரிய பூனை தன் நாவினைப் பெற்றுவிட்டதுபோல - அது ஏன் நகரவில்லை. ஏதோ மெழுகுத் தயாரிப்பெனத் தோன்றிற்று. அம்மேகங்கள் எங்கிருந்து வந்து கொண்டிருந்தன. லண்டனின் தட்ப வெப்பம் இதமாயும் தெளிவாயும் இருந்தது. ஆனால் ஹாம்ப்ஸ்டெட்டில் அப்படியில்லை. அங்கே அன்றிரவு திடீரென இடி - மின்னல் தாக்கிட, கும்பல் உயிருக்குப் பயந்து ஓடியது. யாரும் கொல்லப்படவில்லை, ஒரு முட்டாளைத் தவிர, இடியிலிருந்து தப்பிக்கச் சிறந்த இடமென்று ஒரு மரத்தினடியில் ஒதுங்கியவன் எரிந்துபோனான். மறுநாள் கும்பல் திரும்பவில்லை. அடுத்த நாளும் சரி அதற்கு அடுத்த நாளும் சரி.

முற்றிலும் தற்செயலானது, அய்யா, நீங்களே கொண்டு வந்தது போன்று, உள்ளூர் மயமான புயல் அது. கால நிலையில் உங்களுக்கு ஆர்வம் இருந்திருக்காது. இருக்குமா, அய்யா? உங்கள் மாடியறையில் தட்ப வெப்பத்தை மாற்றிடும் கருவி இருக்க முடியாது. இருக்குமா? நாங்கள் பார்வையிட்டால் பொறுத்துக்கொள்வீர்கள்?

ஆய்வாளரே, என் விருந்தினராயிருங்கள்.

***

ஹியூகோ கேஸ்டர் பிரிட்ஜிடமிருந்து திரு.ஜெரோனிமோவிடம் திரும்புகையில், மேற்கிலின்றி கிழக்கில் பறந்தனர். குறுக்குவழியில் போகும் அவசியமின்மையால் ஜின் துரிதமாய் பறந்தது. சிதிலங்கள், நரம்பியல் நடுக்கம், குளறுபடி மீது துனியா பறந்தாள். மலைகள் நொறுங்கத் தொடங்கியிருந்தன. பனி உருகவும் கடல்கள் உயரவும் தொடங்கியிருந்தன. இருண்ட ஜின்கள் எங்கணும், - மாபெரும் ஜுமுருத், ஷைனிங் ரூபி,

ரைம் ரத்தக் காட்டேரி, ஜுமுருத்தின் பழைய கூட்டாளி, ஜின்களின் மீதான ஆதிக்கத்திற்காகத் தன் போட்டியை அதிகரித்து வந்தவன், சூனியக்கார - ஜின்னி ஜபர்தஸ்து. நீர்த் தேக்கங்கள் சிறுநீராகின. ஜபர்தஸ்து தன் காதுகளில் கிசுகிசுத்தபின், குழந்தை முகங் கொண்ட ஒரு கொடூரன், தன்னைப் போன்றதான முட்டாள்தனமாக முடிவெட்டே அனைவரும் கொண்டிருக்க வேண்டும் என உத்தரவிட்டான். தன் வாழ்க்கைக்குள் அதியற்புதம் நுழைந்திருப்பதை எப்படிக் கையாளுவது என மனிதர்களுக்குத் தெரியவில்லை. அவர்களில் பெரும்பாலோர் சிதறிப் போயினர். அல்லது முடிவெட்டிக் கொண்டு, குழந்தை முகமுடைய கொடூரன் மீதான நேசத்துடன் அழுதனர் என துனியா நினைத்தாள். அல்லது ஜுமுருத்தின் வசியத்தால், பொய்யான தெய்வங்களின் முன் நெடுஞ் சாண்கிடையாக விழுந்தனர். பிற பொய்யான தெய்வங்களின் பக்தர்களைக் கொல்லுமாறு அவை அவர்களைக் கேட்டுக் கொண்டன. அதுவும் முடிந்ததும், இத் தெய்வங்களின் சிலைகள் அத் தெய்வங்களின் சீடர்களால் நாசமாக்கப்பட்டன. அத் தெய்வங்கள், இத் தெய்வங்களை நேசிப்போரால் அடிக்கப்பட்டு தூக்கிலிடப்பட்டுத் துண்டுபோடப்பட்டன. மானுட நிதானம் அதிகபட்சம் வறிய, நொய்மையான ஒன்று. அவள் எண்ணினாள். வெறுப்பு, முட்டாள்தனம், பக்தி, பேராசை புதிய யுக முடிவின் நான்கு குதிரை வீரர்கள். இருந்தும் அவள் இம் மோசமான மக்களை நேசித்து, இருண்ட ஜின்னிடமிருந்து அவர்களைக் காக்க விரும்பினாள். அந்த ஜின்கள் தமக்குள்ளாகவே இருளைப் பொதிந்து வைத்துக் கொண்டன. ஒரு மானுட உயிரை நேசிப்பது அனைவரையும் நேசிக்கத் தொடங்குவதாகும். இருவரை நேசிப்பது, நேசத்தின் பிடியில் நிராதரவாக, என்றென்றைக்கும் சிக்கிக் கொள்வதாகும்.

எங்கே போனாய்?, எனக்குத் தேவைப்பட்ட போது மறைந்துவிட்டாய், என்றார்.

இன்னொருவருக்கும் நான் தேவைப்பட்டதால் அவரைப் பார்க்கப் போனேன்.

அவரது சாமர்த்தியம் என அவருக்கு எடுத்துக் காட்ட வேண்டியிருந்தது.

இன்னொரு மனிதர்.

இன்னொரு மனிதர்.

அவருடன் இருந்தபோது எல்லா போலத் தோன்றினாயா? இறந்துவிட்ட என் மனைவி மனிதரைப் புணருமாறு செய்கின்றாயா?

அப்படியில்லை.

திரும்பவும் என் பாதங்கள் பூமியின் மீது இருக்கின்றன. இது ஒருவித ஜின் சிகிச்சை என அவருக்குச் செய்திருக்கிறாய்.

அப்படியில்லை.

உண்மையிலேயே நீ எப்படித் தோற்றமளிக்கிறாய். உண்மையில் எப்படித் தோன்றுவாய் என எனக்குக் காட்டு. எல்லா இறந்துவிட்டாள். அவள் இறந்து போனாள். அழகிய நன்னம்பிக்கை வாதியாயிருந்தாள். மறுபிறவியை நம்பினாள். ஆனால் இது அப்படியில்லை. உன்னால் வசிக்கப்படும் என் பிரியத்துக்குரிய மனைவியின் இப்பிணம். நிறுத்து. தயவு செய்து நிறுத்து. இந்த அடுக்ககத்திலிருந்து நான் தூக்கி எறியப்படுகிறேன். என் புத்தி பிசகுகின்றது.

இப்போது நான் நீ போக விரும்பும் இடத்திற்கு.

***

மனித உயிர்கள் பெரிஸ்தானில் நுழைவது அபாயகரமானது. மிகச் சிலரே அப்படிச் செய்துள்ளனர். நாமறிந்தவரை உலகங்களின் யுத்தம் வரையிலும் ஒரே ஒரு மனிதர்தான், எந்தவொரு கால நீட்சிக்கும் வாழ்ந்திருந்தார். ஒரு தேவதை இளவரசியை மணந்தார். மனித உலகத்திற்கு அவர் திரும்பியபோது, குறுகிய காலமே தான் நீங்கியிருந்ததாகக் கண்டறிந்தார். ஜின்களின் உலகில் ஒருநாள், மனிதக் கணக்கில் ஒரு மாதம், அது மட்டும்தான் ஆபத்து இல்லை. ஜின்னியா இளவரசியின் அழகினை ஆடையணியாத நிலையில் பார்ப்பது, பல மனிதக் கண்களின் பார்க்கும் திறனைத் தாண்டி, மனங்களின் புரிந்துகொள்ளும் அல்லது இருதயங்களின் தாங்கிக் கொள்ளும் திறனைத் தாண்டித் திகைத்து நிற்பதாகும். சாதாரண மனிதன் குருடாக்கப்படுவான், அல்லது பைத்தியமாக்கப்படுவான், அல்லது நேசத்தால் இருதயம் வெடிக்கக் கொல்லப்படுவான். பழைய நாட்களில், ஆயிரமாண்டுகளுக்கு முன்னர், சில சாகசக்காரர்கள் ஜின் உலகத்திற்குள் ஒரு வழியாக நுழைந்துவிட்டனர். நல்ல - கெட்ட உத்தேசமுள்ள ஜின்களின் ஒத்தாசையுடன்தான். திரும்பவும் சொல்வதானால், ஒரேயொரு மனித உயிரியே நல்ல வடிவில் திரும்பிற்று. அவன் தான் வீரன் ஹம்ஸா, அவன் ஒருபாதி ஜின்னியாக இருக்கக் கூடும் என்னும் சந்தேகம் நிலவுகிறது. ஆகவே ஜின்னியா துனியா என்னும் ஆஸ்மான் பெரியாகிய காஃப் மலையின் மின்னல் வீச்சு இளவரசி, தன் தந்தையின் அரசுக்குத் தன்னுடன் திரும்ப வேண்டும் எனத் திரு.ஜெரோனிமோவிடம் ஆலோசனை கூறியபோது, அவரது அழிவுக்கு அவரைக் கவர்ந்து சென்றாள்.

போசிட்டானோவுக்கு அருகிலுள்ள பாறைகள் மீது படுகின்ற நீரணங்குகள் போல, அல்லது ஏவாளுக்கு முன்னர் ஆதாமின் மனைவியாயிருந்த இரவரக்கி லிலித் போல அல்லது ஜான் கீட்ஸின் இரக்கமற்ற அழகி போல.

என்னுடன் வாருங்கள், என்றாள். நீங்கள் என்னைப் பார்க்கத் தயாராக இருக்கையில் என்னை உங்களிடம் வெளிப்படுத்துவேன்.

***

அப்போது இருப்பிடம் இன்றி இருப்பதன் உண்மையான அர்த்தத்தை நகர வாசிகள் கண்டறிந்து கொண்டிருக்க, இருப்பிடமில்லாத் தன்மையில் அவர்கள் தன்மை எப்போதும் நிபுணர்களாக நம்பிக் கொண்டாலும், ஏனெனில் அவர்கள் வெறுத்ததும் நேசித்ததுமான நகர், வாழ்வின் புயல்களுக்கு எதிராகத் தன்னிடம் வசிப்பவர்களுக்குப் பாதுகாப்பளிப்பதில் எப்போதும் மோசமாயிருந்து, தன் குடிமக்களிடத்தே எல்லாமிருந்தும், போதுமான பணமில்லா பிரச்சனை, போதுமான இடமில்லாப் பிரச்சனை, நாய் நாயைத் தின்னும் பிரச்சனை, போன்றவை எல்லாம் இருந்தும், உயிர்த்திருத்தலுக்கென அவர்தம் பழக்க வழக்கங்களில் கடுமையான நேசித்தல் - வெறுத்தல் பெருமிதத்தைப் பதித்துவிட்டிருந்தது;

அந்நகரம் அல்லது அந்நகருக்குள்ளிருந்த ஓர் ஆற்றல் அல்லது நகருக்கு வெளியிலிருந்து நகருக்குள் வந்த ஓர் ஆற்றல் என்னும் விபரத்தை எதிர்கொள்ள அவர்கள் கட்டாயப்படுத்தப்பட்டுக் கொண்டிருக்க, கிடைமட்டமாயில்லாது, செங்குத்தாக, விண்ணுக்குள், உறையவைக்கும் காற்றுகள், காற்றுக்கு மேலுள்ள கொலைகாரத்தனமான காற்றின்மைக்குள் அவர்களை எப்போதைக்குமாகத் தன் பிரதேசத்திலிருந்து வெளியேற்றிட இருந்தது;

உயிரற்ற தம் உடல்கள் சூரிய மண்டலத்துக்கு அப்பால் மிதந்து கொண்டிருப்பதை அவர்கள் கற்பனை செய்து பார்த்திடத் தொடங்கினர். அப்போதுதான் அங்கே அந்நிய உளவு சக்திகள், உயிருள்ளவற்றிற்கு நீண்ட காலத்திற்கு முன்பே இறந்துவிட்ட மனித உயிர்களைச் சந்திக்க முடியும். பாதுகாப்பான ஆடையணிகலன் இல்லாமல் இந்த உயிர்களை ஆகாய வெளிக்குள் தள்ளிவிட்ட முட்டாள்தனம் அல்லது கொடூரம் எதுவாயிருக்கும் என வியப்புற்றனர்;

போக்குவரத்து நெருக்கடி, தெருக்களில் தொடர்ந்துகொண்டிருக்க, அதன் இரைச்சலுக்கு மேலாக, குடிமக்களின் கூச்சல்களும் அழுகைகளும் எழத் தொடங்கியது. ஏனெனில் உயர்வதின் கொள்ளை நோய் பல அண்டை அயல்களில்

நிகழ்ந்திருந்தது. இவற்றில் நம்பிக்கையுடைய அந்நபர்கள், பிரச்சினை தொடங்கியிருந்த பீதியூற்றப்பட்ட தெருக்களில் கூச்சலிடத் தொடங்கினர். தெஸ்ஸலோனியன்ஸுக்கு பால் எழுதிய முதல் நிருபத்தில் முன் கூறப்பட்டுள்ளபடி, அப்போது வாழ்வோரும் மடிந்தோரும் மேகங்களில் சிக்கி ஆகாயத்திலுள்ள கர்த்தரைச் சந்தித்து, அதுதான் நாட்களின் இறுதியென அழுதனர். பெரு நகரிலிருந்து மக்கள் மேல்நோக்கி மிதக்கத் தொடங்கியதும், உறுதியான அவ நம்பிக்கையாளனுக்குக்கூட மறுப்பது மிகவும் சிரமமாயிருந்தது;

இவையெல்லாம் நடந்துகொண்டிருக்க, ஆலிவர் ஓல்டுகேஸிலும் தத்துவாசிரியச் சீமாட்டியும், அவரது விழிகளில் கொலையும் அவளது விழிகளில் திகிலும் இருக்க, பாக்தாத் வந்து சேர்ந்தனர். கார், பேருந்து, ரயில் இவற்றின் அனுகூலமின்றி நகருக்குள் வந்து சேர சிரமப்பட்டிருந்தனர். மாரத்தான் யுத்த களத்திலிருந்து ஏதென்ஸுக்கு பெய்டிப்பிடெஸ் பயணித்த தூரம் பற்றி ஓல்டுகேஸில் அலெக்ஸாண்ட்ராவிடம் கூறினார். அதன் முடிவிலே அவர் இறந்துவிழுந்தார். அவர்களும் ஓய்ந்து போயினர். ஜெரோனிமோ மேனஸெஸுடனான மோதல் எல்லாவற்றையும் தீர்க்கும் எனப் பகுத்தறிவின்றி நம்பினர். அவரைப் பயமுறுத்தினாலோ மயக்கிவிட்டாலோ, செய்ய இருந்ததை தலைகீழாக்கிவிடுவார் என;

அத்துல்லியமான தருணத்தே பெரும் வெளிச்சம் அடித்தளப் படுக்கையறையிலிருந்து வெளியேயும் மேலேயும் பாய்ந்தது. அவ்வறையில் ஜின்னிய இளவரசிகளில் மிகப் பெரியவள், மானுட உலகில் முதல் முறையாக, தன் உண்மையான கீர்த்தியை வெளிப்படுத்திக் கொண்டிருந்தாள். அவ்வெளிப்படுத்தல், தேவதை தேசத்திற்கான அரச வாயிலைத் திறந்துவிட்டது. திரு.ஜெரோனிமோவும் மின்னல் இளவரசியும் போயிருந்தனர். வாயில் மூடிற்று; ஒளி அணைந்தது; நகரம் தன் விதியை நோக்கிடுமாறு விடப்பட்டது. சி.சி.ஆல்பீயும் ப்ளூ யாஸ்மினும் பாக்தாத்தின் படிவரிசையில் பலூன் போல மிதந்தனர். மிகுந்த கோபத்திலிருந்த மேலாளர் ஓல்டுகேஸிலும் பல ஆண்டுகளில் முதல் முறையாகத் தன் தோட்டத்திலிருந்து கிளம்பியிருந்த லா இன்கோயெரென்ஸாவின் கோட்டைத் தலைவியும் வீதியில் சோர்ந்து போய் நின்றனர். துயர் தீருவதற்கான நம்பிக்கை ஏதுமின்றி, ஓரடியோ என்னவோ பூமிக்கு மேலாக இருக்க.

அங்கே அதீத வெளிச்சம் இருந்தது. அது மங்கியதும் மறந்து நெடுநாளான ஆனால் பிரெஞ்சு கிரிக்கெட் ஆடப்படும் பரிச்சயமான தெருவில், திடீரெனவும் விளக்கப்பட முடியாமலும் அவரைப் பார்த்து கண் சிமிட்டியபடி ஒரு சிறுமி இருந்தாள்.

அவளது விசமமிகு ஆனந்த விழிகளில் அவர் ஒரு ஜின்னியா இளவரசியைப் பார்த்தாள். அவரது தாய் மக்தா மேனெஸெஸ் மற்றும் தந்தை ஜெர்ரி ஆகியோர் கைகோர்த்தபடி, வாழ்வில் ஒருபோதும் இல்லாதவாறு, மகிழ்வாய் இருந்தனர். அதிக உஷ்ணமில்லாத இதமான மாலை வேளை, கிரிக்கெட் ஆடும் பையன்களிடமிருந்து நிழல்கள் நீண்டன. அவர்களை வளர்ந்தவர்களாக நிழல் உருக்களில் காட்டின. மகிழ்ச்சியாய் இருக்கக் கூடிய ஒன்றினால் அவரது இருதயம் நிரம்பிற்று. ஆனால் வேதனையென அவரின் விழிகளிலிருந்து கொட்டிற்று. கண்ணீர் கட்டுப்படுத்த முடியாததாகிவிட, அவரது ஒட்டுமொத்த உடலும் வேதனையால் குலுங்கிற்று. நீண்ட காலத்திற்கு முன் விர்ஜிலின் சொற்களில் பக்திப் பரவசமான ஏனியஸ் குறிப்பிட்டார். விஷயங்களில் கண்ணீர் இருக்கிறது. அழியக் கூடியவை மனதைத் தொடுகின்றன. இப்போது அவரின் பாதங்கள் தரை மீதிருந்தன. ஆனால் இத்தரை எங்கிருந்தது, தேவதை தேசத்திலா பம்பாயிலா அல்லது ஒரு மாயமா மிதந்து திரிதலில் இன்னொரு விதமா அல்லது ஜின்னியா இளவரசியின் பிடிகளில் இருந்ததா. பழைய தெருக்காட்சியின் கனவை அவர் சுற்றிப் பார்க்கவும், இந்த மறைஞான முப்பரிமாண சித்திரம். தனக்கு நேர்ந்துள்ள சோகமான அனைத்தின் பிடியிலும் இருந்தார். தான் பிறந்த இடத்தினின்றும் ஒருபோதும் பிரிக்கப்படாதவராக இருந்திட ஆசைப்பட்டார். பிரியமான அத் தரை மீது தன் பாதங்கள் பதிந்திருக்க வேண்டுமென்று ஆசைப்பட்டார். அக்குழந்தைப் பருவத் தெருக்களில் தன் ஆயுளெல்லாம் சந்தோசமாயிருக்க ஆசைப்பட்டார். அங்கே முதியவராக வளர்ந்து, ஒவ்வொரு பாவு கல்லையும் ஒவ்வொரு வெற்றிலை பாக்குக் கடைக்காரரின் கதையையும் போக்குவரத்து விளக்குள்ள இடங்களில் திருட்டு நாவல் பதிப்புகள் விற்கின்ற ஒவ்வொரு சிறுவனையும், நடைபாதை மேல் முரட்டுத் தனமாய் நிறுத்தப்பட்டுள்ள ஒவ்வொரு செல்வந்தனின் காரையும், ஒவ்வொரு இசைக்குழுவிலும் பாட்டியாக வயதேறிக் கொண்டிருக்கும் ஒவ்வொரு யுவதியையும் தேவாலய முற்றத்தில் இரவு வேளையில் அவர்கள் ரகசியமாய் முத்தமிட்டதை ஞாபகப்படுத்திக் கொண்டு, தானிழந்த மண்ணின் தான் இழந்த வீட்டின் ஒவ்வொரு அங்குலத்தின் கீழும் தான் வேர்கள் பரப்பி இருக்க வேண்டுமென ஆசைப்பட்டார். நடந்திராத தெருவில் நடந்து, சூழலில் ஒரு வாழ்வை வாழ்ந்துவிட ஆசைப்பட்டார். தன் விதியாக இருந்திருந்த புலம் பெயர்ந்தவனின் வெற்றுப் பயணத்தை அல்ல. அப்போது அவர் தன் மனைவியை ஒருபோதும் சந்தித்திருக்க இயலாது எனத் தன்னுடனேயே வாதிட்டார். அது அவரின் வேதனையை ஆழப்படுத்திற்று.

கடந்த காலத்தின் கோட்டுடன் இணைந்து இருப்பதன் வாயிலாக, தனது ஒரே ஆனந்த வழியைப் பெறாமலேயே இருந்திருக்க முடியும். தனது இந்திய வாழ்க்கைக்குள் அவளை அவர் கனவு கண்டிருக்கக் கூடும். அவளை அவர் அங்கே நேசித்திருக்கக் கூடும். இந்த வீதியில் அவள் நடந்து சென்று அவரை அங்கே கண்டு அதே போல நேசித்திருக்க முடியும். அவர் ஆகிவிடாத அகமாக இருந்திருக்க முடியும் என்றாலும் அந்த அகத்தையும் அவளால் நேசித்திருக்க இயலும் அவர் இழந்திருந்த காணாது போன சிறுவன் ரபேல் ஹீரோனிமஸ் மேனஸெஸை.

ஜின்னியாவின் விழிகளையுடைய சிறுமி, திகைத்தவளாக, இதனை விரும்புவாய் என்றெண்ணினேன் என்றாள். உன் இருதயத்தைக் கவனித்தேன். நீ விட்டு வந்திருப்பதாலான உன் துயரத்தைக் கவனித்தேன். இது ஒரு வரவேற்கத்தக்க பரிசென்று எண்ணினேன்.

தன் கண்ணீரில் நனைந்தபடி இதனை எடுத்துக் கொள் என்றார்.

***

பம்பாய் மறைந்தது. பெரிஸ்தான் தோன்றியது. அல்லது தேவதை உலகத்தை வளைத்துள்ள வட்ட வடிவ மலை காஃப். மின்னல் இளவரசியின் வளைந்த அரண்மனையின் வெண் பளிங்கு முற்றத்தில் அவர் இருந்தார். அதன் சிவப்பு கல் சுவர்களும் மேலேயும் சுற்றிலும் இருந்த பளிங்குக் கவிகை மாடங்களும் தென்றலால் துவளச் செய்யப்படும் மிருதுவான திரைத் தொங்கல்களும், அதனைப் பாதுகாத்த மின்னல் திரை வானின் ஒளிவட்டமெனத் தொங்கின. அவர் இங்கிருக்க விரும்பவில்லை. அவரிடமிருந்த துயரத்தை கோபம் இடப்பெயர்ச்சி செய்தது. சில நூறு தினங்கள் வரை, அதியற்புதத்திலோ புனைவானதிலோ எதிலும் தனக்கு, ஆர்வமில்லை எனத் தனக்குத் தானே ஞாபகப்படுத்திக் கொண்டார். கற்பித கலவை உருவங்களோ தேவதைகளோ, சொர்க்கமோ நகரமோ உருமாற்றங்களோ கூடுவிட்டுக் கூடு பாய்தலோ அனைத்தும் ஒழியட்டும், அவர் எப்போதும் எண்ணியிருந்தார். தன் பாதங்களின் கீழே திடமான பூமி, விரல் நகங்களின் கீழே தூசு, வளர்ந்து வருபவற்றின் பராமரிப்பு, கிழங்குகளும் வேர்களும், வித்துகளும் முளைப்புகளும், இதுதான் அவரின் உலகமாய் இருந்திருந்தது. அப்புறம் திடுமென்று பூமியிலிருந்து எழுதல், அபத்தப் பிரபஞ் சத்தின் வருகை, விசித்திரத் தன்மை, பிரளயம். மர்மமாக அவர் எழுந்தது போன்றே இறங்கவும் செய்தார். இப்போது அவர் விரும்பியதெல்லாம் தொடர்வதுதான், அதற்கு என்ன அர்த்தம் என்று அவர் அறிய விரும்பவில்லை. இடத்தின் பொருளின்

அங்கமாயிருந்திட அவர் விரும்பவில்லை. அதற்கான சொல் அவரிடத்தே இல்லை. அவையெல்லாம் இருக்கின்ற ஒரு சொல் - நிஜ உலகைத் தன்னைச் சுற்றிலும் மீள் உருவாக்கம் செய்திட விரும்பினார். நிஜ உலகம் ஒரு மாயமாக இருப்பினும், பகுத்தறிவற்றதன் இத்தொடர்பும்தான் உண்மை. நிஜத்தின் கற்பனையை அவர் மீண்டும் விரும்பினார். நடந்திட, துள்ளி ஓடிட, தாவிட, தோண்டிட, வளர்ந்திட. ஏதோ ஒரு சைத்தான் போலில்லாது பூமியின் உயிராக, ஆகாய சக்திகளின் உயிராக இருந்திட. அவரது ஒரே ஆசையாக அது இருந்தது. இருப்பினும் இங்கே இருந்தது, தேவதை தேசம். அவர் முன்னே புகையின் பெண் தெய்வம், அவரது ஞாபகப்படி, கல்லறையிலிருந்து தோண்டியெடுக்கப்பட்ட இறந்த மனைவியல்ல அது. புரிதல் அவரைக் கைவிட்டது. அவரிடம் அழுவதற்கு கண்ணீர் இல்லாது போனது.

என்னை ஏன் இங்கு கொண்டு வந்திருக்கிறாய். அவர் வினவினார். என்னை நீ தனியே விட்டிருக்க முடியாதா?

தன் இருதயத்தே பிரகாசிக்கும் வெண்மை ஒளியின் சுழலுக்குள்ளே அவள் கரைந்து விட்டாள். அப்புறம் மீண்டும் உருக் கொண்டாள். இபின் ரசீத்தின் காதலியான எலும்பும் தோலுமான துனியாவாக அல்லாமல், விண்ணக தேவதை ஆஸ்மான் பெரியாக, வெற்றியாளனின் சினம் அவள் நெற்றியிலே மின்னலெனச் சொடுக்கும் அழகுடன், ஆபரணங்களால் அலங்காரம் செய்து கொண்டு, புகைச் சுருள்களை உடுத்தி, பிறை நிலவின் வடிவிலே சேவகியர் அவள் பின் நின்று அவள் கட்டளைக்குக் காத்து நகைத்திட்டனர். ஜின்னியா இளவரசியிடம் கேள்விகள் கேட்காதே என்றாள். கோபப்படுவதற்கான நேரம் இப்போது அவளுக்கு, என் அடிமையாயிருக்க அல்லது என் ஒயினை ஊற்றிட அல்லது என் பாதங்களில் எண்ணெயிட உன்னை நான் இங்கு கொண்டு வந்திருக்கக் கூடும்.

அல்லது எனது பகல் உணவாய் நீ இருக்க முடியும். உனக்கு எதிராய் எனது சிறு விரலை நீட்டினால், இப்பெண்டிர் உன்னைச் ச்மைத்துவிடுவார்கள். அவர்கள் செய்ய மாட்டார்கள் எனக் கற்பிதம் செய்யாதே. ஓர் இளவரசியின் அழகைப் புகழ்ந்திடாது இருந்துவிட்டாய். அப்புறம் காரணங்களைக் கேட்கிறாய். காரணங்கள் மனித மடமைகளாகும். அவற்றைச் சேர்த்து நான் கொண்டுவருகின்றேன்.

என் சாதாரண வாழ்வுக்குத் திரும்புகிறேன். நான் கனவுவாசியில்லை, ஆகாயக் கோட்டைகள் உள்ள இடத்திற்குப் பொருந்தாதவன். எனக்குத் தோட்ட வேலையிருக்கிறது, என்றார்.

நீ எனக்கு கொள்ளு - கொள்ளு - கொள்ளு - கொள்ளு - கொள்ளு- கொள்ளு - கொள்ளுப் பேரனாதலால், ஒன்றிரண்டு கொள்ளுவை விட்டுவிடு அல்லது சேர்த்துக்கொள், நான் உன்னை மன்னிக்கிறேன். ஆனால் முதலில், நெறிமுறைகளை கவனத்தில் கொள்; குறிப்பாக என் அப்பா அறைக்குள் நுழைகையில், என்னை விட தாராளக் குறைவாயிருக்கலாம். இரண்டாவதாக, முட்டாளாயிருப்பதை நிறுத்து. உனது சாதாரண வாழ்க்கை இனிமேலும் இல்லை, என்றாள்.

என்ன சொன்னாய்? நான் உனக்கு என்ன உறவு?

அவருக்குக் கற்பிக்க அவளிடம் நிறையவே இருந்தது. தான் எவ்வளவு நல்வாய்ப்பாளன் என்பதைக்காட்ட அறியாதிருந்தார். அவள் அழகான விண்ணகதேவதை, இரு உலகங்களிலும் யாரையும் அவள் பெற்றிருக்க முடியும்; தான் ஒரு காலத்தில் நேசித்த மகத்தானவரின் எதிரொலியாக அவர் முகம் இருந்ததால், அவரைத் தெரிவு செய்திருந்தாள். பெரிஸ்தானில் அடியெடுத்துவைத்தாலே, அழிந்துபடும் மானுடர் பலரை சித்தம் பேதலிக்க வைக்கும் என்றாலும், உலகில் இயல்பான விஷயம் என்பதாகத் தான் காஃப் மலைமீது நின்றிருந்ததை அவர் புரிந்துகொள்ளவில்லை. தன் குருதியில் கொண்டிருந்த மிகப்பெரும் ஜின்னியின் ஆன்மாவை, தன்னை அவர் அறிந்து கொள்ளவில்லை - அவள் காரணமாக. இப்பரிசுக்காக அவர் அவளுக்கு நன்றி பாராட்டவேண்டும், மாறாக அவர் கடுகடுப்பாயிருந்தார்.

எது எப்படியாயினும், உனக்கென்ன வயது? என்றார்.

கவனம், இல்லாதுபோனால் உன் இருதயத்தைக் கரைத்திட இடியை அனுப்பிவிடுவேன்; அது உன் ஆடைகளுக்குள் இறங்கி உனது முட்டாள்தன ஷூக்களைப் பசையால் நிரப்பிவிடும், என்றாள்.

அவள் தன் விரல்களைச் சொடுக்க, அவள் முன்னே தந்தை ஜெர்ரி தோன்றினார்; எப்போதும்போல ஜெரோனிமோ மேனஸெஸைத் திட்டினார். இதனை நீ முதலில் என்னிடமிருந்து தெரிந்துகொண்டாய், இதனை நீ நம்பமாட்டாய். துனியாஜாத், அவெர்ரோஸின் இனம். இப்போது என்னிடம் சொல்வதற்கு என்ன வைத்துள்ளாய்?

நீ நிஜமில்லை, போய்விடு, என்றார்.

ஒரு மன்னிப்பு வகையில் நான் எண்ணிக் கொண்டிருந்தேன், கவலைப்படாதே, என்றார் தந்தை ஜெர்ரி; புகை வளையத்தில் மாயமானார்.

இரு உலகங்களுக்கிடையிலான முத்திரைகள் நொறுங்கின, இருண்ட ஜின் சவாரி செய்கிறது, என்றாள். உனது உலகம் ஆபத்திலிருக்கிறது, என் பிள்ளைகள் எங்கேயும் இருப்பதால் நான் பாதுகாத்துக் கொண்டிருக்கிறேன். அவர்களை நான் ஒன்று திரட்டுகிறேன், சேர்ந்தே நாம் போராடுவோம்.

நான் ஒரு போராளியில்லை. அவர் அவளிடம் கூறினார். நான் ஒரு வீரனில்லை. நானொரு தோட்டக்காரன்.

அது ஒரு பரிதாபம். சற்று இகழ்ச்சியுடன் கூறினாள். ஏனெனில் இப்போது அது நிகழ்கின்றபோது, நமக்குத் தேவை வீரர்களே.

இது அவர்களது முதலாவது காதலர் சண்டை. அது எங்கே முடியுமென்று யாருக்குத் தெரியும். ஏனெனில் அவர்களை ஒன்று சேர்த்திருந்த மயக்கங்களின் இறுதித் தடயங்களை அது அழித்துவிட்டது. அவரது இல்லாத மனைவியின் அவதாரமாக இல்லாது போனாள். அவர் அவளது குலத்தந்தை, மாபெரும் அரிஸ்டாட்டிலிய வம்சத்தவருக்கு போதுமானதாயில்லாத மாற்றாக இருந்தார். அவள் சதையால் ஆன புகையாயிருக்க அவர் சிதைந்து கொண்டிருக்கும் களிமண் கட்டியாயிருந்தார். அங்கேயே அப்போதே அவரை அவள் ஒதுக்கித் தள்ளியிருப்பாள். ஆனால் அப்போது காஃப் மலைக்கு விநாசம் வந்து சேர, உலகங்களின் யுத்தத்தின் புதிய கட்டம் தொடங்கிற்று.

தொலைவான அறையில் ஓர் அலறல் கேட்டது. அப்புறம் உரத்த, இன்னும் உரத்த அலறல்களின் தொடர்ச்சி, இருண்ட முத்தங்களென வாயிலிருந்து வாய்க்குக் கடத்தப்படும் கிறீச்சிடல்கள், அரச குடும்பத்துத் தலைமை ஒற்றன் ஓமரின் ஓடுகின்ற உருவம் வேகமாய் நெருங்குவதைக் காணக் கூடும். ஜின்னியா இளவரசியுடன் இருந்த திரு.ஜெரோனிமோ, அவளது தந்தை, தேவதைச் சக்கரவர்த்தி, ஷாருக்கின் மகனான வல்லமை வாய்ந்த ஷாபால் நஞ்சூட்டப்பட்டதைத் திகிலேறிய குரலில் அவளுக்குக் கூறிட நின்றிருந்தார். அவர் சிமுர்க் மன்னராயிருந்தார். காஃபின் புனிதப் பறவை சிமுர்க் அவரைக் காவல் காத்து நின்றது. தனது வேதனையின் புதிர் வடிவத்தில் அமிழ்ந்து இருந்தது. ஆயிரக்கணக்கிலான ஆண்டுகளின் ஆட்சிக்குப் பிறகு, ஜின்கள் பயணித்திராததும் ஷாபாலை விடவும் வல்லமையான மன்னர் ஆட்சிபுரிந்ததுமான நாடுகளை நெருங்கிவருவதாக ஷாபால் அறிந்தார். தனது இரு அரசுகளின் வாயிலிலே மலைச் சக்கரவர்த்திக்காக, பிரமாண்டமான நான்கு கண்களுடைய இரு நாய்களுடன் காத்து நின்றார். மரணத்தின் பிரபுவும் சொர்க்க - நரகங்களின் காவலருமான யமன்.

அவர் வீழ்ந்தபோது மலையே விழுந்திருந்தது போன்றிருந்தது. உண்மையில் காஃபின் கச்சிதமான வட்டத்தில் விரிசல்கள் தென்பட்டதாக சொல்லப்பட்டிருந்தது. மரங்கள் மத்திய பகுதியைப் பிரித்திட, பறவைகள் விண்ணிலிருந்து விழுந்தன. மிகத் தாழ்ந்த சரிவிலுள்ள மிகத் தாழ்ந்த தேவர் நடுக்கங்களை உணர்ந்தார். அவரின் மிக விசுவாசமற்ற குடிமக்களும் குலுக்கி எடுக்கப்பட்டனர். தேவர்களும் இருண்ட ஜின்களின் பசப்பலால் மயக்கப்படுவதற்காக ஆயத்தமாயிருந்தனர். மன்னரின் நஞ்சூட்டப்பட்ட விவகாரத்தில் உடனடியான பிரதான சந்தேகத்துக்குரியவர்களாக இஃப்ரிட்டுகள் இருந்தனர். ஏனெனில், ஜின்களின் மன்னர் எப்படி நஞ்சூட்டப்படுவார், ஜின்கள் புகையற்ற நெருப்பால் ஆனவர்கள், நெருப்புக்கு எப்படி நஞ்சூட்ட முடியும் என்பதே ஒவ்வொருவர் உதடுகளிலிருந்த கேள்வியாகும். ஒரு ஜின்னுக்குள் செலுத்தப்படுவதான மறைஞான தீயணைப்பான்கள், அவரைக் கொல்லக் கூடியதான, பில்லி சூனியத்தில் உருவாக்கப்பட்ட வீக்கத்திற்கெதிரான முகவர்கள் அல்லது நெருப்பினை எரிக்க முடியாதபடி உடனடியான சூழலிலிருந்து காற்றினை உறிஞ்சி எடுத்துவிடும் மாய வசியங்கள் இருந்தனவா? எல்லா விளக்கங்களும் அபத்தமாகி நல்ல பதில்கள் எங்கணும் இல்லாதனவாகிட, மடிந்துகொண்டிருக்கும் ஒவ்வொருவரும் வைக்கோற் தாட்களைப் பற்றிக் கொண்டிருந்தார். ஜின்களிடையே மருத்துவர் யாருமில்லை. ஏனெனில் நோய் என்பது அவர்கள் அறியாதது. மரணங்கள் மிக அரிதானவை, ஒரு ஜின் மட்டுமே ஒரு ஜின்னைக் கொல்ல முடியும் என்பது ஜின்களிடையேயான உள்ளங்கை நெல்லிக் கனி. ஆகவே மன்னர் ஷாபால் தன்னையே பற்றிக்கொண்டு நஞ்சு என்று அலறவும் ஒவ்வொருவரது முதல் எண்ணம் அவர்களிடையே துரோகி ஒருவன் இருந்திருக்க வேண்டும் என்பதே.

ஆய்யர் ஓமர் - ஆய்யர் எனில் ஒற்றன். ஏழ்மையான தொடக்கத்திலிருந்து அரசு சேவையில் பணியாற்றிட நீண்ட பாதையில் பயணித்திருந்தார். பெரிய உதடுகளும், பெரிய கண்களும், சற்றுப் பெண் தன்மையுமுள்ள நல்ல தோற்றமுடையவர். நீண்ட காலத்திற்கு முன்னர் பெண்கள் உடையணிந்து பூமியிலுள்ள இளவரசர்களின் அந்தப்புரங்களில் பணியாற்றிடும் கடப்பாடு கொண்டிருந்தார். இளவரசர்களின் கவனம் எங்கோ இருக்கையில், இரவு வேளையில் பெண்களிடம் செல்வது தனது ஜின்னி எஜமானருக்கு எளிதாயிருக்குமாறு செய்ய முடிந்தது. ஒரு சந்தர்ப்பத்தில், O வின் இளவரசன், சலிப்புற்ற O வின் மனைவியருடன் மன்னர் ஷாபால் விளையாடிக் கொண்டிருந்தபோது, எதிர்பாராது வந்துவிட்டான். ஜின்னிக் காதலன் ஒருவன் அப்பெண்டிருக்கு உற்சாகமானதும் வரவேற்கத்

தக்கதுமான மாறுதலைச் செய்யதான். துரதிருஷ்டவசமாக ஓமர் தன் எஜமானரின் கட்டளையைத் தவறுபடக் கேட்டுவிட்டான். நம்மிடமிருந்து உடனே வெளியேறவும், உடனே அவனை இல்லாமல் பண்ணவும், அந்தோ, அப்படியே இளவரசனின் தலை துண்டிக்கப்பட்டது. அதன் பின்னர் பெரிஸ்தானில் அந்த ஆய்யர் துணிக்காதுடைய ஓமர் என்றறியப்பட்டார். அத் தவறினைச் சரி செய்திட அவருக்குப் பூமியின் காலத்தில் இரண்டு வருடங்கள், எட்டு மாதங்கள், இருபத்தெட்டு இரவுகள் பிடித்தன. அதிலிருந்து அவர் உச்ச நிலைக்கு உயர்ந்தார்.

அனைவரின் நம்பிக்கைக்கு உரியவரானார். குறிப்பாக மன்னருக்கும் அவரது விண்ணகத் தேவதை மகள், துனியாவுக்கும், காஃப் மலையின் உளவுத்துறைக்கு அதிகாரபூர்வமற்ற தலைவராயிருந்தார். ஆனால் வீழ்ச்சியுற்றிருந்த மன்னரை முதலில் கண்டிருந்தவர் அவர் ஆதலால் சந்தேகத்தின் குளிர்ந்த விரல் நுனி இயற்கையாகவே அவரது நெற்றியில் பதிந்தது. அவர் இளவரசியிடம் ஓடிவந்தபோது, அவர் செய்தியை மட்டும் கொண்டுவரவில்லை. அரண்மனையின் கோபக்காரச் சேவகர்களிடமிருந்தும் தப்பி வந்த அவர் சீனப் பெட்டி ஒன்றை வைத்திருந்தார்.

அவள் காஃபின் இளவரசியாகவும் வாரிசாகவும் இருந்ததால், தனது கோபக்கார மக்களின் தவறாக திருப்பி விடப்பட்ட சீற்றத்தை அடக்க முடிந்தது. அவள் ஓர் உள்ளங்கையை உயர்த்தவும், பாட்டிமாரின் காலடிகளில் விளையாடிய குழந்தைகளென உறைந்துவிட்டனர். அவள் தன் கையை அசைக்கவும் அவர்களெல்லாம் நேராகச் சென்றுகொண்டிருந்த காகங்கள் போல சிதறிவிட்டனர். துணிக்காதாக இல்லாது போன ஓமரிடத்தேயான அவளது நம்பிக்கை முழுமையாயிருந்தது. அவர் கையிலிருந்தது ஒரு பதிலென அவளிடம் எதையாவது சொல்ல முற்பட்டுக் கொண்டிருந்தார். உனது தந்தை வலுவானவர், இன்னும் இறக்கவில்லை. தனது ஆற்றலையெல்லாம் திரட்டிப் போரிடுகிறார். அவரது மாயம் அவரைத் தாக்கிடும் பில்லி சூனியத்தை விடவும் வலுவானதாய் இருக்கக் கூடும் என்றார். இதையெல்லாம் அவள் நன்றாகப் புரிந்துகொண்டாள். ஆனால் அவள் கவனிக்கத் தவறியதும் புரிந்துகொள்ளச் சிரமமாயிருந்ததும் எதுவெனில், நஞ்சு, மன்னர், உனது தந்தை என்னும் பீதியூட்டும் செய்தி அவளின் காதுகளை எட்டியதுதான். அப்போது அவள் மாட்சிமை மிக்க கட்டுப்பாட்டுடன் எதிர்வினை ஆற்றவுமில்லை. தன் சேவகியரின் தோள்களில் சரிந்து அழவுமில்லை. மாறாக நன்றி கெட்ட தோட்டக்காரரும் மனித உயிரியும் ஆன ஜெரோனிமோ மேனஸெஸ் பக்கமே

திரும்பியிருந்தாள். அவரின் தழுவலை வேண்டினாள். அவரைப் பொறுத்தவரை, தான் பார்த்திருந்தவர்களிலேயே மிகவும் நேசமிக்க பெண்ணுரு ஒன்று அவர் கைகளில் இருக்க, இத் தேவதை இளவரசியின் பால் ஈர்க்கப்பட்டும் இறந்துவிட்ட மனைவியிடம் விசுவாசமின்மையும் கொண்டிருந்தார். தேவதை தேசத்தினால் போதை ஏற்றப்பட்டுக் கொண்டுமிருந்தார். தன் சொந்த நகரின் தரையை அவரது பாதங்கள் பிரிந்ததை விடவும் குறைவாகவே பதிந்திருந்தன. ஓர் இருத்தலியல் திகைப்பு, வார்த்தைகளோ வாக்கிய அமைப்போ எதுவும் தெரியாமல் ஒரு மொழியைப் பேசச் சொல்வது போன்றிருந்தார். எது சரியான செயல், எது தவறான செயல், அவர் எந்தக் கருத்தும் இல்லாதிருந்தார். ஆனால் இங்கே அவள் நெஞ்சுடன் ஒட்டிக் கொண்டிருந்தாள். இனிதாயிருந்தது, அவரால் அதை மறுக்க இயலாது, அவளுக்குப் பின்னும் அவளைத் தாண்டியும், ஒரு கரப்பான் ஊர்ந்து கொண்டிருந்தது. காற்றில் பட்டாம்பூச்சி ஒன்று பறந்து கொண்டிருந்தது.

இவையெல்லாம், ஞாபகங்கள் என்ற எண்ணம் அவரிடத்தே தோன்றிற்று. இக்குறிப்பிட்ட கரப்பான் பூச்சியையும் இந்த பட்டாம்பூச்சியையும் அவர் முன்னர் இழந்துபோன தன் நாட்டில் எங்கோ பார்த்திருந்ததால், அவரது மனத்தை அறிந்துவிடும் பெரிஸ்தானின் திறமை காரணமாக, ஆழ்ந்த ஞாபகங்களை நினைவூட்டுவது அவரைப் பைத்தியமாக்கிடும் அபாயத்திலிருந்தது. உன்னிடமிருந்து திரும்பிவிடு, உன் கண்கள் வாயிலாக வெளிப்புறமாகப் பார். உன் அக உலகம் தன்னைக் கவனித்துக் கொள்ளுமாறு விட்டுவிடு என்றார். நஞ்சூட்டப்பட்ட மன்னர் இங்கே இருக்கிறார். பீதிகொண்ட உளவாளியும் அதிர்ந்து வேதனைப்படும் இளவரசியும் சீனப்பெட்டியும்.

பெட்டியில் என்ன இருக்கிறது, அவர் உளவாளியைக் கேட்டார்.

மன்னர் விழுந்ததும், அவர் கைகளிலிருந்து அது நழுவிற்று. ஓமர் கூறினார். நஞ்சு உள்ளேயுள்ளது என்று நம்புகிறேன்.

என்ன வித நஞ்சு, திரு.ஜெரோனிமோ கூறினார்.

வார்த்தை சார்ந்தது, ஓமர் சொன்னார். தேவதை மன்னர் ஒருவர், மிகவும் அஞ்சத்தக்கதும் ஆற்றல் மிக்கதுமான சொற்களாலேயே நஞ்சூட்டப்படக் கூடியவர்.

பெட்டியைத் திற. துனியா கூறினாள்.

சீனப் பெட்டிக்குள்

செவ்வகச் சருமத்தின் அடுக்குகளென வேறு பல பெட்டிகள், பாதாளத்தில் விழுவதுபோல மூடியிருந்த வெளியின் மையத்திற்குள் மறைந்தன. பிற பெட்டிகளைப் பெற்றிருந்த வெளிப்புற அடுக்கு நிஜமாகவே உயிர்ப்பு கொண்டதாகத் தோன்றிற்று. அதில் இருந்தவற்றையெல்லாம் உயிர்கொண்டுள்ள மானுட சருமத்திலிருந்து செய்யப்பட்டிருக்கலாமோ என அருவருப்பிலான நடுக்கத்துடன் திரு.ஜெரோனிமோ வியப்புற்றார். சபிக்கப்பட்ட அதனை தொடுவதைப் பற்றி நினைப்பதுகூட அவருக்கு சாத்தியமற்றதாயிருந்தது. ஆனால் அதைக் கையாண்டுகொண்டிருந்த இளவரசி, இவ்வகையான திரும்பத் திரும்ப வரும் சரும - வெங்காயங்களுடனான தனது நீண்ட பரிச்சயத்தை வெளிக்காட்டிக் கொண்டிருந்தாள். சீனப் பெட்டியின் ஆறு மேற்பரப்புகள் நுணுக்கமாக அலங்கரிக்கப்பட்டிருந்தன. பச்சை குத்தப்பட்டது என்னும் வார்த்தை திரு.ஜெரோனிமோவின் மனதில் உதித்தது. மலை சார்ந்த நிலவியல் காட்சிகளாலும் நீரோடைகள் குமிழியிடும் அலங்கார மண்டபங்களாலும்.

இத்தகைய பெட்டிகளில் இரு உலகங்களுக்கு இடையிலான தொடர்பு திரும்பவும் ஏற்படுத்தப்பட்டிருந்தது. கீழேயுள்ள உலகின் மானுட நிஜம் குறித்த விலாவரியான விதவிதமான அறிக்கைகளை சக்கரவர்த்தியின் ஒற்றர்கள் அவருக்கு அனுப்பினர். அவை ஷாபாலுக்கு முடிவற்ற விதத்தில் வசீகரமாய் இருந்தன. நூற்றாண்டு காலப் பிரிவினை காஃபின் மன்னரிடத்தே ஊக்கம் இழந்த உணர்வை ஆழமாய் ஏற்படுத்தி இருந்தது. அதன் காரணமாக அவரால் அடிக்கடி படுக்கையிலிருந்து எழ முடியாதிருந்தது. ஜின்னியா வேசையர்கூட அவர் பாலியல் வகையில் மந்தமாயிருக்கக் கண்டனர். அது ஜின்களில் உலகில் அதிர்ச்சியூட்டும் விசயமாயிருந்தது. ஏனெனில் பாலுறவு ஓய்வில்லாத பொழுது போக்கினை வழங்கிடும் இடம் அது.

சொர்க்கத்தின் சலிப்பைப் போக்குவதற்காக, இந்து தெய்வம் இந்திரன் நாடகத்தைக் கண்டறிந்து மீட்க முடியாத தன் தேவர் கூட்டத்திற்கு, குதூகல மூட்டும் நாடகங்கள் நடைபெறச் செய்ததை ஷாபால் ஞாபகப்படுத்திக் கொண்டார். பெரிஸ்தானுக்கும் அது போல நாடகக் கலையைக் கொண்டுவரலாமா என ஒரு கணம் யோசித்தார். ஆனால் அதனைக் கைவிட்டு விட்டார். ஏனெனில் கற்பிதமான நபர்கள் கற்பிதமானவற்றைச் செய்வதையும் அது பாலுறவில் முடியாததையும் பார்ப்பதை அது குறித்து அவர் விசாரித்த ஒவ்வொருவரும் பரிகசித்தனர். சிலர் மட்டுமே தமது புகை - நெருப்பு பாலுறவு வாழ்க்கையை நிறைவூட்டிடப் பயனுள்ளதாய் அது இருக்கும் என ஒத்துக்கொண்டனர். தம் யதார்த்த வாழ்க்கை எவ்வளவு துடிப்பின்றி இருப்பினும், யதார்த்த வாதத்தால் பீடிக்கப்பட்ட ஜின்கள், கற்பிதத்தில் நாட்டமில்லாதவர்கள் என ஷாபால் முடிவுக்கு வந்தார். தேவதை தேசத்தில் புத்தகங்கள் கிடையாது.

இந்நாட்களில் இஃப்ரிட்கள் அல்லது இருண்ட ஜின்கள், காஃபினை அவர்தம் காட்டுமிராண்டி பிரதேசத்திலிருந்து பிரித்திட கட்டுப்பாட்டுக் கோட்டிலிருந்து பின்வாங்கியிருந்தன. அது பூமியின் காதலர் ஷாபாலை வேதனை அடையச் செய்தது. இதன் காரணமாக காஃபின் எல்லைகளில் விரோதங்கள் அநேகமாக முடிவுக்கு வர, சம்பவங்கள் குறைந்து, நாட்களின் சலிப்பை அதிகரித்தது. ஷாபால் தன் மகள் மின்னல் இளவரசியின் சுதந்திரம் பாதுகாப்புத் தடைகளை நிறுவிய அவர், கீழேயுள்ள உலகின் ஆனந்தங்களைத் தேடி, நீண்ட நாட்களுக்கு காஃபில் இல்லாமலிருந்தார். மன்னர் தன் அரியணையில் இருக்க வேண்டியிருந்தது. அதுதான் முறை. மகுடம் ஒரு சிறை. தன்னிடம் தங்கியிருப்பவரைத் தன் சுவர்களுக்குள் வைத்திருக்க ஓர் அரண்மனைக்கு தடுப்புடைய ஜன்னல்கள் தேவையில்லை.

***

நஞ்சூட்டப்பட்ட பெட்டி மற்றும் நஞ்சு மறைக்கப்பட்டிருந்த கதைகள் கொண்ட பெட்டி ஆகிய இரு கதைகளும் வாயிலிருந்து காதுக்கும் காதிலிருந்து வாயுக்குமான பல கதை சொல்லல்களால் நம்மை அடைந்திருக்கும் இக் கதையை இன்னும் சொல்லுகிறோம். இப்படித்தான் கதைகள் இருக்கும். பல நாவுகளால் மீண்டும் மீண்டும் சொல்லப்பட்ட அனுபவம், அதற்கு நாம் சில வேளைகளில் தனியொரு பெயரைத் தருகிறோம். ஹோமர், வால்மீகி, வியாசர், ஷெகர் ஜாத். நம்முடைய பங்கிற்கு நம்மை எளிதாக நாம் என்று அழைத்துக்கொள்கிறோம். அது என்ன விதமான உயிரினம் என்று புரிந்து கொள்கிறோம். அது என்ன விதமான உயிரினம் என்று புரிந்துகொள்ளும்

பொருட்டு தனக்குத்தானே கதைகள் சொல்லும் உயிரினமே நாம். நம்மிடத்தே கதைகளைக் கடத்திவிடுகின்ற அவை தம் ஆரம்பங்களின் குறிப்பான தன்மையை இழந்து, கால வெளியிலிருந்து தம்மை வெளியே எழுப்பிக் கொள்கின்றன. ஆனால் வெறுமனே தாமாயிருப்பதன் சாராம்சங்களின் தூய்மையைப் பெற்றுவிடுகின்றன. இதன் நீட்சியாக அல்லது, நாம் சொல்ல விரும்புவது போல், அதே அடையாள அட்டையால், அடையாள அட்டை என்னவாயிருக்கிறது அல்லது இருந்தது என்பது நமக்குத் தெரியாத போதும். நாம் என்ன அறிந்திருக்கிறோம், என்ன புரிந்துகொண்டிருக்கிறோம் மற்றும் என்னவாயிருக்கிறோம் என்றாகின்றன இக்கதைகள் அல்லது நாம் என்னவாக ஆகியுள்ளோம் அல்லது ஆக முடியும் என்று நாம் சொல்ல முடியும்.

வெடிகுண்டினைக் கவனமாய்ச் செயலிழக்கச் செய்திடும் துப்பறியும் நிபுணரைப் போல, ஓமர் பெட்டியின் வெளிப்புறச் சருமத்தை உரித்தெடுக்க, வெங்காயத் தோல் மறைந்து, ஒரு கதை அடைபட்ட வெளியின் மிருதுவான அடுக்கிலிருந்து விடுபட்டு, ஆரம்பித்தது. ஒரு முணுமுணுப்பு உயர்ந்து இனிதான பெண் குரலாகின்றது. சீனப் பெட்டி கொண்டிருந்த பல குரல்களில் ஒன்றாகின்றது. தூதுவரின் பயன்பாட்டுக்கு கிடைக்கச் செய்கின்றது. ரகசியமானதும் தணிந்ததும் இதமானதுமான இக்குரல் திரு.ஜெரோனிமோவை ப்ளூ யாஸ்மின் பற்றி பாக்தாத் பற்றிச் சிந்திக்க வைத்தது. அவர் வெளியேற்றப்பட்ட இல்லமுள்ள இடம் பாக்தாத். ஒரு சோக அலை அவர் மீது வீசி அப்புறம் வடிந்தது. கதை தன் புத்தகத்தை அவர் மீது எறிய, மடல்களற்ற அவர் காதில் அது தங்கிவிட, அவரின் கவனத்தை ஈர்த்தது.

“கீர்த்திமிகு மன்னவனே, பொதுத் தேர்தலுக்குப் பிறகான அக்காலையில், தொலைதூர நகரமான பி - யின் திரு. அய்ரகைரா, கொடியசைக்கின்ற வெள்ளை வேனிலிருந்து வரும் மெகாபோன் அறிவிப்பைத் தொடர்ந்துவந்த உரத்த சங்குகளால் ஒவ்வொருவரும் போலவே, விழித்தெழுந்தார். ஒவ்வொன்றும் மாற இருந்தது. மெகாபோன் அலறிற்று. ஏனெனில் மக்கள் கோரியிருந்தது அதனைத்தான். ஊழல் மற்றும் நிர்வாகச் சீர்கேட்டால் மக்கள் வெறுத்துப் போயிருந்தனர். எல்லாவற்றையும் விட, நீண்ட காலம் அதிகாரத்தின் மீது பிடியைக் கொண்டிருந்த குடும்பத்தை வெறுத்திருந்தனர். ஒவ்வொருவரும் வெறுக்கின்ற உறவினர்களைப் போலாகி இருந்தனர். அறையை விட்டு வெளியேறுவது வரை பொறுக்க முடியாதவர்களாயிருந்தனர். இப்போது குடும்பம் போய்விட்டதால், வெறுக்கப்பட்ட தேசிய உறவினர்கள் இல்லாது நாடு வளர முடியும் என்று

மெகாபோன் கூறிற்று. ஒவ்வொருவரையும் போலவே, தனது வேலையில் பணியாற்றுவதை உடனடியாகத் தான் நிறுத்த வேண்டியிருந்தது. அந்த வேலை அவர் அனுபவித்தது. நகரின் முக்கிய பிரசுர நிறுவனத்தின் இளம் வாலிபர்களுக்கான புத்தகங்களின் பதிப்பாசிரியர் அவர். ஓரிரவில் நிறுவப்பட்டிருந்த புதிய நிறுவனம் விபரம் தெரிவிக்கப்படும், எதிர்காலத்தின் நிர்மாண இயந்திரமான, புதிய பிரமாண்ட தேசிய நிறுவனத்தின் அங்கமானான் என்றது மெகாபோன்.

"அவன் சட்டென்று உடையணிந்து கீழே சென்று, மெகாபோன் வைத்துள்ள அலுவலரிடம், தான் அறிவியல் பிரிவினைச் சேர்ந்தவனில்லை, கலைத்துறையைச் சேர்ந்தவன் என்பதால், இத்தகைய பணிக்குத் தேவைப்படும் பொறியியல் திறனோ இயந்திரவியல் நாட்டமோ இல்லாதவன் என்று தெரிவிக்க வந்தான். அத்துடன், விசயங்களை அப்படியே இருந்தவாறு விட்டுவிடுவதில் திருப்தியுடையவனாக இருந்தான். அவன் தன் தெரிவுகளைச் செய்திருந்தான். செல்வம் குவிப்பதை விடவும் தொழில் திருப்தியை தெரிவு செய்திருந்தான், குறிப்பிட்டதொரு வயதில் உறுதிப்படுத்தப்பட்ட பிரம்மச்சாரியான அவன், தன் தேவைகளை விடவும் கூடுதலாகப் பெற்றிருந்தான். அவரது பணி மதிக்கத்தக்கதாயிருந்தது; இளம் மனங்களை சவாலுக்கு இழுப்பது, பொழுதுபோக்கிற்கு அழைப்பது, வடிவமைப்பது. மெகாபோன் அலுவலர் அலட்சியமாகத் தோளைக் குலுக்கி, மரியாதையற்ற முறையில் "அதனால் எனக்கென்ன?" என்றார். "தேசவிரோத சக்தியாக உன்னைக் கருதப்பட விரும்பாதவரை, புதிய தேசம் வேண்டுகிறபடி நீ செயல்படு. நமது பிரிவு பிரிவான மேசையில் எந்தவொரு இடமும் இல்லாத அம்சம் அது. நான் பிரெஞ்சு பேசாதபோதும், பிரஞ்சுக்காரர்கள் கூறுவது போல, நம் மரபுக்கு அந்நியமானதென்று நம்புவதால் என்ன வகைப்பாடென்று அறிவது முக்கியமில்லை. வண்டிகள் சீக்கிரமே இங்கு வந்துவிடும். உனது ஆட்சேபணையைத் தெரிவிப்பதில் குறியாயிருப்பின், போக்குவரத்து அலுவலரிடம் பேசு."

"புத்தக வெளியீடு நிறுவனத்திலுள்ள அவனது சகாக்கள், பெரும்பாலான குழந்தைகளின் அறியப்பட்ட அவநம்பிக்கையைத் தாண்டுவதான களங்கமின்மையை அவன் பெற்றிருந்தான். எனவே நீண்ட காலத்திற்கு முன்னர் தன் களங்கமின்மையை இழந்திருந்த உலகின் ஏமாற்றமுற்ற கசப்பினைப் புரிந்து கொள்ள இயலாது போயிற்று. கண்ணியமானவனாக, கண்ணாடி அணிந்தவனாக, குழம்பியவனாக, உறுதியளிக்கப்பட்டிருந்த வண்டிகளுக்காகக் காத்திருந்தான். ரெனி மக்ரிட்டே ஸ்டேன் லாரலை லேசான

பழுப்பில் தீட்டியிருந்ததால், கூட்டத்தினரினைப் பார்த்துத் தெளிவின்றி இளித்தும், அவர்களைக் கட்டுப்படுத்திடும், ஆரஞ்சு வண்ண அடையாளங்களை நெற்றியிலும் நீண்ட கழிகளைக் கைகளிலும் கொண்டுள்ள, மேய்ப்பர்களிடத்தே கண் சிமிட்டியும், இருப்பான். அப்போது அது திரு. அய்ரகைராவை ஒத்திருக்கும். பழையதொரு ஓவியத்திலிருந்து மைத்திட்டுகள் சொட்டுவது போல, வண்டிகளின் வரிசை பழைய கடலோர உலா மேடையில் வளைந்து வந்தது. அப்போது திரு.அய்ரகைரா போக்குவரத்து அலுவலருடன் நேருக்கு நேராய் நின்றார். தன் சதைப்பாங்கான தோள்கள், பீப்பாய் போன்ற நெஞ்சம் அடர்ந்த முடிக்காகப் பெருமிதம் கொண்ட இளைஞனாயிருந்தார். அந்தப் போக்குவரத்து அலுவலர் தவறான புரிந்துகொள்ளல் சீக்கிரம் தெளிவாகிவிடும் என்ற நம்பினார். அவர் பேசத் தொடங்கியதும் போக்குவரத்து அலுவலர் குறுக்கிட்டு அவரது பெயரை வினவினார். அவர் சொல்லவும், தன் கைகளிலிருந்த ஆவணக் கதையைப் புரட்டி சரிபார்த்தார். திரு.அய்ரகைராவிடம் ஒரு தாளினைக் காட்டி "இங்கேயுள்ளது. உனது எஜமானர்கள் உன்னைக் கைவிட்டுள்ளனர்" என்றார். பகுத்தறிவுடன் அவர் விளக்கினார். "அது சாத்தியமில்லை, முதலாவது நான் அலுவலகத்தில் மதிக்கப்படுபவன், இரண்டாவது, இது உண்மையாயிருப்பினும், வாய் மொழியிலும் எழுத்து ரீதியிலும் எச்சரிக்கை அறிவிப்புகளை நான் பெற்றிருக்க வேண்டும். இறுதியில் வேலை நீக்க உத்தரவு. அதுதான் முறை, அது பின்பற்றப்படவில்லை. அத்துடன், வேலையில் நான் நன்றாக மதிக்கப்படுகிறவன். எனவே பதவி உயர்வுக்குக் காத்திருக்கிறேனே ஒழிய பணி நீக்கத்திற்காக அல்ல." அக்காகிதத்தின் கீழேயுள்ள கையொப்பத்தைக் காட்டிய போக்குவரத்து அலுவலர், "அடையாளம் தெரிகிறதா?" என்றார். தன் எஜமானரின் அதே கையொப்பத்தைப் பார்த்து திரு. அய்ரகைரா அதிர்ந்துவிட்டார். "அப்படியானால் விசயம் முடிந்தது. நீ வெளியேற்றப்பட்டிருப்பின், ஏதேனும் தவறு செய்திருக்க வேண்டும். நீ கள்ளமற்றவனாக நடிக்கலாம். ஆனால் குற்றம் உன் முகத்தின் மீது எழுதப்பட்டிருக்கிறது. நீ சரி பார்த்துள்ள இக் கையொப்பம்தான் நிருபணம். வண்டியிலேறு."

"எனது பிரியத்துக்குரிய பி.நகரிலே இத்தகைய விசயம் நிகழக் கூடுமென்று நான் நம்பியதே இல்லை" என அதிருப்தி வாக்கியம் ஒன்றினை திரு.அய்ரகைரா முன் வைத்தார்.

"நகரின் பெயர் மாற்றப்பட்டுள்ளது, இப்போது அது தன் தொன்மையான பெயரால் அறியப்படும். அது கடவுளர்கள்

நீண்ட காலத்திற்கு முன் தந்த பெயராகும், விடுதலை” என்றார் போக்குவரத்து அலுவலர்.

“கீர்த்தி மிக்க மன்னர், திரு.அய்ரகைரா அப்பெயரைக் கேள்விப்பட்டிருக்கவே இல்லை. பழங்காலத்தில் இந்நகருக்குப் பெயரிடுவதில் கடவுளர்கள் ஈடுபட்டது குறித்து எதுவும் தெரியாது. அந்நகரம் உயிர்த்திருக்காதபோதும், நாட்டின் புதிய நகரங்களுள் ஒன்றாக இருந்தது. D போன்று வடக்கிலிருந்த தொன்மையான பெருநகரமாக அல்லாமல் நகரத் தொகுதியாக இருந்தது. ஆனால் அவர் மேலும் எதிர்ப்புக் காட்டவில்லை. மற்ற ஒவ்வொருவரையும் போலவே வண்டிகளில் ஒன்றில் பணிவாக ஏறினார். எதிர்கால இயந்திரம் நிர்மாணிக்கப்பட்டுக் கொண்டிருந்த, வடக்கின் புதிய ஆலைகளுக்குக் கொண்டு செல்லப்பட்டார். அடுத்து வந்த வாரங்களிலும் மாதங்களிலும் அவரது திகைப்பு வளர்ந்தது. அவரது புதிய பணியிடத்தில், டர்பைன்கள் டிரில்களின் விலக்கப்பட்ட அதிர்வுகளுக்கிடையே, தரக்கட்டுப்பாட்டுப் புள்ளிகளைக் கடந்து, அறியப்படாத இலக்குகளுக்கு, நட்டுகளும் போல்ட்டுகளும் இணைப்புகளும் கண்ணிகளும் மிருதுவாக நகர்ந்துபோன கன்வேயர் பெல்ட்களின் நிசப்தமான புதிரினிடையே, தன்னை விடவும் திறம் குறைந்த ஊழியர்கள் அம்மாபெரும் வேலைக்கு அமர்த்தப்பட்டிருப்பதைக் கண்டு வியப்படைந்தார். மரத்தாலும் காகிதத்தாலுமான போலி யந்திரங்களை சிறுவர்கள் ஒட்டிக்கொண்டிருந்தனர். அவையும் மொத்தத்தின் பிரமாண்டத்திற்குள் ஒருவாறு இணைக்கப்பட்டுக் கொண்டிருந்தன. சமையல்காரர்கள் தயாரித்துக்கொண்டிருந்த மாப்பண்டம் இயந்திரங்களின் ஓரங்களில் சிக்கிக் கொண்டன. கிராமங்களில் மண் வீடுகளின் சுவர்களின் மீது பசுஞ் சாணம் பயன்படுத்தப்பட்டிருப்பது போல. ஒட்டுமொத்த தேசமும் நிர்மாணித்துக் கொள்ளுமாறு கேட்கப்பட்டுள்ள இது என்ன மாதிரியான இயந்திரம்? என திரு.அய்ரகைரா தன்னையே கேட்டுக்கொண்டார். மாலுமிகள் தம் கப்பல்களை இயந்திரத்திற்குள் செருக வேண்டியிருந்தது. உழவர்கள் தம் கலப்பைகளை. அவ்வியந்திரத்தின் பிரமாண்டமான கட்டுமானத் தளத்தின் வழியே ஓரிடத்திலிருந்து இன்னோரிடத்திற்கு நகர்ந்து கொண்டிருந்தார் அவர், ஓட்டல் உரிமையாளர்கள் அந்த இயந்திரத்திற்குள் தம் ஓட்டல்களை நிறுவிக் கொண்டிருந்தனர், திரைப்படக் கேமராக்களும் தறிகளும் அங்கிருந்தன. ஆனால் ஓட்டல்களில் வாடிக்கையாளர்கள் இல்லை. கேமராக்களில் ஃபிலிம் சுருள் இல்லை. தறிகளில் துணியில்லை. அவ்வியந்திரம் விரிவு கொள்ளவும் மர்மம் வளர்ந்தது. அவ்வியந்திரத்திற்கு இடமளிக்கும் வகையில் அண்டை அயல்கள் மொத்தமாய்

நொறுக்கப்பட்டன. அவ்வியந்திரமும் தேசமும் ஒன்றென ஆகிவிட்டிருந்தது போல அய்ரகைரா சாஹிப்புக்குத் தோன்றும் வரையும். ஏனெனில் அந்த இயந்திரத்தைத் தவிர வேறெதற்கும் நாட்டில் இடமில்லாதிருந்தது.

"அந்நாட்களில் உணவும் நீரும் ஒதுக்கீடுக்கு உள்ளானது. மருத்துவமனைகளில் மருந்துகள் இல்லை. கடைகளில் விற்பதற்குப் பொருட்கள் இல்லை. இயந்திரமே எல்லாமாக எல்லாவிடத்தும் இருந்தது. ஒவ்வொருவரும் தமக்குத் தரப்பட்டிருந்த பணியிடங்களுக்குச் சென்றனர். ஸ்குரு இடுதல், துளையிடுதல், அடித்தல் எனத் தமக்கு ஒதுக்கப்பட்ட வேலைகளைச் செய்தனர். மிகவும் ஓய்ந்துவிட்டவர்களாக பேச முடியாதபடி வீடு திரும்பினர். பாலுணர்வு அதிகப் பிரயாசை கொள்ள வேண்டியதாக இருக்கவே பிறப்பு விகிதம் குறையத் தொடங்கிற்று. அது தேசத்திற்கு நன்மை பயக்கும் என வானொலி, தொலைக்காட்சி மற்றும் மெகா போன்களால் அறிவிக்கப்பட்டன. தேவைகளை முன்வைப்போர், சுட்டிக்காட்டுவோர் மற்றும் மேய்ப்பவர்கள் என்னும் கட்டுமானத் திட்டத்தின் மேலாளர்கள் எல்லா நேரமும் கேடான வகையில் கோபமாயிருந்ததாகவும் சகிப்புத் தன்மை இல்லாதவர்களாக இருந்ததாகவும் தோன்றிற்று. குறிப்பாக, முன்னர் தம் வாழ்வில் அமைதியாய் இருந்தவர்கள், அவ்வாறு இருந்ததற்காக மற்றவர்களிடத்தே சந்தோசமாக இருந்தவர்கள் என அவனைப் போன்றவர்கள். இத்தகையோர் ஒரே வேளையில் பலவீனராயும் அபாயமானவராயும், பயனற்றவராயும் கலகக்காரராயும் இருந்ததாகக் கருதப்பட்டனர். எங்கே எப்போது தேவைப்படுகிறதோ அங்கே அப்போது, தவறு செய்திட கனத்த ஒழுங்குமுறையான நபர் பயன்படுத்தப்படுவார். இப்பிரிவுகளின் மேல் நிலையில் இருந்தோர் கீழ்மட்டத்தில் இருந்தவரைவிடவும் கோபமாயிருந்ததாக திரு.அய்ரகைரா எண்ணினார்.

"கீர்த்திமிகு மன்னரே, ஒருநாள் திரு.அய்ரகைரா பயங்கரமான காட்சியைப் பார்த்தார். ஆடவரும் பெண்டிருமாக உலோகத் தட்டுகளில் கட்டுமானப் பொருட்களைத் தலையில் தூக்கிக் கொண்டிருந்தனர். அது இயல்பான காட்சியே. ஆனால் இந்த ஆடவர் பெண்டிர் வடிவத்தில் ஏதோ கோளாறு இருந்தது. அவர்கள் தூக்கிச் சென்ற கட்டுமானப் பொருட்களினை விடவும் கனமானது அவர்களை அழுத்திக் கொண்டிருந்ததாகத் தோன்றியது. ஈர்ப்புவிசையே அவர்களின் அண்மையில் அதிகரித்து, பூமிக்குள் நசுக்கப்பட்டதாக இருந்தது. தனக்கு ஒதுக்கப்பட்டிருந்த தரக் கட்டுப்பாட்டு பெல்ட் மீதிருந்த தன் சகாக்களிடம் அது சாத்தியம் ஆவதுதானா என்று கேட்டார். அவர்கள் சித்திரவதை செய்யப்பட்டார்களா?

அவர் வினவிய ஒவ்வொருவரும் வாயினால் இல்லையென்றும் கண்களால் ஆமென்றும் கூறினர். அவர்தம் நாக்குகள் நம் நாடு சுதந்திரமானது என்று கூற அவர்தம் கண்களோ முட்டாளாய் இருக்காதே. இத்தகைய எண்ணங்களை உரத்துக் கூறப் பயமாய் இருக்கிறது என்றன. அடுத்த நாள், நசுக்கப்பட்டவர்கள் போயிருந்தனர். கட்டுமானப் பொருட்களுள்ள உலோகத் தட்டுகள் புதிய நபர்களால் தூக்கப்பட்டிருந்தன. இந் நபர்களிடத்தேயும் ஏதோ ஒன்று சுருக்கி அழுத்தப்பட்டதாகக் காணவும் தான் வாயை மூடிக்கொண்டார் திரு.அய்ரகைரா. அவரின் கண்களே தன் சக ஊழியர்களிடம் பேசின. அவர்தம் விழிகள் நிசப்தமாய் பதிலளித்தன. நீங்கள் துப்ப வேண்டியதாக ஏதோ இருக்கையில், வாயை மூடிக்கொண்டிருப்பது செரிமானத்திற்கு மோசமானதாகும். திரு. அய்ரகைரா குமட்டலை உணர்ந்தபடி வீட்டுக்குச் சென்று, போக்குவரத்து வாகனத்தில் கொட்டிவிடுவதாயிருந்தார். அந் நாட்களின் புதிய சொற்களில் ஒன்றினைப் பயன்படுத்துவதாயின், அது சரியற்றதாய் இருந்திருக்கும்.

"அன்றிரவு திரு.அய்ரகைராவை ஒரு ஜின்னி வந்து பார்த்திருக்க வேண்டும் அல்லது பீடித்திருக்க வேண்டும். ஏனெனில் அடுத்த நாள் காலையில் உற்பத்திப் பிரிவில் அவர் வேறுபட்ட நபராகத் தோன்றினார். அவரின் காதுகளைச் சுற்றிலும் ஒருவித மின்சாரம் வெட்டுவதெனத் தோன்றிற்று. தன் வேலைத் தளத்திற்குப் போவதற்குப் பதிலாக கட்டுமான மேலாண்மை அணி ஒன்றிடம் நேராகச் சென்று, கண்ணில் பட்ட முதுநிலைப் பொறுப்பாளரிடம் உரத்த குரலில், "என்னைப் பொறுத்துக் கொள்ள வேண்டும், அய்யா இயந்திரம் தொடர்பாகத் தங்களிடம் முக்கியமானதொரு கேள்வி கேட்க வேண்டும்" என்று கேட்டது பல சகாக்களின் கவனத்தை ஈர்த்தது.

"கேள்விகள் கூடாது, உங்களுக்கு ஒதுக்கப்பட்ட பணிகளைக் கவனியுங்கள்" என்றார்.

அய்ரகைரா ஷாகிப் தனது கண்ணியமான குரலைக் கைவிட்டு, "கேள்வி இதுதான், எதிர்கால இயந்திரம் உற்பத்தி செய்வது என்ன?" என்றார்.

"இப்போது பலர் கவனித்துக் கொண்டிருந்தனர். அவர்தம் அணிகளிலிருந்து உடன்பாடான முணுமுணுப்பு எழுந்தது. ஆம், இது உற்பத்தி செய்வது என்ன? அலுவலர் தன் கண்களைச் சுருக்கிட, மேய்ப்பர்களின் குழுவொன்று திரு.அய்ரகைராவை

நெருங்கிற்று. “அது இயல்பானதே, அது எதிர்காலத்தை உற்பத்தி செய்கிறது” என்றார் அலுவலர்.

“எதிர்காலம் என்பது உற்பத்திப் பொருளல்ல. மாறாக அது ஒரு மர்மம். அந்த இயந்திரம் உண்மையிலேயே உருவாக்குவது எதனை?” கூச்சலிட்டார் திரு.அய்ரகைரா.

“இப்போது திரு.அய்ரகைராவைப் பிடித்துவிடும் நிலையில் மேய்ப்பர்கள் நெருங்கி இருந்தனர். ஆனால் உழைப்பாளர் கூட்டம் ஒன்று திரண்டு கொண்டிருந்தது. எப்படி நடப்பது மேலானது என்பது தெரியாதவர்களாய் மேய்ப்பர்கள் காணப்பட்டனர். வழிகாட்டுதலுக்காக அவர்கள் அலுவலரை நோக்கினர்.

“அது என்ன உருவாக்குகிறது? அது புகழினை உருவாக்குகிறது. புகழ்தான் உற்பத்திப் பொருள். புகழ்தான் கௌரவமும் ,பெருமிதமும். புகழ்தான் எதிர்காலம். ஆனால் அந்த எதிர்காலத்தில் உனக்கு இடமில்லாததாக நீ எடுத்துக் காட்டியிருக்கிறாய். இப்பயங்கரவாதியை கொண்டுபோங்கள். நோய்க்கூறான தன் மனத்தால் இப்பிரிவினைத் தொற்றிவிடுமாறு அவனை நான் அனுமதிக்கப் போவதில்லை. இத்தகைய மனம் கொள்ளை நோயைக் கொண்டிருக்கும்” அலுவலர் அலறினார்.

“மேய்ப்பர்கள் திரு.அய்ரகைராவைப் பற்றியதும் கூட்டம் சந்தோசமின்றி இருந்தது. ஆனால் மக்கள் கூச்சலிடத் தொடங்கினர். ஏனெனில், இளைஞர்களுக்கான புத்தகங்களின் முன்னாள் வெளியீட்டாளரது காதுகளைச் சுற்றிலும் மின்சாரம் சடசடத்தது. அவரின் கழுத்து, தோள்கள் என விரல் நுனிவரை இறங்கிட, அதிக அழுத்தமிக்க மின்சாரம் அவர் கைகளிலிருந்து கொட்டி, அலுவலரைச் சட்டென்று மாய்த்தது. மேய்ப்பர்களைப் பாதுகாப்பு தேடி ஓடுமாறு சமிக்ஞை செய்தது. எதிர்கால இயந்திரத்தைத் தாக்கி, ராட்சசத் தனமான அதன் கணிசமான பகுதி விரிவுற்று வெடிக்கும்படி செய்தது.”

பெட்டி, இளவரசியின் கரங்களில் நகரத் தொடங்கிற்று. செவ்வக வெங்காயத் தோலடுக்கு ஒன்று உரிந்து, முதலடுக்கைப் போன்றே புகையில் மாயமானது. இன்னொரு குரல், நேர்த்தியான ஆண்குரலில், பேசத் தொடங்கிற்று. “பிளேக் நோயைக் குறிப்பிட்டது , இன்னொரு கதையை ஞாபகப்படுத்துகிறது. அதனைக் கேட்க ஆர்வமாயிருப்பீர்கள்” என்றது சீனப்பெட்டி. ஆனால் கதை வெகுதூரம் முன்னேறுவதற்குள் துனியா திடுக்கிட்டு சிறிது அழுதாள். அவள் பெட்டியை விட்டுவிட்டு தன் காதுகளை மூடிக்கொள்ள கைகளை உயர்த்தினாள்.

சல்மான் ருஷ்தீ ◆ 239

ஓமரும் அழுதார். அவரது கைகளும் காதுகளைப் பொத்த விரைந்தன. பெட்டி தரையில் மோது முன் பிடித்தவர் திரு. ஜெரோனிமோதான். இரு பெரிஸ்தானியரையும் கவலையுடன் உற்று நோக்கினார்.

"அது என்ன?" என்றாள் துனியா. ஆனால் ஜெரோனிமோ மேனஸெஸ் எதனையும் கேட்டிருந்ததில்லை. "விசிலைப் போன்ற சப்தம். நாய்களை விடவும் மனித உயிர்களை விடவும் அலைவேகமுள்ள சப்தங்களை ஜின்னால் கேட்க முடியும். ஆனால் அது ஓர் இரைச்சலே" என அவள் அவரிடம் கூறினாள்.

"ஒரு சப்தம் மறைவான சாபத்தைக் கொண்டிருக்கலாம் இளவரசியே. பெட்டி மூடப்படவேண்டும். உனக்கும் எனக்கும் அது போன்றே உன் தந்தைக்கும் அது நஞ்சாகக் கூடும்" என்றான் ஓமர்.

"வேண்டாம், தொடருங்கள், சாபத்தை நான் புரிந்துகொள்ள வில்லையெனில் எதிர் சாபத்தைக் கண்டறிய மாட்டேன். மன்னர் மாண்டுபோவார்" தன் வெளிப்பாட்டைத் தேவையின்றி இருண்டதாய் வைத்துக்கொண்டு அவள் கூறினாள்.

திரு.ஜெரோனிமோ, தந்தத்திலான சதுரங்கப் பலகை பொருத்தப் பட்டிருந்த சிறிய வால்நட் மேசைமீது பெட்டியை வைத்தார். அது தன் கதை சொல்லலை ஆரம்பித்தது. தன் புதிய ஆண் குரலில் பெட்டி கூறியது. "அது கொள்ளை நோய்களின் காலமாயிருந்தது. ஐ - கிராமத்தில் ஜான் என்பவன் நிசப்த நோயைப் பரப்புவதற்கும் பொறுப்பேற்றான். சிறியவனும் வலுவான முன் கைகளைக் கொண்டவனுமான அமைதியான ஜான் ஐ யில் பொற்கொல்லனாயிருந்தான். பசுமையான வயல்கள், உருண்டையான குன்றுகள், கற்சுவர்கள், கிடுகுக் கூரைகள், இரைச்சலான அண்டை அயலாரைக் கொண்ட எளிய வாழ்க்கை கொண்ட கிராமம் அது. படிப்பும் நாகரிகமும் மிகுந்த உள்ளூர் ஆசிரியையினை மணந்த பிறகு அவன், ஒரு முறை இரவில் குடித்துவிட்டு மனைவியைக் கொச்சையாகத் திட்டினான். இதனால் அவளது சொற்கோவை வளர்ந்தது போல வறுமையும் வளர்ந்தது. இது பல ஆண்டுகள் நீடித்தது. பகலில் நெருப்பிலும் புகையிலும் கடுமையாக உழைத்து மனைவியிடமும் நண்பர்களிடமும் நல்ல தோழனாக இருந்த அவனிடமிருந்து இரவில் பிசாசு வெளிவந்துவிடும். அப்புறம் அவனது மகன் உயரமானவனாக ஆகியிருந்த போது ஓர் இரவில் ஜானை அமைதியாயிருக்க உத்தரவிட்டான். கிராமத்தில் சிலர் அவன் தன் முஷ்டியால் அப்பனின் முகத்தில் குத்திவிட்டான் என்றனர்.

அதற்கேற்றாற் போல அவனது முகம் சில தினங்களாக வீங்கிக் காணப்பட்டது. வேறு சிலரோ பல் வலியால் வீக்கம் என்றனர்.

"விசயம் எதுவாயினும், இரு புள்ளிகள் ஒத்திருந்தன. தந்தை பதிலுக்கு மகனை அடிக்கவில்லை. மாறாக அவமானத்துடன் படுக்கையறையில் ஒதுங்கிவிட்டான். இரண்டாவதாக, அத்தருணத்திலிருந்து, இரவு வேளைச் சபித்தல் தவிர்த்து, அவனது வார்த்தைகள் சொற்பமாகிவந்து, அநேகமாக அவன் பேசுவதை நிறுத்திவிட்டான். அவனது நாவுக்கும் அது பயன்படுத்தும் வார்த்தைகளுக்கும் இடையிலான தூரம் வளர வளர, அவன் அமைதியானவனாகத் தோன்றினான். குடிப்பது நின்றது அல்லது சமாளிக்கும் நிலைகளுக்குக் குறைந்தது.

அமைதியான ஜானாக நல்லவனாக மாறினான். கண்ணியமானவன், தாராளமானவன், கௌரவமானவன், அன்பானவன், என்றனர் மக்கள். இதனால் மொழிதான் பிரச்சினை. அதுவே அவனிடம் நஞ்சேற்றுகிறது. அவனது உன்னத மானுடப் பண்பை நாசமாக்குகிறது என்பது வெளிப்படையாயிற்று. சிலர் சிகரெட்டுகள் அல்லது சுய இன்பம் செய்தலை விட்டுவிடுவது போல, வார்த்தைகளை அவன் விட்டுவிட்டால், அவனால் நல்லவனாக முடியும் என்றானது.

"அவனிடத்தேயான மாற்றத்தைக் கவனித்த அண்டை வீட்டார், தாமும் வார்த்தையில்லாதவர்களாக பரிசோதித்துப் பார்த்தனர். எவ்வளவு குறைவாய்ப் பேசினார்களோ அந்த அளவுக்கு உற்சாகமனாவனாகவும் நல்லவனாகவும் அவன் ஆனான். மொழிதான் தொற்றாக இருக்கிறது. அதனிடமிருந்து மனித இனம் மீள வேண்டும். கருத்து மாறுபாடு, தவறு மற்றும் குண நலக்கேடுகளுக்கு ஊற்றாயிருப்பது பேச்சுதான். அது சுதந்திரத்தின் அடித்தளமாயில்லாமல் வன்முறையின் நாற்றங்காலாய் இருந்தது. ஐ - யின் குடில்களில் துரிதமாய்ப் பரவி, பிள்ளைகள் விளையாட்டுப் பாடல்களைப் பாடுவதிலிருந்து தடுக்கப்பட்டனர். பிரதான சதுக்கத்தின் மர நிழலில் அமர்ந்து பழைய சாகசங்களை நினைவு கூர்வதினின்றும் பெரியவர்கள் ஊக்கமிழக்கச் செய்யப்பட்டனர். முன்னர் இணக்கமாயிருந்த அக்குக்கிராமத்தில் ஒரு பிரிவு தோன்றி வளர்ந்து உரம் பெற்றது. பேச்சல்ல. பேச்சின்மையே உண்மையான நோய் என புதிய இளம் ஆசிரியை யுவோனி எல்லாவிடங்களிலும் எழுதிவைத்தார். " இது ஒரு தெரிவென நீங்கள் எண்ணலாம். சீக்கிரமே, நீங்கள் விரும்பினால் கூட பேச முடியாமல் போகும். வாய்மூடி இருப்பதையோ தெரிவு செய்து கொள்ள இயலும்" என்றெழுதி

வைத்தார். முதலில் மக்கள் இந்த ஆசிரியையிடம் கோபங் கொண்டனர். அழகும் வாயாடியுமான அவள் பேசும்போது தலையை இடது பக்கமாய் வளைத்துக் கொள்ளும் பழக்கத்தால் எரிச்சலூட்டினாள். கிராமத்தின் தீவிரப் பிரிவினர் பள்ளி மூடப்பட வேண்டும் என்று விரும்பினர். அப்புறம் அவள் சொல்வது சரி என்பதை அறிந்து கொண்டனர். அவர்கள் விரும்பினால்கூட, மோதி விடுவதாய் இருக்கும் வண்டியிலிருந்து ஒதுங்கிவிடுமாறு பிரியமானவரை எச்சரிப்பதற்குக்கூட அவர்களால் எந்த சப்தமும் எழுப்ப முடியாது போயிற்று. இப்போது கிராமத்தினரின் கோபம் ஆசிரியையிடமிருந்து திரும்பி, அமைதியான ஜானிடத்தே திரும்பிற்று. அவர்கள் தப்ப முடியாத ஊமை நிலைக்கு அவர்களை ஆட்படுத்தியிருந்தது அவனது முடிவுதான். ஊமையால், பேச முடியாதவாறு, கிராமத்தினர், பொற் கொல்லனின் உலையைச் சூழ்ந்துவிட்டனர். அவனது உடல் வலிமை குறித்த கனலும் குதிரை லாடங்கள் குறித்த அவர்கள் பயமே அவர்களை நிறுத்திவைத்தது."

இங்கே ஓமர் குறுக்கிட்டான். இது இசைக் கலைஞர் கேஸ்டர்பிரிட்ஜ் மற்றும் போதகர் யூசுப் இஃப்ரிட்டின் கதையைப் போன்றதுதான். ஒருவர் மற்றவரை தொற்று நோயெனக் குற்றம் சுமத்துவது. இது புதுவித நோயாக இருக்கக் கூடும். எப்போது நோயுற்றுள்ளோம், எப்போது ஆரோக்கிமாயுள்ளோம் என மனிதர்களை அறியவிடாது தடுக்கும் நோயாக இருக்கக் கூடும். ஆனால் இக்கதைகளில் தனது கதை மறைந்திருந்ததாக ஜின்னியா இளவரசி கண்டுகொண்டாள். நோய்வாய்ப்பட்ட தன் தந்தையைப் பற்றியும் பிரச்சினைக்குள்ளான தம் கதையைப் பற்றியும் அவள் யோசித்துக் கொண்டிருந்தாள். பொற்கொல்லன் - அவனது மனைவி அல்லது இசைக் கலைஞர் - போதகர் கதையை விடவும் பிரச்சினைக்குள்ளானதாக இருந்தது அது. சந்தர்ப்பவசமாக அவளது யோசனைகள் அவள் வாயிலிருந்து கொட்டிவிட்டன. அவர் என்னை நேசிக்கவே இல்லை.

எப்போதும் என் தந்தையை வழிபட்டேன். ஆனால் அவர் விரும்பிய மகன் நானில்லை. எனது நாட்டம் தத்துவத்தில். என் விருப்பப்படி நடந்திருந்தால் எனக்கென்று ஒரு நூலக வாழ்வை நிறுவிக்கொண்டு மொழி - கருத்துகளின் புதிர் வழிப்பாதையில் சந்தோசமாகக் காணாது போயிருப்பேன். ஆனால் அவருக்குத் தேவைப்பட்டது ஒரு வீரன். எனவே நான் மின்னல் இளவரசியானேன். எனது பாதுகாப்பு எத்தனங்களோ காஃபினை இருளிலிருந்து காத்தது. இருண்ட ஜின் என்னைக் கலவரப்படுத்தவில்லை. நாங்கள் இளமையாயிருந்தபோது, ஜுமுருத், ஜபர்தஸ்து, ஷைனிங் ரூபி, ரைம் என அனைவருடனும்

விளையாடினேன். ரைம் ரத்தத்தைக் குடிப்பதற்கு முன்னர் தேவதை தேசத்தின் இருண்ட சந்துகளில் கபடி, பச்சைக் குதிரை ஆடினோம். அவர்களில் யாருமே எனக்கு ஈடில்லை. ஏனெனில் ஒரு மகன் வேண்டுமென்றிருந்த தந்தையின் மகளாகிய நான், அதி சிறுவன் சிறுமியாவதில் மும்முரமாயிருந்தேன். உணவு நேரங்களில் ஏமாற்றம் அவர் கண்களில் எரிந்தது. பாலினைத் திரிய வைத்தது. இடியின் கலையைக் கற்றுக் கொண்டிருந்தேன் என்று நான் கூறியதும், அவர் முணங்கிவிட்டு, ஒரு சூனியக்காரிக்கு வாள்வீச்சுக்காரனைத் தெரிவு செய்திருப்பேன் என்பதை தெளிவுபடுத்திவிட்டார். ஒரு வாளினை ஏந்திட நான் கற்றக்கொண்டதும், தன் முதுமையில் பெரிஸ்தானின் சிக்கலான அரசியலைத் தீர்த்துவைக்க ஒரு அரசியல் வல்லுநர்தான் தேவை எனக் குறைப்பட்டார். ஜின்களின் சட்ட அறிஞராக நான் ஆனபோது, என்னுடன் வேட்டையாட ஒரு மகன் தான் தேவை என்றார். இறுதியில் என்னிடத்தேயான அவரது ஏம்மற்றம், அவரிடத்தேயான பிரமை நீக்கமாகிவிட, நாங்கள் விலகியவர்களானோம். ஆனால் இருப்பினும், ஒருபோதும் நான் ஒத்துக் கொள்ளாதபோதும், இரு உலகங்களிலும் அவர் மட்டுமே நான் மகிழ்ச்சிப்படுத்த விரும்பும் நபராயிருந்தார். ஒரு காலத்தில் அவரை விலகி வந்து, என் விதியாகிவிட்ட சந்ததியை அடுத்த உலகில் ஆரம்பித்தேன். அதன் பிறகு, நான் காஃபிற்குத் திரும்பியதும், உலகங்களுக்கிடையிலான கதவுகள் முத்திரையிட்டு மானுட நூற்றாண்டுகள் கடந்த பின், அவர் என்னிடமிருந்து இன்னும் நகர்ந்து சென்றார். அவரது உணர்வுகள் ஆட்சேபணையைத் தாண்டி அவநம்பிக்கையை எட்டியிருந்தன. உன்னுடைய மக்கள் யாரென உனக்குத் தெரியாது. இங்கே பெரிஸ்தானத்தில் நீ இழந்துவிட்ட உலகத்திற்காகவே ஏங்குகிறாய். அங்கேதான் உனது மானுடக் குழந்தைகள் உள்ளனர். மானுடக் குழந்தைகள் என்னும் அவ்வார்த்தைகள் அவரது ரசனையின்மையுடன் கனத்திருந்தன. அவரது விமர்சனத்தின் பாரத்தை எவ்வளவு தாங்கியிருந்தேனோ அவ்வளவு வேட்கையுடன் பூமியின் குடும்பத்துடன் மீண்டும் இணைந்திட நம்பிக்கை கொண்டேன். அக்குடும்பத்துக்கு துனியாஜாத் என இபின் ரஷீத் பெயரிட்டிருந்தார்.

குறிக்கோளின்றி ஓர் இயந்திரத்தை நிர்மாணிப்பதில் நீண்ட காலங்களைக் கழித்திருந்தது நான்தான். அவள் அழுதாள், அல்லது கீர்த்தி போல பாரதூரமான குறிக்கோள், அதனைச் சாதிக்கும் முயற்சி தன்னையே வீழ்த்திக் கொள்வதாகும். அந்த இயந்திரம் என் வாழ்க்கை மற்றும் எந்த இயந்திரமும் நிறைவேற்றிட முடியாத குறிக்கோள், என் தந்தையின் நேற்றைக் கைப்பற்றிடும்

சல்மான் ருஷ்தி ◆ 243

கீர்த்தியாயிருந்தது. நான்தான், கொல்லனோ, ஆசிரியையோ தத்துவாசிரியரோ அல்ல. நோய்க்கும் ஆரோக்கியத்திற்கும் தொற்று நோய்க்கும் சிகிச்சைக்கும் இடையிலான வித்தியாசத்தை அறிய முயன்று தோற்றிருப்பது. எனது துயரத்தில் தன் மகள் மீதான என் தந்தையின் வெறுப்பு இயற்கையானதே. ஆரோக்கியமானதே, எனது பெண்ணியல்புதான் கொள்ளை நோய் என்று என்னை ஏற்க வைக்கத் தூண்டிக்கொண்டேன். ஆனால், நோய்வாய்ப்பட்டிருப்பது அவர் என்பதும் ஆரோக்கியமாயிருப்பது நானென்பதும்தான் உண்மை. அவர் உடலிலுள்ள நஞ்சு எது? அவராகவே இருக்கலாம்.

இப்போது அவள் கேவிக் கொண்டிருந்தாள். தோட்டக்காரர் ஜெரோனிமோ அவளைத் தாங்கிக் கொண்டிருந்தார், தனது மானுடரல்லாத காதலிக்கு தன்னால் முடிந்த சொற்பமான ஆறுதலைத் தந்து கொண்டிருந்தார். ஆழ்ந்த இருத்தலியல் குழப்பத்தில் சிக்கிக்கொண்டார். தன் விருப்பத்தைத் தாண்டி அவர் காற்றில் ஏறியதும் அப்புறம் மிருதுவாய் இறங்கியதும் எதைக் குறிக்கின்றது, பூமி அவரை நிராகரித்தது. அப்புறம் மர்மமான முறையில் ஏற்றுக்கொண்டது மீண்டும். தனக்கென்று அர்த்தமில்லாத உலகில் தன்னை அவர் கண்டுகொண்டார். பரிச்சயத்திலிருந்து கட்டமைக்கப்பட்ட மானுட உயிர்களாய் இருப்பதுதான் அர்த்தம், அறிந்தவற்றிலிருந்து தாம் கொண்டுள்ள துண்டுப்படங்களிலிருந்து, பல துண்டுகள் இல்லாதுள்ள திருகு வெட்டுப் புதிர் போல. இருத்தலின் குளறுபடியைச் சுற்றிலும், அதற்கொரு வடிவம் தந்திட, நிறுத்தப்படும் மானுட உயிர்களின் சட்டகமாக இருந்தது அர்த்தம். சிறிது காலத்திற்குப் பிரிந்துவிட்ட தன் மனைவியாக இருந்த அதியற்புத அந்நியருடன் ஒட்டிக்கொண்டு, எந்தவொரு சட்டகமும் கொள்ள முடியாத உலகம் ஒன்றில் அவரிருந்தார். நீண்ட நாளுக்கு முன் இறந்துவிட்ட தத்துவாசிரியர் போல அவர் தோன்றியதால் அவர்பால் விடாப்பிடியாக ஈர்க்கப்பட்டுவிட, அவள் மீது சாய்ந்திருந்தார். அந்நிய மாற்று ஒன்று, அவர்களைத் தழுவிக்கொண்டு, உலகம் நல்லது, இவ்வுலகம் அல்லது அவ்வுலகம் அல்லது இரு உயிர்கள் ஒன்றையொன்று பற்றிக்கொண்டு மாய வார்த்தைகளைக் கூறியதை நம்புமாறு அவர்களை அனுமதித்தது.

நான் உன்னை நேசிக்கிறேன், என்றார் திரு.ஜெரோனிமோ.

நானும் உங்களை நேசிக்கிறேன், பதிலளித்தாள் மின்னல் இளவரசி.

மகிழ்ச்சிப்படுத்த சாத்தியமில்லாதவரும், சிமுர்க் மகுடத்தை அணிந்திருப்பவரும், தன் மகளே தன்னை மாட்சிமை

பொருந்தியவரே என்றழைக்க வேண்டியிருந்தவரும், எப்படி நேசிப்பது என்று மறந்துபோயிருந்தவரும் ஆன தன் தந்தையைப் பற்றிய வருத்தத்தில், தன் முதல் காதல் ஞாபகங்களை அல்லது குறைந்தது அவளை காதலித்திட்ட முதல் பையன்களின் ஞாபகங்களைக் கிடத்தினாள். அப்போது அவர்கள் அஞ் சப்பட்ட இருண்ட ஜின்களும் தன் தந்தையின் பயங்கர எதிரிகளும் அல்லர். அந்நாட்களில் ஜபர்தஸ்து குழந்தை மந்திரவாதியின் இனிய தீவிரத் தன்மையைக் கொண்டிருந்தது. இயற்கையில் இருந்திராத கலவை உருவங்களான முயல்களை தொப்பியிலிருந்து வரவழைக்கும் - அபத்தமான முட்டாள்களின் தொப்பிகளின் பரந்துபட்ட தெரிவு ஒன்றிலிருந்து. இடைவிடாத பேச்சு, தமாஷ்கள், எளிய சிரிப்புடன் கூடிய ஜபர்தஸ்துதான் அவள் சிறப்பாக விரும்பியது. நாவடக்கமும் முணுமுணுப்பும் தன் பேச்சின்மையால் எப்போதும் மோசமான குணம் வாய்த்து, எப்போதும் ஜபர்தஸ்துக்கு உடலளவில் எதிரியான ஜுமுருத் ஷா, அவ்விருவரில் மிகவும் அழகானது என்பதில் சந்தேகமில்லை. கோரமான ஊமையான ராட்சசன் ஒருவித முரட்டுத்தனமான கள்ளமின்மையைக் கொண்டது. நீங்கள் விரும்பிய ரகம் அதுவெனில்.

அவையிரண்டும் அவள் மேல் பித்தாயிருந்தன. அது பூமியை விடவும் ஜின்களின் உலகிலே பிரச்சினை குறைந்ததாகவே இருந்தது. ஏனெனில் ஒரு தார மணத்தின் மீதான ஜின்களின் வெறுப்பால், ஆனால் அவளின் ஆதரவுக்காக போட்டியிட்டன. ராட்சசர்களின் நகைக்குவியல்களிலிருந்து பிரமாண்ட நகைகளை ஜுமுருத் அவளுக்குக் கொண்டுவந்தது. (அரண்மனைகள், கால்வாய்கள், மண்டபங்கள், அடுக்குத் தோட்டங்கள் என பெரிஸ்தானில் நிறுவிய, செல்வந்த ஜின்களின் பரம்பரையிலிருந்து வந்தது அது). மாயாஜால வித்தக ஜபர்தஸ்தோ, மறைஞான கலைஞனாக, குணநலத்தில் கோமாளியாகவும் இருந்து அவளைச் சிரிக்க வைத்தது. அவை இரண்டுடனும் அவள் பாலியல் உறவு கொண்டிருக்கக் கூடும்.

ஆனால் அது அவளிடத்தே அழுத்தமான மனப்பதிவை ஏற்படுத்தி இருக்கவில்லை. போதுமானதாயில்லாத இத்தேவதை தேச போட்டியாளர்களிடமிருந்து மேலும் துன்பியல் ஆடவர் பக்கம் கவனத்தைத் திருப்பத் தொடங்கினாள். அவள் அவர்களைக் கைவிட்டு, மோகத்தின் முக்கோணத்தை முறித்து, தத்தமது தந்திரங்களுக்கு அவர்களை ஒதுக்கிய ஜுமுருத்தும் ஜபர்தஸ்தும் மாறத் தொடங்கின. ஜபர்தஸ்தும் மெல்ல இருண்டதும் சில்லிட்டதுமான ஆளுமையானது, அவளை அது மிகவும் நேசித்திருந்தது. அவள் கருதினாள்.

அதனால் தன் இழப்பை உன்னிப்பாய் உணர்ந்தது. அவள் வியப்புறும்படிக்கு பழிவாங்குவதும் கசப்பானதுமான ஒன்று அதன் இயல்பில் நுழைந்து, தடைப்படுத்திற்று. இதற்கு முரணான வகையில் ஜுமுருத், காதலிலிருந்து விலகி, பல விசயங்களை நோக்கி நகர்ந்தது. அதன் தாடி நீளமாய் வளர்ந்த அளவுக்கு பெண்டிரிடமும் நகைகளிடமும் அதன் ஆர்வம் குறைந்தது. அதிகாரப் பீடிப்பு கொண்டது. அது தலைவராகிவிட ஜபர்தஸ்து பின்பற்றுவோன் ஆனது. ஜபர்தஸ்து தொடர்ந்து ஆழ்ந்த சிந்தனை வயப்பட்டு இருப்பினும் - உள்ளீடற்றதாயிருப்பது சிரமமாகும். உலகங்களின் யுத்தத்தின்போதும் அது வரையிலும் அவை நண்பர்களாயிருந்தன. அப்புறம் மீண்டும் பிரிந்தன.

ஜுமுருத், ஜபர்தஸ்து, மின்னல் இளவரசியான ஆஸ்மான் பெரி ஆகியோரின் களியாட்டம் எவ்வளவு காலம் நீடித்தது? ஜின்கள், கால நீட்சியைப் பொறுத்தவரை மதிப்பிட இயலாதவை. ஜின்களின் உலகத்தில் காலம் இருப்பது போல அவ்வளவாகக் கடந்து போவதில்லை. மனித உயிரிகளே கடிகாரங்களின் கைதிகள், அவர்களின் காலம் வேதனை தரும் விதத்தில் குறுகியதாகும். மனித உயிரிகள் துரிதமாய் நகர்ந்து, காற்றுடன் சென்றுவிடும் மேக - நிழல்களாவர். துனியா முதல் அப் பெயரைத் தாங்கி மேற்கொண்டதும் கூடவே, இளமையான ஒருவரை அல்லாமல் தத்துவாசிரியர் ரஷீது என்னும் ஒரு மானுடக் காதலரையும் கொண்டிருந்தபோது, ஜபர்தஸ்தும் ஜுமுருத்தும் அவ நம்பிக்கையால் நிரம்பினர். அவர்கள் இருவரும் அவள் பொருட்டு கடைசியாக ஒருமுறை நெருங்கினர். "உன்னைப் பரபரப்புக் கொள்ளவைப்பது அறிவென்றால், பெரிஸ்தானெங்கும் சூனியவித்தையிலும் அறிவிலும் என்னைவிட உயர்வானதை காண இயலாது" என்றது ஜபர்தஸ்து. "சூனியவித்தை அறவியலின் பிரிவா? மாய வித்தைகள் அறிவுடன் தொடர்புடையனவா?" அவள் பதிலளித்தாள். "சரி மற்றும் தவறு. பகுத்தறிவினில் உள்ள ஈடுபாடு மானுட அக்கறைகளே, நாய்களின் மீதான ஈக்களைப் போல" என்றது ஜபர்தஸ்து. "ஜின்கள் தாம் தெரிவு செய்தபடி செயல்படுகின்றன. நன்மை - தீமை விவகாரங்களில் அவை கவலைப்படுவதில்லை. ஒவ்வொரு ஜின்னும் அறிகின்றது போல பிரபஞ்சம் பகுத்தறிவற்றது." அதனிடமிருந்து அவள் திரும்பிவிட, அதற்குள்ளே வளர்ந்துகொண்டிருந்த கசப்புணர்வு அதனை வெள்ளமென ஆட்கொண்டது. "உங்களது மானுட, உங்களது தத்துவ, உங்களது ஞான முட்டாள், அவர் சீக்கிரமே இறந்துபோவார் என நீங்கள் உணர்ந்துகொள்கிறீர்கள். நானோ, நிரந்தரமாய் இல்லாது போயினும் அடுத்து ஒரு பெரிய

காலகட்டத்திற்கு வாழ்வேன்” என்றது ஜுமுருத். “இது நல்ல விசயம் என்பதாகக் கூறுகின்றாய். ஆனால் உன்னுடனான நித்தியத்தைவிடவும், இபின் ரஷீதுடனான ஓராண்டு மிகுந்த மதிப்புடையதாகும்” என அவள் அதற்குப் பதிலளித்தாள்.

அதன் பின்னர் அவை அவளது எதிரிகளாயின. ஒரு மானுட உயிருக்காக நிராகரிக்கப்பட்ட அவமானத்தால், ஈயென ஒரு நாளைக்கு வாழ்ந்து அப்புறம் நிரந்தரமாக நசுக்கப்பட்டுவிடுபவன். மனித இனத்தை வெறுத்திட அவற்றுக்குப் புதிய காரணங்கள் இருந்தன.

அவள் தன் இளமையை ஞாபகப்படுத்திக்கொண்டிருக்கையில் திரு.ஜெரோனிமோ, தனது நிஜமான காதலி எல்லா எல்ஃபென்பியனின் நினைவுக்குள் அவளது இளமைக்கால விவகாரங்களின் கதைக்குள் தன் வழியைக் கண்டுகொண்டார். தனது அழகிய வாயாடியான எல்லா, புதியவர்களிடம் அன்பாயிருந்து, தன் உடல் குறித்துப் பெருமிதம் கொண்டு, தன்னைவிடவும் தன் தந்தை பெண்ட்டோவிடம் மிகுந்த நேசமுடையவள் என்று சில வேளைகளில் அவர் எண்ணினார். அவரது இறுதிநாள் வரைக்கும் நாளொன்றுக்கு ஐந்து முறை அவரை அழைத்தாள். ஒவ்வோர் அழைப்பிலும் நான் உங்களை நேசிக்கிறேன் என்னும் வார்த்தைகளைப் பயன்படுத்தினாள். அவருக்கு ஹல்லோ மற்றும் போய்வருகிறேன் என்று கூறுவது போல, பெண்ட்டோ இறந்த பிறகு, ஜெரோனிமோ அழைத்த போதெல்லாம் நீங்களே எல்லாமும் எனக்கு என்றாள். அப்போதுதான், அதுவரையிலும் இல்லை. பேட்மேனை விஞ்சிட சதா வழியைப் பார்த்துக்கொண்டிருக்கும் சந்தோசமான கேடியைப் போல, தனது கோமாளிப் புன்னகை கொண்டுள்ள, புத்திசாலியும் மிடுக்கானவரும் சற்றுத் திருகலானவருமான தந்தையினிடத்தேயான மகளின் நேசத்தில் பொறாமைப்படுவது முட்டாள்தனமாகும். ஆனால் சில வேளைகளில் என்னால் தவிர்க்க இயலவில்லை. திரு.ஜெரோனிமோ தனக்குள் ஒத்துக்கொண்டார். இப்போதும் அவரால் அதைத் தவிர்க்க இயலவில்லை. பெண்ட்டோ இறந்தது போன்றே தான் இறந்திட ஒரு வழியும் அவள் பார்த்தாள். அவருடைய இறப்புப் போலவே, ஒரு மின்னல் வெட்டில் தன் வழியைப் பார்த்தாள்.

இப்போது நான் என்ன செய்து கொண்டிருக்கிறேன். அவர் தன்னையே கேட்டுக்கொண்டார். இடி முழக்கத்தின் தேவதை அரசியும் என் பிரியத்துக்குரியவளை கொலைசெய்திட்ட ஆற்றலைப் பெற்றிருப்பவளும் அவதாரமுமான அதியற்புத உயிரை என் கைகளில் பற்றியிருக்கிறேன். என் மனைவியைக்

கொன்றது எது எனக் காதலியிடம் என்னையே அனுமதித்துக் கொள்வது போல, காதல் வார்த்தைகளை அவள் காதில் முணுமுணுத்துக் கொண்டிருக்கிறேன். அது என்னைப் பற்றி என்ன கூறுகிறது, அதற்கு அர்த்தமென்ன, நான் யாரென்றும். அவளது காது என்னுடையது போலவே மடலில்லாது உள்ளது. மாயப் புனைவிலிருந்து வெளிப்பட்ட உயிரியொன்று அவள் எனது தொலைதூர மூதாதை, பற்றிக்கொள் என்கிறது. நீ ஒரு மாயத்தில் ஆழ்ந்து விட்டாய். உனது பாதங்கள் பூமிக்குத் திரும்பியிருக்கலாம். ஆனால் இப்போது உன் தலையோ உயரே உயரே மேகங்களில் இருக்கிறது. அவர் தன்னை நிந்தித்துக் கொண்டாலும், எல்லா மங்குவதை, வெறுமையை நோக்கி நழுவுவதை உணர்ந்தார். அவரது கைகளிலிருந்த கதகதப்பான அவளது உடல், அது புகையால் ஆனது என்பதை அறிந்திருப்பினும், நிஜமாக திடமிக்கதாக ஆனது.

தான் நன்றாக உணரவில்லை என உணர்ந்து கொண்டார். நெஞ்சில் அவரது இருதயம் அடித்துக்கொண்டது. காஃப் மலையின் தூய்மைப்படுத்தப்பட்ட காற்று இலேசாக உணரவைத்தது. உயரமான பகுதிகளில் வரும் தலைவலி போன்றதற்கு சிகிச்சை எடுத்துக்கொண்டிருந்தார். அவரின் இழந்துபோன தொழிலின்பால் அவரது எண்ணங்கள் திரும்பின. அது மேலும் மேலும் இழந்துவிட்ட அகமாக உணர்ந்தது. புயல்வரும் மட்டும் அவ்வளவு அழகிய லா இன்கோயெரன்ஸாவிடம் திரும்பின. தோண்டியது. களையெடுத்தது, விதை நட்டது, வேலிகளைத் திருத்தியது. பசிய செடிகளைத் தின்று விடும் விலங்குகளுக்கு எதிரான சண்டை, மர ஒட்டுண்ணிகளை வென்றது. கல்மேல் கல் என புதிர் வழிகளை நிறுவியது, நெற்றி மீதான அடர்ந்த வியர்வை, தசைகளில் உண்டான சந்தோசமான வலி, வெய்யிலிலும் மழையிலும் கோடையிலும் குளிர்காலத்திலும் வெப்பத்தின் மேல் வெப்பமாக பனிமேல் பனியாக நல்ல வேளை செய்த தினங்கள் ஆயிரத்தோரு ஏக்கரை மூழ்கிய நதியை புல்லின் கீழ் அவரது மனைவி கிடந்த குன்றினை ஞாபகப்படுத்தினார். இடியின் முழக்கமும் அந்நியத் தன்மையும் உலகை நொறுக்குவதற்கு முந்தைய, கள்ளமற்ற அக்காலத்திற்கு கடிகாரத்தைத் திருப்பிட அவர் விரும்பினார். தன்னை வருத்தியது வீட்டுப் பிரிவு எனப் புரிந்துகொண்டார்.

வீட்டுப்பிரிவு, காலத்திலும் வெளியிலும் அவரை வருத்திற்று. வீடும் இப்போது பிரிவு கொண்டிருந்தது. அதனை நிலைநிறுத்த வேண்டியிருந்தது. ப்ளூ யாஸ்மினும் சகோதரி ஆல்பீயும் ஆலிவர் ஓல்டுகேஸிலும் தத்துவவாதி சீமாட்டியும் பாக்தாத்தில் படிக்கூண்டு விட்டத்தில் தொங்குமாறு விடப்பட்டிருந்தனர்.

248 ◆ இரண்டு வருடங்கள், எட்டு மாதங்கள், இருபத்தெட்டு இரவுகள்

மீண்டும் நகர்ந்திட அச்சித்திரம் அவசியமானது. அவர் அக்கறைகொண்டிருந்த நால்வரில் இருவரும் மற்றும் இருவரும் பகைவர்கள், ஆனால், நால்வரும், நகரமும் நாடும் ஒட்டுமொத்த ஆடவர் உலகமும் கொண்ருந்த தேவையைப் போல, சிகிச்சைக்குத் தகுதியுடையவர்களாக, அந்நியமாக்கப்படாதிருக்கும் தகுதியுடையவர்களாக இருந்தனர். மின்னலின் விரிப்புகளால் தற்காப்பு செய்யப்பட்ட வளைந்த அரண்மனைகளின் இத்தேவதை தேசம் இறந்த மன்னர்கள், உளவாளிகளின் தந்திரக் கைகளில் கதைகளை அவிழ்க்கும் மாயப் பெட்டிகள். காதல் நோய் கொண்ட ஜின்னின் இக்கட்டுக் கதை அவருக்கானது அல்ல. கீழ்மட்ட உலகவாசியாயிருந்தார். மாயப் புனைவுகளின் பெருமைகளை நிறையவே கொண்டிருந்தார்.

***

நம்மைப் பொறுத்தவரை, அவரைத் திரும்பிப் பார்க்கையில், பெரும் தொலைவிலிருந்து பார்ப்பது போல, மாயப் புனைவில் காணாது போய்விட்ட, மூன்று உருவங்களின் அசைவற்ற வண்ணப்படமாக நிறுத்தப்பட்டிருந்தார். மேகம் படிந்த கோபுரங்கள் பகட்டான மாளிகைகளின் மத்தியில் அங்கே அவரைத் தெளிவாகப் பார்ப்பது நமக்குச் சிரமமாய் உள்ளது. அவரையும் அவரது நேசத்துக்குரிய தேவதையையும் திரும்ப வேண்டும் என நாமும் உணர்கின்றோம். அவர் தம் காதல் கதை, சுருக்கமானதாயினும், இங்கே கீழே உள்ள நமக்குத்தான் அர்த்தப்படுகிறது. அங்கே, மேலே, கனவென நிறுவ முடியாத காற்றின் தன்மை. அவர்களின் உண்மையான காதல் கதை, நமக்கு அர்த்தமும் கனமுமுள்ள அது, ஒரு யுத்தத்தில் பொதிந்து வருகிறது. நம் எதிர்காலத்து இடங்களும், அக்கடந்த காலத்தில் அந்நியமாக்கப்பட்டிருந்ததை அறிவோம். நாம் யாரென்று இருப்பவர்கள், இருக்க முடியாதவர்கள் அல்லது நாம் வாழ்கின்ற வாழ்க்கைகளை நடத்துபவர்கள், விசயங்களை சரியாக்கிட பூமியிடம் திரும்பிவிழாத இவ்விரண்டையும் கொண்டிருப்பவர்கள், விசயங்கள் எப்போதும் இருக்க முடிவது உரிமையாக, காலம் என்பது வேறுவிதமான தவறாக வெறுமனே இல்லாது போயின், நம் காலம் சரியானதாக இருப்பின் என்று நாம் சொல்வது போல.

***

சீனப் பெட்டி விசித்திரமான விதத்தில் உரிந்துகொண்டிருந்த நேரத்தே, ஒவ்வொரு அடுக்கும் விழவும் புதிய குரலொன்று புதிய கதையைச் சொன்னது. எந்தக் கதையும் முடிவுறவில்லை. ஏனெனில் அப்பெட்டி தவிர்க்க முடியாதபடி முடிவுறாத

ஒவ்வொன்றினுள்ளும் புதிய கதையைக் கண்டது. விலகிச் செல்வதே பிரபஞ்சத்தின் விதியாக இருந்தது போலத் தோன்றும்வரை, உண்மையான ஒரே விசயம் மாறிக்கொண்டிருக்கும் விதமே. ஐந்து நிமிடங்களுக்கு எதுவும் அப்படியே இருக்காத விநோத நிலையில் எப்படி யாரேனும் வாழ முடியும் என்பதே, எந்தக் கதையாடலையும் அதன் முடிவுக்கு செலுத்த முடிந்ததில்லை. அத்தகைய சூழலில் எந்த அர்த்தமும் இருக்க இயலாது. அபத்தம் மட்டுமே, யாரேனும் பற்றிக்கொள்ள முடிகின்ற ஒரே அர்த்தமாக இருந்தது அர்த்தமற்ற தன்மையே.

ஆக இங்கே ஒரு தருணத்தில் பணத்தில் நம்பிக்கை கொள்வதை நிறுத்திட்ட மக்களை உடைய நகரத்தின் கதை இருந்தது. கடவுளிடமும் நாட்டிடமும் சரியானபடி நம்பிக்கை கொண்டிருந்தனர் அவர்கள். ஏனெனில் அக்கதைகள் அர்த்தப்பட்டன. ஆனால் இக்காகிதத் துண்டுகளும் பிளாஸ்டிக் அட்டைகளும் இயல்பாகவே மதிப்பின்றி இருந்தன. அக்கதையிலுள்ள அடுத்த தருணம் ஆரம்பிக்கவும், (ஆனால் முடியாது) ஒருநாள் காலையில் விழித்தெழுந்த திரு.எக்ஸ், காரணம் எதுவுமின்றி யாரும் புரிந்துகொள்ளாத மொழியைப் பேசத் தொடங்கினார். அம்மொழி அவரது பண்புநலனை மாற்றத் தொடங்கிற்று. எப்போதும் எரிச்சலடைபவராக இருந்துவந்த அவரின் வார்த்தைகள் புரிவது குறையத் தொடங்கவும், அவர் மிகவும் மதிப்பு மிக்கவரானார். அவர் சொல்லிக் கொண்டிருந்ததை பின்பற்றிக் கொண்டிருந்ததை விடவும் மேலாக அவரை நிறையவே விரும்பினர். அது சுவாரஸ்யமாகிக் கொண்டிருந்தபோது, இன்னொரு அடுக்கு உதிர, கதை திரும்பவும் மாறியது.

***

மற்றும் நாம் ஞாபகத்தில் வைத்துக்கொண்டுள்ள, நம் மனக் கண்களில் வண்ணச் சித்திரங்கள் உயிர்பெற, அரண்மனை உப்பரிகையின் பளிங்கு முற்ற ஓரத்தில் கிளிகள் படபடத்து எழ, வெள்ளை அல்லிகளின் வாசம் காற்றில் கலந்து இளவரசியின் ஆடைகளை சலசலக்க வைத்து, தொலைவில் எங்கோ புல்லாங்குழலின் இனிய சோகம் கேட்டுக்கொண்டிருந்தது. சீனப்பெட்டி மேசையிலிருந்து அடுக்குகளாக உரிந்துகொண்டிருப்பதை சுட்டிக் காட்டியபடியே திரு.ஜெரோனிமோவிடமிருந்து அவள் துள்ளிக் குதிப்பதையும் அப்புறம் கைகளைக் காதுகளின் மேல் வைத்தபடி தரையில் விழுவதையும் வலுவான துடிப்புகளால் உடல்துள்ள, உளவாளி ஓமரும் விழுந்தான். அப்போது ஜெரோனிமோ மேனஸெஸ்

எதனையும் கேட்காமல் எதனையும் உணராமல், அரண்மனையின் தரைமேல் ஜின்னும் ஜின்னியாவும் துடித்துக்கொண்டிருப்பதை மட்டுமே பார்த்தார். நம் வரலாறுகளின்படி இங்கேதான். சமயோஜித புத்தியைக் காட்டினார். அதன் மீதுதான் எதிர்காலம். நம்முடையதும் அவருடையதுமான எதிர்காலம் ஆடிக்கொண்டிருந்தது. சீனப் பெட்டியைப் பறித்துக்கொண்டு, காஃபின் சரிவுகளை நோக்கியபடி உள்ள உப்பரிகைக்கு விரைந்து, அந்நச்சுப் பொருளை வெறுங்காற்றில் எறிந்தார்.

***

ஒரு கணத்திற்குப் பின் துனியாவும் ஓமரும் மீண்டு தரையிலிருந்து எழுந்தனர். நன்றி, திரு.ஜெரோனிமோவிடம் அவள் கூறினாள். எங்கள் வாழ்க்கைகளைக் காப்பாற்றினீர்கள் நாங்கள் உங்களுக்குக் கடன்பட்டிருக்கிறோம்.

இத்தகைய தருணங்களில் ஜின்களால் சம்பிரதாயமாக இருந்துவிட இயலும். இது அவற்றின் வழிமுறை, ஜின்னி அல்லது ஜின்னியாவுக்கு ஓர் உதவி செய்தால் பதிலுக்கு உங்களுக்காக உதவி செய்யும். இவ்விவகாரங்களில். காதலர்களிடம்கூட, ஜின்களின் நடத்தை அப்பழுக்கின்றி சரியாக உள்ளது. துனியாவும் ஓமரும் ஜெரோனிமோ மேனஸெஸிடம் தலை வணங்கியிருக்கலாம். அதுவே சரியான சம்பிரதாய அடையாளமாக இருக்கும். ஆனால் இவ்விசயத்தில் ஆவணங்கள் நிசப்தமாயுள்ளன. அவர்கள் அப்படிச் செய்திருந்தால், திடமான நிசப்த வகையைச் சேர்ந்த அவர் தம் நடத்தையால் தர்ம சங்கடத்திற்கு உள்ளாகியிருப்பார்.

இப்போதுள்ள வசியத்தை நானறிவேன் , என்றாள். என் தந்தையிடம் துரிதமாய்ப் போவோம், நான் அதனைச் சரி செய்திட முற்படுகிறேன்.

அவ்வார்த்தைகள் அவள் உதடுகளிலிருந்து வெளிப்பட்ட மாத்திரத்தில், உரத்த சப்தத்தை அவர்கள் கேட்டனர்.

தன் வாழ்வின் இறுதிக் கணத்தில் காஃபின் கர்த்தா தன் கண்களைத் திறந்து தன் கடைசி ஜின்னியில், ஒரு போதும் எழுதப்பட்டிராத புத்தகத்தைப் பார்க்க வேண்டும் என்றார். அதன் பின்னர் அதனை உரத்து வாசிப்பது போல, புலப்படாத அதன் உள்ளடக்கத்தை எடுத்துரைக்கத் தொடங்க வேண்டும். தத்துவாசிரியர்கள் கஸாலிக்கும் இபின் ரஷீத்துக்கும் இடையிலான மரணத்திற்குப் பிந்தைய சண்டையின் பதிவாகும் அது. இறந்து நீண்ட காலமாகி, ஜின்கள் ஜூமுருத் மற்றும் ஷாபாவின் மகள் இளவரசி ஆஸ்மான் பெரி என்ற விண்ணக தேவதை துனியா மற்றும் மின்னல் இளவரசி ஆகியோரின்

மறு உயிர்ப்பு நடவடிக்கைகளால் மீண்டும் பற்றிக்கொண்டது. கஸாலியை அதன் கல்லறையிலிருந்து எழுப்பியிருந்த ஆற்றல் மிகு ராட்சசனான ஜுமுருத், ஷாபாலின் எதிரியாக, அவர் எட்ட முடியாதவராக இருந்தது. தன் வாயிலிருந்து மாயாஜாலத்தால் வெளிப்பட்ட வார்த்தைகளிலிருந்து அவர் பெற்ற அறிவால் தன் மகளின் வாழ்வு - சாவுப் பிரச்சினைகளில் தலையிட்டிருந்தது. தன் இறுதித் தருணங்களிலுள்ள வயதான மன்னர் ஆட்சேபணையின் கர்ஜனையைச் செய்யுமாறு ஆக்கியிருந்தது. அது கம்பீரமானதாயிருக்கவே, அவரின் படுக்கையறைத் திரைக் குஞ்சலங்கள் சுவரிலிருந்து விழுந்தன. தன் படுக்கையோரத்திலிருந்து இளவரசியின் பாதங்கள் வரை பாம்பென நெளிந்து வளைந்து சென்ற பளிங்குத் தரையில் விரிசல் கண்டது. முடிவு நெருங்கியிருந்ததை அவளுக்குத் தெரிவித்தது. ஜெரோனிமோ மேனஸெஸைத் தூரத்தில் விட்டுவிட்டு, தன்னால் முடிந்த மட்டுக்கும் அவ்விரிசலின் வழியே தந்தையிடம் ஓடினாள். தந்தையின் அரச படுக்கையறையினை அவள் சென்று சேர்ந்ததும், தன்னால் முடிந்த அளவு தந்தையின் காதில் எதிர் - வசியத்தைக் கூச்சலிட்டாள், ஆனால் அதுமிகத் தாமதித்திருந்தது.

காஃப் மலையின் கர்த்தா பெரிஸ்தானிலிருந்து நிரந்தரமாய் வெளியேறியிருந்தார். மன்னரின் கட்டில்காலிலிருந்து எழுந்த சிமுர்க் பிழம்புகளாய் எரிந்தது. மரண அறையிலிருந்த அரசவையினால் ஒருவரேனும் எந்தவொரு ஜின்னின் மரணத்தையும் இதற்கு முன் கண்டதில்லை. துக்கம் அனுசரிக்கும் நிலைக்கு வந்தனர். சந்தேகத்திற்கு இடமின்றி துணிமணிகளைக் கிழிப்பதும், முடியைக் குலைப்பதும் நிறையவே இருந்தது. அவர் தம் கடமையுணர்வு மிக்க அலறல்கள் மாரடிப்புகளின்பால் கவனமான அக்கறை இருந்தபோதும், சிமுர்க் அவளின் தவறினைக் கண்டறிந்ததே இறுதியில் அவரது இருதயத்தை நொறுக்கிவிட்டது என்பதைத் தம் புதிய அரசியிடம் தெரிவிப்பதில் தவறவில்லை. அவள் கல்லறையிலிருந்து ஓர் ஆவியை எழுப்பியிருந்தாள். அது ஜின்களின் நடவடிக்கையில் அனுமதிக்கப்பட்ட எல்லைகளுக்கு அப்பாலிருப்பதாகும். அரிதானதும் சக்திவாய்ந்ததுமான ஜின்னியாவாக அவளை அது நிரூபணம் செய்யும்போதே, முடிவுக்குக் கொண்டுவருவதில், அவளது வேதனை தரும் பாவம் கடைசித் துரும்பாயிருந்தது. எனவே அவரின் மரணம் ஒருவிதத்தில் அவளின் தவறுதான் என அவளறிய வேண்டுதலைத் தாழ்த்தி முழங்காலிட்டு, நெற்றியால் தரையைத் தொட்டு வணங்கிக் கொண்டிருந்தபோதே தம் புதிய அரசிக்கு உரிய கௌரவம் அனைத்தையும் செய்து, அவர்கள்

முணுமுணுத்தனர். ஆம், அவளது பொறுப்புக்கான நிரூபணம் தரையிலிருந்த பிளவே - அவளது குற்றவுணர்வுள்ள பாதங்களை நோக்கிய சிந்தனைக்கு அவகாசம் தராது அது பரவிற்று.

ஓமர் அவளைத் தற்காத்து நின்று, சீனப் பெட்டியில் பொதிந்திருந்த, நச்சுத் தன்மையான வசியத்தைக் கண்டறியும் பொருட்டு தன் சொந்த வாழ்வை அபாயத்துக்குள்ளாக்கி இருந்ததையும் மன்னரின் உயிரைக் காக்க அவரது படுக்கை அருகே விரைந்ததையும் சுட்டிக் காட்டினான். அது வீரமிக்கதே என ஒவ்வொருவரும் ஒத்துக்கொண்டனர். ஆனால் அவர்தம் விழிகள் ஊடாடின. அவர்தம் உடல்களின் அருவருப்பான தன்மை, அவர்களிடத்தேயான உறுதிப்பாட்டின் குறைவை எடுத்துக் காட்டியது. ஏனெனில் மன்னரோ இறந்துவிட்டார். எனவே அவள் தவறியிருந்தாள். அதுதான் குறிப்பிடத்தக்கது, அவள் இதிலும் தோற்றிருந்தாள். மன்னரின் மரணச் செய்தி மரணப்படுக்கையிலிருந்து காஃப் மலையின் பாதைகளுக்குள்ளும் இடுக்குகளுக்குள்ளும் மலையரசின் சரிவுகளிலெல்லாம் பரப்பப்பட்டது போல, வெளிப்புறத்தே சரசரத்தது. அவளது குற்றத்தின் கிசுகிசுப்புச் செய்தியுடன் தானே ஒட்டிக்கொண்டது. அரசுரிமை கோருவதிலான தன் கோரிக்கையில் யாரும் சிறிதேனும் சந்தேகத்தை வெளியிடுமாறு செய்யவில்லை. ஆனால் அக்கிசுகிசுப்புகள் அவளைக் கறைப்படுத்தவே செய்தன. கிசுகிசுப்புகள் வாய்ச்சகதியென மற்றும் மண் ஒட்டிக்கொள்ளல் - மண் எப்போதும் செய்வது போல தன்னைப் போலவே தன் தந்தையை நேசித்திருந்த குடிமக்களின் கூட்டங்கள் அரண்மனைச் சுவர்களுக்கு வெளியே திரண்டிருந்தன. அவள் தனது ஜின்னியாவின் ஆற்றல் மிகு கேட்குந் திறனால், தன் மக்களின் கேவல்களுடன் கலந்துள்ள சிறிய ஆனால், கணிசமான எண்ணிக்கையிலான சீண்டல்களை நாம் வருத்தத்துடன் ஒத்துக்கொள்ள வேண்டும்.

அவள் அமைதியாயிருந்தாள். அவள் சோர்வுறவோ அழவோ இல்லை. தன் தந்தையின் இறுதித் தருணங்கள் குறித்து என்ன உணர்ந்தாள் என்பதைத் தன்னுடனேயே வைத்துக் கொண்டு, யாருக்கும் காட்டவில்லை. அரண்மனையின் உப்பரிகையிலிருந்து அவள் காஃப் மக்களிடம் பேசினாள். அவளது குவித்த உள்ளங்கைகளில் சிமுர்க்கின் சாம்பல் இருந்தது. அவள் அதனைக் கூட்டத்தினர் மீது ஊதிவிட்டதும், வல்லமைமிக்க அப்பறவையாய் அது உருக்கொண்டு, உன்னத உயிர் பெற்றுவிட்டது. மாயப் பறவை தன் தோளிலும் சிமுர்க் மணிமுடி தன் தலையிலும் இருக்க அவள் அவர்தம் மரியாதையைப் பெற்றாள். கிசுகிசுப்புகள் நின்றுவிட்டன. தன்

மக்களுக்கு தன் வாக்குறுதியைத் தந்தாள். பெரிஸ்தானில் மரணம் நுழைந்திருந்தது. மரணம் மரணத்தைப் பெற்றிருக்கும். தன் தந்தையின் கொலையாளிகள் இல்லாது ஒழியும் மட்டும் அவள் ஓயமாட்டாள். ஜுமுருத் ஷாவும், அதன் கூட்டாளிகளான ஜபர்தஸ்து, ரைம் ரத்தக் காட்டேரி, ஷைனிங் ரூபி என்போர் இரு உலகங்களிலிருந்தும் நிரந்தரமாக நீக்கப்படுவார்கள். இவ்வாறாக உலகங்களின் யுத்தம் முடிவுறும், சமாதானம் மேலும் கீழும் திரும்பும்.

இவ்விதம் அவள் சூளுறைத்தாள். அப்புறம் கூச்சலிட்டாள்.

ஜெரோனிமோ மேனஸெஸ், தலையில் விழுந்த சுத்தியல் அடியென, அக் கூச்சலிடலை உணர்ந்தார். குளிரை வெளியேற்றினார். இரு உலகங்களிலுமிருந்த யாரேனும் விண்ணக தேவதையின் அலறலைக் கேட்டு பல யுகங்கள் ஆகியிருந்தது. அது மிகவும் உரத்து இருந்ததால், ஒட்டுமொத்த ஜின்களின் உலகையும் சப்தத்தால் நிரப்பிற்று. ஜுமுருத்தும் அதன் மூன்று கூட்டாளிகளும் உள்ள கீழுலகத்திலும் ஊடுருவிற்று. அது யுத்தப் பிரகடனம் எனப் புரிந்துகொண்டனர். ஜின்களின் உலகுக்கு மரணம் வந்திருந்தது. யுத்தம் முடிவதற்குள் மேலும் ஜின்கள் மடியும்.

அவள் தன் தந்தையின் படுக்கைக்குத் திரும்பினாள். அங்கிருந்து கிளம்புவது சாத்தியமில்லை என நீண்ட காலமாகக் கண்டாள். அவரருகே தரைமீது அமர்ந்து பேசினாள். பிரக்ஞை திரும்பிய ஜெரோனிமோ மேனஸெஸ், காதுகள் விடாது அதிர, சற்று தூரத்தில் ஒரு நாற்காலியில் அமர்ந்து, கண்களை மூடிக்கொண்டு, தன் ஆயுளின் மிக மோசமான தலைவலிக்கு மருந்து போட்டுக்கொண்டிருந்தார். இன்னமும் நடுங்கியவராக தள்ளாடியவராக, மீண்டும் பிரக்ஞையிழந்தவராக, மரணமும் இடியும் கொண்ட கனவுகளான தூக்கத்தில் ஆழ்ந்தார். அவர் தூங்கியபோது, இறந்த மன்னரின் மகள் தன் தந்தையிடம், தன் ரகசிய சிந்தனைகளையெல்லாம் கூறினாள். அவர் உயிர்த்திருந்தபோது கேட்பதற்கு நேரம் இல்லாததால், கேளாத சிந்தனைகள்; முதல் முறையாக அவள் அவரது முழுக் கவனத்தைப் பெற்றிருந்தாள் என்னும் மனப் பதிவைப் பெற்றிருந்தாள்.

அரசவையினர் கரைந்துவிட, ஓமர் மரண அறையின் வாயிலில் காவலிருந்தான். திரு.ஜெரோனிமோ தூங்கினார். துனியா காதல் வார்த்தைகளை, கோபத்தை வருத்தத்தை பேசிக்கொண்டே இருந்தாள். அவள் தன் இருதயத்தை கொட்டித் தீர்த்ததும், பழிவாங்கலுக்கான தன் திட்டத்தை இறந்த மன்னரிடம் கூறினாள். இறந்த மன்னர் அவளை

அதைரியப்படுத்த முயலவில்லை. அவர் இறந்தவர் என்பதால் மட்டுமின்றி ஜின்கள் அப்படிப்பட்டவை என்பதாலும் - மறுகன்னத்தைத் திருப்பிக் காட்டுவதில் அவற்றுக்கு நம்பிக்கை இல்லை. அவற்றுக்குத் தவறு இழைக்கப்படுமாயின் அவை சீறும்.

துனியா தங்களைப் பின்தொடர்ந்து வருவாளென ஜுமுருத்தும் ஜபர்தஸ்தும் அவற்றினைப் பின்பற்றுவோரும் அறிவர். அவள் அலறும் முன்பே அவள் மீதான தாக்குதலை எதிர்பார்த்து இருந்திருப்பர். ஆனால் அவ்வாறு செய்வதினின்றும் அது அவளைத் தடுத்திடவில்லை. அவளது பெண்தன்மை காரணமாக அவளைக் குறைத்து மதிப்பிட்டிருந்தனர். அதனை அவள் அறிவாள். அவர்களுக்கு அவள் கடுமையான பாடம் புகட்டுவாள். அவர்கள் பேரம் பேசியதற்கும் கூடுதலாக அவர்களுக்கு அவள் தருவாள். தன் தந்தை தன்னை இறுதியில் நம்புமட்டும் அவர் பழி தீர்க்கப்படுவார் எனத் திரும்பத் திரும்ப அவள் தந்தைக்கு உறுதியளித்தாள். அப்புள்ளியில், ஜின்கள் இறக்கின்ற அரிதான நிகழ்வுகளின்போது ஜின்களின் உடல்கள் என்ன செய்யுமோ அதனை அவரது உடல் செய்தது.

தம் உடல் வடிவை அவை இழக்க, பிழம்பொன்று காற்றில் எழுந்து மறைந்து போனது. அதன் பின் படுக்கை காலியாயிருந்தது. ஆனால் அவர் கிடந்திருந்த விரிப்பில் அவரது உடலின் மனப்பதிவை அவளால் பார்க்க முடிந்தது. அவரின் அபிமானத்துக்குரிய பழைய செருப்புகள், படுக்கைக்கு அருகிலிருந்த தரையில், எத்தருணத்திலும் அவர் அந்த அறைக்குத் திரும்பி அவற்றைப் போட்டுக்கொள்வார் என்பது போல, எதிர்பார்ப்புடன் கிடந்தன.

(அடுத்து வந்த தினங்களில் துனியா திரு.ஜெரோனிமோவிடம் தன் தந்தை அடிக்கடி, ஜின்கள் உலகில் தூக்கத்திற்குச் சமமான இடைவெளிகளின்போது, தோன்றினார் என்று கூறினாள். இத் தோற்றங்களின்போது, அவளைப் பற்றி ஆர்வம் கொண்டிருந்தார். அவள் செய்துகொண்டிருந்த ஒவ்வொன்றிலும் அக்கறை காட்டினார். தன் சுபாவத்தில் கதகதப்பாயும் தழுவல்களில் நேசமிக்கவராயும் இருந்தார். சுருக்கமாய்ச் சொல்வதானால், அவரது இறப்புக்குப் பின்னர் அவருடனான அவளுடைய உறவு நிலையில் பெரிதும் முன்னேற்றம் இருந்தது. அவரை இன்னும் நான் கொண்டுள்ளேன். அவள் ஜெரோனிமோ மேனஸெஸிடம் கூறினாள். அவரைப் பற்றிய இப்பதிவு, முன்னர் நான் கொண்டிருந்ததை விடவும் மேலானது.)

கடைசியில் அவள் நின்றபோது, மீண்டும் வித்தியாசமானவளாய் இருந்தாள். இளவரசியாகவோ மகளாகவோகூட இல்லாமல், கோபத்தில் பயங்கரமாக, பொன்னிற விழிகளுடன், கூந்தலிலிருந்து அல்லாது அவளது தலையிலிருந்து புகை மேகங்கள் பின்தொடரும் இருண்ட அரசியாயிருந்தாள். தன் நாற்காலியில் விழித்தெழுந்த ஜெரோனிமோ மேனஸெஸ், இருத்தலின் நிச்சயமின்மை, மாறுதலின் திகைப்பு என தன் வாழ்க்கை எப்போதும் தனக்கென்று வைத்திருந்தது இதுதான் என்பதைப் புரிந்துகொண்டார். ஒரு யதார்த்தத்தில் தூங்கி விழுந்த அவர் இன்னொன்றில் எழுந்தார். எல்லா எல்ஃபென்பியனின் திரும்புதல் என்னும் பிரமை அவரை நடுங்கவைக்கவும் செய்தது. அதீத மகிழ்ச்சியிலும் ஆட்படுத்தியது. நம்பிக்கையில் அமிழ்வது லகுவானதாயிருந்தது. ஆனால் பெரிஸ்தானுக்கு அவரைக் கொண்டு செல்வது அதனைக் கடுமையாகத் தகர்த்துவிட்டது. இப்போது காஃபின் அரசியினுடைய காட்சி சீற்றமுடைய அழகில் வெளிப்பட்டு, எல்லாவின் ஆவியை முடித்துவிட்டது. துனியாவிடமும்கூட, மின்னல் இளவரசி விண்ணக தேவதையிடமும் இருதயமாற்றமிருந்தது. இபின் ரஷீத் ஜெரோனிமோவிடம் மறுபிறவி கொண்டுள்ளதை அவள் கண்டுகொண்டிருந்தாள். ஆனால் பழைய தத்துவாசிரியரைவிட்டு அவள் கிளம்பிக்கொண்டிருந்தாள் என்பதே உண்மையாயிருந்தது. தொன்மையான நேசம் தூசாகி இருந்தது. அதன் அவதாரம் சந்தோசத்தைத் தருகையிலேயே பழைய கனலை மூட்ட முடியாதிருந்ததை அல்லது கணப்பொழுதுக்கு மட்டுமே முடியுமென்பதை அடையாளங் கண்டிருந்தாள். ஒரு கணம் அவரிடம் ஒட்டிக்கொண்டு இருந்திருந்தாள். ஆனால் இப்போது செய்வதற்கு வேலை இருந்தது. அதனைச் செய்திட அவள் எப்படி முயல்வாள் என்பதை அவள் அறிவாள்.

தன் காதலனிடம் பேசும் காதலியாக அல்லாமல், கம்பீரமான குல முதல்வியாக, கன்னத்தின் மீதான மருவிலிருந்து வளரும் கூந்தலையுடைய பாட்டியாக, தன் வம்சத்து இளையவரிடம் பேசவது போல, ஜெரோனிமோ மேனஸெஸிடம் கூறினாள்.

ஆம், உன்னுடன் ஆரம்பிக்கலாம்.

தன் பாட்டியின் முன்னே நிஜாரில் கால்களை ஆட்டிக்கொண்டிருக்கும் சிறுவனாக, திட்டுகின்ற முணுமுணுப்பில் பதிலளிப்பவனாக அவர் இருந்தார். நீ சொல்வது கேட்கவில்லை, என்றாள். பேசு.

நான் பசியாயிருக்கிறேன்,என்றார். முதலில் சாப்பிடுவது சாத்தியமா, தயவுசெய்து.

அலை திரும்பத் தொடங்குவது எதிலிருந்து

நம்மைப்பற்றிச் சில வார்த்தைகள். நம் மூதாதையரினிடத்தே நம்மை வைத்துப் பார்ப்பது நமக்குச் சிரமமானது. அவர்தம் அன்றாட வாழ்வின் நடுவிலே, உருமாறாட்டம் சார்ந்த எளிதில் மசியச் செய்ய முடியாத ஆற்றல்களின் வருகை, உருமாற்றத்தின் அவதாரங்கள் இறங்கி வருதல் என்பன அவர்களுக்கு நிஜத்தின் நெசவில் அதிர்ச்சியூட்டும் குறுக்கீட்டை பிரதிநிதித்துவம் செய்தன. நம் காலத்திலோ இத்தகு நடவடிக்கை சாதாரணமானது. மனித மரபணுவிலான நமது திறன், நமது முன்னோருக்குத் தெரிந்திரா மறைமுக ஆற்றல்களை நமக்கு அனுமதிக்கின்றது. பாலினத்தை மாற்றிக் கொள்ள நாம் ஆசைப்பட்டால், மரபணுவை மாற்றியமைத்தல் என்னும் எளிய முறையால் நேரிடையாகச் செய்துவிடுகிறோம். நம் பொறுமையை இழந்திடும் அபாயத்திலிருந்தால் இரத்தத்தில் செரோடோனின் அளவை சரி செய்திட நம் முன் கைகளில் பொருத்தப்பட்டுள்ள touchpadகளை உபயோகித்து, உற்சாகம் பெறலாம். நமது சருமத்தின் நிறம் பிறப்பில் நிச்சயிக்கப்படுவதுமில்லை. நம் விருப்பப்படி மாற்றிக் கொள்கிறோம். வேட்கை மிக்க கால்பந்து வீரர்களை, நமது அபிமான அணியின் நிறத்தைப் பெற்றிடத் தீர்மானிக்கிறோம். நம் உடல்களை நீலம் - வெண்மைக்கோடுகளில் அல்லது நாடகப் பாங்கிலான சிவப்பு -கருப்பில் வண்ணம் தீட்டிக்கொள்கிறோம். பிரேஸிலின் பெண் ஓவியர் ஒருவர் நீண்ட காலத்திற்கு முன் தன் நாட்டினரை தம் சரும நிறத்தினைப் பெயரிடுமாறு கேட்டுக்கொண்டு, ஒவ்வொரு நிறத்தையும் பிரிதிநிதித்துவப்படுத்திட வண்ண ட்யூப்களை முன்வைத்தார். வண்ணத்தை வைத்திருப்போர் ஆசைப்பட்டபடி ஒவ்வொரு நிறத்துக்கும் பெயரிடப்பட்டது பெரிய கருப்பு பகட்டன், லேசான பல்பு என. இன்றைக்கு அவரிடம் வண்ண மாறுபாடுகள் தீர்ந்துபோவதற்குள் வண்ணங்கள் தீர்ந்துவிடும்.

இது ஓர் அற்புதமான விசயமென்று பரவலாக நம்பப்படுகிறது. பொதுவாக ஏற்கப்படுகிறது.

நமது கடந்தகாலத்திலிருந்து, தொல் பழங்காலத்திலிருந்து வரும் கதை இது. இதனை வரலாறு என்பதா புராணம் என்பதா எனச் சில வேளைகளில் நாம் விவாதித்த போதிலும், நம்மில் சிலர் ஒரு தேவதைக் கதை என்கிறோம். ஆனால் நாம் ஏற்றுக்கொள்வது: கடந்த காலத்தைப் பற்றிக் கதை சொல்வது என்பது நிகழ்காலத்தைப் பற்றிக் கதை சொல்வதாகும். மாயப் புனைவை, கற்பனையானதை எடுத்துரைப்பது, நிஜமானதைக் குறித்த கதை சொல்லும் முறையுமாகும். இது உண்மை இல்லை எனில், அப்போது செயல் அர்த்தமற்றதாகிவிடும். அன்றாட நமது வாழ்வில் சாத்தியப்படும் போதெல்லாம் அர்த்தமின்மையைத் தவிர்க்க முற்படுகிறோம்.

நமது வரலாற்றினை ஆராய்ந்து எடுத்துரைக்கையில் நம்மை நாமே கேட்டுக் கொள்ளும் கேள்வி இதுதான். அங்கிருந்து நாம் இங்கே எப்படி வந்து சேர்ந்தோம்?

***

மின்னல் குறித்துச் சில வார்த்தைகள். விண்ணக நெருப்பின் வடிவமாய், இடியென்பது வரலாற்று ரீதியில், ஆற்றல் மிகு ஆண் தெய்வங்களென இந்திரன், ஜீயஸ், தோரின் ஆயுதமாகக் கருதப்பட்டது. வல்லமை வாய்ந்த இந்த ஆயுதத்தைக் கைகளில் தரித்துள்ள ஒரு சிலவான பெண் தெய்வங்களுள் ஒன்று யொரூபா பெண் தெய்வம் ஓயா. பெரிதும் தீய மனநிலையிலேயே இருக்கும் இத்தெய்வம் சூறாவளியையும் விண்ணக நெருப்பையும் கட்டவிழ்த்துவிடும். மாற்றத்தின் தெய்வமாகக் கருதப்படுவது, உலகம் ஒரு நிலையிலிருந்து இன்னொன்றிற்கு துரிதமாய் உருமாற்றமுறும் பெரும் மாறுதல் காலத்தில் அழைக்கப்பெறுவது. ஒரு பெரும் சூனியக்காரி, ஆற்றுத் தெய்வமும்கூட. நைஜர் ஆற்றுக்கு யொரூபாவில் ஓடோ - ஓயா என்று பெயர்.

ஓயாவின் கதை, மனித விவகாரங்களுக்குள்ளான ஆரம்பக் குறுக்கீட்டில், தன் தோற்றத்தைக் கொண்டிருக்க வேண்டும் போலத் தோன்றுகிறது. பலப்பல யுகங்களுக்கு முன்னர் - ஜின்னியா விண்ணக தேவதையினுடையதாக - தற்போதைய எடுத்துரைப்பில் பெரிதும் அதன் பிந்தைய பெயரான துனியாவால் அறியப்படும். தொன்மைக்காலங்களில் ஓயா ஒரு கணவனைக் கொண்டிருந்ததாக நம்பப்படுகிறது. புயலின் அரசனான ஷாங்கோ என்னும் அவன் நாளடைவில் மறைந்துவிட்டதாகத் தெரிகிறது. துனியா ஒரு காலத்தே கணவனைப் பெற்றிருந்து, ஜின்களின் பதிவாகாத முந்தைய யுத்தத்தில் கொல்லப்பட்டிருந்தால், அதே

போன்று துயரத்திற்குள்ளான, ஜெரோனிமோ மீதான அவளது பிரியத்துக்குக் காரணமாகலாம். அது ஒரு கருதுகோள். தண்ணீர், அது போன்றே நெருப்பின் மீதான துனியாவின் அதிகாரத்தைப் பொறுத்தவரை, அது இருந்திருக்கக்கூடும், ஆனால் அது தற்போதைய நம் கதையாடலின் பகுதியல்ல, அது குறித்து நமக்குத் தகவல் ஏதும் இல்லை. அந்நியத்தன்மை, ஜின்களின் கொடுங்கோன்மை, உலகங்களின் யுத்த காலத்தின்போது, பூமியிலுள்ள மக்களுக்கு ஏற்பட்ட ஒவ்வொன்றுக்கும் அவள் ஏன் ஒருபாதி பொறுப்பாயிருந்தாள் என்பதற்கான காரணம் பின்னர் வெளிப்படையாக்கப்படும்.

ஆப்பிரிக்க மரபுகள் அடிமைக்கப்பல்களில் புதிய உலகத்திற்குள் தம் வழியைக் கண்டபோது, ஓயா கூடவே வந்தது. கேன்டோம்லே என்னும் பிரேசிலின் சடங்கில் அவள் யன்ஸாவானாள். ஒன்றிணைந்த கரீபியன் சாண்டேரியாவில் அவளது பிரதிமை கிறித்தவக் கருப்பு மடோன்னாவென கேண்டெலாரியாக் கன்னியுடன் ஒன்று கலந்தது.

எனினும், எந்தவொரு ஜின்னியாவைப் போலவே, துனியா, கன்னித்தன்மைக்கு வெகு தொலைவிலிருந்தாள். அவள் துனியாஜாத்தின் வளப்பமான குல முதல்வியாயிருந்தாள். இப்போது நாமெல்லாம் நன்கறிந்துள்ளபடி, அவளின் சந்ததியினரும் தம் கைகளில் மின்னல் கொடையைக் கொண்டிருக்கின்றனர். அந்நியத்தன்மை தொடங்கி இத்தகைய விசயங்கள் சிந்திக்கக் கூடியனவாக ஆகும்வரை அநேகமாக யாரும் அதனை அறியவில்லை. எனினும் இருண்ட ஜின்னுக்கு எதிரான யுத்தத்தில் இம்மின்னல் முக்கிய ஆயுதமானது. அந்நியத்தன்மை என அறியப்படலான குறுக்கீடுகளின் பின்னே, அந்நாட்களின் இருத்தலின் வலுவான வெறியின்போது குற்றஞ் சாட்டப்பட்ட ஒரு குழுவான அந்த மின்னல் பிறழ்வுகளாகும். இருண்ட ஜின்னின் ஜுமுருத் கும்பலுக்கான எதிர்ப்பில், முக்கியமானதும் சிறப்புமிக்கதுமான முன்னணியாய் மாறியது. அது பூமியிலுள்ள மக்களை குடியேற்றமாக்கிடப் புகுந்து, முடிவில் அடிமைகளாக்கினர்.

***

ஜுமுருத் திட்டம் குறித்து சில வார்த்தைகள் மட்டும். ஜின்களுக்கு வெற்றி என்பது முற்றிலும் புதிது. அவற்றிற்குப் பேரரசு இயல்பாக வருவதில்லை. ஜின்கள் தலையிடக்கூடியவை, இதனை உயர்த்தவும், அதனைத் தூக்கி எறியவும், புதையல் உள்ள குகையைக் கொள்ளையடிக்கவும் அல்லது செல்வந்தனின் பணிகளில் மாய ஸ்பானரை எறியவுமாக அவை தலையிட

விரும்பும். விஷமம், சீர்குலைவு, அராஜகம் செய்ய விரும்பும். மரபு வழியில் அவற்றிடம் மேலாண்மைத் திறன் கிடையாது. ஆனால் பயங்கரத்தின் மூலமாகவே பயங்கரத்தின் ஆட்சி திறனுடையதாக இருக்க இயலாது. மிகவும் செயல்திறனுள்ள கொடுங்கோலாட்சிகளெல்லாம் அவற்றின் அற்புதமான அமைப்புகளின் அதிகாரங்களினால் ஆகும். திறன் என்பது ஒருபோதும் மாபெரும் ஜுமுருத்தின் பிரதேசமாயிருந்ததில்லை. மக்களைப் பீதிக்குள்ளாக்குவதே அதன் ஆட்டம். எனினும், சூனியக்கார ஜின்னி ஜபர்தஸ்து, அற்புதமான நடைமுறைவாதி. ஆனால் முழுநிறைவானதல்ல. அதன் கூட்டாளிகளும் அப்படியே. ஆக புதிதான விசயங்களின் திட்டம் (நல்வாய்ப்பாக) ஓட்டைகள் நிறைந்திருந்தது.

அவை கீழுலகத்திற்குத் திரும்பும் முன்பாக, திரு. ஜெரோனிமோவின் தலையிலுள்ள ரகசியக் கதவுகளை துனியா திறக்க, அவருக்குள்ளே மறைந்திருந்த ஜின் இயல்புக்கு அது இட்டுச் சென்றது. எடையற்ற கொள்ளை நோயிலிருந்து உங்களைக் குணப்படுத்திட முடியுமானால், நீங்கள் யாரென்று தெரியாமலேயே பூமிக்கு உங்களைத் திரும்பக் கொண்டுவர முடியுமானால், இப்போது உங்களால் என்ன செய்ய இயலுமென்று கற்பிதம் செய்து கொள்ளுங்கள். அப்போது அவள் அவரின் கன்னங்களில் தன் உதடுகளை வைத்தாள். முதலில் இடதிலும் பின்னர் வலதிலும், அப்புறம் “திறக்கவும்” கிசுகிசுத்தாள். உடனடியாக, பிரபஞ்சமே திறந்துவிட்டது போல, அவர் ஒரு போதும் அறிந்திராத இருப்பினையுடைய வெளியின் பரிமாணங்கள் புலப்படக்கூடியனவாகின. பயன்படுத்தக் கூடியனவாகின. சாத்தியப்பாட்டின் எல்லைகள் வெளிப்புறத்தே தள்ளிவிடப்பட்டது போல, முன்னர் சாத்தியமற்றிருந்தது மிகவும் சாத்தியமுடையவை ஆகின.

மொழி கற்கின்ற குழந்தை, முதல் வார்த்தைகள் உருக்கொண்டு உச்சரிக்கப்பட்டு தொடர்கள் - வாக்கியங்களென வருகையில் உணர்வது போல அவர் உணர்ந்தார். மொழியின் கொடை வந்து சேர்கையில், சிந்தனைகளை வெளியிடுவதற்கு மட்டுமல்லாது அவற்றை உருவாக்கிக் கொள்ளவும் அனுமதிக்கின்றது. சிந்தனைச் செயல்பாட்டை சாத்தியமாக்குகிறது. அம் மொழியினிலேயே துனியா அவரிடத்தே திறந்துவிட்டது. அவரது பார்வையிலிருந்து மறைக்கப்பட்டிருந்த, அறியாததன் மேகத்திலிருந்து தன்னால் மீட்க முடியாதிருந்த வெளிப்பாட்டு வடிவங்களை அவரிடத்தே அனுமதித்தது. பொருட்களை நகர்த்துவதற்கு அல்லது அத்திசையை மாற்றவதற்கு அல்லது துரிதப்படுத்துவதற்கு அல்லது அவற்றின் நகர்வை நிறுத்துவதற்கு,

இயற்கை உலகின் மீது செல்வாக்குக் கொண்டிருப்பது எவ்வளவு எளிதானதென்று அவர் பார்த்தார். அவர் துரிதமாக மூன்று முறை இமைத்தால் ஜின் உலகின் அசாதாரணமான செய்தித் தொடர்பு அமைப்புகள் அவர் மனக்கண்ணின் முன்னே, மெகாபோனை இயக்குவது போன்ற எளிதானதாக, மானுட மூளையின் சிக்கலான சுற்றுகளாக விரிந்தன. எந்த இடத்திலிருந்து எந்த இடத்துக்கு வேண்டுமானாலும் உடனடியாகப் பயணித்திட, தன் கைகளைத் தட்டினால் போதுமானதாயிருந்தது. உணவுத் தட்டுகள், ஆயுதங்கள், மோட்டார் வாகனங்கள், சிகரெட்டுகளைக் கொண்டுவர மூக்கைச் சுளித்தாலே போதும். அவர் காலத்தினைப் புதிய வழியில் புரிந்துகொள்ளத் தொடங்கினார். மணற்கடிகையிலிருந்து விழும் மணலைக் கவனித்துக் கொண்டிருந்த அவசரமானதும் தோன்றி மறைவதுமான அவரது மானுட அகம், காலக் கிரமத்தினை அற்ப மனங்களின் நோயாகப் பார்த்த, காலத்தைக் கண்டு முகஞ் சுளித்த அவரது புதிய ஜின் அகத்துடன் முரண்பட்டு நின்றது. புற உலகத்தினதும் தன்னுடையதுமான உருமாற்ற விதிகளை அவர் புரிந்துகொண்டார். நட்சத்திரங்கள், விலை உயர்ந்த உலோகங்கள் அனைத்துவகையான மணிகளென பிரகாசிப்பவற்றின் மீதான நேசம் தன்னுள்ளே அதிகரிப்பதை அவர் உணர்ந்தார். அந்தப்புரத்தின் கால்சராய்களினது மீதான ஈர்ப்பினை அவர் புரிந்துகொள்ளத் தொடங்கினார். ஜின் யதார்த்தத்தின் எல்லைப் பகுதியிலேயே தானிருந்ததை அறிந்துகொண்ட அவர், நாட்கள் முன்னேறிச் செல்ல, இதுவரையிலும் தனக்கு வழங்கப்பட்டிராத மொழியின் புரிதலுக்கும் எடுத்துரைப்புக்கும் அதிசயங்கள் காட்டப்படுமென எதிர்பார்த்தார். "பிரபஞ்சம் பத்து பரிமாணங்களைக் கொண்டிருக்கிறது" என்றார் தீவிரத்துடன். வேகமாய்க் கற்றுவரும் பிள்ளையைப் பார்க்கும் பெற்றோர் போல துனியா சிரித்தாள். "அது ஒருவிதமாகப் பார்ப்பது" என்று பதிலளித்தாள்.

ஆனால் துனியாவுக்கே இருப்பு குறுகிக்கொண்டிருந்தது. ஜின்கள் பல தடங்களிலான மனங்களைக் கொண்டு, பல வேலைகளைச் செய்யக்கூடியனவாய் இருக்கின்றன. ஆனால் துனியாவின் பிரக்ஞை முழுதும் தனியொரு லட்சியத்திலேயே இருந்தது. தன் தந்தையைக் கொன்றவர்களை அழித்தொழிப்பது. தன் தந்தையின் மரணத்தின் காரணமாகவே முரண்பட்ட வதந்தியின் அதீத வடிவத்திடம் சரண் புகுந்தாள். இயல்பாக தெய்வங்களுக்கென்று ஒதுக்கப்பட்டிருந்த கருணையையும் விடுவித்தலின் ஆற்றல்களையும் தானே எடுத்துக்கொண்டு, இருண்ட ஜின்னுக்கு எதிராக தன்

சல்மான் ருஷ்தீ ◆ 263

குலத்தினரிடம் தான் கட்டளையிட்டிருந்த எதனையும் தவறாகவோ தார்மிகமற்றதாகவோ கருதப்படலாகாது எனக் கூறிக்கொண்டாள். ஏனெனில், அந்நடவடிக்கைகளுக்கு அவள் தன் ஆசீர்வாதங்களை வழங்கியிருந்தாள். அப்போராட்டத்தில் அவள் தனது தளபதியாக நியமித்திருந்த ஜெரோனிமோ மேனஸெஸ், அவளுக்கு எச்சரிக்கை தருகின்ற ஆவியாக இருந்திடும் கடப்பாட்டினைப் பெற்றிருந்தார். அவள் தோளிலிருந்த சில்வண்டு அவளின் திமிர் கொண்ட நிச்சயங்களைக் கேள்விக்குள்ளாக்க, சொல்ல இயலாத வேதனையால் உந்தப்பட்டு தன்னைப் பற்றியிருந்த அறுதி வாதத்தால் வருந்திய அவள் தன் அளப்பரும் ஆற்றலைக் கட்டவிழ்த்துவிட்டாள்.

"வாருங்கள், கூட்டம் தொடங்க உள்ளது" அவள் திரு.ஜெரோனிமோவுக்குக் கட்டளையிட்டாள்.

***

பெரிஸ்தானத்தின் ஜின் (ஆண்) - ஜின்னியாவின் (பெண்) ஒட்டுமொத்த மக்கள் தொகை அளவு குறித்து அறிஞர்களிடையே பெரிய பிரச்சனை தொடர்ந்து கொண்டிருக்கிறது. விவாதத்தில் ஒரு புறத்தே, ஜின் - ஜின்னியாவின் எண்ணிக்கை சீரானது என முதலிலும், இரண்டாவதாக, இவ்வினம் மலடானது, இனப்பெருக்கம் செய்ய இயலாதது என்றும், மூன்றாவதாக, ஆண்களும் பெண்களும் அமரத்துவத்தால் ஆசீர்வதிக்கப்பட்டிருப்பதால் இறக்க இயலாது என்று இன்னும் வாதிடுகின்ற சான்றோர் உள்ளனர். இனப் பெருக்கம் செய்ய மட்டுமின்றி அதனை அளவு ரீதியிலும் அதிகரிக்க முடியும். ஜின்களின் மரணம் குறித்து (அதீத நிகழ்வுகளில் மட்டும் என்ற போதிலும்) மின்னல் இளவரசி போன்ற ஜின்னியாக்களின் திறமை குறித்து நமக்கு வந்து சேர்ந்துள்ள தகவலினை, நம்மைப் போலவே, ஏற்றுக் கொள்பவர்கள் விவாத அரங்கில் உள்ளனர். உலகங்களின் யுத்த வரலாறே இவ்வகையில் சிறந்த சான்றாகும். காணப்படும், மிகச் சீக்கிரமே காணப்படும்.

இதன் விளைவாக, ஜின்னியா - ஜின்களின் மொத்த எண்ணிக்கை, மாற்ற முடியாதவாறு எல்லாக் காலத்துக்குமாகவும் நிர்ணயிக்கப்பட்டிருக்கிறது என்பதை நம்மால் ஏற்க இயலாது.

அந்த எண்ணிக்கையே மாயாஜாலத்தின் எண்ணிக்கையாக இருக்க வேண்டும் என்று மரபுவாதிகள் வற்புறுத்துகின்றனர். அதாவது ஆயிரத்தி ஒன்று அல்லது ஆயிரத்தி ஒரு ஆண், ஆயிரத்தி ஒரு பெண். அப்படித்தான் இது இருக்க வேண்டும் என்கின்றனர். அவர்கள் பகுத்தாராய்கின்றனர். ஆகவே இது அப்படி இருக்க வேண்டும். நம்மைப் பொறுத்தவரை,

இம்மக்கள் தொகை பெரியதில்லை. மரபுவாதிகள் முன்வைக்கும் எண்ணிக்கை உண்மைக்கு அண்மித்ததாக இருக்கலாம் என ஏற்கின்றோம். ஆனால், காலத்தின் எந்தவொரு குறிப்பிட்ட புள்ளியிலும் துல்லியமான ஜின் மக்கள் தொகையை அறிந்திட வழியில்லை என்பதை ஒத்துக்கொள்ள விரும்புகிறோம். எனவே உள்வாங்கும் கோட்பாட்டின் அடிப்படையில் தோராயமாக எண்ணிக்கையை நிறுவுவது மூட நம்பிக்கையை விடவும், சற்று அதிகமானதே. எதுவாயினும், ஜின்னைப் பொறுத்தும், தேவதை தேசத்தில் கீழ்நிலை உயிர்வடிவங்கள் இருந்தன. இருக்கின்றன. இவற்றில் அதிகமானவை தேவர்கள், பூதங்களும் இருந்தன என்றபோதிலும் உலகங்களின் யுத்தத்தில் தேவர்கள் -பூதங்கள் இருவருமே கீழுலகில் பணியாற்ற வற்புறுத்தப்பட்டனர். நான்கு மாபெரும் இஃப்ரிட்களின் ராணுவங்களில் அணிவகுத்துச் சென்றனர்.

ஜினிரியைப் பொறுத்தவரை, காஃபின் மாபெரும் மண்டபத்தில், அநாதையாக்கப்பட்ட மின்னல் இளவரசியால் கூட்டப்பட்ட, வரலாற்றுச் சிறப்புமிக்க ஜின்னியா கூட்டத்தினரில், உயிர்த்திருந்த பெண் ஆவிகள் அநேகமாக அனைத்தும் உள்ளடங்கியிருந்தன. எனவே இத்தகைய பதிவு செய்யப்பெற்ற கூட்டத்தில் மிகப் பெரியதாக இருக்கிறது. காஃப் மலையின் மன்னரது கொடூரமான கொலைச் செய்தி தேவதை தேசம் எங்கிலும் துரிதமாய்ப் பரவி, அநேகமாக ஒவ்வொரு நெஞ்சிலும் ஆத்திரத்தையும் அனுதாபத்தையும் ஏற்படுத்திற்று. அநாதையாக்கப்பட்ட மின்னல் இளவரசி செய்தி அனுப்பியதும் அந்த அழைப்பைக் கேட்கத் தவறியவர்கள் யாருமில்லை.

ஷாபாலின் கொலையின் பொருட்டு இருண்ட ஜின்னைத் தண்டிக்கவும் கீழேயுள்ள பூமி மீதான முறைகேடான வெற்றி முகாமை முடித்துக் கொள்ளுமாறு அவர்களைக் கட்டாயப்படுத்தவும், துனியா கூட்டத்தினரிடையே பேசுகையில், உடனடியானதும் விலாவரியானதுமான பாலியல் புறக்கணிப்புக்கு அழைப்பு விடுத்தாள். எனினும் அவளது இழப்புக்கான பார்வையாளரின் அனுதாபம், கூடியிருந்த ஜின்னியாக்களில் பலர் அதிர்ச்சியடைந்த தம் ஆட்சேபணையை வெளியிடுவதிலிருந்து தடுத்திடப் போதுமானதாயில்லை. அவளின் பால்யச் சிநேகிதி இளவரசி, சமவெளியின் இளவரசி ஸிஸா கொடூரத்தின் பொதுவான உணர்வை எடுத்துரைத்தாள். “பிரியமானவளே, நாளொன்றுக்குக் குறைந்தது டஜன் தடவைகளாவது நாம் பாலுறவு வைத்துக்கொள்ள இயலாதென்றால், துறவுக் கன்னியராகிவிடலாம். நீ எப்போதும் புத்தகப் புழுவாய் இருந்தாய். மனிதரைப் போலச் சற்றுக்

கூடுதலாகவும்; பிரியமானவளே உன்னை நான் நேசிக்கிறேன். ஆனால் இது உண்மை, எனவே எங்களை விடவும் மிக எளிதாக உன்னால் பாலுறவு இல்லாமல் இருக்க இயலும். மாறாக ஒரு புத்தகத்தை வாசிக்கலாம். ஆனால் நாங்கள், பிரியமானவளே, பெரும்பாலோர் நாங்களாக எப்படி இருக்கிறோமோ அப்படித்தான்."

ஒப்புதலின் கலகத் தன்மையிலான முணுமுணுப்பு அங்கிருந்தது. எந்தவொரு கால கட்டத்திலும் ஜின்களும் ஜின்னியாக்களும் பாலுறவு கொள்வதை நிறுத்திவிட்டால், ஒட்டுமொத்த ஜின் உலகமே நொறுங்கி வீழும். அதில் வசிப்போரெல்லாம் மடிவர் என்னும் பழைய வதந்தியை இரண்டாம் இளவரசி இரவின் லேலா கொண்டு வந்தாள். "நெருப்பின்றிப் புகையில்லை. புகையின்றி நெருப்பில்லை" என்னும் பழைய ஜின் பழமொழியை மேற்கோள் காட்டி அவள் கூறினாள். "ஆகவே இருவர் இணைசேரவில்லை எனில், அப்போது பிழம்பு நிச்சயமாக மடிந்துபோகும்." அப்போது அவளது ஒன்றுவிட்ட சகோதரி வேதாளம், சுடரின் இளவரசி பீதியூட்டும் பீதியடைந்த அலறலைக் கட்டவிழ்த்துவிட்டாள்.

ஆனால் துனியாவை மறுக்க இயலாது. "ஜுமுருத்தும் அதன் கும்பலும் தம் நபர்களையெல்லாம் இழந்துள்ளன. ஜின்களுக்கும் மானுடருக்கும் இடையில் மட்டுமின்றி ஜின்னுக்கும் - ஜின்னுக்கும் இடையிலானதையும் சரியான நடத்தை விதிகளையெல்லாம் காட்டிக் கொடுத்துள்ளன" என்று பதிலளித்தாள். "என் தந்தை இறந்துவிட்டார். உங்கள் அரசுகள், உங்கள் தந்தையர், உங்கள் கணவர், உங்கள் பிள்ளைகள் ,நீங்களெல்லாம் பாதுகாப்பாயிருக்கிறீர்கள் என ஏன் கற்பிதம் செய்துகொள்கிறீர்கள்?," அப்போது அங்கு கூடியிருந்த அரசியரும் இளவரசியரும் - சமவெளி, தண்ணீர், மேகம், தோட்டங்கள், இரவு மற்றும் சுடரின் - மரத்துப்போவது பற்றி புகார் கூறுவதை நிறுத்திவிட்டு, கவனம் செலுத்தினர், அவர்களின் பரிவாரங்களும்.

எனினும், மாபெரும் ஜுமுருத்தையும் அதனைப் பின்பற்றுவோரையும் பணியவைப்பதற்காக, தேவதை தேசத்தின் ஒட்டுமொத்த பெண்கள் இருண்ட ஜின்களை பாலியல் நிராகரிப்பு செய்தது எதிர்விளைவைத் தந்தது. எந்தவொரு பழக்க அடிமைக்கும் போலவே அது அவர்களுக்குக் கடினமாயிருந்தபோதும், அதனின்றும் விலகியவர்களாய் கட்டுப்பாடுமிக்கவர்களாய், அதனை அமல்படுத்திய ஜின்னியாப் பெண்களுக்கு விசித்திரமாயிருந்தது. பின்வாங்கி

ஒடுங்கிக் கொள்ளும் அறிகுறிகளும், எரிச்சலும் நடுக்கமும், தூக்கமின்மையும் இருந்தன. ஏனெனில் ஜின்களின் இரு பாலினத்தவருக்கும் புகையும் நெருப்பும் ஒன்று கலப்பது ஆதாரத் தேவையாகும். வேதனை மிக்க ஸிலா துனியாவிடம் கூறினாள். "இது நீண்ட காலத்திற்கு நீடித்தால், தேவதை தேசம் முழுதுமே, நம் காதுகளைச் சுற்றி நொறுங்கி விழப் போகிறது."

இந்நிகழ்வுகளைத் திரும்பிப் பார்க்கும் நாம், கடின உழைப்பில் பெற்ற அறிவின் நோக்குநிலையிலிருந்து பார்த்து, அனைவரையும் பற்றிக் கொள்வதும் துல்லியமற்ற தொடரான பயங்கரவாதத்தால் அறியப்படுதுமான, அதீத வன்முறையின் நடைமுறையைக் கன்னி கழியாமலோ பாலுறவுத் துணைவர்கள் கிடைக்காமலோ உள்ள ஆண் தனி நபர்களுக்கு எப்போதும் குறிப்பான கவர்ச்சியுடன் இருந்ததாகப் புரிந்துகொள்கிறோம். மனதை மாற்றிடும் விரக்தி, அதனுடன் சேர்ந்து வருவதான ஆணின் அகம்பாவத்திற்குப் பாதிப்பு என்பன ஆத்திரத்திலும் தாக்குதல்களிலும் வெளிப்பட்டு விடுபடுகின்றன. தனித்தும் நம்பிக்கையிழந்துமுள்ள இளைஞர்கள், நேசிக்கின்ற அல்லது குறைந்தது ஆசைமிக்க அல்லது இன்னும் குறைந்த நிலையில் விருப்பமுள்ள பாலியல் துணைவர்கள் கிடைக்கப்பெற்றால், தற்கொலைக் குண்டுகள், விண்ணகத்தின் கன்னியர்களிடம் நாட்டத்தை இழந்து, உயிர் வாழ்வதை விரும்புவர். ஒவ்வொரு ஜின்னிக்கும் அபிமான பொழுதுபோக்கு இல்லாதவிடத்தே, மானுட ஆண்கள் தம் சிந்தனையை உச்சகட்ட இறுதிகளுக்குத் திரும்பினர். மரணம் எங்கணும் ஆயத்தமாகக் கிடைப்பதால், கிடைக்காத பாலுறவுக்கு மாற்றாக இருந்தது.

ஆக, மனித உயிர்களிடையே அப்படி இருந்தது. எனினும், இருண்ட ஜின்கள் சுய - தீக்குளிப்பைப் பரிசீலிக்கவில்லை. பாலுறவுப் புறக்கணிப்புக்கான அவர்தம் எதிர்வினை, தமது முந்தைய ஜின்னியாத் துணைவர்களின் ஆசைகளிடம் சரணடைவதாக இன்றி, பாலுறவு அல்லாத வன்முறை நடவடிக்கையின் அதிகரிப்பாக இருந்தது. உடலின்ப மறுப்பால் ஆத்திரமுற்ற ரைம் ரத்தக் காட்டேரியும் ஷைனிங் ரூபியும் கீழ் உலகில் அதிகாரத்தின் மூலம் அடிமைப்படுத்துதலின் காட்டுமிராண்டித்தனமான வெறியாட்டத்தில் இறங்கினர். நிதானமிழந்த அந் நடவடிக்கை ஜுமுருத் மற்றும் ஜபர்தஸ்தையும்கூட எச்சரிக்கை கொள்ள வைத்தது. அப்புறம் இரு மூத்த ஜின்களின் கண்களில் அதே சிவப்பு மூடுபனி எழுந்தது. மாபெரும் இஃப்ரிட்களை செலுத்திற்று. யுத்தம் புதிய கட்டத்தில் நுழைந்தது. அது துனியாவும் ஜெரோனிமோ மேனஸெஸும் பூமிக்குத் திரும்பும் காலமாயிருந்தது.

அவள் தன்னுடைய கண்ணாடியான உறுதிப் பிரமாணத்தினை அவர் எடுத்துக் கொள்ளுமாறு செய்தாள். “இப்போது நான் உங்களது சொந்த இயல்பினிடத்தே உங்கள் கண்களைத் திறந்துவிட்டுள்ளேன். அதன் மீதான அதிகாரத்தைத் தந்துள்ளேன். என்ன செய்யப்பட முடியுமோ அதுவரையிலும் என் பக்கத்தில் யுத்தமிடுவதாக அம் முயற்சியில் நாங்கள் மடிகிறோம் என உறுதியளிக்க வேண்டும்.” அவள் கண்கள் எரிந்தன. அவளது பற்றுறுதி மறுக்கப்பட முடியாத அளவில் வலுவாயிருந்தது. “சரி, உறுதி தருகிறேன்” என்றார்.

தன் ஒப்புதலைக் காட்டுவதற்காக அவள் அவர் கன்னத்தில் முத்தமிட்டாள். “நீங்கள் சந்திக்க வேண்டியவன் ஒருவன் இருக்கிறான். ஜிம்மி கபூர். அவனுக்கு நாயகன் நட்ராஜ் என்றும் பெயர். தைரியமானவன். உங்களது ஒன்றுவிட்ட சகோதரன். ஒன்றுவிட்ட சகோதரர்களைப் பற்றிப் பேசுகையில், மோசமான பெண்ணும் இருக்கிறாள்” அவள் அவரிடம் கூறினாள்.

***

தெரெஸா சகா என்னும் அவளது பெயரைப் பயன்படுத்த முடியாதிருந்தது. அவள் ஒரு நபரைக் கொன்றிருந்தாள். அது அவளது பெயரிலுள்ள நாணயத்தையெல்லாம் விழுங்கிவிட்டது. மடிந்துவிட்ட பிளாஸ்டிக் என அதனை இரு துண்டங்களாக்கி குப்பையில் எறிந்து காறி உமிழ்ந்தாள். அவளது பெயர் ஒழியட்டும். அவள் பல பெயர்களில் தப்பித்துக் கொண்டேயிருந்தாள். திருடப்பட்ட கடன் அட்டைகளிலிருந்தும் போலி அடையாள அட்டைகளிலிருந்தும் பெறப்பட்டவை அப்பெயர்கள். இக் கீழ்த்தரமான வாழ்வில் அவள் கெட்டிக்காரியில்லை. அவளுக்குச் சேவைத் தொழிற்சாலைகள் தேவைப்பட்டன. நல்ல சமயங்களில் நல்வாழ்வு இல்லம் அல்லது யோகா மையத்திலிருந்து விடுபட்டிருக்கும் தினம் வீணாக்கிய தினமாயிருந்தது. அந்த தினங்களெல்லாம் போய்விட்டிருந்தன. இப்போது அவள் தனது புத்திசாலித்தனத்துடனும் கல்லூரிப் படிப்பிலிருந்து நின்று விட்ட ஜேக்குடனும் வாழ வேண்டியிருந்தது. நல் வாய்ப்பாக ஒவ்வொன்றும் குளறுபடியிலிருந்தது, சட்ட அமலாக்கம் முன்னிருந்ததாக இல்லை. காலத்தின் கோளாறுகள் விரிசல்களினூடே அவளை நழுவிவிடச் செய்தன. எப்படியோ இதுவரையிலும். அல்லது அவள் மறக்கப்பட்டிருக்கக் கூடும். மக்கள் கவனம் எங்கோ இருந்தது. அவள் நேற்றைய செய்தியாக இருந்தாள்.

எனவே தெரெஸா அல்லது மெர்ஸிடஸ் அல்லது ஸில்வியா அல்லது பாட்ரிஸியா அல்லது அன்றைய மாலையில் அவள்

வைத்துக் கொண்ட பெயரில், டென்னெஸ்ஸியின் பிஜியன் ஃபோர்ஜ் விளையாட்டு விடுதியில் தனியே அமர்ந்து, ராணுவ முடிவெட்டுடன் ஆஜானுபாகுவானவர்களின் நெருக்கத்தை ஒதுக்கி, காக்டெய்ல் அருந்தி, சமீபத்தைய பள்ளிக் கொலைகளை உயர்தர தொலைக்காட்சித் திரையில் கவனித்துக் கொண்டிருந்தாள். மதுவால் துல்லியமிழந்த குரலில் கடவுளைப் போல, இது கொலையின் காலம். எதுவெல்லாம் எனக்குச் சரி என்பது உனக்குத் தெரியும் என முணுமுணுத்தாள். இது படுகொலைகளின் காலம். அச்செயலில் நீயே இறங்கிவிட்டதாய்த் தோன்றும். உனது பெயர் எதுவாயினும் என்னைவிடவும் மாற்றுப் பெயர்கள் அதிகம் உனக்கு. ஆமாம், உன்னுடன் தான் பேசிக்கொண்டிருக்கிறேன் கடவுளே. இப்பெயருடன் அப்பெயருடன் இந்த நாட்டில் அந்த நாட்டில், கொல்லும் விசயத்தில் எப்போதும் பெரிதாக இருக்கிறாய். முகநூல் பதிவுக்காக அல்லது சுண்ணத்து செய்யப்படாதிருக்க அல்லது தவறான நபரைப் போடுவதற்கு, கொல்லப்படும் மக்களுடன் சேர்ந்து இருக்கிறாய். அதில் எனக்குப் பிரச்சினை இல்லை. எந்தக் கடவுளுக்கு நானும் கொலைகாரி என யூகித்துக் கொள். அற்பமான நான், நானே சிறு நடவடிக்கையை எடுத்துக் கொண்டேன்.

மின்னல் தாக்கிப் பிழைத்தவர்கள் மீது சந்தேகம் விழுந்த அந் நாட்களில், அவர்களில் சிலர் தம் விதியை நொந்து கொள்வதற்காக, அங்குமிங்குமாக திருட்டுத்தனமாய்க் கூடினர். அவர்களின் கதைகளைக் கேட்க அவள் அவர்களைத் தேடிப் போனாள். அவர்களில் யாரேனும் பலியாட்களாக மட்டும் இல்லாமல், தன்னைப் போல, இடிமுழக்கத்தின் எஜமானர்களாக இருக்கலாம் என்னும் எண்ணத்தில். நீங்களொரு பிறழ்வினராயின் நீங்கள் தனித்தில்லை என்றறிவது நல்லதாயிருக்கும். ஆனால் இங்கே புகை மலைகளின் வேடிக்கை மையத்தில், உயிர் பிழைத்திருப்போரின் கூட்டம் துயரமிகு சாக்குகளின் குவியலாயிருந்தது. பிரதான மையத்திலிருந்து பிரிந்து செல்லும் சிறிய வீதியிலுள்ள மங்கலான வெளிச்சமுள்ள அறையில், விளையாட்டு விடுதியின் பின்னுள்ள சிறிய அறையில் அவர்கள் முடங்கிக் கிடந்தனர்; சுற்றுலா உணவைத் தின்று கொண்டு பெரும் சுற்றுலா வாகனங்களில் திரிந்துகொண்டு, டோல்லி பார்ட்டன் படத்துடன் புகைப்படங்களுக்குத் தோற்றமளித்துக்கொண்டு, சுற்றுலாத் தங்கத்திற்காக சுற்றுலாச் சுரங்கத்தைத் தோண்டிக்கொண்டு என பயணிகள் செய்ய விரும்புவதை முன்னர் அங்கே பயணிகள் செய்து கொண்டிருந்தனர். பிணந்தின்னிப் பேய்களின் ருசிகளுடையவர்களுக்கு

"டைட்டானிக் அருங்காட்சியக கவர்ச்சி" அங்கு இருந்து வந்தது. அங்கே கப்பலின் இசைக்குழுத் தலைவர் வாலஸ் ஹார்ட்லியின் வயலின் இருப்பதைப் பார்க்க முடியும். கப்பலுடன் அமிழ்ந்துவிட்ட "சிறிய வீரர்களான" 133 குழந்தைகளுக்கான அஞ்சலிகளை அனுபவிக்க முடியும். உலகம் மாறிவிட்டதால், டைட்டானிக் எங்கணும் இருப்பதால், ஒவ்வொருவரும் அமிழ்ந்து கொண்டிருப்பதால் அது மூடப்பட்டுவிட்டது. சிரம காலங்களில் ஆண்கள் மது அருந்துவது மாறாததால், விளையாட்டு விடுதி தங்கிவிட்டது. தொலைக்காட்சிகளில் தெரிந்த ஆட்டங்கள்தான் மறு ஒளிபரப்புகள், புகழ்பெற்ற நிறுவனங்களான MLB, NBA, NFL எல்லாம் செய்தி ஒளிபரப்புதல்களுக்கு இடையே, பெரிய திரைகளில் அவற்றின் ஆவிகள் தலைகாட்டின. துணைக்கோள்களுடன் இணைப்பது எப்படி என்று தெரிந்திருந்த, அத்துறையின் தீரமான பத்திரிக்கையாளர்களால், இந்த விசயங்கள் திரைகளில் ஊடாடின.

இடிமுழக்கத்திற்குப் பிழைத்திருந்தோர் இருவிதம். முதல் பிரிவினரிடம் சொல்வதற்கு நிறைய இருந்தது. இவர் நான்கு முறை மின்னலால் பாதிக்கப்பட்டவர். அவரோ ஏழு முறை சாதனையைப் பெற்றிருப்பவர். அவர்கள் குழம்பிவிட்டனர். தலைவலி கொண்டிருந்தனர். பீதியால் தாக்கப்பட்டனர் என்றனர் பலர். மிகுதியாக அவர்களுக்கு வியர்த்தது. தூங்க முடியவில்லை. ஒரு கால் மர்மமான முறையில் சுருங்கத் தொடங்கிற்று. அழுவதற்கு ஏதுமில்லாதபோது, அழுதனர். வாயில்களுக்குள் விரைந்து மேஜை நாற்காலிகளில் மோதினர். அத்தாக்குதல் அவர்தம் காலணிகளிலிருந்து அவர்களை அப்படியே பிய்த்துப் போட்டது. உடல்களிலிருந்து ஆடைகள் கிழிந்து போயின. அவர்களை அம்மணமாயும் அதிர்ந்தவர்களாயும் விட்டுச் சென்றது. எரிந்த தழும்புகள் இல்லாதது அவர்கள் அதிகம் எதிர்ப்பு தெரிவித்தனர். அல்லது நீண்ட காலம் எதிர்த்தனர் என மக்களைக் குறை சொல்லவைத்தது. திடீரென வந்த இடிமுழக்கம் பற்றி பிரமிப்புடன் பேசினர். அது ஒரு மதவியல் அனுபவம் என்றனர் பலர். சைத்தானின் வேலையை அவர்கள் நேரில் கண்டிருந்தனர்.

இரண்டாவது பிரிவினர் அமைதியானவர்கள். இவர்கள் தம் ரகசிய உலகங்களில் மூடுண்டபடி, மூலைகளில் தனித்தமர்ந்தனர். மின்னல் தாக்கியது அவர்களை எங்கோ தொலைவில் சேர்ந்திருந்தமையால், தம் மர்மங்களை பகிர்ந்துகொள்ள முடியாதிருந்தனர். அல்லது விரும்பாதிருந்தனர். தெரெஸா அல்லது மெரிஸிடஸ் அல்லது ஏதோ ஒரு பெயரிலிருந்த அவள் அவர்களிடம் இப்போது பேச முற்பட்டாள். அவர்களோ

பீதியுற்றவர்களாய்த் தோன்றினா (அ) கேள்வி கேட்போரிடம் பற்களை வெளிக்காட்டியும் நகங்களைப் பிறாண்டியும் திடீரென்று அதிக வெறுப்பைக் காட்டினர்.

இது அவளுக்குப் பயனுடையதாயில்லை. இவர்கள் பலவீனமடைந்தும் உடைந்து போயும் இருந்தனா. கூட்டத்தினரிடமிருந்து கிளம்பி மது அருந்தத் தொடங்கினாள், அது குப்பியின் அடியை நெருங்குகையில் அவளது தலையிலிருந்து ஒரு குரல் பேசியது, அருந்துவதை நிறுத்த வேண்டும் என்றெண்ணினாள். அமைதியானதும் அளவிட்டதுமான அப்பெண்குரலினை அவளால் தெளிவாய்க் கேட்க முடிந்தது, யாரும் அவளுடன் பேசிக் கொண்டிருக்கவில்லையெனினும், நான் உனது அம்மா, அக்குரல்சொல்லிற்று, இல்லை, நீ என் தாயில்லை ஏனெனில் என்தாய் ஒருபோதும் என்னை அழைப்பதில்லை, பாழாய்ப்போன என் பிறந்த நாளன்றுகூட, அவளுக்குப் புற்றுநோய் வந்தபோதுதான் மருத்துவ உதவி கேட்டு எனக்குச் செய்திவந்து தொலைத்தது. அவை எதனையும் அவள் வாய்திறந்து சொல்வதற்குள் அக்குரல் சொல்லிற்று, இல்லை, அந்தத்தாயில்லை. சுமார் 900 ஆண்டுகளுக்கு முந்தைய உன் அம்மா, இப்போது நீ அதனை நல்லதிற்குப் பயன்படுத்தப்போகிறாய். ஆனால் அவள் தலையிலிருந்த தாய் எனப்படுபவள் பின்வாங்காமல், நான் ஆயுத்தமானதும் என்னை உனக்குக் காண்பிப்பேன் என்றாள், ஆனால் என் நாணயத்தை நிறுவுவதில் எனக்கு உதவினாள், உனது மதிப்புவாய்ந்தவைகளை நீ சேமித்து வைத்துள்ள இடத்தின் பரிதாபமான முதலீட்டுப் பெட்டியின் இருப்பிடத்தையும் எண்ணிக்கையையும் உனக்குக் கூறமுடியும். நான் அதனைச் செய்ய வேண்டுமென்று நீ விரும்பினால், நீ ஆங்கிலம் படிக்க விரும்புவதாகவும் அதைவைத்து என்ன செய்யப் போகிறேன் என நீ கூறியபோது, உனது அப்பா என்ன கூறினார் என்ற கதையை உனக்கு என்னால் கூற முடியும். அவர் கூறினார், சட்டம் சார்ந்த ஆலோசகராயிரு(அ) செயலராயிரு (அ) உனக்குப் பதினேழுவயதாயிருந்தபோது நீ திருடிய பழைய சிவப்புக் காரினை எப்படிக் கொண்டு வந்தாய், உன்னால் முடிந்த மட்டும் வேகமாக அட்வெஞ்சுராவிலிருந்து ஃபிளாமிங்கொ வரை, உயிருக்கிறதா இல்லை போய்விட்டதா என்று கவலைப்படாது, மேற்கிலும் தெற்கிலும் ஓட்டிவந்தாய் என்பதைக் கேட்க விரும்புவாய். என்னிடம் எந்த ரகசியங்களும் இல்லை, ஆனால் நல்வாய்ப்பாக உன்னை ஒரு மகளாக நேசிக்கிறேன், நீ என்ன செய்திட்டாலும் அக்கனவானை நீ கொன்றுவிட்ட போதிலும், இப்போது அது பிரச்சனையாயில்லை ஏனெனில் இப்போது

யுத்தம் இருக்கிறது, ஒரு படைவீரனாக நீ எனக்கு தேவை, நான் நீ என்ன செய்யவேண்டும் என்று கூறியதில் சிறந்து விளங்குவதால்.

நான் மக்களைக் கொல்வதைப் பற்றி உனக்குக் கவலையில்லை என்கிறாய்,பேசாமலேயே தெரெஸா சகா குறிப்பிட்டாள். நான் என்ன செய்து கொண்டிருக்கிறேன். அவள் தன்னையே கேட்டுக் கொண்டாள், என் தலையிலுள்ள ஒரு குரலினிடம் பேசிக் கொண்டிருக்கிறேன், இப்போது குரல்களைக் கேட்கின்றேனா? நான் யார், ஜோன்ஆஃப் ஆர்க்கா? தொலைக்காட்சி நிகழ்ச்சி பார்த்தேன். அவர்கள் அவளை எரித்துவிட்டனா.

இல்லை, அவள் தலையிலிருந்த குரல் கூறிற்று. நீ ஞானியில்லை, நானுமில்லை.

நான் மக்களைக் கொல்லவேண்டும் என்று விரும்புகிறாயா, மீண்டும் அவள் தலையிலிருந்து நிசப்தமாய்க் கேட்டாள், அது குடியைத்தாண்டியதாய், பைத்திய நிலையினதாய் இருந்ததை அறிந்து கொண்டு.

மக்களை அல்ல, குரல் கூறிற்று. நாம் பெரிய வேட்டையை நடத்தித் கொண்டிருக்கிறோம்.

***

பாக்தாத் நுழைவாயிலில் மீண்டும் தான் நின்று கொண்டிருந்ததைப் பார்த்தபோது திரு. ஜெரோனிமோ, உலகத்தைப் பற்றி மட்டுமல்லாது தன்னையும் பற்றியும், அதில் தனது இடம் பற்றியும் எதுவும் அறிந்திருந்ததில்லை என்னும் புதிய அறிவுடன் இருந்தார். ஆனால் இப்போது அவர் சிறிது அறிந்திருந்தார், அனைத்துமில்லை, ஆனால் அது ஆரம்பமாயிருந்தது. அவர் மீண்டும் ஆரம்பிக்க வேண்டியிருந்தது, அதனை எங்கே செய்யவேண்டும் எனத் தெரிந்திருந்தார், தன் முதல் சிகிச்சைக்கு முயன்று பார்த்திட, இந்த இடத்திற்குத் திரும்புமாறு துனியாவைக் கேட்டிருந்தார். அவள் அவரை அங்கே விட்டுவிட்டு, தன் வேலையைப் பார்க்கப் போனாள், ஆனால் அவரிடம் இப்போது ஜின்களின் தகவல் தொடர்பு அமைப்புடன் தொடர்பு கொள்ளும் வாய்ப்பு இருந்தது, எத்தருணத்திலும் அந்த அசாதாரணமான உள்ளார்ந்த நிலை நிறுத்தத்தில் அவள் எங்கே இருக்கிறாள் என அவரால் அறிய முடியும். எனவே அவளின் உடலியல் இருப்பின்மை ஒரு விவரணம் மட்டுமே. அழைப்பு மணியை அழுத்திவிட்டுக் காத்திருந்தார். அப்போது இன்னும் தன்னிடமே சாவி இருந்ததை ஞாபகப்படுத்திக் கொண்டார். அது இன்னும் வேலை செய்தது, எதுவும் நிகழ்ந்திருக்காதது போல, பூட்டில் திரும்பியது

பயங்கரமான நோயைக் கொண்டு வருபவராக இருப்பதற்காக இந்த இடத்திலிருந்து வெளியேற்றப்பட்டிருந்ததில்லை என்பது போல.

எவ்வளவு காலம் அவர் பெரிஸ்தானில் கழித்திருந்தார்? ஒரு நாளா, ஒன்றரை நாளா? ஆனால் இங்கே கீழுலகத்தில் பதினெட்டு மாதங்கள் கழிந்திருந்தன (அ) அதற்கும் கூடுதலாக. புத்தாயிரத்தை ஒட்டி ஆரம்பித்திருந்த துரிதயுகத்தில் பூமியில் பதினெட்டு மாதங்களில் நிறையவே மாற்றங்கள், இதுநாள் வரை இன்னும் தொடர்கின்றது, நமது கதைகளெல்லாம் இப்போது விரைவாகச் சொல்லப்படுகின்றன, நாம் வேகத்திற்கு அடிமையாயிருக்கிறோம். பழைய மந்தநிலை, சோம்பித்திரிதல்கள், மேய்தல்கள், மூன்று தொகுதி நாவல்கள், நான்கு மணிநேரச் சினிமாப்படங்கள், பதின்மூன்று வார நாடகவரிசைகளின் சந்தோஷங்களை மறந்துபோயிருக்கிறோம். நீ செய்ய விரும்புவதைச் செய். உன் கதையைச் சொல், உன் வாழ்வை வாழ், சீக்கிரமே வெளியேறு, உமிழ்ந்து தள்ளு. பாக்தாதின் வாசற்படியில் நின்றவாறு, அவர் தனது ஒன்றரையாண்டு கால நகரம் தன் கண்களின் முன்னே விரைவாகக் காண்பவராகத் தோன்றினார். எழுச்சிகள் பெருகவும் அலறுகின்ற பயங்கரம், அவற்றின் எதிரே ஈர்ப்பு விசையின் உள்ளு அழுத்தத்தால் மக்கள் நசுக்கப்பட்டனர், சீனப்பெட்டியிலுள்ள கதைபோல், திரு. ஜெரோனிமோ எண்ணினார், பறக்கும் தாழிகளில் வந்த மாபெரும் இஃப்ரிட்களால் மக்கள் கூட்டத்தினர் மீது திடீர் தாக்குதல்கள் நிகழ்ந்தன. காது மடல்கள் இல்லாத ஆண்களையோ பெண்களையோ சுட்டிக்காட்டும் யார்க்கும் மாபெரும் இஃப்ரிட்கள் வெகுமதிகளை, ஆபரணப் பேழைகளை வழங்கின. ராணுவச் சட்டம் பிரகடனப்படுத்தப்பட்டிருந்தது, அவசரகாலச் சேவைகள் அற்புதமாய்ப் பணியாற்றியிருந்தன, தீயணைப்புத்துறையின் வீரர்கள் மிதக்கும் மக்களிடம் விரைந்தனர். தேசியக் காவல் படை உதவியுடன் போலிஸார் தெருக்களில் ஒரு வகையில் சட்டம் ஒழுங்கைப் பராமரித்தனர்.

குற்றஞ்சாட்டுவற்கு மக்களைத்தேடியபடி மதக்கும்பல்கள் நகரில் திரிந்து கொண்டிருந்தன. இக்கும்பல்களில் சில மேயரைக் குறிவைத்திருந்தன, நேர்மையான அற்புத நடுவரான அவரது வளர்ப்பு மகன் ஸ்டார்ம் அசுர வித்தென்று வசைபாடப்பட்டான். விசுவாசத்திற்குத் துணைப்போதையென விரோதத்தை அவசியமாக, லாரலுக்குத் தேவையான ஹார்டியாக, கொண்டிருந்த நேர்மையின் கூட்டம் ஒன்று, மேயரின் இல்லத்தைச் சுற்றி திரண்டது - படகுத்துறை, ஈஸ்ட் எண்ட் அவென்யு, FDR என்னும் மூன்று திசைகளிலிருந்து

குவிந்தது - அப்புறம் அதிர்ச்சியூட்டும் விதத்தில் அவ்வரலாற்றுக் கட்டிடத்தைத் தகர்ப்பதில் வெற்றிகண்டு, தீவைத்தது. ஒழுங்கற்ற அக்கால கட்டங்களிலும் கிரேசிமாளிகை மீதான வெற்றிகரத் தாக்குதல் செய்தியாக விளங்கியது. ஏனெனில் கனரக தாக்குதல் கருவிகளுடைய படைவீர்களை எதிர்த்து நின்ற முன்னணித் தாக்குதல்காரர்கள், தலையிலும் உடலிலும் பல முறை சுடப்பட்டும் விழவில்லை. செய்தித் தொடாபில் சிதைவு இருப்பினும் அது துரிதமாய்ப் பரவிய கதையாயிற்று. வழக்கத்திற்குமாறான விவரணம் ஒன்று இதில் பதிவானது, பல வாகனங்கள் தாக்கப்பட, அவற்றில் ஒன்று மீன் ஏற்றி வந்தது, அதன் பின்புறக்கதவு இழுக்கப்பட்டுத் திறந்து கொள்ளவும் அல்பகோர், ஸாக்கியி, சினுக், கொவேறா, இளஞ் சிவப்புசல்மான், பொல்லாக், உறடோக், ஸொலி, ஓயிடிங் எனப் பதப்படுத்தப்பட்டிருந்த மீன்கள் ஆர்ப்பாட்டக்காரர்களை பளபளப்பாய் உற்றுநோக்கின, இறந்துபோயிருந்தும் பல மீன்கள் ஆரவாரித்து சிரிக்கத் தொடங்கின. இது திரு. ஜெரோனிமோவுக்கு ப்ளுயாஸ்மினின் சிரிக்கும் மீன்கதையை நினைவூட்டிற்று, முன்னர் அதிசயமாயிருந்த பல விஷயங்கள் இப்போது சாதாரணமாயிருந்ததை அவர் திரும்பவும் புரிந்து கொண்டார்.

துனியா அவரிடம் கிசுகிசுத்து, ஜின் சுவீகரிப்பின் யதார்த்தத்தின் பால் அவரின் கண்களைத் திறக்கும் வரையும் ஒட்டுண்ணி-ஜின் பற்றி அவர் அறியாதிருந்தார். மாபெரும் இஃப்ரிட்களில் ஒன்றான ஷைனிங் ரூபி ஒட்டுண்ணி ஜின்களின் தலைவனாகும், குறிப்பிட்ட காலத்திற்கு உடல்களை வைத்திருந்து அப்புறம் அவற்றை உயிருடன் விடுவது, நிதியியல் அசுரனான டேனியல் அரோனியை, தனது பரபரப்பான ஆக்கிரமிப்பால் அவன் எடுத்துகாட்டியிருந்ததால், சிறிய ஒட்டுண்ணிகளெல்லாம் காலாட்படையினராக தளபதி ரூபியின் கற்பனைக்கும் பணிந்து சேவை புரிந்தன. ஆனால் ஷைனிங் ரூபி, ஆக்கிரமித்திட உயிருள்ள ஜீவி எதுவுமின்றி, செயல்பட்டத. அதனைப் பின்பற்றிடும் ஒட்டுண்ணிகள் திறன் குறைந்தும் முட்டாள்தனமாயும் காணப்பட்டன. பூமியில் இருக்கும்போது அவற்றுக்கு நாய்கள், பாம்புகள், ரத்தக் காட்டேறி வௌவால்கள், மனித உயிர்களென விருந்தளிப்போர் தேவைப்பட்டனர், அவை நகரும்போது தம் தற்காலிக இல்லங்களை நாசமாக்கின.

ஜுமுருத் கும்பல் பல முனைகளில் யுத்தம் நடத்திக்கொண்டிருந்தது வெளிப்படை, திரு. ஜெரோனிமோ கருதினார். தோற்கடிப்பது எளிதாயிருக்காது.

மேயரும் அவரின் சின்ன மகள் ஸ்டார்மும் எரியும் மாளிகையிலிருந்து காயமின்றித் தப்பியோடி இருந்தனர். அவர்களது தப்பித்தல் குறித்து சுற்றுக்கு வந்த கதைகளினை அதியற்புத விளக்கத்தாலேயே புரியவைக்க முடியும். இதன்படி (அது குறித்தபொருத்தமான விவரிப்பு வேறு எதுவும் நம்மை வந்து சேர்ந்திருக்கவில்லை) ஸ்டார்ம் குழந்தையின் அறியப்படாத அம்மா ஒரு ஜின்னியா, தனது அரைபாதிமனித நேசக் குழந்தையை அவள் வளர்க்க விரும்பாததால், மேயரின் வாசலில் போட்டுவிட்டு, சற்றுத் தொலைவிலிருந்து கவனித்துக் கொண்டிருந்தாள். அதன் உயிருக்குப் பாதிப்பு என்று தெரிந்தபோது, எரியும் மாளிகைக்குள் நுழைந்து ரோஸாஃபாஸ்ட் மற்றும் இளைய ஸ்டார்ம் மீது பாதுகாக்கும் கேடயத்தை மூடி, பாதுகாப்பாக வெளியேற்றியது. நமக்குக் கிடைத்திருக்கும் கதை இதுவே.

வரலாறு எவ்வளவு துரோகமானதாய் இருக்கிறது! அரை - உண்மைகள், அறியாமை, ஏமாற்றுதல்கள், பொய்யான தடயங்கள், தவறுகள், பொய்கள். இவற்றினிடையோ எங்கோ புதையுண்டிருக்கிறது உண்மை, அதனிடம் நம்பிக்கை இழப்பது எளிது, அது ஒரு கற்பித விலங்கு, அப்படி ஒன்றில்லை, எல்லாம் ஒப்பீட்டளவிலானதே, ஒருவருக்கு அறுதி உண்மையாயிருப்பது இன்னொருவருக்குத் தேவதைக்கதை என எளியதாய்க் கூறமுடியும். ஆனால், அதனை சார்பியல் வணிகர்களிடம் விட்டுவிட முடியாத முக்கிய கருத்தாகும் என்று நாம் வற்புறுத்துவோம், மிகவும் அழுத்தமாய் வற்புறுத்துவோம், உண்மை உயிர்த்திருக்கிறது. குழந்தை ஸ்டார்மின் மாய ஆற்றல்கள், அதற்கான புலப்படும் நிரூபணத்தை முன்வைத்தன அந்நாட்களில். அவளது விளக்கமான ஞாபகத்தில், உண்மை "உண்மை" ஆவதை அனுமதிக்க மறுக்கின்றோம். அது என்னவென்று நமக்குத் தெரியாதிருக்கலாம், ஆனால் அது அங்கிருக்கிறது. ரோஸாஃபாஸ்ட்டும் ஸ்டார்மும் எரிகின்ற மேயர் மாளிகையிலிருந்து எப்படித் தப்பினர் என்பதை நம்மால் உறுதிபடக் கூற இயலாது, ஆனால் நமது அறியப்படாத மண்டலத்தை ஒத்துக்கொண்டு, அறியப்பட்டிருப்பதை கெட்டியாக பற்றிக் கொள்ளலாம். அவர்கள் தப்பிக்கவே செய்தனர். அப்புறம், பாதுகாப்புக் காவலர்களின் பரிந்துரையை ஏற்றுக் கொண்ட மேயர், ரகசிய அமைப்பு ஒன்றினுள் சென்று, விபரம் வெளியிடப்படாத இடத்திலிருந்து நகரத்தை நிர்வகித்தார். அவ்விடம் அறியப்படாதது, அவளின் தீரமான நிர்வகிப்பு அறியப்படுவது. மாபெரும் இஃப்ரிட்களால் ஏற்படுத்தப்பட்ட களேபரத்திற்கு எதிராகப் போராட்டத்தை ஒழுங்குபடுத்தினாள்,

மக்களுக்கு உதவிட சாத்தியமானவையெல்லாம் செய்யப்பட்டுக் கொண்டிருக்கின்றன, விரைவில் மேலும்செய்யப்படும் எனக் குடிமக்களுக்கு அவள் வானொலிச் செய்தி விடுத்தாள். எதிர்ப்பின் முகமாயும் குரலாயும் அவள் ஆனாள், தன் புலப்படா விரலை நகரின் நாடித்துடிப்பின் மீது வைத்தாள். இது அறியப்படுவது, அறியப்படாதது அதனைச் சீர்குலைப்பதில்லை. இதுதான் அறிவியல் வழி. ஒருவரது அறிவின் வரம்புகள் குறித்து வெளிப்படையாயிருப்பது, தெரியும் என்று ஒருவர் கூறுவதிலுள்ள, பொதுமக்கள் நம்பிக்கையை அதிகரிக்கச் செய்கிறது.

நகர் யுத்த மண்டலமாயிருந்தது, யுத்தம் பாக்தாத்தில் கொட்டியிருந்தது. உள்ளும் புறமுமாக கரியெழுத்திலான முடியிழைகள், ஆபாச எழுத்துகள், மலம், நொறுங்கிய இடம். ஜன்னல்கள் ஏற்றிவிடப்பட்டிருந்தன, பல கண்ணாடிச் சட்டங்கள் காணவில்லை. அவர் இருண்ட முகப்பறையில் நுழைந்ததும் அவரது தலையின் பக்கம் உலோகம் அழுத்தபட்டதை உணர்ந்தார். மரணத்தை மிரட்டுகின்ற குரல் ஓயரிலிருந்து ஒலித்தது, இந்தவீட்டை ஆக்கிரமிக்கவேண்டும், சட்டையை அவிழ், கையெறிகுண்டு இடுப்பு வாரினை தான் அணிந்திருக்கவில்லை, இங்கு நடந்து திரியும்படி யாரோ கூறியிருந்த வெடிகுண்டு நானில்லை, என்றான். உன்னை அனுப்பியது யார், எங்கிருந்து வருகிறாய். அது சுவையானது, அவன் எண்ணினான்.தனது இயல்பான ஓய்வு நிலையில் அவன் இயங்கிக் கொண்டிருந்தான், ஆனால் அவனைச் சுற்றியுள்ள ஒவ்வொன்றையும் இப்போது மெதுவாக்க முடியும், துப்பாக்கி வைத்துள்ளவனின் குரலை நீட்டிக்க இயலும், அவன் விருப்பப்பட்டால், விஷயங்களை இன்னும் மெதுவாக்க முடியும், இதனைப்போன்று, இப்போது முகப்பறையின் இருளிலுள்ள முரட்டு நபர்கள் சிலைகளென இருந்தனர். அவனால் துப்பாக்கி முனைவரை சென்று அதனைக்கிள்ள முடியும், அதனை பிளாஸ்டிக் பொம்மையென மூடிவைக்கமுடியும். அநேகமாய் அது வேடிக்கையாயிருந்தது. அவனால் இதனைச் செய்ய முடியும், இப்போது ஆக்கிரமிப்பாளர்களிடமிருந்த ஆயுதங்களெல்லாம் கேரட்களாக வெள்ளரிக்காய்களாக மாற்றப்பட்டிருந்தன.

ஓ, அவனால் இதனைச் செய்ய முடியும், இப்போது அவர்களெல்லாம் அம்மணமாயிருந்தனர்.அவர்களை விரைவு கொள்ள அனுமதித்தான் - (அ) தான் மெதுவாக வேண்டும் - கும்பல்தலைவர்களிலிருந்து பீதியுற்ற குழந்தைகளான இன்னொரு உருமாற்றத்தை கவனிக்கின்ற குறைவைப் பெற்றான். தம் குறிகளைப் பற்றியபடி அவர்கள்

அவனிடமிருந்து பின் வாங்கினர், அவர்களுக்கான கேள்வி ஒன்று அவனிடமிருந்தது. சகோதரி ஆல்பி, ப்ளுயாஸ்மின் இப்பெயர்கள் ஏதேனும் உனக்கு அர்த்தப்படுகின்றனவா? அவன் தலைமீது துப்பாக்கியை வைத்திருந்தவன் இப்போது அவன், இருதயத்திலே ஒரு குத்துவாளைச் செருகினான். அவை மிதக்கும் பெட்டைநாய்களாயிருக்கட்டுமா? பலூன்களா? தன் அந்தரங்கப் பகுதிகளிலிருந்து கைகளை விலக்கிக் கொண்ட அவன், பரவுகின்ற சமிக்ஞை செய்தான். காபவ், மனிதன். அது ஒரு குளறுபடி. என்ன கூறுகிறாய், திரு.ஜெரோனிமோ வினவினார், அவன் என்ன அர்த்தப்படுத்தினான் என்பதை அவர் அறிந்திருந்த போதும். கொழுத்தபெண்ணைப் போல நிர்வாண மனிதன் கூறினான். பெருகட்டும்.

கதையின் இப்பகுதி இவ்விதமாகச் செல்லுமாறு அனுமானிக்கப்படவில்லை. அவன் அதியற்புத ஆற்றல்களுடன் தேவதை தேசத்திலிருந்து வந்து யாஸ்மினையும் சகோதரியையும் மீட்க வேண்டும் என அனுமதிக்கப்பட்டிருந்தான். தான் புதிதாய்க் கற்றிருந்த திறன்களைப் பயன்படுத்தி, அவர்களை இதமாகப் பூமிக்குக் கொண்டுவந்து, அவர் தம் புகார்களை கேட்டு, குற்றத்தை ஏற்று, மன்னிக்கவும் அவர்களைத் தழுவிக்கொள்ளவும், அவர்தம் வாழ்வின் அன்றாடத்தன்மையைத் திருப்பியளித்து, பைத்தியத்திலிருந்து அவர்களைக் காக்கவும், அவர் தம் மீட்சியைக் கொண்டாடுமாறும் அனுமானிக்கப்பட்டிருந்தான்.

நல்லுணர்வு உலகிற்குத் திரும்பத் தொடங்கிய தருணமாய் அது அனுமானிக்கப்பட்டிருந்தது. மற்றவர்களுடன் சேர்ந்து அவன், அவ்வுணர்வைக் கொண்டுவருபவனாக இருந்தான். இவ்வுலகிற்குள் வந்து சோர்ந்திருக்கும் பைத்தியநிலை, நீண்டகாலமாக தன்வழியைக் கொண்டிருந்தது. அறிவுநிலை திரும்புவதற்கான நேரமாய் அது இருந்தது. அந்நிகழ்வுப்போக்கு தொடங்கவேண்டும் என அவன் விரும்பியிருந்தது இங்கேதான். அவர்கள் சிறந்தவர்களாக - பட்டினி கிடந்து மடிந்தனரா (அ) கொல்லப்பட்டனரா. விளையாட்டுக்காக பைத்தியத்தால் சுடப்பட்டனரா - பைத்தியம் ஆட்கொண்ட அந்த அம்மணச் சிறுவர்களால் சுடப்பட்டிருக்கக் கூடும், அப்புறம் அவர் தம் உடலங்கள் படிவரிசை விட்டத்தில் தொங்கவிடப்பட்டன, வெடிக்கும் மட்டும் நச்சு வாயுக்களால் நிரப்பப்பட்டிருக்கும்...

இப்போது கவனிப்பாரின்றிக் கிடந்த வீட்டை அவன் தேடினான். சுவர்களில் ரத்தம் இருந்தது, சகோதரி மற்றும் யாஸ்மினின் வெடித்த உடல்களிலிருந்து சிறிது வந்திருக்கக் கூடும். ஓரறையில் உறையற்ற ஒயர் பற்றிக் கொண்டது, அது எவ்வேளையிலும் நெருப்பை மூட்டக் கூடும் அநேகமாய்

அனைத்துக் கழிவறைகளும் நிரம்பிக் கிடந்தன. அநேகமாய் அனைத்து நாற்காலிகளும் உடைந்து கிடந்தன, மெத்தைகள் கிழிபட்டு தரைகளில் கிடந்தன. அவனது அறையில் ஏகத்துக்குக் கொள்ளைபோயிருந்தது, இப்போது அவன் அணிந்திருக்கும் உடைகள் தவிர்த்து எதுவும் அவனுக்குரியதாயில்லை.

வெளியே, தான் நிறுத்தியிருந்த இடத்தில் வண்டியை அவன் எதிர்பார்க்கவில்லை. எனவே அது காணாமல் போயிருந்ததைக் காண்பது ஆச்சரியமாக இல்லை. இதுவெல்லாம் அவனுக்கு விஷயமாகப்படவில்லை. அவன் ஒரு புதிய ஆற்றலின் பிடியில் பாக்தாத்தை விட்டுக் கிளம்பினான் - அவளது தந்தையின் மரணத்திற்குப் பிறகு துனியாவின் கனலும் கோபத்தைப் புரிந்து கொள்ளுமாறு அவனை அனுமதித்த ஓர் ஆத்திரம் அது, யுத்தம் தனிப்பட்டதாகியிருந்தது.

அவனது எண்ணங்களால் மரணத்திற்கு என்னும் தொடர் உருக்கொண்டது. சிறிது வியப்புடன் அதனை அவன் அர்த்தப்படுத்தியதாக உணர்ந்து கொண்டான்.

தத்துவவாதி சீமாட்டியையும் ஆலிவார் ஓல்டுகேஸிலையும் எங்கேயும் காண இயலவில்லை. இன்னும் அவர்கள் உயிர்த்திருக்கலாம். தம் வீட்டுக்குத் திரும்பியிருக்கலாம். அவன் உடனே லா இன்கோயெரன்ஸாவுக்கு போக வேண்டியிருந்தது. வேறெதற்கும் முன்னர், அவனுக்கு பச்சை சுமை வாகனம் தேவையிருக்கவில்லை. அவன் போய்ச்சேர புதிய வழிவகை இருந்தது.

***

தனது வாழ்க்கை என்னவாய் மாறியிருந்தது என மெதுவாகவே அவர் புரிந்து கொண்டிருந்தார். தான் உயர்ந்திருந்ததை நன்கறிவார். அதனை அவர் எதிர் கொண்டார், ஏற்றுக்கொண்டார். இறக்கம், ஏற்றம்போல எதிர்பாராதது, இதற்கு முன்னர் தான் சந்தேகித்திராத ரகசிய அகத்தின் இருப்பு அவருக்குள்ளே திறந்து கொண்டதன் விளைவே அது என அவர் புரிந்து கொண்டார். ஆனால் அவரது இறக்கத்திற்கு ஒரு மனிதப் பரிமாணமும் இருந்திருக்கக் கூடும். ஒரு தவறு, தனது தவறு என அடிக்கடி அவர் எண்ணியிருந்ததை அவர் சமாளித்தவகையில், அத்தனிமை நேரங்களில் தன் வாழ்வின் மிக இருண்ட விஷயங்களை அவர் எதிர்கொண்டார் - அவ்வாழ்க்கை ஒரு காலத்தில் இருந்திருந்ததான பிரிவின்வலியை, அவரை மறுதலித்த பாதையின் மறுதலிப்பால் உண்டான வேதனையை எல்லாம். தன்பெரிய காயத்தைத் தழுவிக்கொண்டு, தனக்குத்தானே காட்டிக் கொண்டு, தன் பாதிப்பைவிடவும்

வலுவானவர் ஆனார். தன் ஈர்ப்பு விசையைப் பெற்று பூமிக்கு இறங்கினார். இவ்வாறு பூஜ்ஜிய நோயாளி நோயின் ஆதாரமாக மட்டுமின்றி, சிகிச்சையின் ஆதாரமாகவும் ஆனார்.

இன்னொரு சருமத்திற்குள் தான் நுழைந்திருந்ததாக அவர் உணர்ந்தார். அவரது இன்னொருவரான அவர், தன் உடலில் புதிதாய் வந்து சேர்ந்தவராகி, அது அவருக்கு இன்னொன்றாக இருந்தது. அவரது எண்ணங்களிலிருந்து வயது நழுவிப்போயிருந்தது. வெள்ளை மலர்களால் நிரம்பி, ஒவ்வொன்றும் அற்புதத்தை சாதிப்பனவாக, அவரின் அகக் கண்ணின் முன்னே, சாத்தியப்பாட்டின் மாபெரும் களன் நின்றது. வெள்ளை நிற அல்லி மறுபிறவியின் மலராகும் ஆனால் அவர் மிகுந்த உயிர்ப்புடையவராக ஒருபோதும் உணர்ந்திருந்ததில்லை. ஏற்றத்தின் சாபம் தனது தற்போதைய நிலையுடன் இதனைப் பொதுவாய்க் கொண்டிருந்தது என்பதும் அவருக்குத் தோன்றிற்று. அதன் உள்ளூர் தாக்கங்கள் இயற்கை விதிகளை தாண்டியிருந்தன.

உதாரணமாக, உலகம் ஆடாது அசையாமல் இருப்பதாகத் தோன்றுகையில், துரிதமாய் நகருகின்ற இத்திறமையினை ஒப்பீட்டளவிலான நகர்தலின் மீதான ஆற்றலினை அவர் புரிந்து கொள்ளத் தொடங்கவில்லை. ஆனால் ஆச்சரியப்படும்படி அதைப் பயன்படுத்துவது எளிதாயிருந்தது, ஒரு காரினை ஓட்டும் திறமை பெறுவதற்கு, எரியாற்றல் இயந்திரத்தின் ரகசியங்களை ஒருவர்அறிந்திருக்க அவசியமில்லை, தனக்கு நினைவூட்டிக் கொண்டார். இவ்விதமான உள்ளூர் சூனியமே ஜின்களின் சாராம்சம், அவர் புரிந்து கொண்டார். அவர் இன்னும் சதையும் குருதியுமாயிருந்தார். அது அவரை ஒருவிதத்தில் மெதுவாக்கிற்று - மின்னல் இளவரசியின் வேகத்தில் அவரால் நகர இயலாது - ஆனால் அவரது உடலுக்குள் புகை - நெருப்பின் ரகசியங்களை விடுவித்திருந்தாள், அவை அவரைத் துரிதமாகக் கொண்டு சென்றன.

மங்கிய வெளியின், மாற்றப்பட்ட காலத்தின் சுருக்கமான தருணத்திற்குப் பிறகு, லா இன்கோயெரன்ஸாவின் துவம்சம் செய்யப்பட்டிருந்த புல்வெளி மீது அவர் மீண்டும் நின்றார், அவருள்ளிருந்த தோட்டக்காரர், குறைந்தபட்சம் ஒரு சிறு வெற்றி இருந்தது - அது அவர் சென்றடையக் கூடியதாயிருந்தது எனஅறிந்துகொண்டார். ஒவ்வொருவரும் அறிந்துள்ள ஜின்னின் கதையொன்று இருந்தால், அதுவிளக்கு பூதத்தின் கதையாகும் - அழகிய இளவரசி பத்ரல் புதூர் என்னும் காதலியுடன் அலாவுதீன் வசிப்பதற்கான அரண்மனையைக் கட்டிக்கொடுத்தது அப்பூதம்.

இந்தக் கதை ஒரு பிரெஞ்சுப் போலியாக இருந்தபோதிலும், எந்தவொரு உருப்படியான ஜின்னும் விரல்களைச் சொடுக்குவதற்குள் கைகளைத் தட்டுவதற்குள் கண்ணியமான அரண்மனைக்குள் விரைந்துவிடும்.

திரு. ஜெரோனிமோ தன் கண்களை மூடினார். அவர் முன்னே வெள்ளை அல்லி மலர் வயலிலிருந்து, அவற்றின் வசீகரிக்கும் வாசத்தை நுகர்ந்திட அவர் சாய்ந்த வேளையில், ஒட்டுமொத்த லா இன்கோயெரன்ஸா தோட்டமும், மாபெரும் புயலுக்குமுன் இருந்தது போல கச்சிதமானவகையில் ஒரு நுண் சித்திரமாய் அவர் முன் தோன்றிற்று. புதுப்பிக்கப்பட்ட வாழ்வின் சுவாசத்தை அதற்குள் ஊதுவதற்காக மண்டியிட்ட அரக்கராக அவரிருந்தார், அப்போது, சிறிய இல்லம்- நிலங்களுடன் ஒப்பிடுகையில் பிரமாண்டமாயிருந்த வெண்பூக்களும் சுற்றுமுற்றும் இதமாய் அசைந்தாடின.

அவர் தன் கண்களைத் திறந்தபோது, வசியம் தன் மாயத்தைச் செய்திருந்தது. லா இன்கோயெரன்ஸா தன் முந்தைய கீர்த்தியைப் பெற்றிருந்தது. ஆற்றினால் படியச் செய்யப்பட்டிருந்த சேறு - சகதியின் தடயமே இல்லை. அழித்திட முடியாத கடந்தகாலத்தின் கசடு போயிருந்தது. வேருடன் பிடுங்கப்பட்ட பிரமாண்ட விருட்சங்கள், அவற்றின் வேர்கள் காற்றினைப் பிரண்டாமலும் படியாமலும் மீண்டும் நின்றிருந்தன. பல்லாண்டு காலங்களிலான அவரது பணி - கல் திருகுச் சுழல்கள், உட்குழிந்த தோட்டம், நீளவாக்கிலான சூரியக் கடிகை, பசுமை மாறாக் கானகம், மினோவன் புதிர் வழிப் பாதை, ரகசியமான வேலியில் மறைந்த மூலைகள், புதுப்பிக்கப்பட்டது. பொன் மரத்திலிருந்து மகிழ்ச்சியின் பெரும் கூச்சலைக் கேட்டார். தத்துவவாதி சீமாட்டி உயிரோடு இருந்ததாக அவருக்குத் தெரிவித்தது. அவநம்பிக்கைவாதம் உலகை நோக்கிடும் வழிமுறை மட்டுமல்ல. மாற்றம் நல்லதாகவும் மோசமானதாகவும் இருக்க முடியும். அற்புதங்கள் நிகழவே செய்தன என்றுணர்த்துவதுமாகும்.

அலெக்ஸாண்டிராவும் அவளது ஓல்ட் கேஸிலும் பறவைகளென வாழ்ந்து வந்திருந்தனர். முதலில் வெற்றறைகளில் இறக்கைகளை அடித்துக்கொண்டும், அப்புறம் உயரத்தே எழுந்ததும் வீட்டைவிட்டு வெளியேறும் நிர்ப்பந்தத்தால், வனக்கவிகையின் கீழே பறந்தன. ஆனால் அவை பணம் வைத்திருந்த பறவைகள். அலெக்ஸாண்டிரா ஃபரீனா, ஃப்ளாரைண்டின் ஓவியத்துக்குப் பின்னேயுள்ள பெட்டகத்தில் அபத்தமான தொகையை வைத்திருக்கும் தன் தந்தையின் வழக்கத்தை தொடர்ந்திருந்தாள்.

அத்தொகை அவளையும் அவளது சொத்தையும் உயிர்த்திருக்க வைத்தது. கொள்ளைகள் நடந்து நிறையப் பணம் பாதுகாப்புப் பிரிவினராலேயே அபகரிக்கப்பட்டிருந்தாலும், பணம் பாதுகாப்பினை அளித்தது. ஆனால் குறைந்தபட்சம் உடலியல் அல்லது பாலியல் வன்முறைகள், அச்சட்டமில்லாத மாதங்களில் இல்லை, ஏறக்குறைய எல்லை காக்கப்பட்டது. அவ்வப்போதே மீறப்பட்டது. கொள்ளைகள்தான் நடந்தனவே தவிர, கொலையில்லை, வல்லுறவில்லை, உணவு, பானம் என தேவைப்பட்டவற்றை வாங்கிட, பணம் அவசர காலச் சேவை வழங்கியது. அவை இப்போது சுமார் ஒரு டஜன் அடிக்கு உயர்ந்திருந்தன. அவர்களுக்குத் தேவைப்பட்ட அளவுக்கு பெட்டிகளிலும் கூடைகளிலும் வைக்கப்பட்டிருந்தன. அக்காடு அவர்கள் யாரும் பாராது வெட்கமின்றி இயற்கை அவசங்களை முடித்துக் கொள்ள இடந்தந்தது. அநேகமாய் அது அனுபவிக்கத் தக்கதாய் இருந்த தருணங்கள் உண்டு.

ஆனால் துயரம் அதிகரித்தது. மாதங்கள் கடந்து செல்ல அலெக்ஸாண்டிரா ப்ளிஸ் ஃபரீனா ஒரு முடிவுக்காக நம்பிக்கையுடன் இருந்தாள். சாத்தியப்பட்டால், வலியின்றி, சீக்கிரம் அது வரட்டும் என ஆசைப்பட்டாள். அவளது ஆசையை ஈடேற்றச் செய்திடும் பொருட்களை வாங்கிட அவள் தன் பணத்தில் எதனையும் பயன்படுத்தி இருந்ததில்லை. ஆனால் அது பற்றி அடிக்கடி யோசித்தாள். அப்புறம் அங்கே மரணத்திற்குப் பதிலாக திரு. ஜெரோனிமோ இருந்தார். இழந்த உலகம் அற்புதமான வகையில் மீட்கப்பட்டிருந்தது. காலம் திரும்பியது. நம்பிக்கை அளிக்கப்பட்டது. பதினெட்டு மாதங்களாக மாற்றிவைக்கப்பட்டு, விலையுயர்ந்த மோதிரமென, நம்ப முடியாதபடி மறுகண்டுபிடிப்பு செய்யப்பட்டிருந்த, இழந்த நம்பிக்கை, நீண்ட காலமாய் திறக்கப்பட்டிருக்காத மேசை டிராயரில் கண்டறியப்பட்டது. அது இருந்திருந்தது போலவே. நம்பிக்கை. அவள் தன் குரலில் நம்பமுடியாத நம்பிக்கையுடன் அவரிடம் அலறினாள். நாம் இங்கிருக்கிறோம். இங்கே நாம் இருக்கிறோம். நன்னம்பிக்கையின் இச்சிறு பலூன் வெடித்து விடுவது போல, எதிர்மறைப் பதிலுக்குப் பயந்து, அநேகமாக மன்றாடினாள். எங்களை நீங்கள் கீழே கொண்டுவர முடியுமா?

ஆம், அவரால் முடியும். தன் கண்களை அவரால் மூட முடியும். சரி செய்யப்பட்டிருந்த இல்லத்தின் மீட்சி செய்யப்பட்ட புல்வெளிக்குள், அவர்தம் சிறிய உருவங்கள் இறங்குவதை கற்பனை செய்ய முடியும். அப்புறம் அவள் அவரை நோக்கி விரைந்து வந்து அவரைத் தழுவினாள். ஒரு காலத்தில் மிரட்டப்பட்டிருந்து, இப்போது, கையில் தொப்பியுடன் நன்றியில் தலை தாழ்த்தி

எதிர்ப்புக் காட்டாது நின்றிருந்தார் ஓல்டுகேஸில். அப்போது தத்துவவாதி சீமாட்டி திரு.ஜெரோனிமோவின் முகத்தில் கவிந்து முத்தமிட்டாள். மிகவும் கடப்பாடுடையேன், ஓல்டுகேஸில் முணுமுணுத்தார். அதனை எவ்வாறு நீ செய்தாய் என்பதை நானறிந்தால் மோசமாகிவிடும். ஆனால் இன்னமும் மிகவும் கடப்பாடுடையேன்.

சுற்றிச் சுற்றி சுழன்று வந்த அலெக்ஸாண்டிரா இது, இதுவனைத்தும், கத்தினாள். ஜெரோனிமோ மேனஸெஸ் நீங்கள் ஓர் அற்புதப் பணியாளர், அதுதான் நீங்கள்.

அவர் தனது ஜின் அகத்திடம் இணங்கியிருப்பின், மாயமாக புதுப்பிக்கப்பட்டிருந்த புல் மீதே, ஆலிவர் ஓல்டுகேஸில் கவனித்துக் கொண்டிருக்க, அவளுடன் உறவு கொண்டிருப்பார். ஆம், அந்த ஆசை அவரிடமிருந்தது. ஆனால் ஓர் இலட்சியத்திடம் உறுதி எடுத்திருந்தார். மலையின் புதிய ஜின்னியா அரசி துனியாவின் சேவையில் அவர் இருந்தார். தன் வாக்குறுதியை அவர் ஞாபகத்தில் வைத்திருக்க வேண்டுமென்று அவரின் மானுடப் பகுதி வற்புறுத்திற்று. வாழ்க்கை, அவரது வாழ்க்கை, மானுட வாழ்க்கை சரிவரப் புதுப்பிக்கப்படும் முன்னரே, யுத்த களத்தில் அவளது பதாகை வெற்றிகரமாக நடப்பட வேண்டியிருந்தது.

நான் போக வேண்டியுள்ளது, என்றார். அலெக்ஸாண்டிரா ப்ளிஸ் ஃபரீனாவின் ஏமாற்றமிக்க உதட்டுப் பிதுக்கல் ஆலிவர் ஓல்டுகேஸிலின் ஆனந்தத்தின் முரணியல்பான இளிப்புக்கு நேர் எதிராயிருந்தது.

***

ஏ-என்னும் தொலைதூர நாட்டில் ஒரு காலத்தில் தன் குடிமக்களுக்கெல்லாம், தேசத்தந்தை என்றறியப்பட்டிருந்த கண்ணியமான மன்னர் வாழ்ந்தார். அவர் முற்போக்கான நாட்டம் கொண்டிருந்ததால் சுதந்திரமான தேர்தல்களை அறிமுகம் செய்தும் பெண்கள் உரிமைகளை வற்புறுத்தியும் பல்கலைக்கழகத்தை நிறுவியும், தனது நாட்டை நவீன காலத்திற்குள் கொண்டுவரத் துணை நின்றார். அவர் செல்வம் மிகுந்த மன்னரில்லை. தன் அரண்மனையின் பாதியை ஓட்டலாக பயன்படுத்திட அனுமதித்து, தன் வாழ்க்கையை நடத்தினார்; அந்த ஓட்டலில் தன் விருந்தினர்களுடன் அடிக்கடி தேநீர் அருந்தினார். கஞ்சாவை சட்டரீதியில் தயாரித்து விற்க அனுமதித்ததன் மூலம் அவர் தன் நாட்டு மற்றும் மேற்குலகின் இளைஞர்களிடம் பிரியமுடையவராக இருந்தார்; அரசாங்க முத்திரைகளுடன் தரம் கட்டுப்பாட்டுக்குள்ளாகி, தூய்மையின் நிலையையும் விலையையும் குறித்திட பொன், வெள்ளி,

வெண்கல அடையாளங்கள் இடம்பெற்றிருந்தன. மன்னரின் ஆண்டுகள் கள்ளமற்ற ஆண்டுகளாக நல்ல ஆண்டுகளாக இருந்தன. ஆனால் வருத்தம் தரும் வகையில் அவரின் ஆரோக்கியம் நன்றாயில்லை. அவருக்கு முதுகுவலி. கண்கள் பலவீனமாயிருந்தன. அறுவை சிகிச்சை செய்துகொள்ள இத்தாலிக்குப் பயணித்தார். ஆனால் முந்தைய பிரதமரே ஒருவித அறுவை சிகிச்சை செய்து, அரசிலிருந்து மன்னரைப் பிரித்துத் தானே அரசைப் பிடித்துக்கொண்டார். மன்னர் புலம் பெயர்ந்திருந்த அடுத்த மூன்று தசாப்தங்களில், சதுரங்கம், கோல்ஃப், தோட்டக்கலை ஈடுபாடுகளில் இப்போதைய அதிபர் மூழ்கிக்கிடக்க, எல்லாம் சீர்குலைந்து போனது, இப்பிரதமர் நீண்ட நாள் நீடிக்கவில்லை. பழங்குடிக் குழுக்களின், சண்டை தொடர்ந்தது. ஏ - நாட்டின் அண்டையிலுள்ள சக்திமிக்க அரசுகள், இது கைப்பற்றிடக் கனிந்துள்ள நாடு என்றெண்ணினர்.

ஆக அந்நியப் படையெடுப்பு நிகழ்ந்தது. அந்நியர்கள் அடிக்கடி செய்த தவறு இது.

ஏ - நாட்டினை வெல்வதற்கான முயற்சிகள் - ஆனால் தம் கால்களுக்கிடையே வால்கள் இருந்திட கிளம்பி வந்தனர். காட்டுநாய்களின் நலனுக்காக யுத்த களங்களில் இக் கொடூரமான, அந்நிய உணவையும் செரித்திட பற்றுறுதி கொண்டிருந்தன அந்நாய்கள். ஆனால் அந்நியப் படையெடுப்பு துரத்தியடிக்கப்பட்ட பின்பு இடம்பெற்ற அரசு இன்னும் மோசமாயிருந்தது;

அறிவிலிகளின் கொலைகாரக் கூட்டத்தைக் கொண்டிருந்தது. ஸ்வோட்கள் எனத் தம்மை அழைத்துக் கொண்டனர். அவ்வார்த்தையே தமக்கு உண்மை அறிஞர்கள் தகுதியைப் பெற்றுத் தந்துவிடும் என்பது போல. ஸ்வோட்கள் ஆழமாய் கற்றிருந்தது, பொருட்களுக்குத் தடை விதித்திடும் கலையே. மிகக் குறுகிய காலத்திலேயே அவர்கள் தடை விதித்திருந்ததவை - ஓவியம், சிற்பம், இசை, நாடகம், திரைப்படம், இதழியல், கஞ்சா, வாக்களித்தல், தேர்தல்கள், தனிநபர்வாதம், ஒப்புதலின்மை, சந்தோசம், உல்லாசம், சூதாட்ட மேசைகள், நன்கு மழிக்கப்பட்ட கன்னங்கள் (ஆண்களுக்கு) பெண்களின் முகங்கள், பெண்களின் உடல்கள், பெண்களின் கல்வி, பெண்களின் விளையாட்டு, பெண்களின் உரிமைகள். பெண்களை ஒட்டுமொத்தமாக விலக்கிவிட விரும்பியிருப்பார்கள். அது முற்றிலும் சாத்தியமில்லை என அவர்களே அறிவார்கள். ஆக முடிந்த மட்டும் பெண்களின் வாழ்க்கைகளை, துன்பமானதாக ஆக்குவதுடன் நிறைவடைந்தனர். உலகங்களின் யுத்தத்தின் ஆரம்ப தினங்களில்

மாபெரும் ஜுமுருத் ஏ -தேசத்திற்கு வருகை செய்தபோது, ஓர் அடிமைத்தனத்தை நிறுவிட அது ஓர் இலட்சிய இடமென்று உடனே கண்டுகொண்டது. மாபெரும் ஜுமுருத் பொற்கால அறிவியல் புதினத்தின் விசிறி என்பது சுவையானதும் நன்கு அறியப்பட்டதுமான விபரமாகும். சிநேகிதர்கள் இருப்பின் அது பற்றி அவர்களுடன் விவாதித்திருக்கும். சிமக், பிளிஷ், ஹேண்டர்சன், வான் வொக்ட், போஹல், கோர்ன்ப்ளுத், லெம், பெஸ்டர், ஜெலாஸ்னி, கிளார்க் , எல்.ஸ்பிராக் டெ கேம்ப் போன்றோருடைய நாவல்கள் பற்றி. அபிமான நூல் ஐஸக் ஏசிமாவின் 1950 களின் நாவல் ஃபவுண்ட்டேசன்; ஏ -நகரில் தன் செயல்பாட்டுக்கு அந்நாவலின் பெயரிட தீர்மானித்தது. "ஃபவுண்டேசனை" அது நிறுவிவிட்டு ஓடிப்போனது. சூனியக்கார ஜபர்தஸ்தின் உதவியுடன் தொடங்கி, அவர்களின் சச்சரவுகளுக்குப் பின், தானே நிறுவிற்று. சீக்கிரமே ஏ -நகரில் ஓர் ஆதரவைப் பெற்றது. நாட்டின் புதிய ஆட்சியாளர்களை விலைக்கு வாங்கிடும் எளிய முறை மூலம்.

"இந்நாட்டினை நான் வாங்கினேன், இப்போது இது நம்முடையது," அது தன் ஆதரவாளர்களிடம் பீற்றிக் கொண்டது.

அதற்கு அவ்வளவாக செலவாகவில்லை. மாபெரும் ஜுமுருத்தின் நிலவறை ஆபரணச் சுரங்கங்கள் ஜின்களின் வழக்காற்றில் கொண்டாடப்படுபவை. குறைந்தது இக் குகைகளுள் ஒன்று, கல் வாயில்களால் மானுட விழிகளிலிருந்து மறைக்கப்பட்ட அது, மலைகளுக்குக் கீழே ஆழத்தில், ஏ -நகரின் மலை சார்ந்த கிழக்கு எல்லைப் பகுதிகளில் அமைந்திருந்தது சாத்தியமே என நம்புகிறோம். ஸ்வோட்களின் தலைமையின் முன்னே ஜுமுருத் தன்னை நிறுத்தியபோது, அதன் பிரமாண்ட உருவம் குறித்து அவை திகைத்துப் போயின. நெருப்பில் பிறந்த ஜின்னியின் இருப்பில் பயத்துடன் செயலிழந்துவிட்டன. வைரங்களும் மரகதங்களும் நிறைந்த பொற்கிண்ணங்களை, கைக்கு ஒன்றாக ஒன்றுமே இல்லாதவை போல அது வைத்துக் கொண்டிருந்ததும் அவர்களைப் பைத்தியமாக்கிற்று. கோஹினூரை விடவும் பெரிய வைரங்கள் கிண்ணங்களிலிருந்து விழுந்து தரையில் உருண்டோடி ஸ்வோட்களின் நடுங்கும் பாதங்களருகே ஓய்வு கொண்டன. "இச்சிறு நகைகள் போல நீங்கள் விரும்பும் எவ்வளவையும் பெற்றுக் கொள்ளலாம். கடவுள் கைவிட்ட இந்நிலத்தில் நீங்கள் விரும்பியதைச் செய்யலாம். நீங்கள் காற்றினைத் தடை செய்யலாம். மேகங்கள், மழை பெய்வதற்கும் சூரியன் பிரகாசிப்பதற்கும் உங்களால் தடைவிதிக்க இயலும். முன்னேறிப் போங்கள், ஆனால் இப்போதிருந்து, ஸ்வோட்களே, ஃபவுண்டேசன் உங்களைக் கொண்டிருக்கிறது.

எனவே என்னை எப்படி மகிழ்ச்சியாய் வைத்துக்கொள்வது என்றறிந்துகொள்வது உங்களுக்கு நல்லது. இல்லையானால் மோசமானவை நிகழக்கூடும். இப்படியானவை" ஜுமுருத் தன் பிரமாண்டக் குரலில் கூறிற்று. அது தன் விரல்களை முறித்துக் காட்ட, ஸ்வோட்களில் ஒன்று, அழுகிய பல்லுடன் எலும்பும் தோலுமாய் குனிந்திருந்த அது, நடனம், இசையை அதீதமாய் வெறுத்த அது, சட்டென்று கனலும் சாம்பல் குவியலானது. நகைக் கிண்ணங்களைக் கீழே வைத்தபடி, மாபெரும் ஜுமுருத் முணுமுணுத்தது. "ஓர் எடுத்துக்காட்டல்தான்."

துனியாவும் திரு.ஜெரோனிமோவும் தேவதை தேசத்தின் வெளியே இருக்கையில், ஜுமுருத்தின் கும்பல் இத்தகைய "எடுத்துக்காட்டல்"களின் வரிசையை ஏவிவிட்டது, மனித இனத்தைப் பணியவைத்து மண்டியிட வைக்கும் பொருட்டு. "ஜுமுருத்தின் கும்பல்" என்கிறோம். ஏனெனில் ஏற்கனவே குறிப்பிட்டுள்ளது போல, மாபெரும் இஃப்ரிட் கணிசமான அளவுக்கு இயற்கை மந்தமுடையது. மற்றவர்களை வேலை செய்யவிட்டு, அது திண்டில் சாய்ந்தபடி, மது அருந்திக்கொண்டு, திராட்சைகளைத் தின்றுகொண்டு தொலைக்காட்சியில் ஆபாசப் படங்களைப் பார்த்துக்கொண்டு, ஜின்னியாப் பெண்களின் சேவகத்தைப் பெற்றவாறு இருந்திடும். மேலுலகத்திலிருந்து சிறிய ஜின்களின் பட்டாளத்தைக் கொண்டுவந்து, தான் விரும்பிய திசைக்குத் அவற்றைத் திருப்பிவிட்டது. கிளம்பிய அவை முக்கிய நபர்களைப் படுகொலை செய்தது. கப்பல்களை மூழ்கடித்தது. விமானங்களை வீழ்த்தியது. பங்குச் சந்தை கணினிகளின் செயல்பாட்டில் தலையிட்டது, சிலரை உயரும் சாபத்தால் சபித்தது. வேறு பலரை நசுக்கும் சாபத்தால் சபித்தது. தன்னிடமிருந்த அளவற்ற நகைகளால் அரசாங்கங்களுக்குக் கையூட்டளித்து, பிற நாடுகளை தன் செல்வாக்கின் கீழே கொண்டுவந்தது. எனினும், கீழுலகிற்கு வந்து சேர்ந்த முழு வளர்ச்சிகொண்ட ஜின்களின் எண்ணிக்கை நூறுக்கு மேல் கூடியதே இல்லை. இவற்றுடன் சிறிய பிரிவான ஒட்டுண்ணி ஜின்களை சேர்த்துக் கொள்ள வேண்டும். ஆக, இருநூறு அல்லது முன்னூறு வெற்றியாளர்கள், ஏழு பில்லியன் ஆன்மாக்களுள்ள ஒரு கோளத்தில் இந்தியாவில் பிரித்தானிய ஆட்சியின் உச்சத்தில், இப்பரந்து விரிந்த நாட்டில், முன்னூறு மில்லியன்களுக்கு மேற்பட்ட இந்தியரை வெற்றிகரமாக ஆண்டுகொண்டிருந்த பிரித்தானியரின் எண்ணிக்கை 20,000 பேருக்கு மேல் இருக்காது. ஆனால் இருண்ட ஜின்களின் ஏற்றத்துடன் ஒப்பிடுகையில், அக்கச்சிதமான சாதனைகூட ஒன்றுமற்றதாகும். ஒவ்வொரு விதத்திலும் ஜின்கள் மனித இனத்தை விட உயர்ந்தவையாக

இருந்தன என்பதில் மாபெரும் இஃப்ரிட்களுக்குச் சந்தேகமே இல்லை. நாகரிகம் - முன்னேற்றம் என்பதெல்லாம் பாவனைகள் காட்டும் மனித உயிர்கள், வில்லம்பு கொண்ட புராதன மக்களை விடவும் சற்று மேம்பட்டவர்கள். இக்கீழான உயிரினங்களுக்கு நிகழக்கூடிய சிறப்பானது, ஆயிரம் அல்லது இரண்டாயிரம் ஆண்டுகளை அடிமை நிலையில் கழிப்பதும் மேலான இனத்திடமிருந்து கற்றுக்கொள்வதும் ஆகும். இருண்ட ஜின்கள் தாங்களே எடுத்துக்கொண்டிருந்த பாரம் இதுதான். தாங்கள் செய்ய வேண்டும் எனத் தீர்மானித்திருந்த கடமை, என்று சொல்லுமளவுக்கு ஜபர்தஸ்து சென்றது.

மாபெரும் இஃப்ரிட்கள் தம் புதிய பேரரசின் பராமரிப்புக்காக மானுடரைச் சேர்த்துக்கொண்ட லகுவான தன்மை, தம் குடிகளிடத்தேயான வெறுப்பை அதிகரிக்கவே செய்தது. “பேராசை மற்றும் அச்சம்”, ஜுமுருத் தன் மூன்று சக தலைவர்களிடம் கூறியது. பூமத்திய ரேகையில் பூமியைச் சுற்றிவரும் இருண்ட மேகத்தின் மீது, தம் வழக்கப்படி அவை சந்தித்தன. அங்கிருந்து அவர்களுக்குக் கீழேயுள்ள அழியும் மானுடரைக் கவனித்து மதிப்பிட்டன; “பயத்தாலும் பேராசையாலும் இப்பூச்சிகளை அநேகமாக தமாஷான வகையில் கட்டுப்படுத்திவிடலாம்,” என்ற குறிப்பு சூனியக்கார ஜபர்தஸ்தை உரத்துச் சிரிக்கவைத்தது. ஏனெனில் லேசாகக்கூட நகைச்சுவையுணர்வை ஒத்திருப்பதான எதையும் கொண்டிராதது என நன்கறியப்பட்டது ஜுமுருத். வெளிப்படையான விரோதத்துடன் ஜுமுருத் அதனை வெறித்துப் பார்த்தது. இரு மூத்த இஃப்ரிட்களுக்கிடையிலான பிளவு நாள்தோறும் விரிந்தது. அவை தம் சச்சரவைச் சரிசெய்து போர் ஓய்வு ஒப்பந்தம் செய்து திரும்பவும் அணிகளை இணைத்துக் கொண்டிருந்தன. ஆனால் சிக்கல் அவர்களுக்கிடையே தொடர்ந்து இம்சித்து வந்தது. அவை ஒன்றையொன்று நீண்ட காலம் அறிந்தவை, அவற்றின் சிநேகம் அதன் இறுதியை நெருங்கிக் கொண்டிருந்தது.

மேகத்தின் மையத்திலே மின்னல் விளாசிற்று. ரைம் ரத்தக் காட்டேரியும் ஷைனிங் ரூபியும் விசயத்தை மாற்றிடத் தம்மால் முடிந்ததைச் செய்தன. “மதம் பற்றி? அது பற்றி நாம் என்ன செய்ய வேண்டும்? அங்கு முன்பிருந்ததை விடவும் நம்பிக்கையாளர்கள் துரிதமாக பெருகிக் கொண்டிருக்கின்றனர்” ரத்தக் காட்டேரி குறிப்பிட்டது. ஆன்மாக்களைத் தனக்கே உரித்தான விதத்தில் கொண்டிருந்த ஷைனிங் ரூபி கடவுளுக்கோ சொர்க்கத்துக்கோ ஒருபோதும் நேரமே கொண்டிருந்ததில்லை. தேவதை தேசமே போதுமான சொர்க்கமாயிருந்தது. எனவே இன்னும் மேலானதும் சிறப்பான சுகந்தமுடையதுமான

தோட்டத்தினை அனுமானித்திடக் காரணமே இருக்கவில்லை. தடை விதித்திட ஸ்வோட் போன்ற விருப்பத்தை வெளிக்காட்டி அவன் கூறினான். "அதனை நாம் உடனடியாகத் தடை செய்ய வேண்டும். அது ஒரு சர்க்கஸ்."

மாபெரும் ஜூமுருத்தையும் சூனியக்கார ஜபர்தஸ்தையும் இக்குறிப்பு சீற்றத்தால் கொதிக்க வைத்தது. வாணலியில் வறுபடும் நூறு முட்டைகளென அவர்கள் விளிம்புகளில் சொடுக்கினர். ஷைனிங் ரூபியும் ரைம் ரத்தக் காட்டேரியும் இரு மூத்த இஃப்ரிட்களிடம் எதுவோ மாறியிருந்தது எனப் புரிந்துகொண்டனர். "உங்கள் இருவருக்கு என்ன பிரச்சினை? ஒளிவட்ட அணியில் நீங்கள் சேர்ந்ததிலிருந்து?" ரத்தக் காட்டேரி அறிந்திட விரும்பியது.

"முட்டாளாயிருக்காதே, நாங்கள் பூமியில் ஒரு பயங்கரத்தின் ஆட்சியை நிறுவுகின்ற நிகழ்வுப் போக்கில் இருக்கின்றோம். இக்காட்டுமிராண்டிகளைப் பொருத்தவரை நியாயப்படுத்தும் தன்மையில் ஒரே ஒரு வார்த்தையே உண்டு. இந்த அல்லது அந்தக் கடவுளின் வார்த்தை. ஒரு தெய்வத்தின் பெயரால் நாம் என்ன இழவை விரும்புகிறோமோ அதையெல்லாம் செய்ய முடியும். அங்குள்ள பெரும்பாலான முட்டாள்கள் இதனை ஒரு கசப்பு மாத்திரையாக விழுங்குவார்கள்" ஜபர்தஸ்து விசமத்துடன் கூறிற்று.

"ஆக இது ஒரு செயல் தந்திரம், ஒரு சூழ்ச்சி, அதனை என்னால் புரிந்துகொள்ள முடிகிறது" என்றது ஷைனிங் ரூபி.

ஆனால் இப்போது மாபெரும் ஜூமுருத் ஆத்திரத்தில் எழுச்சி கொள்ளவும், பிரமாண்டமான அதன் சீற்றம், அதன் சக ஜின்களுக்கே அச்சமூட்டுவதாயிருந்தது. "இன்னும் மத நிந்தனை இருக்காது. ஆண்டவனின் வார்த்தைக்குப் பயப்பட்டு, இல்லாது போனால் அதன் எதிரிகளிடையே இலக்கிடப்படுவாய்?" என்றது.

மற்ற மூன்றுக்கும் இது அதிர்ச்சியாயிருந்தது. "நல்லது, புதிய பாடலைப் பாடிக்கொண்டிருக்கிறாய், உனக்கு அதை யார் கற்றுக் கொடுத்தது?" என்றது ரத்தக் காட்டேரி.

"உன் ஆயுளையெல்லாம் குடிமயக்கத்திலும் கொலையிலும் சூதாட்டத்திலும் உல்லாசத்திலும் தூக்கத்திலும் கழித்துள்ளாய். எனவே புனிதர் பட்டம் உன்மீது தர்ம சங்கடத்துடன் அமர்ந்திருக்கிறது. பொன்னாலான மணி முடி மிகவும் சிறியதாயிருக்கிறது. அது உடலிலிருந்து, தேவையின்றித் துண்டிக்கப்பட்ட மனிதத் தலைக்காக தயாரிக்கப்பட்டுள்ளது" என்றது ஷைனிங் ரூபி.

"நான் தத்துவத்தைப் படித்துக்கொண்டு வந்திருக்கிறேன், கற்பதில் தாமதம் என்பது கிடையாது" தான் ஒத்துக்கொண்டதில் சற்று தரும சங்கடத்தை உணர்ந்த ராட்சசன் முகம் சிவந்தது.

***

அவநம்பிக்கையுள்ள ராட்சசனான ஜுமுருத், மேலான ஆற்றல் மிக்க படை வீரனாக உருமாற்றமுற்றது, டூஸ்ஸின் இறந்துபோன தத்துவாசிரியரின் கடைசிச் சாதனையாகும். கஸாலி தூசாகியிருந்தார். ஜின்னி நெருப்பாக இருந்தது. ஆனால் அவரின் கல்லறையிலுள்ள சிந்தனையாளர் இன்னும் ஒன்றிரண்டு தந்திரங்களை அறிந்திருந்தார். அல்லது இன்னொரு விதமாகக் கூறுவதானால், ஓர் உயிர் தன் ஆயுளெல்லாம், தன் செயல்களால் தன்னை வரையறுத்து வந்து, இறுதியில் தன் காதுகளை வார்த்தைகளுக்குத் திறந்துவைக்கின்றது. என்னென்ன வார்த்தைகளை அதன் காதுகளுக்குள் பதித்தாலும், அதனை ஏற்றுக்கொள்ளவைப்பது கடினமாகும். ஜுமுருத் அதனிடம் வந்திருந்தது. இறந்தவர் சொல்ல இருந்ததைக் கேட்டிட அது ஆயத்தமாயிருந்தது.

"ஆரம்பித்திடும் ஒவ்வோர் உயிரியும் தன் ஆரம்பத்திற்கு ஓர் இலட்சியத்தைக் கொண்டிருக்கிறது. ஆரம்பிக்கின்ற ஜீவியாக உலகம் இருக்கிறது. எனவே, அது தனது ஆரம்பத்திற்கு ஓர் இலட்சியத்தைக் கொண்டுள்ளது" என்றார் கஸாலி.

"அது ஜின்னை உள்ளடக்கியதில்லை, எங்களுக்கு ஓர் இலட்சியம் தேவையில்லை" என்றது ஜுமுருத்.

"உனக்குத் தந்தையரும் தாயரும் உள்ளனர். எனவே நீ ஆரம்பித்தாய், எனவே நீயும், ஆரம்பித்துவிட்ட ஜீவிகளில் இருக்கிறாய். ஆதலின் உனக்கொரு இலட்சியம் இருத்தல் வேண்டும். அது மொழி பற்றிய விசயம், மொழி வற்புறுத்துகையில், நம்மால் பின்பற்றவே இயலும்" என்றார் கஸாலி.

"மொழி" ஜுமுருத் மெல்லத் திரும்பக் கூறிற்று.

"ஒவ்வொன்றும் வார்த்தைகளாகி கொதிக்கின்றது" என்றார் கஸாலி.

"கடவுளைப் பற்றி என்ன கூறுகிறீர்கள்? அவருக்கும் ஆரம்பம் இல்லையா? இல்லையெனில், எங்கிருந்து குதித்தார். இருந்தால், யார் அல்லது என்ன அவரது லட்சியம்? கடவுள் ஒரு கடவுளைக் கொண்டிருக்க வேண்டாமா? அப்படியே பின்னோக்கிச் சென்று நிரந்தரமாக?" உண்மையாகவே திகைத்துவிட்டவராக, தமது அடுத்த சந்திப்பில் ஜுமுருத் வினவிற்று.

"நீ தோற்றமளிப்பது போல அவ்வளவு முட்டாளாயில்லை. ஆனால், மொழியின் ஒரு பிரச்சினையிலிருந்து உனது குழப்பம் எழுகின்றது என்பதை நீ புரிந்து கொள்ளவேண்டும். ஆரம்பிக்கின்றது என்னும் தொடர் நேர்கோட்டுக் கால இருப்பை அனுமானிக்கிறது. மனித உயிர்கள் - ஜின்கள் இரண்டுமே அக்காலத்தில் வசிக்கின்றன. பிறப்புகள், வாழ்க்கைகள் மற்றும் மரணங்கள், ஆரம்பங்கள், மத்திகள் மற்றும் முடிவுகள் நமக்குள்ளன. எனினும் கடவுள் வித்தியாசமானதொரு காலத்தில் வாழ்கின்றார்" கஸாலி ஒத்துக்கொண்டார்.

"ஒன்றுக்கு மேற்பட்ட காலம் இருக்கின்றதா?"

"ஆகிவருதல் - காலம் என்றழைக்கப்படக் கூடியதான காலத்தில் வாழ்கிறோம். அப்புறம், நாட்களை அழிப்பவர் அழைக்க வருகையில், நாம் இல்லாது போகிறோம். எஞ்சுவது தூசுதான். என்னைப் பொருத்தவரை வாயாடித் தூசு. என்றாலும் தூசுதான். எனினும், கடவுளின் காலம் நித்தியமானது. அது வெறுமனே இருப்பின் - காலம். கடந்த காலம், நிகழ்காலம், எதிர்காலம் அனைத்தும் அவருக்காக இருக்கின்றன. எனவே கடந்த காலம், நிகழ்காலம், எதிர்காலம் எனும் அவ்வார்த்தைகள் அர்த்தம் இழந்துவிடுகின்றன. நித்திய காலத்திற்கு ஆரம்பமும் இல்லை, முடிவுமில்லை. அது நகர்வதில்லை. எதுவும் ஆரம்பிப்பதில்லை. எதுவும் முடிவதில்லை. கடவுள் தன் காலத்தில் தூசான முடிவையோ கொழுத்த பிரகாசமான மத்தியையோ சிணுங்கும் ஆரம்பத்தையோ கொண்டிருக்கவில்லை. அவர் அப்படியே இருந்தார்."

"அப்படியே இருக்கிறாய்" ஜுமுருத் சந்தேகத்துடன் திருப்பிக் கூறிற்று.

"ஆம்" கஸாலி உறுதிப்படுத்தினார்.

"ஆக கடவுள் ஒருவிதப் பயணி, தனது காலத்திலிருந்து நம்முடையதற்கு அவர் நகர்ந்து வருகிறார். அதன் மூலம் முடிவற்ற வகையில் ஆற்றல் மிக்கவராகிறார்."

"நீங்கள் விரும்பும்படி ஆகட்டும், அவர் ஆகிவருவதில்லை என்பது தவிர்த்து. அவர் அப்படியே இருக்கிறார். நீங்கள் வார்த்தைகளைப் பயன்படுத்துவதில் கவனமாயிருக்க வேண்டும்."

"சரி" மீண்டும் குழப்பமுற்று ஜுமுருத் கூறிற்று.

"அது பற்றி எண்ணிப்பார்" கஸாலி அதனை வற்புறுத்தினார்.

"இக்கடவுள், அப்படியே இருக்கிறார். அவர் விவாதிப்பதை விரும்புவதில்லை. சரியா?" ஜுமுருத் அதுபற்றி யோசித்துவிட்டு, மூன்றாம் முறையாகக் கூறியது.

"அவர் சாராம்சமானவர், அதாவது, தூய சாரம், அதன் காரணமாக, விவாதிக்கப்படக் கூடாதவர்," என்றார் கஸாலி. "இரண்டாம் அனுமானம் தவிர்க்க முடியாதவாறு முதலாவதைத் தொடர்கிறது. அவரின் சாரத்தை மறுதலிப்பது அவரை சாராம்சமில்லாதவர் என்றழைப்பதாகும். அது அவருடன் விவாதிப்பதாகும், வரையறுப்பின்படி அவர் விவாதிக்கப்படக் கூடாதவர். இவ்விதம் அவரின் விவாதிக்கப்படக் கூடாமையுடன் விவாதிப்பது மொழியைத் தவறாகப் பயன்படுத்துவது என்பது வெளிப்படை. நான் உனக்குக் கூறியபடி, நீ என்ன வார்த்தைகளை எப்படிப் பயன்படுத்துகிறாய் என்பதில் கவனமாயிருக்க வேண்டும். மோசமான மொழி உன் முகத்தில் வாரி அடிக்கக் கூடியது."

"வெடி மருந்துகள் போல" என்றது ஜுமுருத்.

"மோசம், எனவேதான் தவறான சொற்களை சகித்துக் கொள்ளலாகாது" என்றார் கஸாலி.

"கீழ் உலகின் தோன்றி மறைகின்ற இக் கேடு கெட்டவர்கள், மொழி குறித்து என்னை விடவும் குழப்பமானவர்கள் என்னும் உணர்வு எனக்குண்டு" என்று சிந்தித்தது ஜுமுருத்.

"அவர்களுக்குக் கற்றுக் கொடு," என்றார் கஸாலி. "அப்படியே இருத்தல் என்னும் தெய்வீக மொழியை அவர்களுக்குக் கற்றுக்கொடு, கற்பித்தல் தீவிரமானதாக, கடுமை மிக்கதாக, அஞ்சத்தக்கதாகவும் கூட இருக்க வேண்டும். பயம் பற்றி நான் கூறியதை ஞாபகத்தில் வைத்துக்கொள். பயம் மனிதனின் விதி. இருள், அறியப்படாதது, அந்நியர். தோல்வி, பெண்களின் மீதான பயத்தில் மனிதன் பிறக்கிறான். பயத்திற்கான சிகிச்சையாக அல்ல. மாறாக, கடவுளிடத்தேயான பயம் இயற்கையானதும் சரியான மனித நிலையையுடையதும் என்பதை ஒத்துக்கொள்வதாக. சொற்களை முறையின்றிப் பயன்படுத்துவதற்கு அஞ்சுமாறு அவர்களுக்கு கற்பி, மிகவும் மன்னிக்க முடியாததாக சர்வ வல்லமையானவர்கள் காணும் குற்றம் வேறில்லை."

"அது என்னால் முடியும். அவர்கள் சீக்கிரம் என் வழியில் பேசுவார்கள்" என்றது மாபெரும் ஜுமுருத்.

"உன் வழியில் அல்ல," கஸாலி அதனைத் திருத்தினார் இதமாக. மாபெரும் இஃப்ரிட்களில் ஒன்றுடன் விவாதிக்கையில் அதன் பெருத்த அகந்தைக்கு குறிப்பிட்ட சலுகை காட்டியாக வேண்டும்.

"புரிந்து கொள்கிறேன்" என்றது மாபெரும் ஜுமுருத். "ஓய்வு கொள்ளுங்கள், மேலும் வார்த்தைகள் தேவையில்லை."

பாடம் அங்கே முடிந்தது. அதீதமான வன்முறைப் பாதையிலே, இருண்ட ஜின்களில் மிகவும் ஆற்றல் வாய்ந்ததை அனுப்புவது, அனுப்பியவருக்கு கலவரப்படுத்தும் விளைவுகளைக் கொண்டிருக்கும் என கஸாலி சீக்கிரமே கண்டுகொள்வார். மாணவன் சீக்கிரமே ஆசிரியரை விஞ்சிவிட்டான்.

கடைசி முறையாக கல்லறையில் இபின் ரஷீத்தை துனியா எழுப்பினாள். விடைபெற வந்திருக்கிறேன். இன்றைக்குப் பிறகு உன்னைப் பார்க்கத் திரும்பி வர மாட்டேன், என்றாள்.

உனது பாசங்களினிடத்தே என்னிடத்தைப் பிடித்துக் கொண்டிருப்பது எது? பரிகாசம் கனக்கும் குரலில் அவன் வினவினான். ஒரு சாம்பல் குவியல் தன் வரம்புகளை அறிந்திருக்கிறது.

அவனிடம் அவள் யுத்தம் பற்றிக் கூறினாள். எதிரி வலுவானவன் என்றாள்.

எதிரி முட்டாள், அவர் பதிலளித்தார். அது நம்பிக்கைக்கான களன்.

கொடுங்கோலரிடம், அசலான தன்மை கிடையாது. தமக்கு முந்தையோரின் மரணத்திலிருந்து அவர்கள் எதையும் கற்றுக் கொள்வதில்லை. அவர்கள் மிருகத்தனமாயும் மூச்சுத் திணறலை வைத்துக் கொல்பவர்களாயும் வெறுப்பைத் தோற்றுவிப்பவராயும் மனிதன் நேசிப்பதை அழிப்பவராயும் உள்ளனர். அது அவர்களைத் தோற்கடித்துவிடும். முக்கியச் சண்டைகளெல்லாம், இறுதியில், வெறுப்புக்கும் நேத்துக்கும் இடையிலேதான். வெறுப்பினை விடவும் நேசம் வலுவானது என்பதை நாம் மனதில் பதித்திருக்க வேண்டும்.

இப்போது நானும் வெறுப்பால் நிறைந்திருப்பதால், என்னால் அதைச் செய்ய முடியுமாவென்று எனக்குத் தெரியவில்லை, என்றாள். ஜின் உலகைப் பார்க்கும் நான் அங்கே இறந்துபோன என் தந்தையைக் காண்கிறேன், ஆமாம், ஆனால் அதற்கப்பால் அதன் உள்ளீடற்ற தன்மையைக் காண்கிறேன்: பகட்டான விளையாட்டுப் பொருட்களின் மீதான இதன் பீடிப்பு, இதன் அ-ஒழுக்கவியல், மனிதர் மீதான பரந்துபட்ட வெறுப்பு - இதனை நான் இதன் உண்மைப் பெயரான இனவாதம் என்று அழைக்க வேண்டும். இஃப்ரிட்களின் சுயமோகம் சார்ந்த வன்மத்தைப் பார்க்கிறேன். அதில் சிறியது என்னிடமும் இருப்பதை அறிவேன், எப்போதும் அங்கே இருளும் அதுபோல் ஒளியும் இருக்கின்றது. இப்போது இருண்ட ஜின்னிடம் எந்த ஒளியையும் பார்க்கவில்லை. ஆனால் என்னிடத்தே இருளை உணருகிறேன். வெறுப்பு வருவது

அங்கிருந்தே. எனவே என்னையும் அதுபோல் என் உலகையும் கேள்வி கேட்கின்றேன். ஆனால் விவாதங்களுக்கு நேரமில்லை என்பதையும் அறிவேன். இது யுத்தம். யுத்த காலத்தில் வினவக் கூடாது, செயல்பட வேண்டும். எனவே நமது விவாதங்களும் முடிவுக்கு வந்தாக வேண்டும், செய்யப்பட வேண்டியது செய்யப்பட்டாக வேண்டும்.

அது ஒரு துயரமான பேச்சு, என்றார். மறுபரிசீலனை செய், இப்போது எனது வழிகாட்டுதல் உனக்கு அவசியம்.

விடைபெறுகிறேன், அவள் பதிலளித்தாள்.

என்னைக் கைவிடுகின்றாய்.

ஒருமுறை நீ என்னைக் கைவிட்டாய்.

அப்படியானால் இது உனது பழிவாங்குதல். எனது கல்லறையில் என்றென்றைக்குமாக என்னை பிரக்ஞைமிக்கவனாகவும் ஆண்மை இழந்தவனாயும் விட்டுச் செல்வது.

இல்லை, அன்புடன் அவள் குறிப்பிட்டாள். பழிவாங்குதல் இல்லை. விடைபெறலே. தூங்கு.

***

நாயகன் நட்ராஜ் விநாசத்தின் நடனத்தை ஆடிக்கொண்டிருக்கிறான். ஜின்னியை உனக்குள்ளேயே கண்டுகொள். சூடானவள் அவனிடம் கூறினாள். அவளே அவனது கொள்ளு - கொள்ளு -கொள்ளு - கொள்ளு - மேலும் கொள்ளுப் பாட்டி என்றது எலும்பும் தோலுமான சிறிய குஞ்சு. அவனது வீடு போயிருந்தது. அவன் இதுவரையிலும் தன் வாழ்வில் உண்மையாக நேசித்திருந்த ஒரே பெண்ணான தன் தாயை விடவும் கூடுதலாக அவனது தாய் நீடித்திடவில்லை. அந்த ராட்சசனும் எரியும் வீட்டின் இரவின் அதிர்ச்சியும் அவளை ஒடுங்க வைத்தது.

அவன் அவளை அடக்கம் செய்தான். அப்புறம் தனது ஒன்றுவிட்ட சகோதரன் நட்ராஜுடன் ஒட்டிக்கொண்டான். நார்மலின் படுக்கை ஒவ்வொரு நாளின் ஒவ்வொரு நிமிடமும் இழந்து தவித்தது. ஒவ்வொரு நாளின் ஒவ்வொரு நிமிடத்தையும் மிகுதியாக வெறுத்திட்டான் அவன் ஒன்றுவிட்ட சகோதரன். எனக்குள்ளிருக்கும் பூதத்தின் கட்டுப்பாட்டினை நான் ஏற்கும்போது, நார்மல், நான் தகர்க்கும் முதல் துளை நீயாக இருப்பாய். பொறுத்திருந்து கவனி. பொறுத்திருந்து கவனி.

ஒட்டுமொத்த உலகமே ஒரு கைவண்டியில் நரகத்திற்குப் போயிருந்தது. ஜிம்மி கபூர் இரவு வேளைகளில் கல்லறை

மைதானங்களைத் தாக்கி அழித்துக் கொண்டிருந்தான். ஏனெனில் அவனொரு விளையாட்டுப் பிறவி. அவனது மாதாவின் மேல் ஹாரிபாட்டர் போல இடி தீட்டப்பட்டிருந்தது. ப்ரூக்ளின் - க்வீன்ஸ் விரைவுப் பாதையின் விரிந்துகிடக்கும் கைகளிலே ஆடப்படுகின்றது. புனித மைக்கேலை அல்லது அவ்விரைவுப் பாதையின் V அடையாளத்தை, பெண் தேவதைகள் மேலே அமர்ந்து சோகமான முகங்களினை உடையவர்களைப் பார்த்துக் கொண்டிருக்கும் கல்லறைப் பலகைகளைப் பயன்படுத்துகிறான். அவனது சூடான பாட்டி அவனது உடலுக்கு எதிராகக் கிசுகிசுத்ததிலிருந்து, இப்போது அவன் வித்தியாசமாயிருக்கிறான்.

முதலில் அவனது கன்னங்களும் அப்புறம் அவனது இருதயமும், அவள் தன் இதழ்களை நெஞ்சில் பதித்து தனது ஹோக்வார்ட்ஸ் மாயாஜாலத்தை நிகழ்த்தினாள். எங்கோ குளிர்ந்திருக்கும் இடத்தை நோக்கி விரைவது என, அந்த குப்ரிக் வெடிப்பொலியில் அவன் தலை திறந்து கொண்டது. அவன் ஒருபோதும் கனவு கண்டிராத மலத்தைப் பார்த்துக் கொண்டிருந்தான். ஜின் அறிவையும் திறனின் தொகுப்பையும். அது உண்மையிலேயே மனத்தைப் பிளக்க வைப்பதாயிருந்தது, அது பிளந்திருக்கிறது. ஆனால் சுவையான விதத்தில், அது அவனைப் பைத்தியமாக்கவில்லை. ஏன் என யூகியுங்கள். உள்ளேயிருந்த பூதம் விழித்தெழுந்து இதனைக் கையாள முடிவதை யூகியுங்கள். நான் இன்னொருவரைப் போல உணருகிறேன். அல்லது புதிய மனிதனைப் போல உணருகிறேன் என்று மக்கள் கூறுவது போன்று அது உணருவதாக இருக்க வேண்டும்.

இப்போது அவன் வேறெந்தப் பெயருமின்றி தனது பெயரை மட்டுமே கொண்டுள்ள இன்னொருவன்.

முதலில் அங்கே புழுத்துளை இருந்தது. அப்பிரமாண்ட உருவம், அவனது கேலிச்சித்திரப் பாத்திரமாக பாவனை செய்துகொண்டு, அதுவே அதி நாயகனைப் போன்றிருந்தது தெரியுமா. மாயம் நிரம்பிய நடனமாடும் மன்னன். உனது வாழ்வைக் கொண்டிருப்பவன்.

அவனால் உண்மையிலேயே துரிதமாக நகர முடிந்தது. உலகை மெல்ல இயங்குமாறும் தன்னைத் துரிவுபடுத்தவும் செய்ய முடிந்தது. அவனால் இதனை அதுவாக மாற்ற முடியும். கையளவு கூழாங்கற்கள், ஆபரணங்கள். விழுந்திருந்த ஒரு கிளை, அவனால் நசுக்கப்படுகையில் தங்கப்பாளமாகின்றது. உனது சோம்பலான மெத்தையுடன் நார்மல், உன்னை வேண்டியிருக்கிறான். ஆனால், அப்போது அவன் தலையில் துனியாவின் குரல், ஒவ்வொரு சிந்தனையையும் அவள் கேட்பது

போல, சண்டையைக் கவனக் குவிப்புச் செய்யாதபோது, நீ நினைப்பதை விடவும் சீக்கிரமே இறந்துவிடுவாய். அவன் தன் தாய் குறித்து எண்ணுகிறான். அது அவனுக்கு கோபத்தையூட்டுகிறது. அது அவனிடத்தே சீற்றத்தை ஏற்படுத்துகிறது. தான் ஒரு ராணுவத்தைத் திரட்டுவதாக துனியா கூறுகின்றாள். வெவ்வேறு நகரங்களில் வெவ்வேறு ஜிம்மிகள். தனது புதிய மூளையினைப் பார்த்து, வலைப்பின்னல் பரவுவதைக் கவனிக்கின்றான். நடுங்கும் இடி முழக்கமும் ஒரு சோகமான தேவதையும். இதனை அவனால் நம்ப முடியவில்லை. இது அவனது கனவு.

அக்கடைசி ஓய்விடத்தில் யாரோ பூசணிக் காய்களை விட்டுச் சென்றிருந்தார். நான் வருந்துகிறேன் என்று சொல்வது போல. பூம், பூசணிக்காய் சாறு.

அதற்குள் அவன் போனதும், அவனுடன் மின்னல் வெட்டிக் கொண்டிருந்தது. அது உருமாற்றமாயிருந்தது. நிச்சயமாக அவன் சில கல் தேவதைகளின் தலைகளை உடைத்து வீசிக்கொண்டிருந்தான். நிறுவனத் தந்தையர் நிஜமான ஆயுதங்களை அர்த்தப்படுத்திடாத போதிலும், ஆனால் உருமாற்றத்தில் தான் மேலானவன் என்பதைச் சீக்கிரமே அறிந்து கொண்டான். அது ஆபரணமாய் இருக்க வேண்டியதில்லை. அதுதான் திறவு கோலாயிருந்தது. சிவப்புக் கல்லினை பவளம் ஆக்கியது மட்டுமல்ல. உயிர் வாழ்வனவற்றிலும் அவன் தன் ஆற்றல்களை முயன்றுபார்த்துக் கொண்டிருந்ததை ஒத்துக் கொண்டாக வேண்டும். பறவைகள், அங்குமிங்கும் திரியும் பூனைகள். கரடிகள், எலிகள், எலிகளை எலிவிட்டைகளாகவோ எலி நறுக்குகளாகவோ மாற்றினால் யாரும் ஆட்சேபிப்பதில்லை, பறவைகள், பூனைகள், நாய்களைப் பொறுத்து கவலைப்படக் கூடியவர்கள் இருக்கின்றனர். பறவைப் பராமரிப்பாளரான இறந்துபோன தன் தாயிலிருந்து, வருந்துகிறேன் மக்களே, வருந்துகிறேன், அம்மா.

தனது இலக்குகளை, உதாரணமாக, சப்தங்களாக மாற்ற முடியுமென்பதைக் கண்டறிந்தபோது சிறந்த பகுதியாயிருந்தது. அவனால் ஒரு பறவையை பறவைப்பாடலாக மாற்ற முடியும், பறவை இல்லாது ஏங்கிக் கொண்டிருக்கும் பாடலாக, அவனால் ஒரு பூனையை மியாவாக மாற்ற முடியும். அதன் பின் அவன் வேடிக்கை மிகுந்தவனாகிவிடுவான். ஒருமுறை விளையாட்டுத்தனத்தில் கல்லறைப் பலகைக் கல்லை உதைத்தான். அப்போது அவ்வெளியில் ஒருவித கேவல் ஒலி தொங்கிக் கொண்டிருந்தது. ஒவ்வொரு வரிக் கணக்கீட்டாளரிடத்திருந்தும் வெளிவருவதற்கென அதிநாயகன்

இருந்திக்கக் கூடும். வண்ணங்களை என்ன செய்யலாம். அவன் யோசித்தான். மீன் வலைகளை அல்லது கொடிகளை, ஹாம்பர்க்குகளை வெளியில் தொங்கிடும் வண்ணங்களாக என்னால் மாற்ற முடியுமா? அப்புறம் கலைந்துவிடச் செய்ய இயலுமா, அவன் பெரிய விலங்குகளிலிருந்து ஆரம்பிக்க வேண்டியிருந்தது பயிற்சியை. இங்கே செம்மறியாடு ஏதேனும் இருக்கிறதா? யாரேனும் செம்மறிகளை இழந்திருக்கிறார்களா? உருமாற்றங்கள் திரும்பவும் பழைய நிலைக்கு வரக்கூடும். அத்தகைய நேர்வில் இந்த அதீத சக்தியை உருவாக்குவதில் எந்த ஆட்டுக்கும் தீங்கு நேரவில்லை. ஆனால் ஆடுகள் பண்ணையின் ஒரு மூலையில் இருந்தன. பண்ணைகள் குலைந்து, விலங்குகள் அங்குமிங்குமாய் திரிந்து கொண்டிருக்காதவரை, அவன் அங்குப் போய்ச் சேர யாரைத் துணைக்கு அழைக்க முடியும்? ஆசியாவிடம் ஒரு கார் இருந்தது. அவளுக்குத் தெரியும் கேஸினை எங்கிருந்து பெறுவது என்று; ஒவ்வொருவர் கையிலும் கேன்களுடன் அவளுக்காகக் காத்திருந்த ஆண்கள் வரிசை ஒரு மைல் தூரம் இருக்கும். இப்போது பெண்களிடம் இதமாகப் பேசிடும் பயனுள்ள அதியாற்றலினை உண்மையிலேயே அவன் பெற்றிருக்க வேண்டும்.

திரும்பிய அவளிடம் துண்டுகள் இருந்தன. அழைத்தான், சில வார்த்தைகளைத் தேடி, தனக்கு என்ன நேர்ந்ததென்று இசை நாடகப் பெண்ணிடம் கூறினான். உஷ்ணமேறிய பாட்டி, கிசுகிசுப்பு, பாம், ஸ்டேன்லி குப்ரிக்கின் விண்வெளிப்பயணம் FX என அனைத்தையும் - அவள் அவனை நம்பவில்லை. ஆனால் கல்லறை மைதானத்துக்கு அவனுடன் செல்லும் அளவுக்கு நம்பினாள். அவன் அவளுக்குக் காண்பித்தான். நிகழ்த்திக்காட்ட அவளைக் கொண்டிருந்த அவன் உண்மையாக, அதிசயிப்பவனாக இருந்தான். ஒலி மாறுதல்கள் வண்ண மாறுதல்கள் மின்னல்.

புனித மைக்கேலில் அவளுக்காக அவன் நிகழ்த்திக் காட்டியதும், அவனுக்காக அவள் ஆடினாள். ஓ. ஆமாம். என்னவென்று அவள் யூகிக்கிறாள். ஆட்டினைத் தேடி ஹட்சனை அடைவதற்கு அவனிடம் ஓட்டுநர் இல்லை. அவனுக்குப் பெண் சிநேகிதி இருந்தாள். பெண் சிநேகிதி. ஓ ஆமாம்.

ஆக இது ஒன்றரை ஆண்டுகள் நீட்டித்திருக்கக் கூடும். தன்னைக் கண்டறிதலின் நீண்ட மாதங்களின்போது, ஒரு ஜின்னியாக ஓடிப் பறக்க முடிவதற்குள் ஒரு ஜின்னியாக நடக்கக் கற்கும்போது, ஜெரோனிமோ மேனஸெஸூம் அனுபவித்திருந்த, துரிதப்படுத்தப்பட்டிருந்த இரண்டாம்

குழந்தைப் பருவத்தின்போது, தனது ஒரு பகுதி இதற்காகக் காத்திருந்தது. தானொரு நபராகச் சேர்ந்திருந்த மக்கள் இருந்தனர். அவர்தம் விழிப்பு நிலை வாழ்வுகளின் அங்கமாகிட, கனவுகள் கற்பனைகளின் உலகிற்காக, ஏங்கினான். அவர்கள் பொருட்டு நம்பினான். அதிசயத்தின் அங்கமாய் ஆகிடும் திறமையுள்ளவர்கள் அவர்கள் என நம்பினான். அற்பத்தின் மாசினைத் துடைத்தெறிந்து தம் உண்மையான அதிசய இயல்புகளுக்குள் புனர்ஜென்மம் எடுக்க இயலும் என நம்பினான். தனது படைப்பான நாயகன் நட்ராஜ், எதிர்பார்த்தபடி இல்லை. வெறுமையின் நாசத்திலிருந்து தன்னை உயர்த்திக் கொள்ளாதவன் என்பதை ரகசியமாய் எப்போதும் அறிந்துகொண்டிருந்தான். தன்னால் ஒளிக்குள் அடியெடுத்து வைக்க இயலும் என்பதை அறிகையில் அது அவனது மகிழ்ச்சியை அதிகரித்தது. அப்படி அடியெடுத்து வைப்பது புனைவு ஊடகத்தின் மூலமாக அல்லாமல், தனது மூலமாகவே, தன்னையே புனைவாக்கி, அவன் எண்ணினான் அல்லது புனைவை விடவும் மேலானதாக்கி நிஜமாக, ஆனால் இறுதியில், அனைத்து நம்பிக்கைக்கும் எதிராக, அசாதாரணமாக. எனவேதான் அவன் தன் புதிதாய் வெளிப்படுத்துதல் கொண்ட ஜின் அகத்தினை, அவ்வளவு எளிதாக, இயற்கையாக, எடுத்துக்கொண்டான். தன்னிடத்தேயான அதன் இருப்பு, அவன் எப்போதும் அறிந்திருந்த ஒன்று, ஆனால் அவன் அறிவை நம்பியிருந்ததில்லை. துனியா தன் இருதயத்திடம் கிசுகிசுக்காத வரையிலும்.

மின்னல் இளவரசியிடம் இருந்து அவன் செய்தியை எதிர்பார்த்துக் கொண்டிருந்தான். சில வேளைகளில் மாறுதலுக்காக அவன் கல்வாரி அல்லது சீயோன் மலை கல்லறைகளுக்காக தெற்கு நோக்கிச் சென்றான். அங்கிருந்த கற்சிற்பங்களின் தலைகளைத் தகர்க்கவும் செய்தான். புதிய மாற்றங்கள் செய்தான். இப்போது அவனால் திடப் பொருட்களை வாசனைகளாக ஆக்க முடிந்தது. ஒரு நிமிடம் பெஞ்சாக இருந்தது அடுத்த நிமிடம் குசுவானது. இப்போது இறந்துபோய்விட்ட மற்ற பழைய குசுக்களை எண்ணியவாறு பெஞ்சின் மீது அமர்ந்துள்ள ஆண்களும் பெண்களுமான பழைய குசுக்களால் விடப்பட்ட அனைத்துக் குசுக்களின் திரட்சியாக இருந்தது. மக்ஃபார்ட் இனி குசுவிடப்போவதில்லை.

தனது பழைய இல்லத்தின் நெருப்புப் பந்திலே இப்போது காணாது போயுள்ள, சீரிய காமிக் புத்தகங்களின் சேகரத்தைப் பற்றி அவன் எண்ணினான். அப் பழைய இதழ்களில் நிஜ வாழ்க்கையின் அதி வீரன் திரு. சார்லஸ் அட்லஸ், சிறுத்தையின்

தோலுடன், உலகின் மிகவும் கச்சிதமான வளர்ச்சி பெற்றுள்ள மனிதனாகத் தன்னை மாற்றிய இயக்க ஆற்றல் அழுத்த உத்தியையும் கொண்டிருந்தான். இப்போது அவன் பின்னே பெண்கள் கேலி செய்வதில்லை. அவன் பழைய ஜிம்மியில்லை. இனிமேலும், அவன் 97 பவுண்ட் நோஞ்சான் ஜிம்மியில்லை என்கிறேன். திரு அட்லஸ் கூறுவது போல, இவனொரு நிஜமான ஆண். இப்போது அவன் முகத்தில் யாரும் மணலை வாரி அடிப்பதில்லை.

இங்கே, இறுதியாக, புனித மைக்கேலின் கல்லறைப் பலகைக் கற்களுக்கிடையே, துனியா வந்தாள்; இனியும் இளவரசியாக இல்லாது அரசியாக. நள்ளிரவில் கல்லறை மைதானத்தில் அவனது தாயின் இழப்புக்காக அவனுடன் வருந்தினாள். அவளும் ஒரு தந்தையை இழந்திருந்தாள். நீ தயாரா? அவள் வினவினாள். ஓ... அவன் தயாராயிருந்தான்.

கொல்வதற்கு கெட்ட பசங்க சிலரின் பெயர்களை அவனுக்குத் தந்து அவன் காதில் முணுமுணுத்தாள்.

***

உலகங்களின் யுத்தத்தின் போது பூமியின் மீது தம்மை வெளிப்படுத்திக் கொண்ட ஒட்டுண்ணி ஜின்கள் கவர்ச்சியற்ற உயிர்களாயிருந்தன. சிந்திக்கும் திறன் பெரிதும் வரம்புக்குட்பட்டிருந்தது. மேயரின் இல்லத்தில் நடந்தது போன்றே, திட்டமிடப்பட்டிருந்த அழிவை நிகழ்த்திட சுட்டிக்காட்டப்பட்டிருந்த திசையில், தம் ஜின் பிரபுக்கள் சொன்னபடி, சென்றனர். பிற்பாடு, தாங்கள் வசிப்பதற்கான உடலங்களைத் தேடுவதில் நேரத்தைச் செலவிட்டன. ஏனெனில் மானுட விருந்தளிப்போர் இல்லாமல் கீழுலகில் அவற்றால் உயிர் பிழைக்க முடியாது. ஆணோ பெண்ணோ ஒருவருடன் ஒட்டிக் கொண்டுவிட்டால், அது வெற்றுக் கூடாக ஆகுமட்டும் அவ்வுடலிலிருந்து உயிர் சாரத்தை உறிஞ்சி எடுத்துவிடும். அப்போது புதியதொரு விருந்தளிப்போரைக் கண்டறிவதற்கான நேரமே அவற்றிற்கு இருக்கும். இவற்றை உண்மையான ஜின்களிடையே எண்ணக் கூடாது என்கின்றனர் சிலர். ஏனெனில் இவை அப்பட்டமான சேதன உயிர்கள், ஓர் அடிமை வர்க்கத்தினர் அல்லது கீழ்மட்டத்திலான உயிர்கள். இவ்வாதத்தில் பெரிதும் தகுதி இருந்தது. ஆனால் நம் மரபு இன்னும் அவற்றுக்கு ஜின்களின் தொகுப்பு முறையில் இடமளிக்கிறது. நமக்கு வந்து சேர்ந்துள்ள கதைப்படி, மானுடனால் முதலாவதாகக் கொல்லப்பட்ட ஜின்கள் அவையே. அல்லது துல்லியமாய்க் கூறுவதாயின், வீரியமிகு உயிரியினால், பெரிதும், தன்னிடத்தே

சல்மான் ருஷ்தீ ♦ 297

வலுவான ஜின்னியின் அம்சத்தைக் கொண்டுள்ள மானுடனால் - தேவதை அரசியால் அது விடுவிக்கப்பட்டிருந்ததாக இருக்க வேண்டும்.

கடந்த காலத்தின் மோதல்களிலிருந்து நம்மை வந்து சேர்ந்துள்ள, அசைவற்றதும் இயங்குவதுமான சில பிம்பங்கள், இப்போது ஆபாசமாய் தோன்றுகின்றன. வரலாற்றாசிரியர்கள் காலாவதியான தொழில் நுட்பங்களின் (புகைப்படம், திரைப்படம்) மாணவர்கள், உளவியலாளர்கள் போன்ற சரியான அறிஞர்கள் பரிசீலனைக்கான, கட்டுப்பாடுள்ள அறைகளிலுள்ள மூடி முத்திரையிட்ட கொள்கலன்களில் இப்பிம்பங்களைப் பராமரிக்கின்றோம். இத்தகைய பொருட்களைத் தேவையின்றி பொதுமக்கள் பார்வைக்கு வைத்து நம்மை சஞ்சலப் படுத்திக்கொள்ளத் தேவையில்லை.

நாம் அவசியமின்றி இப்பக்கங்களில் நீடித்திருக்கவில்லை. கொலைகளின் விவரணங்களில் தொடர்ந்து நீடித்திருக்காது இருப்போம். அத் தொலைதூரக் காலங்களிலிருந்து நாம் முன்னேறியுள்ளோம் எனப் பெருமைப்பட்டுக் கொள்கிறோம். ஜின்னியின் சாபமென சமுதாயத்தின் மீது நீண்ட காலமாகப் படிந்திருந்த அவ்வன்முறை, கடந்த காலத்து விசயமாகியிருக்கிறது. சில வேளைகளில் எந்தவொரு பழக்கத்தின் அடிமையினையும் போன்றே, இதனை நம் குருதியில் இன்னும் உணருகிறோம். நம் நாசித் துவாரங்களில் இதன் மணத்தை நுகருகிறோம். நம்மில் சிலர் ஆவேசத்துடன் நம் முஷ்டிகளை உயர்த்தி, மேலுதடுகளைக் கடிப்பது வரை சென்றுவிடுகிறோம். குறுகிய கணமேனும் நம் குரல்களை உயர்த்திவிடுகிறோம். ஆனால் நாம் எதிர்க்கிறோம், உதடுகளைக் கடிக்காது தாழ்த்துகிறோம். குரல்களைத் தணிக்கிறோம். நாம் அடிபணிவதில்லை. எனினும், நம் கடந்த காலத்தின் எந்த விவரிப்பும், குறிப்பாக அந்நியமான காலம் மற்றும் இரு உலக யுத்தங்களின் விவரிப்பும், காயம் - சாவு குறித்த ஈர்ப்பில்லாத விசயங்களிலிருந்து முற்றிலும் தன் முகத்தைத் திருப்பிக் கொள்வது போல, வேதனையுடன் இல்லாதிருக்கும்.

ஒட்டுண்ணி ஜின்கள் வந்தன. அவை நகரம்விட்டு நகரத்திற்கு, நாடுவிட்டு நாட்டிற்கு, கண்டம்விட்டுக் கண்டத்திற்குச் சென்றன. அவற்றிற்கு ஒன்றிற்கு மேற்பட்ட இடமிருந்தது. பயத்திலாழ்த்திட ஒன்றுக்கு மேற்பட்ட மக்கள் இருந்தனர். ஜின்களின் அதிவிரைவு போக்குவரத்து அமைப்புகளைப் பயன்டுபடுத்திக் கொண்டன. புழுத்துளைகள், அவற்றை மெதுவாக்கி - என்னை துரிதப்படுத்திடும் கால மாறுதல்கள்,

சில வேளைகளில் பறக்கின்ற தாழிகளும் - இங்கே உன்னிடம். கட்டுப்பாடுள்ள நம் அறைகளில் மூடி முத்திரையிடப்பட்டுள்ள கொள்கலன்களில், மியாமியிலும் ஃப்ளோரிடாவிலும் மக்கள் முகங்களைத் தின்னும் காட்டுமிராண்டி ஜின் ஒட்டுண்ணிகளின் சஞ்சலப்படுத்தும் பிம்பங்களை நாம் பாதுகாத்துள்ளோம். தூக்கிலிடும் ஜின் ஒட்டுண்ணிகள் பாலைவனங்களில் பெண்களைக் கல்லால் அடித்துக் கொல்கின்றன. தற்கொலை அணுகுண்டு ஜின் ஒட்டுண்ணிகள் தம் விருந்தளிப்போர் உடல்களை ராணுவத்தளங்களில் வெடிக்கச் செய்து, உடனே அருகாமையிலுள்ள படை வீரனைப் பீடித்துக்கொண்டு, உள்ளார்ந்த தாக்குதல் என்றழைக்கப்பட்டதில் அவனது சகாக்கள் பலரைக் கொல்கின்றன. ஆனால் அது மரபார்ந்த அர்த்தத்தில் அல்ல. கிழக்கு ஐரோப்பாவில் பீரங்கிகளுக்குப் பொறுப்பாயுள்ள வெறி கொண்ட துணை ராணுவ ஜின் ஒட்டுண்ணிகள், வானிலிருந்து பயணிகள் விமானத்தைச் சுட்டுத் தள்ளுகின்றன. கொடூரங்களின் விலாவரியான பட்டியல் தயார் செய்ய வேண்டிய தேவை இல்லாதிருந்தது. காட்டுத்தனமான நாய்களென கூட்டங் கூட்டமாக அவை வேட்டையாடின - நான்கு கால் பிராணிகள் எதனையும்விட அவை காட்டுத்தனமாயிருந்தன. வேட்டைக்காரர்களை வேட்டையாடுவது, புதிதாய் முடி சூட்டிக் கொண்ட மின்னல் அரசியால் ஜிம்மி கபூருக்கு அளிக்கப்பட்ட கடமையாகும்.

ஒட்டுண்ணி ஜின்களால் பீடிக்கப்பட்டிருந்த ஆடவரும் பெண்டிரும், பாதுகாக்கப்பட முடியாதிருந்தனர். அவர்களின் உடல்களுக்குள்ளே ஒட்டுண்ணிகள் நுழைந்த மாத்திரத்தில் இறந்துவிட்டனர். உயிர்வாழும் ஒருவரை அவை பற்றும் மட்டிலும் (அதாவது கொல்லும் வரையிலும்) உடலற்ற ஒட்டுண்ணிகளைத் தாக்குவது எப்படி? அவ்வாறு செய்ய முடியாதபடி இறக்கவைப்பது எப்படி? அப்புதிரை அவிழ்த்தது ஜிம்மி கபூரே. பருண்மையான பொருட்களை நிறங்களாக அல்லது வாசனைகளாக அல்லது ஒளிகளாக மாற்றப்பட முடியுமாயின், இந்த உத்தியைத் தலைகீழாக்கி, ஆவியாகிடும் பொருட்களை பருப் பொருட்களாக்கிட இயலும். இவ்வாறு தொடங்கியது மெதூஸா நடவடிக்கை (Medusa operation) - ஜிம்மி, மேகம் போன்ற ஒட்டுண்ணிகளை புலனாகின்ற நிரந்தரங்களாக ஆக்கியபோது, அவை கல்லரக்கர்களாய்த் தோன்றின. மக்கள் அவற்றைத் தோராயமாக அரக்கி என்றனர். பழங்காலக் கிரேக்கர்களைப் பொறுத்தவரை, மெதூஸா அரக்கிதான் கல்லாக்குபவள், கல்லாக்கப்படாதவள் என்ற போதும் -அவள் பார்வையே உயிருள்ளவரைக் கல்லாக்கிற்று. (அப்படியேதான்

டாக்டர் ஃபிராங்கன்ஸ்ஸ்டைனும் அவரது அரக்கனைப் பொறுத்தும். செயற்கை மனிதனே அவனை உருவாக்கியவர் பெயரால் அழைக்கப்படலானது.)

இந்தக் கல்லானவற்றை அரக்கர்கள் என்றழைப்பதும் துல்லியமற்றதாயிருக்கலாம். இவை மனித உருவமற்ற, பின்னிக் கொள்கின்ற, சிக்கலான வடிவங்கள் - தமக்குள்ளேயும் வெளியேயும் மடங்கிக் கொள்ளும். இன்னும் சில வேளைகளில் சுழன்று திரும்பி நீட்டும் கைகள் கத்திகளாய் முடியும். படிகங்களென இவை பன்முகங் கொண்டனவாயிருக்க முடியும். அல்லது நீரூற்றுகளென திரவமாயிருக்க முடியும். இவற்றைத் தான் பார்த்த இடங்களிலெல்லாம் ஜிம்மி சண்டையிட்டான். ரோமின் திபெர் கரைகளின் மீது அல்லது மன்ஹாட்டன் வானுயரக் கட்டடத்து பளபளக்கும் உலோகத்தின் மீது என, இக் குட்டிப் பிசாசுகளைத் தேடி, அவனது புதிதாய்க் கிடைத்த தகவல் அமைப்பு எங்கு அனுப்பினாலும் சென்றான். அவற்றைத் தான் மாற்றிய இடத்தே அவன்விட்டு வந்தான். புதிய கலைப் பொருட்களென அவற்றின் இறந்த உடல்கள் உலகின் நகரங்களை அழகுபடுத்திக் கொண்டிருந்தன. அவை அழகாயிருந்தன என்று சொல்ல வேண்டியிருக்கிறது. யுத்தத்தின் உச்சத்தில்கூட ஆடவரும் பெண்டிரும் விவாதித்த விசயமாக இது இருந்தது. திசை திருப்பப்பட்ட அக்கால கட்டங்களிலும் அரக்கியரின் அழகு இடைநிறுத்தம் தந்தது. ஒட்டுண்ணி ஜின்னை சாகடிப்பதன் வாயிலாக, பயங்கரமான எதிரிகளாய் இருந்தவை அழகியல் ரீதியில் சிந்தனைக்குரிய இனிய பொருட்களாய் உருமாறியிருந்தன என்பது, ஒரு வகையில் விடுபட்ட வியப்பினைத் தந்தது. புலப்படாததனின்றும் பருண்மையை ஆக்குதல், யுத்தக் கலைகளின் புதுமையானவற்றுள் ஒன்றாய் அது இருந்தது. இத்தகைய கலைகளுள் உயர் கலையாக, கலையின் பட்டியலிலேயே இடம் பெறத் தக்கதாய் இருந்தது. அதிலே அழகும் அர்த்தமும் வெளிப்படுத்தலின் வடிவங்களில் இணைந்திருந்தன.

அவற்றினைப் பின்பற்றுபவரோ தார்மிகக் கோபமோ, அவனை ஒரு கலைஞனாகப் பார்க்கவில்லை. தனது விநாச நடனத்தை ஆடிக்கொண்டிருந்த, அழிவின் தெய்வமான, ஜிம்மி நட்ராஜ் அவன்.

***

மாபெரும் ஜுமுருத் தனது நிறுவனமே உலகளாவிய ஜின் அரசினை உருவாக்குவதை நோக்கிய முதல் காலடி என்று அறிவித்தது. அதன் உலகளாவிய அதிகாரத்தை இப்போது

அது பிரகடனம் செய்தது. அத்துடன் முதல் சுல்தானாக தனது கையாலேயே தனது நியமனத்தையும் பிரகடனம் செய்தது. எனினும், மாபெரும் இஃப்ரிட்களில் மற்ற மூன்றும் அதன் பிரதானம் குறித்த சுய பிரகடனத்தைக் குறித்துத் தம் அதிருப்தியை வெளியிட்டன. அது சற்று பின்வாங்குமாறு செய்யப்பட்டது. ஆளுகின்ற நால்வரில் மூவர் மீது தன் எரிச்சலை வெளிப்படுத்த முடியாததால், ஜுமுருத், தலை சீவல்கள், சிலுவைப்பாடுகள் மற்றும் கல்லெறிதல்களென சர்வதேச அளவிலான வேட்டையில் இறங்கிற்று, அது சுல்தான் அரசின் ஆரம்ப தினங்களில் வெறுப்பின் வீக்கத்தை உண்டுபண்ணி, எதிர் - புரட்சியைத் தூண்டிவிட்டது சிறு அளவிலே. கேடு கெட்டதும் எழுத்தறிவற்றதுமான ஏ யின் ஸ்வோட்களுடனான அதன் கூட்டணி, நிர்வகித்தலின் நிகழ்ச்சித் திட்டத்தை அதற்கு அளித்தது. கவிதை, சைக்கிள், கழிவறைக் காகிதம், பட்டாசுகள், காதல் கதைகள், அரசியல் கட்சிகள், பிரெஞ்சு வறுவல்கள், மூக்குக் கண்ணாடிகள், பல் பொருத்துதல், கலைக்களஞ்சியம், ஆணுறைகள், சாக்லெட் என அவை தடைவிதித்தது போன்று அது உற்சாகமாய் தடை செய்தது. ஆட்சேபித்த யாரையும் எரித்தது. அல்லது இரு துண்டுகளாக்கியது அல்லது 13 ஆம் நூற்றாண்டிலிருந்து அதிகபட்ச துரோகத்திற்கு மரபார்ந்தும் அற்புதமானதுமான ஆங்கிலேய தண்டனையாக இருந்துவந்த, தூக்கிலிட்டு இழுத்துப் போய் துண்டங்களாக்குவது என்பதை குதூகலத்துடன் நிறைவேற்றிற்று. முந்தைய ஏகாதிபத்திய அரசுகளின் மேலான பாடங்களை கற்றுக் கொள்ள அது விரும்பியது. (மாபெரும் இஃப்ரிட்களில் மற்றவற்றிடம் அது கூறியது). சுல்தான் அரசின் சட்டத்தில் இந்த இடைக்காலத் தண்டனைகளை உடனடியானதும் நாசகரமானதுமான தாக்கத்துடன் சேர்த்துக்கொள்வதாக அறிவித்தது.

எல்லாவற்றிலும் விசித்திரமானதாக அடைத்துவைக்கக் கூடிய அனைத்து வடிவங்களின் மீதான தனது மாற்ற முடியாத பகைமையை அது அறிவித்தது. திருகித் திறக்கக் கூடிய ஜாடிகள், கார்க்கால் அடைக்கக் கூடிய குப்பிகள், பூட்டுகளையுடைய டிரங்க் பெட்டிகள், பிரஷர் குக்கர்கள், பாதுகாப்பு பெட்டகங்கள், சவப் பெட்டிகள் மற்றும் தேயிலைப் பேழைகள் என. அதன் சகா மாபெரும் இஃப்ரிட் ஷைனிங் ரூபி மற்றும் ரைம் ரத்தக் காட்டேரி ஆகியோருக்கு சித்திரவதையின் ஞாபகங்களில்லை. இப்பிரகடனங்களுக்கு அலட்சியமாய் எதிர்வினை செய்தன. ஆனால், கண்ணாடிக்குள் மாட்டி ஒரு முறை நித்தியத்தைக் கழித்திருந்தால், உங்களது சிறைக் கொட்டடி மீதான வெறுப்பை வளர்த்துக்கொள்வீர்கள் என அவற்றிடம் அது கூறிற்று.

“நீ விரும்பியபடி ஆகட்டும், ஆனால் சின்ன விசயங்களில் நேரத்தை வீணடிப்பது பெருமையின் அடையாளம் அல்ல” என்றது ஷைனிங் ரூபி. ஜுமுருத் இதை புறக்கணித்துவிட்டது. மானுடர் தன்னைச் சிறைப்படுத்தியிருந்தனர். இப்போது தனக்கான முறை. உலகிலுள்ள அனைத்துத் தடைகளாலும் தூக்கிலிடல்களாலும் தணித்திட முடியாத, அச்சிறைவாச ஆண்டுகளில் பிறந்த வெறுப்பு அது. மனித இனத்தின் மிருகத்தனமான அழிவுக்கு தலைமை தாங்கிட ஆட்சி புரிவது தவிர்த்து, தனக்கு வேறெந்த விருப்பமும் இருந்ததில்லை என சில சமயங்களில் அது எண்ணிற்று.

குறைந்தது இந்த விசயத்தில், சிறைவாசத்தை அறிந்திருந்த ஜபர்தஸ்தும், ஜுமுருத்துடன் முழுதாக இசைந்து சென்றது. இது பழிதீர்ப்புக்குரிய வேளை.

ஜின்னின் பழிவாங்கல் தணித்தட முடியாத தணலால் எரிகின்றது.

***

கஸாலியிடத்தே எஞ்சியிருந்ததை ஜுமுருத்தின் ரத்த வேட்கை கவலைப்படவைத்தது. நீண்ட காலத்திற்கு முன்னால் அல்ல. மனிதரின் பயம் அவர்களை தெய்வத்தின் பால் செலுத்தும்பொருட்டு, மனித இனம் பயப்படத்தக்கதாக படைக்கப்பட வேண்டும் என்னும் இறந்தவரின் கோரிக்கையை நிறைவேற்றிக்கொண்டிருந்தது. மாபெரும் ஜின்னால் தெரிவிக்கப்பட்டபோது, தத்துவவாதியின் தூசு, அறிவார்த்தக் கோட்பாட்டுக்கும் ரத்தம் சிந்தும் நடைமுறைக்கும் இடையிலான வேறுபாட்டைப் பரிசீலிக்கும் நிர்ப்பந்தத்திற்கு உள்ளாகி, ஒரு விதத்தில், மறுக்க முடியாத வகையில், ஜுமுருத் எல்லை மீறிப் போயிருக்கக் கூடும் என்னும் முடிவுக்கு வந்தது. ஜுமுருத் இதனைக் கேள்விப்பட்டதும், அத்தத்துவவாதி தனக்கு உபயோகமாக இருக்கவில்லை எனப் புரிந்துகொண்டது. இந்த வயதான மடிந்த முட்டாளால் கற்பிக்கப்பட்டதையும் தாண்டிப் போயிருந்தது அது. “உன்னிடத்தேயான என் கடமை முடிந்தது. கல்லறையின் நிசப்த்திடம் திரும்புகிறேன்” என்றது கஸாலியிடம்.

இரு மூத்த இருண்ட ஜின்களில் மிகவும் கட்டுப்பாடுடையதும் எப்போதும் உள்ளார்ந்திருப்பதும் மிருதுவாய்ப் பேசுவதுமான ஜபர்தஸ்து (நிஜத்தில் ஈவிரக்கம் குறையாமலும், மிகுதியாகக்கூட இருந்திருக்கும். தன் பெரும் அறிவுத்திறன் காரணமாக) புதிய சுல்தான் அரசை, ஜுமுருத் உடல்களைத் துண்டாடுவது மிகப் பெரிதாய் இருந்தது. ஏ -யின் தொலைதூர நிலத்திலிருந்த ஜுமுருத்தின் நிறுவனம், மாபெரும் பெரு நகராயில்லை -

தலைநகராய் இருந்திடத் தகுதியானதாயில்லை. ஜுமுருத்தின் பெரும்பாலான நடவடிக்கை கிழக்கு என்றழைக்கப்படுவதிலேதான் இருந்தது. தன் சிறப்பான பணியைச் செய்துள்ள அது, ஆற்றல் மிகு மேற்கில் அதிகபட்ச விசமம் செய்து, அதிகபட்ச அச்சத்தை ஏற்படுத்தியது. அது ஆப்பிரிக்காவையும் தென்அமெரிக்காவையும், ரைம் ரத்தக் காட்டேரியிடமும் ஷைனிங் ரூபியிடமும் விட்டுச் சென்றது. ஆஸ்திரேலியா, பாலினேசியா என்னும் எஞ்சிய உலகமும் பெங்குவின்கள் - துருவக் கரடிகளின் பிரதேசங்களும் தற்போதைக்கு ஒதுக்கித் தள்ளப்படுவதற்கு உரியனவே.

இது, இதனை முன்மொழிந்தவர் (ஏனெனில் ஒட்டுமொத்த உலகத்தையும் கைப்பற்றிட, ஜபர்தஸ்து ரகசியமாய் திட்டமிட்டது) உட்பட யாருக்குமே உவப்பளிக்காதது, ஆனால் நான்கு மாபெரும் இஃப்ரிட்களும் சுருக்கமான காலத்திற்கு ஏற்றுக்கொண்டன, சுருக்கமான, சச்சரவுகள் தொடங்கும்வரை. குறிப்பாக ஷைனிங் ரூபி இதில் அதிருப்தியுற்றது. தம் கதைகள் நன்கறியப்பட்ட நிலங்களில், ஜின்கள் மிகச் சந்தோசமாயிருக்கின்றன. புலம் பெயர்ந்தோரின் பைகளில் பயணித்த கதைகளின் தேசங்களில் ஏறக்குறைய இசைவாய் இருந்தன. தாங்கள், சரிவர அறியப்படாத இடங்களிலே துயரப்பட்டன. "தென் அமெரிக்கா? அவர்களுக்கு மாயாஜாலம் குறித்து என்ன தெரியும்?" ஷைனிங் ரூபி புகார் செய்தது.

அவர்தம் வெற்றிப் போர்கள், கருப்பு மலர்களென பூமியெங்கிலும் எழுந்தன. அவற்றில் பல சிறிய ஆள் மாறாட்டப் போர்களே, எல்லாவகையிலும் உடைமையாக்குதல், வசீகரித்தல், கையூட்டு, பயம் அல்லது நம்பிக்கை மூலம் ஒரு மனிதனைக் கட்டுப்படுத்திடும் வகையிலே, ஜின்களால் கட்டுப்படும் - மனிதனால் நிகழ்த்தப்படுபவையே. அடர்த்தியாக, புலப்படாத பனி மூட்டத்தில் மூடப்பட்ட மேகங்களின் மேல் இருண்ட ஜின் சோம்பலாய் உட்கார்ந்திருந்தது. - வல்லமை பொருந்திய தன் எதிரிகள் எங்கே என துனியாவால்கூட கண்டறிய முடியாதபடி. தம் பாவைகள் கொல்வதையும் மடிவதையும் கவனித்தபடி அவை உட்கார்ந்திருந்தன, சில வேளைகளில் அவ் விநாசத்தில் கலந்து கொள்ளுமாறு குட்டி ஜின்களின் பலவீனங்கள் விசுவாசமின்மை, விசித்திரப் போக்கு, சுயநலம், அகந்தை - தென்பட்டன. நான்கில் ஒவ்வொன்றும் அது, அது மட்டுமே, பெரியவற்றில் மிகப் பெரியதாக, அங்கீகரிக்கப்பட வேண்டுமென்று நம்பத் தொடங்கின. கீழுலகில் சச்சரவாகத் தொடங்கியது விரைவாக மோதலின் இயற்கையை மாற்றிவிட்டது. மனித இனம் கித்தானாகி அதன் மீது இருண்ட ஜின்கள் தம்

பரஸ்பர வெறுப்பைத் தீட்டியபோது, நான்கில் ஒவ்வொன்றும் தனக்கேயான அறுதி உயர்வின் சகாப்தத்தை வார்த்தெடுக்க முற்பட்ட மூலப் பொருளாயிருந்தது.

திரும்பிப் பார்க்கையில், நாம் நமக்கு இதனைச் சொல்கிறோம். ஜின்களால் நமது மூதாதையரிடத்தே கட்டவிழ்த்துவிடப்பட்ட வெறி, ஒவ்வொரு மானுட இருதயத்தினுள்ளே காத்திருந்த வெறியும்தான். நம்மால் ஜின்களைக் குற்றம் சாட்ட இயலும். சாட்டவே செய்கிறோம். சாட்டுகிறோம். ஆனால் நாம் நேர்மையானவர்களாயின் நம் மானுட பலவீனங்களையும் குற்றம் சாட்ட வேண்டும்.

பெண்கள் மீதான தாக்குதல்களைக் கவனிப்பதில் இருண்ட ஜின்கள் குறிப்பான சந்தோசத்தை அடைந்தன என்பதைப் பதிவு செய்திட வேதனையாயிருக்கிறது. இரு உலகங்களின் பிரிவினைக்கு முன்பான காலத்தில், உலகின் பெரும்பாலான பகுதிகளில் பெண்கள் இரண்டாம் நிலையினராக, தாழ்ந்த உயிரினங்களாக, தட்டுமுட்டு சாமான்களாக, இல்லத்தரசிகளாகவே கருதப்பட்டிருந்தனர். அன்னையராகக் கருதப்பட்டாலும் மற்றபடி பழிக்கப்பட்டனர். புவிக் கோளத்தின் சில பகுதிகளிலாவது இப்போக்குகள் மாறியிருப்பினும் ஆண்களின் பயன்பாட்டுக்காகவே, உதவிக்காகவே பெண்கள் அளிக்கப்பட்டனர் என்னும் இருண்ட ஜின்களின் நம்பிக்கை இன்னும் இருண்டகாலத்தைச் சேர்ந்ததாகவே இருந்தது. அத்துடன், ஜின்னியாக்களால் திணிக்கப்பட்ட பாலுறவு விலக்கத்தால் ஏற்படுத்தப்பட்ட விரக்திகள், அவர்களை கோபப்படுத்தியிருந்தது. அவர்தம் மாற்று நபர்கள் வன்முறை கொள்ளவும் விமர்சனமின்றி அவை கவனித்தன. பெண்கள் அத்துமீறப்பட்டதுடன் அப்புறம் கொல்லவும் பட்டனர். இப்புதுப் பெண்டிரில் பலர் தம் தாழ்நிலையை நிராகரித்தனர். தமக்குரிய இடத்தில் அவர்களை வைக்க வேண்டிய தேவையிருந்தது. பெண்ணினத்திற்கெதிரான இந்த யுத்தத்தில் அரசி துனியா தன்னுடைய படைவீரனை அனுப்பினாள். யுத்த அலை திரும்பத் தொடங்கிற்று.

தெரெஸா சகா இப்போது தனது அதி வீரப் பெயரினைக் கொண்டிருந்தாள். மேக்னெட்டோ சீமாட்டியோ பரபரப்புப் பத்திரிகை விவகாரமோ, காமிக் - புத்தக விசயமாயிருந்தது. துனியாவின் குரல் அவள் தலையில் சொல்லிக்கொண்டிருந்தது. நான் உனது அம்மா. நானும் ஏதொவொன்றின் தாயாவேன். அவள் தனக்குத்தானே கூறிக்கொண்டாள். நான் தாயாவேன். மரணத்தினுடைய கனலும் அம்மா ஆவேன். இன்னொருத்தியான, மிகவும் புனிதரான அன்னை தெரெசாவும் மரண விவகாரத்தில் இருந்திருந்தாள்.

ஆனால் தெரெஸா சகா நோயாளிகள் இல்லத்தை விடவும் திடீர் - மரண ரகத்தில் மிகவும் அக்கறை கொண்டிருந்தாள். உயிர்த்திருப்போரை மிருதுவான அந்தகாரத்தில் அனுப்புவது அவளுக்குரியதில்லை. கடினமானதொரு முற்றுப்புள்ளிக்கு உயிரூட்டிட வெறுமனே ஒரு மின்னேற்ற சுத்தியலடி. அவள் துனியாவின் பழி தீர்க்கும் தேவதை, பழி தீர்ப்பவள் அல்லது அப்படி அவள் தனக்குச் சொல்லிக் கொண்டாள். ஒதுக்கித் தள்ளப்பட்டு, தவறிழைக்கப்பட்டு, தவறாக நடத்தப்பட்டுள்ள ஒவ்வொரு பெண் குறித்தும்.

கொல்வதற்கான அனுமதி பெற்றிருப்பது, அழிவில் குற்றவுணர்வின்றி அழிப்பது என்றிருப்பது, பரிச்சயமற்ற நிலையிலிருக்கின்ற தார்மிக விதிவிலக்கு ஆகும். மானுடத் தன்மைக்கு எதிராய் இயங்கிய ஏதோவொன்று அங்கிருந்தது. அவள் சேத் ஓல்ட்வில்லேவைக் கொன்ற போது, அவள் ஆத்திரத்தால் நிரம்பியிருந்தாள். ஆனால் அது ஒன்றும் முகாந்திரமில்லை. அவனொரு அற்பமாயிருந்திருக்கக் கூடும். ஆனால் அவள் இன்னும் கொலைகாரியே. குற்றவாளி குற்றத்தால் குற்ற உணர்வு கொண்டிருந்தாள். அக்குற்றவாளி அவளாயிருக்கும், நீதி வழங்கப்பட வேண்டி இருந்திருக்கலாம், எதுவாயினும், அவர்கள் முதலில் என்னைப் பிடிக்க வேண்டும். அவள் அமைதியாய்க் குறிப்பிட்டாள். இப்போது திடீரென, அவளது ஜின்னியா மூதாதை அவளுக்குள் கிசுகிசுத்தாள். அவளின் உள்ளார்ந்த வீரனை விடுவித்தாள். உலகைக் காக்க உதவுவதில் அவளை ஈடுபடுத்தினாள். தூக்குமேடைக் கைதிகளை மீட்க துப்பாக்கியால் சுட்டு, அவர்கள் மடிந்தால், எதுவாயினும் அவர்கள் வதைபடப் போகின்ற திரைப்படங்கள் போன்றிருந்தது. நல்லது, அவள் எண்ணினாள். ஆனால் நான் போகும்போது ஏகப்பட்ட தேவடியாப் பயல்களைக் கொண்டுசெல்ல இருக்கிறேன்.

கண்களை மூடியது ஜின்களின் தொகுப்பு அமைப்பை வெளிக்காட்டியது. அவளின் எஜமானி துனியா அவளுக்குத் தேவையான ஒருங்கிணைப்பாளர்களை அனுப்பியிருந்தாள். பக்கவாட்டில் திரும்பிச் சாயவும் அவளைக் காற்றில் உள்ள பிளவினூடாக நழுவவைத்து, பயணத்தின் பரிமாணத்தில் ஈடுபடுத்தி, அத்தொகுப்பு விதிக்கின்ற இடத்திற்கு அவள் சென்று கொண்டிருந்தாள். பரிமாணங்களுக்கு இடையிலான சுரங்கத்திலிருந்து அவள் எழுந்ததும், தான் இருந்தது எந்த நாட்டில் என்பதை மட்டும் அறிந்துகொண்டாள். ஆம், அவள் மனதிலே துனியா பதிந்திருந்த தகவல், அதன் பெயரைக் கூறிற்று, ஏ அல்லது பி, அல்லது ஐ என, ஆனால் அந்த

அகரவரிசை அவ்வளவாக உதவவில்லை. அவளது புதிய யதார்த்தத்தின் குண நலன்களுள் ஒன்று, வந்து சேருவதிலான இப்புது வழி மற்றும் அதனை உருவாக்கியிருந்த மாற்று நிஜம் என்பன, உலகியல் உலகுடனான இத்தொடர்பு இழப்பே, எந்தவொரு பழுப்ப நிற வெற்று வெளி, எந்தவொரு பசிய பூங்கா, எந்தவொரு மலை, எந்தவொரு பள்ளத்தாக்கு, எந்தவொரு நகரம், எந்தவொரு தெரு, எந்தவொரு பூமி என எங்கும் அவளால் இருக்க முடியும். அப்புறம் சிறிது காலத்திற்குப் பின், அவள் எந்த நாட்டில் இருப்பினும் அதே நாடாகவே இருந்திருந்தால் அது ஒன்றும் பிரச்சினையில்லை. அவள் புரிந்துகொண்டாள். அது பெண்களின் மீதான தாக்குதல்களை உடைய நகரம், அவர்களைப் பழி தீர்க்க வந்த கொலையாளி அவள் என.

ஒரு ஜின்னியால் பீடிக்கப்பட்டிருந்தத 'மனிதன்' இங்கிருந்தான் - பீடிக்கப்பட்டிருந்தது, வசீகரிக்கப்பட்டிருந்தது நகைகளால் கையூட்டு தரப்பட்டிருந்தது ஒரு விசயமில்லை. அது செய்திருந்த செயல் அதை நிந்தித்தது, அவள் விரல் நுனிகளிலிருந்த மின்னல், தண்டனையை நிறைவேற்றிற்று. ஒழுக்கவியல் பரிசோதனைக்கு அவசியம் இல்லை. அவள் நீதிபதியோ நடுவரோ இல்லை. நிறைவேற்றுபவள். அம்மா என்றழைக்கவும், தன் இலக்குகளிடம் கூறினாள். இவையே பூமியில் அவர்கள் கேட்ட இறுதி வார்த்தைகள்.

கால - வெளிக்கு இடையிலான சாத்தியமற்ற நடைபாதைகளினூடே மிதந்தபடி, திருகுச் சுழலான இன்மையின் மெகல்லினிய மேகங்கள் வழியே சுரங்கங்கள், அலைந்து திரிகின்ற கொலையாளியின் சோகமான தனிமையால் பீடிக்கப்பட்டு தூக்கிச் சென்றன - தெரெஸா சகா தன் இளமையை, தன் அவசத்தை, வண்டியை நிறுத்தியிருந்த இரவுகளை, சிந்தித்துப் பார்த்தாள். தன் முதல் காரினை ஓட்டினாள். (நிஜமாகவே அவளது முதல் சொந்தக் கார். திருடப்பட்ட சிவப்புக் காரில்லை) கிராமத்துச் சாலைகளிலும் சதுப்புகளிலும் எவ்வளவு துரிதமாகச் செல்ல முடியுமோ அவ்வளவு துரிதமாய்ச் செல்லும். பழைமையான மின் நீலமான கார் -அவள் உயிருடன் இருக்கின்றாளா இல்லையா என்பது பற்றி உண்மையில் கவலைப்படாமலேயே எப்போதும் சுய -அழிவைக் கொண்டதாக, மருந்துகளும் பொருத்தமற்ற நபர்களும் இருந்தனர். ஆனால் அவள் பள்ளியில் அழகு என்பது நாணயம் என்னும் ஒரே உருப்படியான பாடத்தைக் கற்றிருந்தாள். மார்பகங்கள் எடுத்துக் காட்டியதுமே, தன் நீண்ட கூந்தலை நீட்டிவிட்டாள். அதனைச் செலவழிக்க பெரிய நகரம்

நோக்கிச் சென்றாள். தன்னிடமிருந்த ஒரே நாணயத்தைச் செலவிட - அவளொன்றும் மோசமாகச் செய்திடவில்லை. இப்போது அவளைப் பாருங்கள், அதி ஆற்றல்கள் பெற்றுள்ள பெரும் கொலையாளியாயிருந்தாள். எங்கிருந்தோ வந்துள்ள ஒரு பெண்ணுக்கு அதுவொரு முன்னேற்றப் பாதையாயிருந்தது.

எவ்விதத்திலும் அப்பெண் ஒரு பொருட்டில்லை. கடந்தகாலம் அவளிடமிருந்து நழுவிற்று. இதில் தான் சிறந்தவளாக, திடீர் தோற்றத்தை, இலக்கின் முகத்தின் மீதான திடுக்கிடும் திகிலை. தன் மார்பினூடாகப் பிரகாசமான ஈட்டிபோல் செல்லும் இடி முழக்கத்தை அவள் கண்டறிந்தாள் அல்லது சில வேளைகளில், வேடிக்கைக்காக, அவனது குறி அல்லது அவனது கண் என அவையெல்லாம் இயங்கின. அப்புறம் ஒன்றுமற்றதற்குள் திரும்பி, அடுத்த வல்லுறவாளனை அடுத்த அவமதிப்பாளனை அடுத்த தாழ்நிலை உயிரினை புராதன பிசுக்கின் அடுத்த துண்டினை இறந்திடத் தகுதியான அடுத்ததை நோக்கி, கொல்வதில் தான் மகிழும் ஒருவனை வருத்தமின்றி தான் கொன்றிட்ட ஒருவனை. ஒவ்வொரு செயலுடனும் அவள் வலுவானாள். தன்னில் வலிமை நிரம்புவதை உணர்ந்தாள். இது அவளுக்கு மனிதத் தன்மை குறைந்து, நல்லாதாகத் தோன்றிற்று. குருதியையும் சதையினையும்விட அதிக ஜின்னியாவாக, சீக்கிரமே அவள் துனியாவுக்குச் சமமானவள் ஆவாள். சீக்கிரமே அவள் காஃப் மலை அரசியின் கண்களை பார்க்கக் கூடியவளாகி, அவளை உற்று நோக்குவாள். சீக்கிரமே அவள் வெல்லப்பட முடியாதவள் ஆவாள்.

அதுவொரு விசித்திர யுத்தமாயிருந்தது. ஜின்களைப் போல அலங்கோலமாகவும் கண்டபடியும். இன்று இங்கிருந்து நாளைப் போய்விடும், அப்புறம் எச்சரிக்கை செய்யாது திரும்பிவிடும். அது பிரமாண்டமானதாய், அனைத்தையும் விழுங்குவதாய், அப்புறம் தொலைதூரத்ததாய், இல்லாததாய் இருந்தது. ஒரு நாள் ராட்சசன் கடலிலிருந்து எழுகின்றது. அடுத்து ஒன்றுமில்லை. அப்புறம் ஏழாம் நாள் விண்ணிலிருந்து அமிலமழை, அங்கே களேபரமும் பயமும், மேகக் கூண்டுகளிலிருந்து அதியற்புத ராட்சசர்களின் தாக்குதல்களும், அப்புறம் சோம்பலான ஒட்டுண்ணிகளும் குண்டு வெடிப்புகளும் உடைமைகளும் இருந்தன. எங்கு பார்த்தாலும் சீற்றம். ஜின்னின் சீற்றம் அவை என்னவாயிருந்தனவோ என்பதன் அங்கமாய், பெரிதுபடுத்தப்பட்டிருந்தது;

ஜுமுருத் மற்றும் ஜபர்தஸ்து விசயத்தில், அவற்றின் நீண்ட சிறைவாசத்தால், பல மனித இருதயங்களில் பதிலளிக்கும் சீற்றத்தைக் கண்டது. கோதிக் கோபுரத்தில் அடிக்கின்ற மணி கிணற்றடியிலிருந்து எழும் எதிரொலியால் பதிலளிக்கப்படுவது போல், யுத்தம் இப்போது என்னவாயிருந்தது என்பதாக இது

இருக்கக் கூடும். இது கடைசி யுத்தமாக இருந்திருக்கக் கூடும். எதேச்சை சீறும் களேபரத்திற்குள்ளேயான இந்த இறக்கம், பாழாய்ப்போன பூமியுடன் கொண்டிருப்பது போல, யுத்தத்தில் கடுமையாக ஈடுபட்ட வெற்றியாளர்கள் ஒருவருடன் ஒருவர் மோசமாக யுத்தம் செய்வது போன்றிருந்தது. இந்த யுத்தம் வடிவமற்றிருந்ததால், சண்டையிடக் கடுமையாயிருந்தது. வெற்றி பெறுவது இன்னும் சிரமமாயிருந்தது. ஒரு சூக்குமத்திற்கு எதிரான யுத்தமாக, தனக்கே எதிரான யுத்தமாக அது உணர்ந்தது. இத்தகைய யுத்தத்தில் வென்றிடும் திறன் துனியாவுக்கு இருந்ததா? அல்லது மாபெரும் ஈவிரக்கமின்மை தேவைப்பட்டதா, துனியா கொண்டிராத ஈவிரக்கமின்மை, ஆனால் தெரெஸா சகா அதில் சாமர்த்தியமுள்ளவளாக ஆகிக்கொண்டிருந்தாள். குற்றமுள்ள மனிதனின் இருதயத்திற்குள் கொட்டப்படும் ஒவ்வொரு இடிமுழக்கத்துடனும். ஒரு புள்ளியில் பூமியைப் பாதுகாப்பது போதுமானதாய் இருக்காது. மேலுலகைத் தாக்குவது அவசியமாகும்.

***

ராணுவத்தில் இருக்க முடியாதபடிக்கு எனக்கு வயதாகி இருக்கிறது. மேகச் சுரங்கத்தில் திரு.ஜெரோனிமோ எண்ணினார், தோட்டக்காரர்கள், கணக்காளர்கள் கொலைகாரிகளென எங்களில் எத்தனை பேர் துனியாவின் பராமரிப்பற்ற படையில் இருக்கின்றோம். அறியப்பட்ட உலகங்களிலுள்ள மிகவும் அஞ்சத்தக்க எதிரிகளை எதிர்கொள்ள, தன் ரத்த உறவுக்காரர்கள், எவ்வளவு பேரிடம் தேவதை அரசி கிசுகிசுத்துள்ளார் மற்றும் அவர்களைச் சேர்த்துள்ளார். இருண்ட ஜின்களின் கட்டவிழ்த்துவிடப்பட்ட காட்டுமிராண்டித்தனத்திற்கு எதிராக நமக்கு என்ன வாய்ப்பு இருக்கிறது. துனியாகூட கொண்டுவர முடியுமா? அல்லது இறங்கிவரும் இருளிடம் சரணடைய வேண்டிய உலகின் விதி, நமக்குள்ளேயே உள்ள பதிலளிக்கும் இருளிடம் கண்டறிவதிலா, இல்லை, என்னால் தவிர்க்கக் கூடுமாயின் இல்லை. உள்ளார்ந்த குரலொன்று பதிலளித்தது, ஆக இந்த யுத்தத்தில் தனது சந்தேகங்கள் இருப்பினும் அவர் ஒரு படைவீரராக இருந்தார். மிகவும் பயன்பாட்டுக்குள்ளான அவரது உடலில் வலிகள், முணங்கல்கள், கவலைப்பட வேண்டாம், இதைத் தவிர்த்த நேரிதான யுத்தம் எப்படித் தோன்றும் என்றறிவது சிரமம். முரண்களில் விநோதமான இதில் அவர் தன் பங்கினை ஆற்றிடத் தயாராயிருந்தார்.

“எதுவாயினும், எனக்கு முன்வரிசைப் பணி கொடுக்கப்பட்டுள்ளதாக இல்லை. முன்னணிப் படையைவிடவும்

மருத்துவக் குழுவைப் போன்றே இருக்கிறேன். நான்தான் Mash" அவர் தனக்குத்தானே கூறிக்கொண்டார்.

அப்படி எழுகின்றவர்களை அமர்த்துவதும் நசுக்கப்படும் சாபத்தின் பிடியில் இருப்பவர்களை எழச்செய்வதும். இதுதான் அவருக்கு நியமிக்கப்பட்டிருந்த பணி. ஈர்ப்புத் தன்மையில் தவறுகளைச் சரி செய்து கொள்ளுதல். தன் மனக் கண்ணில், உலகளாவிய தொகுப்பு அமைப்பு, பலியானவர்களை தன் விழித்திரை மீது பளிச்சிடும் பிரகாசத்தை அதிகமாய்த் தேவைப்படுகின்றவர்களை அடையாளங் கண்டது. உலகைக் காண்பதற்கு எத்தகையதொரு வழி, அவர் எண்ணினார். உயர்தல் - வீழ்தல் என்பவற்றின் கொள்ளை நோய்கள் எங்கும் இருந்தன. சூனியக்கார ஜபர்தஸ்தினால் உலகெங்கிலும் சிதறப்பட்டன. அவற்றின் வருகையின் எதேச்சையான திகில், "இயல்பான"கொள்ளை நோயால் இருந்திருக்கக் கூடியதை விடவும் கூடுதலாயிருந்தது. ஆக அவர் எல்லாவிடத்துக்கும் போகவேண்டியிருந்தது. இங்கே ஒரு படகு மகாவின் சூதாட்ட விடுதிகளை நெருங்கிக் கொண்டிருந்தது. அவர்களெல்லாம் புறக்கணித்திருந்த வலியின் கூக்குரல்களை வெளியிட்ட ஒரு பயணியைக் காப்பாற்றும் பொருட்டு, எங்கிருந்தோ தோன்றியவனிடமிருந்து கூட்டம் பின்வாங்கிக் கொண்டிருக்கிறது. திரு.ஜெரோனிமோ அவன் மீது குனிந்து கிசுகிசுக்க, அவன் இறப்பிலிருந்து அல்லது அநேகமாக இறப்பிலிருந்து எழுந்த நின்றுகொண்டிருந்தான்; தனது சீன லாஸரஸை அவன் விதியிடம் விட்டுவிட்டு திரு.ஜெரோனிமோ பக்கவாட்டில் திரும்பி, போய்விட்டார். அந்த ஏழைப் பயணியின் சக பயணிகள், அவனொரு தொற்றுநோயைக் கொண்டுவந்திருப்பதாக இன்னும் பார்த்துக் கொண்டிருந்தனர். உயிரோடு இருப்பதைக் கொண்டாடுவதற்காகவே அன்றிரவு தன் சேமிப்புகளையெல்லாம் சூதாடித் தீர்க்க அவன் போயிருக்கக் கூடும். ஆனால் அது சொல்வதற்கான இன்னொருவனின் கதையாயிருந்தது. திரு. ஜெரோனிமோ பிர்பாஞ்சலில் மலையோரமாக நின்றபடி, வானிலிருந்து ரயில்வே சுரங்கத் தொழிலாளரைத் தேடிப் பிடித்து, அப்புறம் இங்கே, இங்கே, இங்கே இருந்தார்.

சில சமயங்களில் அவர் தாமதித்து வந்து சேர்ந்தார். ஆண்டீஸ் வானத்தின் மெல்லிய குளிர் காற்றினால் உண்டான சுவாசக் கோளாறுகளால் ஒருவன் இறந்து கொண்டிருந்தான். அல்லது மேஃபேர் கலைக்கூடம் ஒன்றில் ஒருவன் எலும்புகள் முறிந்து, உடையெல்லாம் குருதியில் தோய்ந்துகிடக்க, தலையில் தொப்பியுடன் கலைக் கண்காட்சிப் பொருளாய் தோன்றினான். ஆனால் புழுத்துளைகளின் வழியே விரைந்து, காலத்தே தோன்றி,

வீழ்ந்தோரை எழுப்புவதும் எழுந்தோரை வீழ்த்துவதுமாக இருந்தார். சில இடங்களில் நோய் விரைவாகப் பரவியிருந்தது. விளக்குக் கம்பங்களின் மேலாக பீதி தரும் வகையில் மிதந்தவற்றைக் காண பெரும் கூட்டங்கள் இருந்தன. அவர் தனது கையசைப்பால் அனைவரையும் மெல்ல இறக்கிக்கொண்டிருந்தார். அப்புறம் ஓ! நன்றி, பாராட்டுதலின் விளிம்பிலே, அவர் புரிந்துகொண்டார். அங்கே அவராகவே வந்து சேர்ந்திருந்தார். விநாசத்திடமான அண்மை, நேசத்திற்கான மனிதத் திறனை வெளியிட்டது. லா இன்கோயெரன்ஸாவின் கீர்த்தியை ஆலிவர் ஓல்டுகேஸிலையும் பூமிக்குக் கொண்டுவந்ததன் வெளிப்பாடு அவளின் முகத்திலே தெரிந்தது. உயிருள்ள ஒவ்வொருவனும் அழகிய பெண்ணால் அப்படிப் பார்க்கப்பட ஆசைப்படுவான்.

அப்பெண்ணருகே நின்று கொண்டிருப்பதுகூட, அதே பாராட்டும்படியான தோற்றத்திலுள்ள அவளது எஸ்டேட் மேலாளரே.

தத்துவவாதி சீமாட்டியின் ஆயுட்கால அவநம்பிக்கைவாதம், திரு.ஜெரோனிமோவின் சிறிய அற்புதத்தால் முற்றிலுமாகச் சிதற அடிக்கப்பட்டிருந்தது. சூரியனின் வெப்பத்தால் மேகங்களைப் போல அவரது உள்ளூர் மாயாஜாலத்தால் எரிந்துபோயிற்று. இப்புதிய அலெக்ஸாண்டிரா, ஜெரோனிமோ மேனஸெஸை ஒரு மீட்பரைப் போல, தன்னையும் தன் சொத்தையும் மட்டுமல்லாமல் ஒட்டுமொத்தமான இணக்கமற்ற பூமியையும் மீட்கக் கூடியவராகப், பார்த்தாள். அந்நியமான அந்நீண்ட பகல்களின் முடிவிலே அவர் ஓய்வு கொண்டது அவளின் படுக்கையில்தான். “பகல்” என்பது இனியென்ன? அவர் தன்னையே கேட்டுக்கொண்டார். கால - வெளி மண்டலங்களினூடேயான இந்த புழுத்துளைப் பயணங்கள், நாளொன்றுக்கு நூற்றுக்கும் மேலான திடீர் வருகைகள் - புறப்படல்கள், தொடர்ச்சியான வாழ்வின் நிஜ உணர்வை அவரிடமிருந்து துண்டித்தன. சோர்வு, வேரற்ற எலும்புச் சோர்வு அவரைப் பீடிக்க, அவர் அவளிடம் வந்தார். இவை திருடப்பட்ட தருணங்களாக, யுத்தப் பாலையின் சோலைகளாக இருந்தன. அவை ஒவ்வொன்றும் மற்றதிற்கு எதிர்காலத்தில் நீண்ட தருணங்களைத் தருவதாக, அவற்றின் சமாதானக் கனவுகளாயிருந்த, கனவு இடங்களிலான கனவுத் தருணங்களைத் தருவதாக உறுதியளித்தன. நாம் வெல்வோமா? அவரது கையில் சுருண்டவளாக, அவள் தலையினை அவரது கை வருடிட, அவள் அவரை வினவினாள். நம் வெல்வோம், இல்லையா?

ஆம், அவர் அவளிடம் கூறினார். நாம் வெல்வோம், ஏனெனில் அதன் மாற்று தோற்பதாகும். அது எண்ணிப் பார்க்க முடியாதது. நாம் வெல்வோம்.

பெரிதும் அலுப்புற்றவராக, தன் வயதை உணர்ந்தவராக, இப்போது அவர் சரியாகத் தூங்கவில்லை. அரை குறைத் தூக்கமுள்ள இரவுகளில் அந்த உறுதிபற்றி வியப்புற்றார். துனியா போயிருந்தாள். எங்கே என்பது அவருக்குத் தெரியாது. ஆனால் அவருக்குத் தெரியும் ஏனென்று, மிகப் பெரும் வேட்டையை அவள் ஆடிக்கொண்டிருந்தாள். தன் வேலையாக அவள் கொண்டிருந்தது நான்கு பெரும் எதிரிகளை அழிப்பது. அவளிடமிருந்தான செய்திகளும் தகவல்களும் இரவு பகலாக அவரது மூளையின் புதிதாய்த் திறந்துகொண்ட ஜின் பிரதேசத்திற்குள் கொட்டின. அவள் இன்னும் அந் நடவடிக்கையினை நடத்திக் கொண்டிருந்தாள். அது பற்றிய கேள்வி இல்லை. ஆனால் அவளொரு ஒளிந்திருந்த தளபதியாயிருந்தாள். அவளது துருப்புகளால் தனிப்பட்ட முறையில் காணப்பட முடியாதவாறு தொலைவிலும் துரிதமாயும் இயங்கினாள். நாம் நிஜமாகவே வெல்ல இயலுமா? அவர் வியப்புற்றார். நாம் போதுமான அளவில் இருந்தோமா அல்லது ஜின்களின் இருளால் வசீகரிக்கப்பட்டு அதிகமானவர்கள் நிஜமாக இருந்தார்களா?, மக்கள் உண்மையில் விரும்பியது வெற்றியா? அல்லது அவ்வார்த்தை பெருவெற்றி சார்ந்ததாகவும் தவறானதாகவும் தோன்றுகிறதா? புதிய எஜமானர்களுடன் சேர்ந்திருக்கும் கருத்தினை மக்கள் விரும்புகின்றனரா? இருண்ட ஜின்கள் தூக்கி எறிந்தது சுதந்திரத்தைப் போல உணருகின்றதா? அல்லது புதிய அதியாற்றலின் ஏற்றம் மட்டுமா, ராட்சசன் மற்றும் சூனியக்காரருக்குப் பதிலாக மின்னல் அரசி அவர்களை ஆட்சி புரிந்திட வருகிறாள். இக்குமிழியிடும் எண்ணங்கள் அவரது சாரத்தை உறிஞ்சி எடுத்துவிட்டன. ஆனால் அவரருகே கிடந்தவள் அதனைத் திருப்பி அளித்தாள். ஆம், நாம் வெல்ல முடியும். தோற்கக் கூடாது என்பதில் நமது நேசத்துக்குரியவருக்கு நாம் கடமைப்பட்டுள்ளோம். இருண்ட ஜின் உலகத்தை ஆளுமாயின் மடிந்துவிடும் நேசம் என்னும் கருத்திற்கே கடமைப்பட்டுள்ளோம்.

திரு.ஜெரோனிமோவுக்குள் நீண்ட காலமாகக் கிடந்தவந்த நேசம் இப்போது அவரினூடாகப் பெருகிக் கொண்டிருந்தது. துனியாவிடத்தேயான அவரது ஆற்றல்மிகு மயக்கம் அதனைத் தொடங்கிவைத்தது. எதிரொலிகளால் ஆனதால் தொடக்கத்திலிருந்தே அழிந்துபோக இருந்தது. ஒவ்வொன்றும் மற்றதில் தம் உண்மையான நேசத்தின் அவதாரத்தைப் பார்த்துக்கொண்டிருந்தது. ஆனால் அது நீண்ட காலத்திற்கு முந்தையதாகத் தோன்றிற்று. அவள் அவரிடமிருந்து ஒதுங்கி, அரசித் தன்மைக்குள்ளும் யுத்தத்திற்குள்ளும் சென்று

கொண்டிருந்தாள். நேசமே அவரிடம் எஞ்சியிருந்தது. அவரது உள்ளே அலையடித்துக்கொண்டிருந்ததாக, அவரது இருதயத்தின் மூலமாக மாபெரும் கடலலை எழுவதும் விழுவதுமாக உணர்ந்தார். அந் நீருக்குள் பாய்ந்திட ஆயத்தமானவளாக அலெக்ஸாண்டிரா ப்ளிஸ் ஃபரீனா இருந்தாள். என் நேசமே, நாம் சேர்ந்தே காதலில் மூழ்குவோம், ஆம், அவர் எண்ணினார், ஒரு மாபெரும் இறுதிக் காதல் அவருக்கு அனுமதிக்கப்பட்டிருக்கக்கூடும், இங்கே அவள் அவருக்கு ஆயத்தமாயிருந்தாள். ஆம் , ஏன் கூடாது, அவரும் அப்படியே மூழ்குவார். கலவியின் போக்கில் எதுவும் இல்லாதபடிக்கு அவளது படுக்கையில் அவர் மிகவும் சோர்ந்து போயிருந்தார். இந்நாட்களில் அவரது வேகம் ஓரிரவுக்கு நான்கல்லது ஐந்தாக இருந்தது. ஆனால், அவள் முழுவதும் புரிந்துகொள்ளல் பெற்றிருந்தாள். நேசிக்கவும் காத்திருக்கவுமான வீரராக அவர் அவளுக்கு இருந்தார். தனக்குக் கிடைக்கும் சிறியதை அவள் எடுத்துக் கொண்டு, எஞ்சியதற்குக் காத்திருப்பாள்.

தன் பயணங்களுக்காக அவர் திரும்பவும் கிளம்பியபோது அவளது படுக்கையறைக் கதவின் வெளியே, ஆலிவர் ஓல்டுகேஸில், பழைய கோபக்கார ஆலிவரல்ல, மாறாக புதிய, நன்றி பாராட்டும், அடிமைப்பணிவுடைய ஓல்டுகேஸில், பனித்துளிபோன்ற விழிகளுடைய வேட்டைநாயென, கையில் தொப்பியுடன், முகத்தில் கம்பியால் பிணைக்கப்பட்டது போல, மஞ்சள் - பற்களின் புன்னகையுடன் நின்றார். உங்களுக்காக நான் எதுவும் செய்யக் கூடியதுண்டா? ஐயா, எதுவும் உங்களுக்குத் தேவைப்படுகிறதா? ஒரு வார்த்தை சொல்லுங்கள் போதும். நான் பெரிய போராளியில்லை. ஆனால் தேவை வந்துவிட்டால் நான் இருக்கிறேன்.

இந்த மன்றாடும் வணக்க முறைகள் திரு.ஜெரோனிமோவின் கிடாயைப் பற்றிக் கொண்டன. பழைய நாட்களில் இதனை வெகுவாக விரும்பினேன் என்றெண்ணுகிறேன். அவர் எஸ்டேட் மேலாளரிடம் கூறினார். நீங்கள் என்னைக் கொல்வதாக மிரட்டிக்கொண்டிருந்தபோது.

தேவதை அரசி

ஒரு காலத்தில் நோடின் நிலம், அதாவது அலைந்து திரிதல், ஏடெனுக்கு கிழக்கே நின்றிருந்த, வாழ்வின் தொட்டிலான, டைக்ரீஸ் மற்றும் யூப்ரடீஸ் நதிகளுக்கு இடையே, ஓமர் தனது அரசியான துனியாவுக்கு, பூமியை ஆள்வதற்கு முற்பட்டிருந்த நான்கு தலை ராட்சசனின் உடலிலே பிளவுகள் தோன்றுவதன் முதல் அடையாளங்களைக் காட்டினான். அந்நாட்களில் அவள் கண்ணின் மூலையில் உள்ள மங்கிய ஒளியை ஒத்திருக்கும் கரிய நிழலென உலகைச் சுற்றிக் கொண்டிருந்தாள். அவளுடன் பிரிக்க முடியாதபடி அவளது அபிமான உளவாளி இருந்தான். இருவரும் மாபெரும் இஃப்ரிட்கள் நான்கையும் தேடி மேலும் கீழுமாக அலைந்தனர். பழைய தினங்களில் நாங்கள் சுற்றித் திரிந்ததை விடவும் அப்பையன்கள் ஒளிந்திருப்பதில் கெட்டிக்காரர்களாயுள்ளனர். அவள் ஓமரிடம் கூறினாள். அப்போது அவர்தம் உடைகளினூடாக, முயற்சியின்றியே என்னால் பார்க்க முடிந்தது. ஆனால் அந்நாட்களில் தாங்கள் கண்டறியப்படுவதை அவர்கள் ரகசியமாய் விரும்பியிருக்கலாம்.

காஃபின் பிரதான உளவாளி, ஆய்யர் ஓமர் பற்றி மிகச் சொற்பமாகவே நமக்குத் தெரிந்துள்ளது. எனில், ஆணின் தன்பால் காமம், பாலின வகையில் மாற்றி உடுத்துதல், மற்றும் இதுபோன்ற நடவடிக்கைகளிலான தப்பபிப்ராயங்களால்தான் இருக்க வேண்டும். பெரிஸ்தானின் ஜின்னியாக்கள் அல்லது ஜினிரிகளுக்கு பெண்ணின் தன் பால் காமத்திற்கு ஆட்சேபணை கிடையாது. பாலுறவு நிறுத்தப் போராட்டத்தின்போது, இத்தகைய நடவடிக்கையில் நாடகப் பூர்வ குறுக்கீடு இருந்தது. ஆனால் ஆண் ஜின்களிடையே பழைய மதவெறி பரவியிருந்தது. அந்தப்புர அரவாணி வேடத்தில் அல்லது பெண்களின் உடையில் ஓமர் விவரங்கள் சேகரித்தது போன்று, நன்கறியப்பட்ட தொழில் திறமைகளால், ஓர் உளவாளி எனப் பெரும் புகழ்பெற்றான்.

ஆனால் அவை தன்னுடையவர்களிடையே அவனை அந்நியனாகவும் ஆக்கின. எதுவாயினும் தான் எப்பொழுதும் ஓர் அந்நியனாக இருந்துவந்திருப்பதாக அவனே கூறுவான்.

அவனது உடை வேண்டுமென்றே படாடோபமாயிருந்தது. அலங்காரத் தையலுள்ள சால்வைகள் தோள்களில் அநாயசமாகத் தொங்கின. அடாவடியான தொப்பிகள் இருந்தன. அவனது நடைமுறை கிழிந்ததாய், நொய்மையானதாய் இருந்தது. பகட்டுக்காரனாய்த் திரிந்தான். தனது தலைமுறையினர் என்ன நினைப்பார்கள் என்பது பற்றிக் கவலைப்படவில்லை. காஃபின் உளவு சேகரிப்பில் தன்னைச் சுற்றிலும் நெருக்கமான நபர்களை வைத்துக்கொண்டான். தேவதை தேசத்திலுள்ள பலர் பிரகாசமான இப்பட்டாம் பூச்சி அணி மீது மிகவும் அவநம்பிக்கை கொண்டதால் உத்தேசித்திராத விளைவைக் கொண்டிருந்தது. இதே அணிதான் மேலுலகிலும் திறமை வாய்ந்த உளவாளிகளாய் இருந்தது.

எனினும், துனியா அவனை எப்போதும் முழுதாக நம்பினாள். மாபெரும் இஃப்ரிட்களுக்கு எதிரான இறுதி மோதலில், தன் இனத்து உறுப்பினர்களைக் கொலை செய்வதன் மூலம், ஒருபோதும் தன்னால் திருப்திப்படுத்திட முடிந்திராத தந்தையைப் பழி தீர்ப்பதாக, அவள் அந்நியராகவும் உணரத் தலைப்பட்டாள். இருண்ட நான்கினை அவள் வேட்டையாடுகையில், ஆய்யர் ஓமர் அவளுடன் அன்றாடமும் சென்றான். பலவிதங்களில் அவை அன்பான உயிரிகள் என அவள் உணரலானாள். மனித இனத்தின் மீதான அவளது விருப்பம், ஒரு மனிதன் மற்றும் அவர்கள் சந்ததியினரிடத்தேயான அவளது நேசம், அவளது மக்களிடமிருந்தும் அவளைத் தனித்து நிறுத்திற்று. அவளது தந்தையைப் பரவலாக நேசிக்குமாறும் பாராட்டுமாறும் செய்திருந்த தனிப்பட்ட குணநலன்களைத் தான் பெற்றிருக்கவில்லை என்பதை அறிந்திருந்தாள். அவள் நேரடித்தன்மை மிக்கவளாக உண்மையானவளாக ஆற்றல்கொண்டவளாக இருக்க, அவளது தந்தையோ மூடுண்டவராக கவனம் சிதறியவராக வசீகரமானவராக இருந்தார். பாலுறவுத் தடைப் போராட்டம் மீதான அவளின் பிடிவாதம் விசயங்களை மோசமாக்கிற்று. பெரிஸ்தானின் பெண்கள் தன் மீதான அனுதாபத்தை இழப்பர். மாபெரும் இஃப்ரிட்களுக்கு எதிரான அவளது யுத்தம் குறித்து தமது ஒட்டுமொத்த தோள்களைக் குலுக்கி விடுவர் என்னும் தொலைதூரத்திலல்லாத தருணத்தை அவளால் முன் உணர முடிந்தது. அவர்களுக்கு கீழுலகத்தால் என்னாகப் போகிறது? அது குறித்து அவள் ஏன் அவ்வளவு சூடாக இருக்கிறாள்.

கவலைப்படுகிறாள்? இந்த யுத்தம் இன்னும் நீட்சியடைந்தால் அவள் தோல்வியுறுவாள். நான்கு இருண்ட ஜின்களையும் சீக்கிரமே அறிந்துகொள்வது சாராம்சமானதாக இருந்தது. அவளுக்கு நேரமில்லை.

அதுகுறித்து உண்மையில் அவள் ஏன் கவலைப்பட்டாள்? அதற்கான பதிலை அவள் எங்கணும் எடுத்துச்சென்றாள். அதனை அவள் ஒருபோதும் தந்திருந்ததில்லை. மேலான விசயச் சேகரிப்பாளனான ஆய்யர் ஓமருக்குக்கூட அவள் தந்திருந்ததில்லை. அது இதுதான். நிகழ்ந்துகொண்டிருந்ததற்கு தான் ஒரு பாதிப் பொறுப்பென்பதை அவள் அறிந்தாள். உலகங்களுக்கிடையிலான வெடிப்புகள் வண்டலால் நிரப்பப்பட்டு, மேல் - கீழ் உலகங்கள் ஒன்றிடமிருந்து ஒன்று தொடர்பினை இழந்து, தத்தமது வழிகளில் போகத் தொடங்கிய, நீண்ட நூற்றாண்டுகளின் அமைதியில், அது சிறந்தது, கீழுலகம் குளறுபடியானதாயிருக்க, மேலுலகம் விவாதங்களால் நிறைந்துகிடந்தது.

தன் மணம் வீசும் தோட்டங்களில் நித்தியமான ஆனந்தத்தை ஒத்த ஒன்றினை அவர்கள் அறிந்திருந்தனர். காஃபின் மலையரசில் விசயங்கள் வித்தியாசமாய்த் தோன்றின. ஒன்று மட்டும் சொல்லலாம், மாபெரும் இஃப்ரிட்கள் தம் கண்களை அவ்வரசின் மேல் வைத்திருந்தன. விழிப்புடன் இருப்பதும் தற்காப்புகளை உயர்வாக வைத்திருப்பதும் அவசியமாயின. இன்னொன்று, (அப்போதைய) மின்னல் இளவரசி பூமியைப் பிரிந்திருப்பதற்கு வருந்தினாள். பரவலாக இருந்த அவளது வாரிசுகள் அதன் மீது இருந்தனர். பிரிவினையின்போது, துனியாஜாத்துடன் மீண்டும் ஒன்றுசேர்வது, தத்தம் ஆற்றல்களை வெளியிடுவது அவற்றின் ஒத்துழைப்புடன் மேலான உலகினை நிர்மாணிப்பது குறித்து அவள் அடிக்கடி கனவு கண்டாள். ஆகவே அவள் உலகங்களுக்கிடையிலான உலகங்களை, அடுக்குகளுக்கு இடையிலான அடுக்குகளைத் தேடியிருந்தாள். பழுதுபட்ட வாயில்களைப் பார்த்து அவற்றை மீண்டும் திறந்திட முற்பட்டாள்.

இழந்துபோன, நொறுங்கிவிட்ட, அடைபட்டபாதைகளை அகழ்ந்தெடுத்து, எப்போதும் ஒரு வழி கண்டுவிடும் நம்பிக்கையிலான, புதையுண்ட கடந்த காலத்தின் தேவதை தேசத்திலுள்ள மற்ற, இருண்ட ஆற்றல்கள், அதே பணியில் ஈடுபட்டிருந்ததை அவள் அறிந்தாள். சாலைகள் மீண்டும் திறக்கப்பட்டால், கீழுலகிற்கான அபாயங்களை அறிந்திருந்தாள் என்பதை அவளால் மறுக்க இயலாது, ஆனால் ஒரு காலத்தில்

நேசித்திருந்தவனிடமிருந்து அவளிடம் எஞ்சியிருந்ததான, தனது சிதறிய வழித்தோன்றலுடன் மீண்டும் ஒன்று சேர்த்திட இன்னும் முயன்றாள். கீழுள்ள உலகில், தம் இழந்துபோன விளையாட்டு மைதானத்திற்கான வழியைக் காண்பதற்கான ஜின்களின் தேடல்கள் தம்மை வெளிக்காட்டிக் கொண்டன. அல்லது புயல்களென, இப்போது அப்படி நம்புகிறோம். ஜின்களின் விரியும் உள்ளங்கைகளின் கீழே விண்ணகங்களே விரிசல் கண்டன. ஆம், இறுதியில் அவை திறந்துகொண்டன. மற்றும் பின் தொடர்ந்தவை பின் தொடர்ந்தன.

நல்லது, ஆக அப்படித்தான், பெரும்பாலான தன்னுடையவர்களைப் போலின்றி துனியா, மானுட எதிர்வினைகளைக் காட்டக்கூடியவளாய் இருந்தாள். பொறுப்புணர்வு, குற்றவுணர்வு, வருத்தம் என. தனது இனத்தவர் அனைவரையும் போலவே, தேவையற்ற சிந்தனைகளை ஆழ்ந்த மேகமூட்டமுள்ள இடங்களில் மடித்து, தனக்குள்ளே வைத்துக்கொள்ளக்கூடியவளாய் இருந்தாள். தெளிவற்ற புகைச் சுருள்களென, பனி மூட்டமுள்ள படிமங்களென அவை மறந்துவிட்டனவாய் கிடந்தன. இபின் ரஷ்தை அப்படி மறைத்துவைத்திட முயன்ற அவ்ள் தோற்றாள். அப்புறம் அவன் அவளிடத்தே ஜெரோனிமோ மேனஸெஸ் வடிவில் திரும்பினான். கணப்பொழுதுக்கு அப்பழைய இழந்தபோன மானுட உணர்வான நேசத்தைத் திரும்பவும் உணர்ந்தாள். அவளது பிரியமானவனாக அவன் எப்படி இருந்தான்? அம்முகம், போற்றப்பட்ட அம்முகம், அவனது சருமத்திலிருந்து வெடித்துக் கிளம்பிட நூற்றாண்டுகளாய், இறங்கிடும் மரபணுக்கள். அவளால் அவனை நேசித்திருக்க முடியும், அவ்வாறு செய்திட தன்னை அவள் அனுமதித்துக்கொண்டிருந்தால், ஆம், இப்போதுகூட தன்னிடத்தே அவள் அவன் மீது சற்று மெல்லிதயம் கொண்டிருந்தாள். அதனை அவளால் மறுக்க முடியாது. கொடூரமான தன் மணிக்கட்டு வீச்சால் உற்சாகத்துடன் உயிருடன் எரித்திருக்கக் கூடிய அவனது தத்துவாசிரியை சீமாட்டியின் கைகளிலே அவன் இருந்தாலும். ஆனால் அவள் செய்யப் போவதில்லை. ஏனெனில் திரு.ஜெரோனிமோ, கடந்தகாலத்தின் மாய நிலை மட்டுமே. இப்போது அம்மாய நிலை நேசம், அவளது மார்பிலே பரிசுத்தமான வெறுப்பால் இடப்பெயர்ச்சியாகி இருந்தது.

அது தனது முந்தைய விளையாட்டுத் தோழர்களைக் கண்டறிந்து அழிப்பதற்கான நேரமாயிருந்தது. அவர்கள் எங்கிருந்தனர்? எப்படி அவர்களைக் கண்டறிவது?

வானத்தில் அல்ல. பூமியில் பார்க்க வேண்டும். ஆய்யர் ஓமர் அவளிடம் கூறினான். அவற்றின் தாக்கங்களால் காணப்படும்.

வாழ்வின் தொட்டிலில், ஊரின் மாபெரும் ஜிக்குராத்தினுடைய சிதைபாட்டின் உச்சத்தில், "பயங்கரத்தை உண்டுபண்ணி அடித்தளமுடைய வீட்டில்" முனைப்பு கொண்டனவாக, நீண்ட காலமாக ஒரு பன்மைப் பண்பாடாக சேர்ந்திணைந்து வாழ்ந்த பழைய காலத்தின் சுமேரியர்களையும் அக்கேடியன்களையும் போல, வசியத்திற்குள்ளான ராணுவங்கள் ஒன்றுடன் ஒன்று மோதின. நிதானம் இழந்து, வீதிகளில் தம் அண்டை அயலாரைக் கொல்லத் தொடங்கின. மற்ற கருப்புக் கொடிகளுக்கு எதிராக கருப்புக் கொடிகள் யுத்தத்தில் கொண்டுவரப்பட்டன. மதம் குறித்து, நம்பிக்கையற்றவர்கள் அல்லது மத நிந்தனையாளர்கள் அல்லது ஆசாரமின்றி கடவுளற்றவர்களுக்கு நிறையக் கூக்குரல்கள் எழுந்தன.

மதவாதக் கூச்சல் வீரர்கள் தம் வாட்களை உருவுவதில் கூடுதல் நஞ்சினைச் சேர்த்துவிட்டது போலிருந்தது. ஆனால் உண்மையில் என்ன நிகழ்ந்துகொண்டிருந்தது என்பதை ஓமர் பார்த்தான். மாபெரும் இஃப்ரிட் ஷைனிங் ரூபி தனது தேவையற்ற தென்னமெரிக்கச் சந்தேகத்தைவிட்டு நீங்கி, ஜுமுருத்தின் பாலைவன நிறுவனத்திற்கு ஒதுக்கப்பட்டிருந்த பிரதேசத்தில் அதனை எதிர்கொள்ள வந்தது. ஷைனிங் ரூபி, ஆன்மாக்களைக் கொண்டிருப்பது. அதன் வசியத்திற்குள்ளான ராணுவம், ஆபரணங்கள் போதை மருந்துகள் மற்றும் வேசியர்கள் மூலம் ஜுமுருத்தினால் வாங்கப்பட்டிருந்த கூலிப்படைகளுக்கு எதிராக நெருங்கி அணிவகுத்துச் சென்றது. தாக்குப் பிடித்தவர்கள் ஷைனிங் ரூபியின் பீடிக்கப்பட்ட நபர்களே. அவர்தம் தாக்குதலின் காட்டுமிராண்டித்தனம் ஜுமுருத்தின் கூலிப்படையைப் பீதிக்குள்ளாக்கியது. வெறிகொண்ட வெள்ளைக் கண்களுடைய இம்மயக்க நிலைக் கொலையாளிகளை எதிர்த்து நின்றிடும் அளவுக்குக் கூலிப்படையினர் தம் கருவிகளைப் போட்டுவிட்டு, போர்களத்தினை ஷைனிங் ரூபியின் ஆட்களிடம் விட்டுவிட்டு, ஓடிப்போயினர். ஜுமுருத் எங்கிருக்கிறது? துனியா ஓமரைக் கேட்டாள். இங்குகூட இருக்கிறதா? தன் கூட்டத்தினர் அடிவாங்கிக் கொண்டிருக்க, அத்தேவடியாப்பயல் எங்கோவொரு மலைமீது தூங்கிக்கிடக்க வேண்டும். அதீத நம்பிக்கையே எப்போதும் அதன் பிரச்சினை.

அப்போது விண்ணில் ஒரு புழுத்துளை தன் விளிம்புகளில் புகையுடன் கனன்றுகொண்டு தோன்ற, பறக்கும் தாழியில் வெற்றியுடன் சவாரி செய்தபடி, ஷைனிங் ரூபி வந்தது. அந்த

லத்தீனிய தீர்க்க ரேகைகள் நாசமாய்ப் போகட்டும். அது கத்தியது. நாகரிகத்தின் தொட்டில் என்னுடையது. ஈடன் தோட்டத்திலேயே எனது தரநிர்ணயத்தைப் பதிப்பேன், மனிதரெல்லாம் என் பெயர் கேட்டு அஞ்சுவர்.

இதிலிருந்து விலகி நில், துனியா ஆய்யர் ஓமரிடம் கூறினாள். நீ போரிடும் ரகமில்லை.

***

அதீத வன்முறை நடவடிக்கைகள் மீதான நமது நீண்ட காலத்திய பண்பாட்டு வெறுப்பினை, நாமிங்கே மீண்டும் சமாளித்தாக வேண்டும். ஜின்களின் குலத்திற்குள்ளேயே அரிதான கொலைகளில் ஒன்றினைப் பதிந்தாக வேண்டும். இதில் முதலாவது ஒரு ஜின்னியா அரசியால் நிறைவேற்றப்பட்டது. பிரமிட் போன்ற கோபுரத்திலிருந்து சீற்றத்துடன் எழுந்து, மின்னலின் விரிப்பில் விண்ணகத்திற்கு ஏகி, தனது அஞ்சத்தக்க மாட்சிமையில் முழுதாக வெளிப்பட்ட துனியா, நிச்சயமாகவே ஷைனிங் ரூபியை வியப்பில் ஆழ்த்தினாள். ஓர் இடி முழக்கத்தில் அதன் தாழியை நொறுக்கி, அதனைப் பூமியில் நிலைகுலையச் செய்தாள். ஆனால் ஒரு மாபெரும் இஃப்ரிட்டைக் கொல்ல அது போதாது. எனவே சற்றுப் பொறுமியபடி, மற்றபடி தீங்கற்றதாக, அதனை எதிர்நோக்கிட எழுந்தாள்.

அதனை நோக்கி மின்னல் ஈட்டிக்கைகளை எறிந்து, அதன் மானுட ரூபத்தை உறிந்திடச் செய்யுமாறு நிர்ப்பந்தப்படுத்தி, நெருப்புத்தூண் என பூமி மீது நின்று, அப்புறம் தன்னுடன் அதனைச் சுற்றிக்கொண்டு, அடர்ந்து, காற்றற்ற புகையால் மூச்சுத்திணறி, நெருப்புக்குத் தேவையான காற்றினை நிராகரித்து, பெரும் புகைவளையங்களால் கழுத்தை நெறித்து, புகையில் மூச்சுத்திணற வைத்து, அதன் ஆழ்ந்த ஆண் தன்மைக்கு எதிராக தன் பெண்மையின் சாராம்சத்தை நிறுத்தி, புகையில் அதனைப் பிழிந்தெடுத்து, சக்கையாகப் போட்டனர். அது போய், அவள் மீண்டும் மனித ரூபம் எடுக்க, எதுவும் அதனிடத்தே எஞ்சியிருக்கவில்லை. சின்னச் சாம்பல்மேடுகூட இல்லை. அம் மரணப் போராட்டம் வரையிலும் அவள் தன் திறன் குறித்து உறுதி கொண்டிருக்கவில்லை. ஆனால் அதன் பின்னர் அவள் அறிந்துகொண்டாள். மாபெரும் இஃப்ரிட்களில் மூன்று எஞ்சியிருந்தன. இப்போது வரவிருக்கும் சண்டை குறித்து அவளை விடவும் அவர்களே பயப்பட வேண்டியிருந்தது.

ஷைனிங் ரூபியின் மரணத்திற்குப் பின் அதன் ராணுவம் அதன் பீடிப்பு வசியத்திலிருந்து விடுபட, படை வீரர்கள் குழப்பத்தில் இமைத்துக்கொண்டும் தலைகளைச் சொறிந்துகொண்டும்,

தாங்கள் இருந்தது எங்கே அல்லது ஏன் என்பது தெரியாது நின்றனர். கூலிப் படையினர் கலைந்தனர். தம் எதிரிகளின் திடீர் குழப்பத்தைக் கண்டவர்கள் கூட, களத்திற்கான வேட்கைகளைத் தக்கவைக்கவில்லை. எனவே யுத்தம் வேடிக்கை அபத்தத்தில் முடிந்தது. எனினும் ஜின்களின் உலகம் குதூகலம் கொள்ளவில்லை. துனியாவின் செயல் ஆத்திரத்துடன் வரவேற்கப்பட்டது. நிகழ்ச்சியின் செய்தி, ஜின்களின் உள்ளார்ந்த செய்தித் தொடர்பு வலைப்பின்னல் வழியாக உடனடியாகப் பரவிட, தேவதை தேசம் எங்கிலும் திகில் நிறைந்தது. பல தினங்கள் துனியா கவலைப்படவில்லை. யுத்த காலத்தில் வீடுகளிலிருந்த பொதுமக்கள் பலவீன இருதயம் கொண்டவர்களாகி, மரணம், அழிவின் பிம்பங்கள் அவர்களை சமாதானத்திற்கு ஏங்குமாறு செய்தன என்பது உண்மையாயிருந்தது. இத்தகைய பிம்பங்கள் குறித்த செய்திகளும் வதந்திகளும். முன்னணியில் இருந்தோர் செய்துகொண்டிருந்த அவசியமான பணியைப் பாழடித்தது. தன் விமர்சகர்களை எதிர்கொள்வதை அவள் வெறுத்தாள். அவள் போரிட ஒரு யுத்தமிருந்தது.

தன்னால் முடிந்ததைப் பார்க்கட்டும் என அவள் ஆய்யர் ஓமரை பெரிஸ்தானுக்குத் திரும்ப அனுப்பினாள். அவன் மீண்டதும் கூறினான், நீங்கள் வந்திருந்தால், நன்றாயிருந்திருக்கும் என்றெண்ணுகிறேன். ஆகவே விரக்தியுணர்வில் அவள் கீழுலகைவிட்டு, மறுபுறத்தேயுள்ள அமைதியான தோட்டங்களுக்குத் திரும்பினாள். அவள் திரும்பியதும், மாபெரும் இஃப்ரிட்டை கொன்றதனால், தன் மக்களது அனுதாபத்தை ஓய்ந்துபோகச் செய்திருந்ததைப் புரிந்துகொண்டாள். இழந்துவிட்ட தன் தந்தையின் ஞாபகம்கூட அதனை மீண்டும் வென்றிடப் போதாது எனவும். உயர்ந்து மெலிந்த, துடிப்பான, ஜின்னிகளின் வேடிக்கை காட்டும் கோமாளியான ஷைனிங் ரூபி, தனிப்பட்ட வசீகரமுள்ள நல்ல முகம் வாய்த்ததாக பெரிஸ்தானின் யுவதிகளால் பெரிதும் விரும்பப்பட்டது. அதன் கொலை அவர்தம் போர் எதிர்ப்பு ஒருமைப்பாட்டை முறித்து, பாலுறவுப் புறக்கணிப்பை முடிவுக்குக் கொண்டுவந்தது. ஜின்களின் பெரும்பாலான ஆண்கள் யுத்தத்தில் நிச்சயமாக இருந்தனர். காதல்பசி கொண்டிருந்த யுவதியரின் மனநிலையை மேம்படுத்திட அது எதையும் செய்யவில்லை. ஆனால் மிகப் பெரியவற்றில் ஒன்று திரும்பியிருந்தது. குளியலிடங்களில் பெரிய பரபரப்பு நிலவிற்று. ஏனெனில் தன்னுடன் விளையாட வந்துள்ள மாய லோகத்து யுவதிகளுடன் எப்படியாயினும் எங்கேயாயினும் கலந்துகொள்ளும் நிலையில் இருந்தது. மாபெரும் குளியல் இல்லத்திலிருந்து வெளிப்பட்ட

களிப்பாரவாரம், அவள் அறிந்துகொள்ள வேண்டியதை துனியாவுக்குத் தெரிவித்தது. உருமாறிய ஒன்று இருந்தது. டிராகன், ஒற்றைக்கொம்பு மான், சிங்கம் எனப் பல்வேறு வேடங்களில் அது யுவதியரை இன்புறுத்தியது. சிங்கத்தின் குறி - வேறு பல பூனைக்குடும்பத்தினரின், பின்னோக்கிய கூர்முனைகளால் அலங்கரிக்கப்பட்டிருந்தது. அதனால், அது விலக்கிக் கொள்ளப்படுகையில், பெண் சிங்கத்தின் குறியின் சுவர்களை இனிதாகவோ இன்றியோக் கிண்டிக் கிளறுகிறது. குளியல் இடங்களில் பாலுறவுப் பசிகொண்டு இருந்த யுவதிகள், எதையும் செய்துபார்க்க ஆயத்தமாயிருந்தனர். அதையும் கூட, அதைத் தொடர்ந்து வெளிப்பட்ட கூச்சல் வெளிப்படுத்தியது. வேதனையினையா? மகிழ்ச்சியினையா இரண்டும் கலந்த சுவையான கலவையினையா என்றறிவது சிரமமாயிருந்தது. துனியா கவலைப்படவில்லை. கூட்டத்தின் அளவும் பெண்களின் பரபரப்பும் உள்ளேயிருந்த உருமாறிய ஒன்று பெரியதொரு திறமைசாலிதான் என அவளிடம் கூறின. மாபெரும் இஃப்ரிட்களில் ஒன்று வீடுவந்து சேர்ந்திருந்தது. ரைம் ரத்தக் காட்டேரியே, ரம்பப் பற்களென நாவினைக் கொண்டுள்ள உனக்கு முத்தமிடுவது சிரமம், உனது மோக வேட்கை உன்னை என் பிடியில் சேர்த்துள்ளது. அவள் தனக்குக் கூறிக்கொண்டாள்.

கற்பிதமான மாபெரும் கிரேக்கக் கடவுள் ப்ரோட்டியஸ், தண்ணீரெனவே தனது உருமாற்றத்தில் அவ்வளவு திரவமாக, கடலின் ஆற்றல் மிக்க உருமாற்ற தெய்வமாகும். ரத்தக் காட்டேரி தன்னைக் கடல் அரக்கர்களாக உருமாற்றிக் கொள்வதை விரும்பும். அதுவும் ப்ரோட்டியஸும் ஒரே நபர்களாயிருப்பது சாத்தியமே. தம் காலத்தில் பழங்காலக் கிரேக்கர் அதற்குத் தந்த பெயர் ப்ரோட்டியஸ். பெரிஸ்தானின் மாபெரும் குளியலறைக்குள் துனியா நழுவினாள். அடியாழமற்ற பாரிய உப்புநீர் குளத்தில் இஃப்ரிட் இளவரசன் இருந்தான். நீண்டு நழுவிவிடும் ஈலாக ஒரு பொழுதும், ஆழ்கடல் பள்ளங்களின் நீலக் கண்ணுடைய பெயரற்ற முள்நிறைந்த ராட்சசனாக இன்னொரு பொழுதும், அவனைச் சுற்றிலும் தேவதை தேச யுவதியர் சந்தோசத்தை எதிர்பார்த்து ஆர்ப்பரித்தனர். துனியா துரிதமாய் இயங்கவேண்டியிருந்தது. ரைம் ரத்தக் காட்டேரியின் குறியைப் பிடித்து அவனை இழுப்பதற்காக அவள் நீர்ப்பரப்புக்குள் ஆழ்ந்தபோது, அத்தருணத்தில் என்ன அதிசயக் கடல் மிருகமாக அது வேடம் புனைந்தாலும், தேவதை தேச யுவதியருடன் உறவு கொள்ளத் தேவையான சாதனத்தைத் தக்கவைத்துக் கொள்வதை உறுதியாகக் கொண்டிருந்தது. ஜின்களின் குரலற்ற

தனிமொழியில் அதனிடம் அவள் பேசினாள். நான் மீனுடன் உறவு கொள்வதை விரும்பியதே இல்லை. ஆனால் மீன் - மனிதனே, உன் காலம் வந்து சேர்ந்திருக்கிறது என்றாள்.

ஆணின் உருமாறுதல்கள் குறித்து அவள் அறிந்துள்ளது; அவர்கள் நழுவிவிடுவார்கள், அவர்கள் நீருக்குள் திரும்பி உங்கள் விரல்கள் வழியே நழுவி விடுவார்கள், அவர்கள் விதைகளைப் பற்றி இறுக்கமாய்ப் பிடித்துக் கொள்ளும் அளவுக்கு நீங்கள் துரிதமாக இல்லையெனில் அவர்கள் சிந்தித்துப் பார்க்கக் கூடியதையெல்லாம் அவர்கள் முயன்று பார்க்கும் வரை, நீங்கள் ஒட்டிக்கொண்டிருக்க வேண்டும். அவர்தம் விதைகள் உங்கள் உள்ளங்கையில் இருக்க, நீங்கள் இறுதிவரையிலும் அங்கிருந்தால், அப்போது அவர்கள் உங்களுக்குரியவர்கள்.

செய்வதை விட சொல்வது எளிது.

இதுவொன்றும் சாதாரண உருமாறுதலில்லை. ஆனால் ரைம் ரத்தக் காட்டேரி மாபெரும் இஃப்ரிட் ஆகும். தனது தாறுமாறாய்க் கிழித்திடும் பற்களுடன் அவளைப் பார்த்து வாய் பிளந்து நின்ற சுறாவாக, தன் வால்சுற்றுகளால் அவளைச் சுற்றி நசுக்கிவிடும் பாம்பாக இருந்தது. அவளைப் பிணைத்திடும் கடற்பாசியாக, அவளை விழுங்கிடும் திமிங்கலமாக, தன் வாலால் அவளை மோசமாகத் தாக்கிடும் ஸ்டின் கிரே மீனாக இருந்தது. அவள் அதனுடன் ஒட்டிக்கொண்டே, அதன் பொறிகளைத் தவிர்த்தாள். அதன் குறியைப் பற்றியிழுக்கும் கை எழுந்து வருகின்ற கருமேகமாய் அவளிருந்தாள். தன் துரிதத்திலும் சுழிப்புகளிலும் பாவனைகளிலும் திகைக்கவைப்பவளாயிருந்தாள். அதன் நகர்வுகளுக்கு ஈடு கொடுத்து அவற்றை விஞ்சினாள். வெல்லப்பட முடியாதவளாய் இருந்தாள். தன் உருமாறுதல்கள் பெருகின, வேகமெடுத்தன. அவை அனைத்துக்கும் அவள் சமமானவளாயிருந்தாள். கடைசியில் திணறிக் கொண்டிருக்க, நீரிலிருந்து எழுந்த அவள் தன் மின் கைகளால் அதனை எரித்தாள். தூக்கி எறியப்பட்டதாக, வறுபட்டதாக முடிந்துபோனதாக பிடிபட்டது. உடல், நீரின்மேல் கவிழ்ந்த கப்பலாக கிடந்தது.

இன்றிரவு மீன் விருந்து, என்றாள். மேற்பரப்பின் அடியிலே அது அமிழ்ந்து கிடக்குமாறு விட்டுவிட்டாள்.

பகைமை கொண்ட கூட்டத்தை எதிர்கொண்டு அவள் குளியலறைகளிலிருந்து வெளிப்பட்டிருந்தாள். வெட்கம் என்ற கூச்சல்கள் நிலவின. பெரிஸ்தானின் ஜின்னியாக்களது குழப்பமும் பயமும், தங்களுள் ஒருத்தியான, காஃப் மலையின் அரசியினுடன் சேர்ந்து, இருண்ட இளவரசர்களின் கொலையாளாக, கொல்பவராக மாறியிருந்தன. சண்டை தொடங்கியதும்

சல்மான் ருஷ்தீ ♦ 323

அவையெல்லாம் பறந்தோடியிருந்தன. இப்போது மாளிகை நொறுங்கிச் சிதைந்தும், அதன் பொன்னிற வளைவுகள் விழுந்தும், கண்ணாடிக் கூரை சிதறுண்டும் இருக்கக் கண்டனர். கீழுலகில் யுத்தம் சிதைத்த ஏராளமான கட்டுமானங்களின் கண்ணாடியாக அம்மாளிகை மாறியிருந்தது. ஆம், ஒரு சொடுக்கிலே அதனை மறு நிர்மாணம் செய்ய முடியும், ஒரு மாயாஜால வசியம், அம்மாளிகையை மாசுமருவற்றதாக பாழ்படாதாகத் தந்துவிடும், அதுவல்ல பிரச்சினை. எந்த மாயமும் ரைம் ரத்தக்காட்டேரியின் மரணத்திலிருந்து எழும்பாது. அது போன்றே ஷைனிங் ரூபி போயாயிற்று. அவ்வுண்மைகள் மாற்றப்பட முடியாதவை. தேவதை தேசத்தின் பெண்கள் அரசி துனியாவின் பக்கம் தம் முதுகுகளைத் திருப்பிக் கொண்டனர். அவர்தம் அணியில் தன்னிடத்தே இழந்துவிட்டிருந்ததை அவள் புரிந்துகொண்டாள். பிரச்சினையில்லை. கீழுலகத்திற்குத் திரும்பி யுத்தத்தை முடிவுக்குக் கொண்டுவர வேண்டிய நேரமிது.

***

யுத்தத்தின் நடுவே ஒரு நல்ல காரியத்தைச் செய்வதற்கான நேரமிருந்தது. நியூயார்க்கின் முட்டாள்தனமான திரு.ஜியோகோமோ டோனிஸெட்டி - சந்தோசமற்ற மணமான பெண்டிரை முன்னர் மயக்கியவரும் பிற்பாடு தீயவளிடம் பலியானவரும், அனைத்துப் பெண்களையும் தயக்கமின்றி ஆராதிக்கும் நிலைக்கு வந்தவரும், தற்போதைக்கு மோசமாகி, நிர்க்கதியாயிருப்பவரும், ஒரு போராளியாக அவளுக்குப் பயனின்றி இருந்தார். ஆனால் அவள் அவரைக் குணப்படுத்தக் கூடும். உபயோகமானவை, உபயோகமற்றவை எனத் தனது அனைத்துக் கூட்டத்துக்கும் அவள் தாயாக இருந்தாள். துரோகம் - அவநம்பிக்கையின் பின்னே ஒளிந்துள்ள, துனியாஜாத்தின் இந்தத் தப்பிய ஆட்டிலே அவள் நன்மையைக் கண்டாள். இதுவோ அதுவோ ஆன சிறிய இருண்ட ஜின்னியால் அவன் மீது கவிந்த வசியத்திற்காக அனுதாபப்பட்டாள். அவ்வசியத்தை முறிப்பது எளிதாயிருந்தது. அப்புறம் ஜியோகோமா மருத்துவர்களின் வரவேற்பாளர்களுக்கும் பைக்காரச் சீமாட்டிகளுக்கும் மீண்டும் ஆட்படாதவர் ஆனார். ஆனால் அவரின் இருதயத்தைக் கேட்டு, அவர் என்ன செய்ய வேண்டும் அவரின் மீட்சி எங்கிருந்தது என அவரிடம் கிசுகிசுக்கும் வரையும் அவர் இழந்துபோன ஆன்மாவாக இருந்தார். அதன் பின் சீக்கிரமே அவர் புதிய உணவகத்தைத் திறந்தார்.

நகரின் இரவு வாழ்க்கையில் ஒரு காலத்தில் இளவரசர்களாய் இருந்தவர்களுக்குக்கூட, உயர்தர உணவகம் திறந்திட அது

பைத்தியக்கார நேரமாயிருந்தது. அந்த தினங்களெல்லாம் போய்விட்டன. இப்போது யுத்த வேளையில் மக்கள் அரிதாகவே விருந்துக்குப் போகத் துணிகின்றனர். அப்படி அவர்கள் துணியும்பட்சத்தில், எளிதான ஒன்றைப் பிடித்திட வாங்குபவருக்கோ விற்பவருக்கோ காசோ நேரமோ, தேவைப்படாததை வாங்குவதற்கு இருந்தது.

உலகின் சுவையுணர்வுக் கலையின் தலைநகராக முன்னர் இருந்ததின் சிதைபாடுகளுக்கு வந்துசேர்ந்தார் ஜியோகோமோ டோனிஸெட்டி - மெருகேற்றப்பட்ட மர மேசை - நாற்காலிகள் மற்றும் பெரிதும் பளபளப்பேறிய உலோக - கண்ணாடி சாதனங்கள் நிறைந்த இடத்திற்கு. புதிய சூரியனென அது பிரகாசித்தது. அநேகமாக யாரும் அங்கே போகவில்லை என்ற போதிலும் அமெரிக்காவில் வேலைக்கு அமர்த்தப்படாத தலைமை சமையற்காரர்களிடமிருந்து தெரிவு செய்யப்பட்ட அசாதாரணமான டோனிஸெட்டி சமையலர்கள் அன்றாடமும், பளபளப்பான தளவாட சாமான்களென உணவு வகைகளை தயாரித்து கொண்டிருந்தனர்; இதனால் கச்சிதமான அமைப்புகளும் மாசு மருவற்ற பணியாளர்களுமுடைய அந்த வெற்று உணவகம் நம்பிக்கையின் கலங்கரை விளக்கமாக, தாமிரத்தால் அல்லாமல் உணவு ஒயினால் ஆன விடுதலைச் சிலையாக ஆனது. பிற்பாடு அமைதி, உலகத்திடம் திரும்பியதும், அது ஜியோகோமா டோனிஸெட்டியின் செல்வத்தை உருவாக்கிற்று, எதிர்ப்பின் அடையாளமாக, நகரின் பழைய குண நலன்களான அலட்சியம் - நன்னம்பிக்கையின் சின்னமாக மாறியது. ஆனால் அந்நாட்களில் இத்தகைய இடத்தைத் திறப்பதிலுள்ள இதிகாசத் தவறு கண்டு அதிசயித்தனர். வாடிக்கையாளர்கள் தவிர்த்து, ஒவ்வொன்றிலும் சிறப்பானதைக் கொண்டுள்ள பிரகாசமானதும் ஆடம்பரமானதுமான வரவேற்பறையாக அது இருந்தது.

அந்த உணவகத்திற்கு வெனீஸிய பாணியில் கா' ஜியோகோமோ என்று பெயரிட்டிருந்த அவர் அதன் உணவையும் வெனீஸ் சார்ந்ததாக வைத்திருந்தார். இவற்றையெல்லாம் டோனிஸெட்டி எப்படிச் செய்தார்? மக்கள் வியப்புற்றனர். உணவு வகைகளை அவர் எங்கே கண்டறிந்தார், பணம் எங்கிருந்து கிடைத்தது? இத்தகைய கேள்விகளுக்கெல்லாம் வெனீஸிய முகமூடியான அலட்சியத்துடனும் தோள் குலுக்கலுடனும் பதிலளித்தார். *உண்ண விரும்புகிறீர்களா? கேட்க வேண்டாம். இதனை நீங்கள் விரும்பவில்லையா? வேறெதாவதை எடுத்துக் கொள்ளுங்கள்.*

அவரது புரவலர்களது பைகள் பெரியவை. டிராகன் முட்டைகளை விடவும் பெரிதான விலையுயர்ந்த மணிகளால்

நிரம்பிய குகைகளைக் கொண்டிருந்தது மாபெரும் ஜுமுருத் மட்டுமல்ல, ஒரு ஜின்னியா அரசி தன் கையசைவால் கறியையும் மீனையும் உங்கள் குளிர்பதன அடுக்கில் வைத்துவிடுவாள்.

அவளுக்கு நன்றி பாராட்டிட அவர் மீண்டும் மீண்டும் முயன்றார். ஆனால் அவள் கையசைத்து அனுப்பிவிட்டாள். இது எனக்கும் நல்லது என்றாள். நான் எங்கே இருப்பினும், யாரைக் கொல்ல வந்திருப்பினும், ஒவ்வோர் இரவிலும் இங்கே நான் வரமுடியும். சமையலறைப் பட்டாளத்துடன் சாப்பிட இயலும். நான் உங்களது ஒரே வாடிக்கையாளராக இருப்பின், அதனால் என்ன? இழக்கின்றது எனது பணமே. ஃபெகாடோ, ஸெப்பீ, வெனீஸிய பைக்கோலி ஸ்கட்கள், நல்லதொரு கிளாஸ் அமரோன் ஒயின். ஆம், இதுவும் என்னை குணப்படுத்துகிறது.

***

ஷைனிங் ரூபி மற்றும் ரைம் ரத்தக் காட்டேரியின் மரணங்களுக்குப் பிந்தைய எதிர்பாராத மந்த நிலையில், மேலானது என்ற சொல்லை உச்சரிக்க ஒவ்வொருவரும் தயங்கியபோதும், நகரில் விசயங்கள் வேறுபடத் தொடங்கி இருந்தன. எனினும், எதிர்ப்பு வளர்ந்தது. ஒட்டுண்ணி - ஜின் மந்தைகள் நகர வீதிகளிலிருந்து மறைந்திட, அவர்களில் பலர் இங்குமங்குமாக மோதலிலான ஆள்மாறுதலாக செயலிழந்து நின்றனர். எண்ணிக்கையின் அந்நியத்தன்மை குறைய, வேகமும் ஆவேசமும் குறைந்தன. எனவே மக்கள் வீதிகளுக்கும் பூங்காக்களுக்கும் வரத் தொடங்கினர். வசந்தத்தின் முதலாவது பூண்டுச் செடியென, ஹட்சன் நதிக்கரையோரங்களின் உலா மேடை மீது, ஓடுபவர் ஒருவர் தென்பட்டார். அரக்கனிடமிருந்து ஓடுபவராக அல்லாமல் வேடிக்கைக்காகவே ஓடுபவராக இருந்தார். சந்தோசம் என்னும் கருத்தின் புனர்ஜென்மமே புதிய பருவத்தின் வருகை போன்றிருந்தது. கேடுகெட்ட ஜபர்தஸ்தும் ஜுமுருத்தும் அங்கிருந்தவரை - புவிக் கோளத்திலுள்ள ஒவ்வொருவருக்கும் இப்பெயர்கள் பரிச்சயமாகி இருந்தன. ஆபத்து நீடித்தது என்றபோதும். விடுதலை வானொலி விட்டுவிட்டு ஒலிபரப்பத் தொடங்கிற்று. அவர்களெல்லாம் ஒரே கேள்வியைக் கேட்டனர். ZZ Top-னர் எங்கே?

விநோதத்தன்மையின் காலம் ஆயிரமாவது நாளை நோக்கி நாட்காட்டி நடைபோட்டுச் செல்லவும் மேயர் ரோஸா ஃபாஸ்ட் துணிகரமான முடிவொன்றை எடுத்து, சிறுபுயல் உடன் வர, தன் அலுவலகம் திரும்பினாள். வெற்றியாளரும், ஒட்டுண்ணி - ஜின்களை செயலிழக்கச் செய்தவருமான, புதிதாய்

நியமனம் பெற்ற பாதுகாப்புத் தலைவர் ஜினேந்திர கபூரும் அவள் அருகே இருந்தார்.

இங்கே நீங்கள் செய்ததிலிருந்து, குறைந்தபட்சம் அவர்களைப் போன்று அதே பொருளால் ஒருபாதி ஆக்கப்பட்டவர், மேயர் ஃபாஸ்ட், ஜிம்மியிடம் கூறினாள். ஆனால் அரக்கர்களுடன் சண்டையிடும்போது, உங்கள் தரப்பிலும் சில அரக்கர்களை வைத்துக்கொள்வது நல்லது.

நான் அலுவலகத்திற்குள் வரப்போவதில்லை. அவர் அவளிடம் கூறினார். என் ஆயுளில் போதுமான அலுவலகங்களில் இருந்துள்ளேன். இனியும் நான் வரப்போவதில்லை. எனக்கு நீங்கள் தேவைப்படுகையில் அழைப்பேன், என்றாள். சிறியதொரு சாதனத்தை அவரின் கையில் அழுத்தினாள். அதிகபட்ச - பாதுகாப்பு அலைவரிசையில் இது இயங்கும். அவள் குறிப்பிட்டாள். இன்னும் அவர்கள் ஊடுருவியிருக்கவில்லை. இது ஒலிக்கும், அதிரும், விளிம்போரமாயுள்ள இவ்விளக்குகள் சிவப்பாய் பளிச்சிடும்.

ஆணையாளர் கோர்டானுக்கு பேட்மேன் தேவைப்பட்டபோது பேட் - சமிக்ஞையை அனுப்பினார், என்றார் ஜிம்மி கபூர். இது மாடிசன் சதுக்கத்தில் உங்களது பர்கர் ஆயத்தமாவதற்காகக் காத்திருப்பது போன்றது.

இதுதான் உங்களுக்குக் கிடைத்துக்கொண்டிருக்கிறதா? வினவினாள்.

அக்குழந்தை அப்படி ஏன் என்னைப் பார்த்துக்கொண்டிருக்கிறது?

நான் உங்களை நம்ப முடியுமா என்று அவள் பார்க்க விரும்புகிறாள்.

உங்களால்?

என்னால் இயலாதெனில், உங்களது முகம் இப்போதே உங்கள் துரோகத்தின் புண்களால் மூடப்பட்டுவிடும், என்றாள் மேயர் ஃபாஸ்ட். ஆகவே, நீங்கள் சரியாக இருக்கிறீர்கள் என யூகிக்கிறேன். இப்போது நாம் வேலை பார்க்கப் போவோம்.

***

தனது ஹாம்ப்ஸ்டீட் இல்லத்தருகேயுள்ள ஹீத்திலிருந்து ஹியூகோ கேஸ்டர்பிரிட்ஜைக் கடத்தியது, யுத்தத்தின் இருண்ட திருகுசுழலில் புதியதொரு திருப்பமாயிருந்தது. இந்த இசைக்கலைஞர் தனது திபெத்திய நாய் வோல்ஃப்காங்கோவுடன் தனது அதிகாலை நடைப்பயிற்சிக்குக் கிளம்பினார். (The Marriage of figaro - வுக்கான இசைக்கோவையில் கேஸ்டர்பிரிட்ஜ் குதூகலப்படும்படி, மொஸார்ட்டின் பெயர் அபத்தமான வகையில் இத்தாலிய மயமாக்கப்பட்டிருந்தது). பிற்பாடு பொதுமக்கள் ஹீத்துக்குத் தாண்டிப்போகையில் கிழக்கு ஹீத் சாலைப் போக்குவரத்தில் கேஸ்டர்பிரிட்ஜ் தன் கோலினை ஆட்டியதைப் பார்த்ததை நினைவுபடுத்தினர். அவர் கடைசியாக, பறவை சரணாலயக் குளத்தை நோக்கி லைம் அவின்யூ வழியே வட கிழக்காக நடந்து போனது காணப்பட்டது. பிற்பாடு அன்று காலையில் வோல்ஃப்காங்கோ வானத்தைப் பார்த்து நிற்காமல் குரைத்துக்கொண்டிருந்ததும், வீழ்ந்துவிட்ட வீரினின் வாளென, கைவிடப்பட்டிருந்த க்னாப்கெர்ரியைக் காவல் காத்துக்கொண்டிருந்ததும் காணப்பட்டது. எனினும், ஹியூகோ கேஸ்டர் பிரிட்ஜைப் பற்றி எந்த அடையாளமும் இல்லை.

மோதல் குறித்த நமது விவரிப்பின் முடிவுக்கு அருகாமையில், இத் தருணத்தில், கேஸ்டர் பிரிட்ஜ் லண்டனைவிட்டுக் கிளம்பியிருந்ததால், நாம் அதனின்றும் புறப்படக் கடமைப்பட்டிருக்கிறோம். ஸ்பெயினுள்ள லூஸெனாவுக்குத் திரும்புவோம், அங்கே அனைத்தும் ஆரம்பித்தது. அங்கே ஆண்டலூசியன் தத்தவாசிரியரின் வாசலிலே ஜின்னியா துனியா ஒருமுறை தன்னை நிறுத்திக் கொண்டிருந்தாள். அவரது மனதிடம் அவள் காதல் வயப்பட்டிருந்தாள். அங்கே அவள் இபின் ரஷீத்துக்குப் பிள்ளைகள் பெற்றாள். தன் சண்டையில் தனக்கு உதவிடும் வகையில், அவர்களது வம்சாவளியினரிடத்தேயுள்ள தூங்கும் ஜின் இயல்புகளை இப்போது அவள் உசுப்பிவிட்டாள். சாந்தியாகோவின் பழைய யூத இருப்பிடத்திலே, இபின் ரஷீத்தின் இல்லத்தின் தடயமே இல்லாதிருந்தபோதும், அப்போது லூஸெனா தன் பழைய உலகின் வசீகரத்தைப் பெரிதும் தங்கவைத்துக் கொண்டிருந்தது. கோட்டையும் பழைய மெடினா செலி அரண்மனையும் போலவே, யூதக் கல்லறை தப்பிப் பிழைத்திருந்தது. ஆனால் நகரின் சற்றுக் குறைவான நாட்டார் இயல் பகுதிக்கு நமது பார்வையைத் திருப்பியாக வேண்டும். இபின் ரசீத்தின் காலத்திலிருந்து கடந்து சென்றிருந்த நூற்றாண்டுகளில், லூஸெனாவின் தொழில்முனைவோர் கணிசமான உற்சாகத்துடன் மேசை - நாற்காலி வணிகத்தில் ஈடுபட்டிருந்தனர். இதனால் சில சமயங்களில் இந் நகரம் அமர்வதற்கும் தூங்குவதற்கும் துணிமணிகளை வைப்பதற்குமான பொருட்களைத் தயாரித்திடும் ஆலைகளால் முற்றிலும் நிரம்பியதாகத் தோன்றிற்று. இத்தகைய ஆலை ஒன்றின் வெளியே, அதன் உரிமையாளர்களான சகோதரர்கள் ஹீவெர்டாஸ், 85 அடி உயரத்தில் உலகின் மிகப் பெரும் நாற்காலியை

உருவாக்கியிருந்தனர். இந் நாற்காலியிலேதான் மாபெரும் இஃப்ரிட் ஜபர்தஸ்து அமைதியாக அமர்ந்திருந்தது. ஊர்வன போன்று சில்லென்று, அதன் ஒரு காலத்திய நண்பன் மாபெரும் ஜுமுருத் போன்று அவ்வளவு பெரிதில்லாத ராட்சசனாக, ஹியூகோ கேஸ்டர் பிரிட்ஜின் நிராதரவான உருவத்தை ஒரு கையில் பிடித்தபடி, கோங்கின் வலுவான பிடியில் நெளிந்து கொண்டிருக்கும் ஃபே வ்ரேயின் கூட்டத்திலுள்ள பழைய சினிமா ரசிகர்களைத் தடுக்க முடியாத வகையில் நினைவூட்டிக் கொண்டிருந்தது.

இந்நாற்காலியிலிருந்துதான் பின்வரும் சவாலினை தனது பெண் எதிரிக்கு அது பிறப்பித்தது; *காஃப் மலையின் விண்ணக தேவதை அரசி, ஆஸ்மான் பெரி அல்லது எந்தப் பெயரில் உன்னை அழைத்துக் கொள்கிறாயோ அப்படி, இழிவுபடுத்தப்பட்ட இக்கீழுலகின் துனியாவான நீ, இப்பரிதாபமான கோளத்தின் மீது மிகுந்த நேசமுடையவளாகக் காட்டிக்கொள்ளும் நீ, உனது இனத்தினரை விடவும், அதிலுள்ள ஒன்றுவிட்ட அணில் - எலி விலங்குகளுடன் என்னைக் கவனி இப்போது. மாபெரும் தந்தையின் அற்பமான மகளே, உன் தந்தையைக் கொன்றேன். இப்போது உன் பிள்ளைகளைத் தின்பேன்.*

ஏதேனும் இறுதிவார்த்தைகள் உண்டாவென்று ஹியுகோ கேஸ்டர் பிரிட்ஜை கேட்டான். இசைக்கலைஞர் பதிலளித்தார். *ஒருவர் உருவகமாகப் பேசுவதும் உருவகம் நேரான உண்மையாக மாறுவதும் பயங்கரமானது. மானுடர் கண்டுபிடித்த கடவுளர், அவர்களை அழித்திட எழுந்தபோது, நான் பெரிதும் உருவகமாகவே இருந்தேன். நான் எண்ணியதைவிடவும் துல்லியமாயிருந்ததைக் கண்டறிந்தபோது, அது எதிர்பாராததாக, அநேகமாக திருப்தி தருவதாக உள்ளது.*

நான் கடவுளில்லை. சூனியக்காரர் ஜபர்தஸ்து கூறியது. *உங்களால் கடவுளைக் கற்பனை செய்ய இயலாது. என்னை லேசாக கற்பிதம் செய்யலாம். உங்களை உயிரோடு தின்னப் போவது நானே.*

நிச்சயமாக என்னால் காட்டுமிராண்டி தெய்வத்தைக் கற்பிதம் செய்திருக்க இயலாது, என்றார் கேஸ்டர் பிரிட்ஜ். *அதாவது... ஏமாற்றம் தருவது.*

போதும், என்றது ஜபர்தஸ்து, தன் பெரும் வாயை அகலத்திறந்து கேஸ்டர் பிரிட்ஜின் தலையை ஒரே வாயில் விழுங்கிவிட்டது. அதன் பின்னர் கைகள், கால்கள், முண்டம். கூடியிருந்த கூட்டம் அலறியடித்து ஓடிப்போனது.

இப்போது ஜபர்தஸ்து தன் குரலை ஒருமுறை உயர்த்தி கர்ஜித்தது. எங்கே நீ இருக்கிறாய்? தன் வாய் நிரம்பியிருப்பினும் சீறியது. அது பேசியபோது கேஸ்டர் பிரிட்ஜின் துண்டு துக்காணிகள் உதடுகளிலிருந்து விழுந்தன. துனியா, எங்கே பதுங்கியிருக்கிறாய்? உன் மகனை நான் இப்போது விழுங்கிவிட்டது குறித்து நீ கவலைப்படவில்லையா?

அவள் நிசப்தமாயிருந்தாள். எங்கேயும் அவளைப் பார்க்க முடியவில்லை.

அப்போது எதிர்பாராத ஒன்று நடந்தது. சூனியக்கார ஜபர்தஸ்து தன் காதுகளுக்குள் கைகளை விட்டு, கட்டுப்படுத்தமுடியாதவாறு கத்தியது. பறந்தோடிய கூட்டம் நின்று, பார்க்கத் திரும்பியது. லூஸெனாவின் நாய்கள் கலவரமுற்றவையாக குலைக்கத் தொடங்கினும், அலறியது. யாராலும் எதனையும் கேட்க முடியவில்லை. பிரமாண்ட நாற்காலியிலிருந்த மாபெரும் இஃப்ரிட் வேதனையில் துடித்து, அதன் காது முரசுகளை சூடான அம்பு துளைத்தெடுத்து மூளையின் வழியே சுடுவதாக அலறியது. திடீரென தன் மானுட வடிவின் மீதான கட்டுப்பாட்டை இழந்து, தணல்பந்தாக வெடித்து, லூஸெனாவின் பிரமாண்ட நாற்காலியை தரையோடு எரித்தது. அப்புறம் அதன் நெருப்பு அவிய, அது போயிருந்தது.

இப்போது விண்ணகத்தில் ஒரு கொதி முடிந்து ஒரு புழுத்துளை திறந்து கொள்ள, துனியாவும் ஆய்யர் ஓமரும் வானிலிருந்து இறங்கி வந்தனர்.

நஞ்சு எப்படி வினையாற்றியது, பில்லி - சூனியத்தை எப்படிப் பயன்படுத்துவது. கொலைபாதக மறைஞான சூத்திரத்தை எப்படி சுருக்குவது, அதன் இலக்கிற்கேற்ப எப்படி முட்கம்பியையும் ஈட்டியையும் கூராக்குவது என்று நான் ஆராய்ந்து கொண்டிருந்தபோது, துனியா ஓமரிடம் முணுமுணுத்தாள். என் தந்தையைக் காப்பாற்ற முடியாதபடி தாமதமாகிவிட்டது. ஆனால் அவரது கொலையாளியைக் கொல்வதும் அவரின் மரணத்திற்குப் பழி தீர்ப்பதும் காலத்தே நடந்தன.

***

பூமியின் பகுதிகளை ஆக்கிரமித்து அரசைப் பிரகடனம் செய்வது ஒரு விசயம். அதனை முழுதுமாக ஆட்சிபுரிவது இன்னொரு விசயம். ஒழுங்கற்றதும், கவனமில்லாததும் பகட்டானதும், கொடூரமானதுமான இருண்ட ஜின்கள் அஞ்சின. ஆனால் வெறுக்கவும் செய்தன. பூமியைக் குடியேற்றமாக்கி

அதன் மக்களை அடிமைப்படுத்திடும் அவற்றின் நோக்கம் அரைவேக்காட்டுத்தனமானதென்பதை சரிவரச் சமைப்பதற்கான சாமர்த்தியமோ நுணுக்கமோ இல்லாதவை, ஆயிரமாவது நாள் வரும் முன்பே, குறுகிய காலத்தில் கண்டுகொண்டன. அவற்றிடமிருந்த ஓர் அதிகாரக் கொடை நிர்ப்பந்திக்கும் கொடையே. அது போதுமானதாயில்லை.

அவ்வன்முறையும் ஒழுக்க நியதியற்ற காலங்களில் கூட, அந்தக் கொடுங்கோன்மையும் அறுதியானதாயில்லை. எந்த எதிர்ப்பும் அறுதியானதாக நசுக்கப்படவில்லை. இப்போது மாபெரும் இஃப்ரிட்கள் நான்கில் மூன்று போய்விட்டன. அம்மாபெரும் திட்டம் துரிதமாகக் கலையத் தொடங்கியிருந்தது.

இச் சம்பவங்கள் நடந்து ஓராயிரம் ஆண்டுகளுக்கும் மேலாகிவிட்டன. மீண்டும் நாங்கள் கூறுகிறோம். இருண்ட ஜின்களின் ஏகாதிபத்திய திட்டத்தின் சரிவு குறித்த ஏராளமான விவரணங்கள் காணாது போயின. அல்லது அவற்றை இங்கே உள்ளடக்குவது பொருத்தமற்றதாக இருக்கும் அளவுக்கு துல்லியமற்றவை. மீட்சி துரிதமாயிருந்தது என ஓரளவு நம்பிக்கையுடன் நாம் உறுதிப்படுத்த முடியும். மனித சமூகத்தின் திடத் தன்மையினையும், தம் வெற்றிகளைக் கட்டுப்படுத்துவதிலான ஜின்களின் உள்ளீடற்ற தன்மையினையும் சுட்டிக்காட்டும் வகையில், இந்தக் காலகட்டத்தினைச் சில அறிஞர்கள், இந்தியாவில் மொகலாயச் சக்கரவர்த்தி ஔரங்கசீப்பின் பிந்தைய காலகட்டங்களுடன் ஒப்பிடுகின்றனர். ஆறு மாபெரும் மொகலாயர்களில் கடைசியில் வருபவர் பேரரசின் ஆட்சியினை இந்தியாவின் தென்கோடி முனைவரை விரிவுபடுத்தவே செய்தார். ஆனால் அவ்வெற்றி ஒருவித மாயக் காட்சியாகவே இருந்தது. ஏனெனில், அவரது ராணுவம் அவரின் வடக்குத் தலைநகருக்குத் திரும்பியதும், தெற்கில் வெல்லப்பட்ட நாடுகள் தம் சுதந்திரத்தை மறு உறுதிப்படுத்திவிட்டன. இந்த உவமை அனைவராலும் ஏற்கப்படுகின்றதோ இல்லையோ, சூனியக்கார ஜபர்தஸ்து, ரைம் ரத்தக் காட்டேரி ஷைனிங் ரூபியின் வீழ்ச்சிக்குப் பின்னே, அவற்றின் வசியம் உலகெங்கும் தோற்றுப்போனது. ஆண்களும் பெண்களும் தன் நிதானத்திற்குத் திரும்பினர். சட்டம் - ஒழுங்கு எல்லாவிடத்திலும் மீட்கப்பட்டது. பொருளாதாரங்கள் செயல்படத் தொடங்கின. பயிர்கள் அறுவடையாகின. ஆலைகளின் சக்கரங்கள் ஓடின. திரும்பவும் வேலைகள் கிடைத்தன. பணம் தன் மதிப்பினைப் பெற்றது.

இப்போதைய நூலாசிரியர்கள் உள்ளிட்ட பலர், "கடவுளரின் மரணம்" எனப்படுவதன் ஆரம்பங்களைப் பத்து

நூற்றாண்டுகளுக்கு முந்தைய இக்காலகட்டத்திற்கு அளந்து செல்கின்றனர். மற்றவர்கள் மற்றவற்றை தெரிவு செய்கின்றனர். பிந்தைய தோற்றுவாய்களைக் குறிப்பிடுகின்றனர். இதுதானே விளங்குவதாய் நமக்குத் தோன்றுகிறது. எனினும், ஒடுக்குமுறை, கொடூரம், அட்டூழியம், காட்டுமிராண்டித்தனத்திற்கான நியாயமாக மதத்தைப் பயன்படுத்துவது சந்தேகத்துக்கு இடமின்றி உலகங்களின் யுத்தத்திற்கு முந்தைய நிகழ்வாக, ஆனால் நிச்சயமாக அம்மோதலின் முக்கிய அம்சமாயிருந்தது. நம்பிக்கை என்னும் கருத்துடன் மனித இனத்தின் இறுதி மயக்கத்திற்கு இட்டுச் சென்றது. பழங்காலத்தின், வழக்கொழிந்துபோன நம்பிக்கை அமைப்புகளின் மாயப் புனைவுகளால் யாரேனும் மயக்கப்பட்டு நீண்ட காலமாகிறது இப்போது. அவ்விசயம் கல்வி வளாகம் சார்ந்ததாய்த் தோன்றலாம். குறைந்தபட்சம் 500 ஆண்டுகளாக, இத்தகைய வழிபாட்டிடங்கள் கலைப்புக்குத் தப்பிப் பிழைத்து, ஓட்டல்களாக சூதாட்ட விடுதிகளாக, அடுக்ககங்களாக, போக்குவரத்து நிலையங்களாக, கண்காட்சிக் கூடங்களாக, வணிக வளாகங்களாக எனப் புதிய செயல்பாடுகளை மேற்கொண்டன. எனினும், இது சொல்லத்தக்க விசயமென்று எண்ணுகிறோம்.

பகட்டாரவாரத்துடனும் தனது சொந்த மதிப்பீட்டின்படியும், ஜின்களிலெல்லாம் மிகவும் ஆற்றல்வாய்ந்ததான ஒன்றின் நடத்தையைப் பரிசீலிக்கும் நம் கதையாடலுக்குத் திரும்புகிறோம். தப்பிப் பிழைத்திருக்கும் தனியொரு மாபெரும் இஃப்ரிட், இருண்ட ஜின்களில் உயரிய இளவரசன், மாபெரும் ஜுமுருத் அது.

***

அவர் வசதி வேண்டியபோது, வந்து சேர்ந்த இதுதான், மணிகள் நிறைந்த குகைகளிலெல்லாம் மிகச் சிறந்தது. தன் வலியையும் வேதனையையும் கழுவித் துடைத்து, தன் உற்சாகத்தை உயர்த்திட, அவர் தனித்திருக்க விரும்பினார். மாபெரும் ஆனந்தத்தை அப்போது அளித்தவை மரகதங்கள். ஏ - யின் கூரிய மலைகளின் கீழே ஆழத்தில் மரகத நகரம் இருந்தது. அதன் ஒரே குடிமகனாக அவர் இருந்தார். ஸீஸேம்கிரீன் எந்தவொரு பெண்ணையும் விட மிக அழகாகயிருந்தது. திறந்துகொள், அவர் அதற்கு கட்டளையிட, அது திறந்துகொண்டது. மூடிக்கொள், அது அவரைச் சுற்றி மூடியது. மலையின் இருதயத்திலே, பசிய கல்லின் விரிப்பிலே பொருத்தப்பட்டு, தான் வெறுக்கவும் நேசிக்கவும் செய்த, இழந்துவிட்ட, சகோதரர்களுக்காக வருந்தியபடி, அவர் ஓய்வெடுத்தார். அங்கிருந்தவையெல்லாம்

ஒரு ஜின்னியாவால் தகர்த்து அழிக்கப்பட்டன. நம்புவதற்குக் கடினமாயிருந்தது. ஆம் அது உண்மையே. மின்னல் அரசி தன் கூட்டத்தினருக்கு எதிராகவே கட்டவிழ்த்துவிட்டிருந்த, மிகவும் அஞ்சத்தக்க வீரர்களில் ஒன்று பெண் என்பது போன்று; அவள் தெரெஸா சகா, அவளின் இடிமுழக்கங்கள் சில வேளைகளில் காஃப் மலை அரசியினுடையவற்றை எதிர்த்து நின்றன. வாழ்க்கை புரிந்துகொள்ளப்படாததாகத் தோன்றிய தருணங்கள் இருந்தன. அத்தகைய வேளைகளில் பசுமையான ஆபரணங்கள் அவரிடத்தே நேசத்தைப் பேசி, குழப்பமான எண்ணங்களைத் தெளிவுபடுத்தின. என்னிடம் வாருங்கள், எனது மதிப்பு மிகுந்தவையே, அவர் கத்தினார். கைநிறைய மாயக் கற்களைத் திரட்டி, அவற்றைத் தன் நெஞ்சில் பதித்து அழுத்தினார்.

விசயங்கள் எப்படித் திடீரென்று அவ்வளவு மோசமாகப் போக முடிந்திருக்கும்? 900 நாட்களுக்கும் மேலாக, அவரது மிகப் பெரும் திட்டத்தில் உண்மையான தடைகள் இல்லாதிருந்தன. இப்போது, விநாசத்தின் மேல் விநாசமாய் இருக்கிறது. அதிகரித்து வருகின்ற தோல்வியின் பெரும்பகுதிக்கும் அவர் தன் சக இருண்ட ஜின்களைக் குற்றஞ் சாட்டினார். அவை தம்மை நம்பத்தகாதவையாக, துரோகிகளாகக்கூடக் காட்டிக்கொண்டன. அதற்கான விலையைத் தந்திருந்தன. ஜபர்தஸ்தின் முடிவினுடைய தன்மையும் ஒரு விதத் துரோகமாய் இருந்திருந்தது. மின்னல் அரசியின் உயிரினங்களில், அய்ரகைரா என்பதை உதாரணமாக்கிட ஜுமுருத் திட்டமிட்டிருந்ததை சூனியக்கார ஜபர்தஸ்து அறிந்திருந்தது. பி நகருக்கு வெளியே கட்டப்பட வேண்டும் என ஜுமுருத் கட்டளையிட்டிருந்த, கீர்த்தி இயந்திரத்தின் மீதான அதன் தாக்குதலுக்குப் பிறகு, பெரும் சிரமத்துடன் அடக்கி, சிறைப் பிடிக்கப்பட்டிருந்தது. காது மடலற்ற இந்த அய்ரகைராவின் இடிமுழக்கத் திறன்களை ஜுமுருத் நடுநிலைப்படுத்தியிருந்தது. அதனை வேலை நிறுத்தத்தை முடிவுக்குக் கொண்டுவரும் சாதனத்துடன் பிணைத்து; அது தானாகவே மின்னல் ஆற்றலை உறிஞ் சியெடுத்து தீங்கற்ற வகையில் தரை மீது போட்டது. இவ்வாறு அது நாசப்படுத்திய இயந்திரத்தின் அருகேயுள்ள கம்பத்தில் கட்டப்பட்டு, எதிர்ப்பின் தோல்விகளுக்கெல்லாம் உதாரணமாக இருக்க நேர்ந்தது. அப்புறம் ஜபர்தஸ்து, சுய - மோகமான வெளிப்பகட்டு சார்ந்த சனிக் கோளின் நரமாமிச வேட்கையுடன் திட்டத்தை அரங்கேற்றியது. அது எப்படி முடிந்தது என்று பார்த்தது. யாரையும் நம்புவது சாத்தியமற்றதாயிருந்தது. ஒருவரின் மிகப் பழைய சகாக்களைக்கூட.

ஒருவித சினங்கொண்ட தூக்கத்தில், மாபெரும் ஜுமுருத் தனது மரகதப் படுக்கையில், துவண்டு புரண்டது. அது அங்குமிங்கும் திரும்புகையில் கற்கள் அதன் உடல் மேல் கொட்டப்பட்டன. குறிப்பிட்ட புள்ளியில் அதன் பாதம் கல்லல்லாத ஒன்றினைத் தொட்டது. அது என்னவென்று பார்த்தது. அது ஒரு புட்டி, ஒரு ஜின்னியின் புதையல் உள்ள குகையில் மறைத்துவைத்திருப்பதாக எதிர்பார்க்கப்படுகின்ற, மணிகள் பதித்த விலை உயர்ந்த உலோகங்களின் வசீகர கைவினைப் பொருள் அல்ல. மாறாக, செவ்வக வடிவிலான, அடர் நீலக் கண்ணாடியில் செய்யப்பட்ட, கார்க் இல்லாத மலிவானது. அதனை எடுத்து வெறுப்புடன் பரிசீலித்தது. அதன் பழைய சிறை. ஒரு காலத்தில் அற்பப் பதரான மானுடனால் அதற்குள்ளே ஈர்க்கப்பட்டு, டுஸ்ஸின் ஞானி கஸாலி அதனை விடுவிக்கும் மட்டும், அந் நீலச் சுவர்களுக்குள்ளே நூற்றாண்டுகளாக சிறைப்பட்டிருந்தது. தனது ஆத்திரத்திற்குக் காரணமான அடைபட்ட வரலாறு மற்றும் அவமானத்திற்கு நினைவூட்டலாக, விலையுயர்ந்த மணிகளுக்குக் கீழே, தன் புதையலின் மையத்தில் அப்புட்டியைப் புதைத்து வைத்திருந்தது. ஆனால் அதனைக் கையில் வைத்திருக்கையில், அத் தருணத்தில் ஏன் அது தன்னைப் பார்க்கத் திரும்பியிருந்தது என்பதைப் புரிந்துகொண்டது.

சிறையே, நிழல்களிலிருந்து, கேட்கப்படாத என் கேள்விக்கான பதிலாக எழுந்திருக்கிறாய். அது புட்டியிடம் பேசியது. என் கடந்தகாலத்தின் சாபமாக இருந்த நீ, இப்போது இன்னொருவரது எதிர்காலத்தின் சாபமாக இருப்பாய்.

அது தன் விரல்களை நொடித்துக் கொண்டது. புட்டி மீண்டும் கார்க்கால் அடைக்கப்பட்டது. இறுக்கமாகத் திருகப்பட்டு, பயன்படுத்த ஆயத்தமாக.

***

லா இன்கோயெரென்ஸா, சமயச் சார்பற்ற புனித யாத்திரை மற்றும் வணக்கத்திற்குரிய, நன்கு பராமரிக்கப்படும் இடமாக ஆயிரம் ஆண்டுகளுக்குப் பிறகு, இன்னும் அங்கே நின்றுகொண்டிருக்கிறது. நீண்ட காலத்திற்கு முன் தோற்றுவித்த மாபெரும் தோட்டக்காரரின் நினைவாக இன்னும் கவனமாகப் பராமரிக்கப்படும் தோட்டங்களைக் கொண்டிருக்கிறது. மாரத்தான், குருசேத்திரம், கெட்டீஸ்பர்க், சொம்மே என்னும் உலகின் மாபெரும் யுத்தகளங்களைப் போல, அது பார்க்க வேண்டிய காட்சியாயிருக்கிறது. இருப்பினும், இங்கே சண்டையிடப்பட்ட யுத்தம், உலகங்களின் யுத்தத்தின் இறுதி மோதல். பூமியின் மீது சண்டையிடப்பட்ட, வேறு

எதனையும் போல் இல்லாதது. இதில் படைகள் ஈடுபடவில்லை. மாறாக, அதியற்புத சக்திகளுக்கு இடையிலான தீர்வு காணும் சண்டையாயிருந்தது. அவை தமக்குள்ளே ராணுவங்களைக் கொண்டிருந்தன என்று சொல்லுமளவுக்கு ஆற்றல் வாய்ந்திருந்தன. ஒவ்வொரு பக்கத்திலும் தனியொரு பிரமாண்ட உருவம், அதி மானுடனாக, எளிதில் மசியச் செய்ய முடியாததாக, ஓர் ஆணும் ஒரு பெண்ணும், ஒரு நெருப்பும், மற்றது புகையுமாக நின்றன. மற்றவர்களும் இருந்தனர். இருண்ட ஜின்களில் மிகப் பெரியது, தன் கூட்டாளிகளில் அரை டஜன் பேரை தன் தளபதிகளாய் கொண்டுவந்திருந்தது. மின்னல் இளவரசி துனியா, மிக நம்பகமான வீரர்களையும் வரவழைத்திருந்தாள். உளவாளி ஓமர், பூமியைச் சேர்ந்த தெரெஸா சகா, ஜிம்மி கபூர், ஜெரோனிமோ மேனஸெஸ் என. பக்கவாட்டிலிருந்து பார்த்து, தமது விதியையும் பூமியின் விதியையும் அறிந்து, விளைவைச் சார்ந்து நின்றனர். எஸ்டேட் உரிமையாளரான தத்துவவாதிச் சீமாட்டி அலெக்ஸாண்டிரா ப்ளிஸ் ஃபரினா - அவளது ஆயுட்கால அவநம்பிக்கைவாதம், யுத்த களத்தின் விளைவைப் பொறுத்து, நிரந்தரமாக செல்லுபடியாகச் செய்யவோ அல்லது தூக்கி எறியப்படவோ இருந்தது. அவளது தலை வாராத எஸ்டேட் மேலாளர் ஆலிவர் ஓல்டுகேஸில், பாதுகாப்புத் தலைவர் ஜிம்மி என்ற நாயகன் நட்ராஜால் எச்சரிக்கை உணர்வு பெற்றிருந்த, மேயர் ரோஸா ஃபாஸ்ட். (அங்கிருப்பது மிக ஆபத்தானதாகக் கருதப்பட்டதால் சிறு புயல் அங்கில்லை) அன்றிரவு, ஆயிரமாவது என்றழைக்கப்பட்ட அப்போது, லா இன்கோயெரன்ஸாவிலிருந்த ஒவ்வொருவரும், வரலாற்றுப் புத்தகங்களுள் போயிருக்கிறார். இப்போதெல்லாம் அவர்களின் பெயர்கள் பேசப்படுகையில், மனிதக் கதையின் மாபெரும் சம்பவங்களில் பங்கேற்றிருந்தவர்களுக்கு ஒதுக்கப்பட்ட ரகசியக் குரல்களில் சொல்லப்படும். இருப்பினும் பிரதானப் போராளிகள் மனிதரல்லாதவராயிருந்தனர்.

தொல்பழங்காலங்களில் ஒரு முறையாக நேரடி மோதல்கள் ஏற்பாடு செய்யப்பட்டன. மாபெரும் ஜுமுருத்தால் ஒரு சவால் விடப்பட்டது. ஜின்களின் செய்தித்தொடர்புவலைப்பின்னல்களில் துரிதமாக அனுப்பப்பட்டு ஒத்துக்கொள்ளப்பட்டது. ஒளிவு மறைவற்ற வெறுப்புடன் ஜுமுருத்தால் இடம் குறிப்பிடப்பட்டது. உங்களது இறந்துபோன காதலரை நினைவூட்டும் உங்களது வசீகர இளைஞன் உங்களுக்கெனத் தான் தெரிவு செய்துள்ள பெண்ணுடன் விளையாடி மகிழ்கின்றான் அவ்விடத்தே. உலகம் அனைத்தும் என்னுடையதாகும் போது, பிற்பாடு, அவன் கவனித்துக்கொண்டு, தன்னை என்ன செய்வது என்று

சல்மான் ருஷ்தீ ◆ 335

தீர்மானித்துக் கொள்கையில். நான் உங்களை நசுக்கிவிடுவேன். அவமதிப்புகளைத் தருவதும் பெறுவதும், தனியொரு மோதலுக்கான சவாலின் சம்பிரதாயத்தின் பகுதியாகும். ஆனால் துனியா தன் கண்ணியத்தைக் காத்து நிற்க, காலமும் இடமும் குறிக்கப்பட்டன. அவர் உனக்கு வீட்டின் சாதகத்தை அளிக்கின்றார். ஆய்யர் ஓமர் அவளிடம் கூறினாள். அப்போது அதுதான் நேரம்.

உலகம் அர்த்தம் கொண்டிருக்கவில்லை என்னும் கருத்திற்கு ஸான்ஃபோர்ட் ப்ளிஸ்ஸால் அர்ப்பணிக்கப்பட்டிருந்த, அளப்பரும் அழகுடைய லா இன்கோயெரன்ஸாவிற்கு, அதிலிருந்து உலகம் எந்த அர்த்தத்தை உருவாக்கும் என்று தீர்மானிக்கும் பொருட்டு, துனியாவும் ஜுமுருத்தும் வந்து நேருக்கு நேர் நின்றனர். அது அஸ்தமனத்திற்குப் பிறகு, எஸ்டேட்டின் அடிவாரத்திலுள்ள மாபெரும் நதி மீது நிலவொளி சஞ்சலம் கொண்டு கவிந்தது. ஜுமுருத்தும் அதன் பரிவாரங்களும் வந்து சேர்ந்திருந்த பறக்கும் தாழிகள், பிரமாண்டமான நடுங்கும் தேனீக்களைப் போல, புல்வெளி மீதான சூரியக் கடிகை அருகே மிதந்தன. அவை வெளிப்பட்டிருந்த புழுத்துளை அவர்களுக்கு மேலே கொதித்தது. மாபெரும் இஃப்ரிட்டின் தளபதிகளினுடைய எந்தவொரு அவமானகரமான தாக்குதலையும் எதிர்பார்த்து, பெரிய புல்வெளியின் விளிம்புகளைச் சுற்றி திரு.ஜெரோனிமோ, ஜிம்மி கபூர் மற்றும் தெரெஸா சகா சுற்றிவந்தனர். இரு முதல்வர்களும் தம் முதல் நகர்வுகளைப் பரிசீலித்தவாறு, புல்வெளி மீது ஒருவரையொருவர் வட்டமிட்டனர். மேகங்கள் வானினூடே ஓடின. நிலவொளி மறைந்து, பூமிக்கு உரியதல்லாத இருள் போராளிகளை வளைத்து, மரண வாசனையால் அவர்தம் நாசிகளை நிறைக்க, மாபெரும் ஜுமுருத் தாக்கியது. காற்றினை வரவழைத்திருந்த அதன் ஆவேசம் இப்போது அதிகரித்தது. தூக்கி எறியப்பட்டுவிடுவோம் என்ற அச்சத்தில், சுற்றுச்சுவர்களின் மீதிருந்த உருவங்கள் இருப்பிடங்களை நாடின. ஏனெனில் அது நரகத்திலிருந்து வந்த காற்று. அதன் நோக்கம் துனியாவின் மனித ரூபத்தை அழித்தொழிப்பது. அப்போதுதான் அதன் புகைச் சாராம்சம் பூமியின் நான்கு மூலைகளுக்கும் தூக்கி எறியப்படும். ஆனால் அவள் லகுவில் வெல்லப்பட முடியாதவளாக, திடமாய் நின்றாள். அப்போது மழை காற்றுடன் சேர்ந்துகொண்டது. அது அவளது மாயாஜாலம், நதியே தன் படுகையிலிருந்து எழுந்து அவர்கள் மீது கொட்டியது போல் தோன்றிய கனத்த மழை, இஃப்ரிட்டால் ஆக்கப்பட்டிருந்த நெருப்பை அணையச் செய்யும் நோக்கத்தை உடைய மழை. ஆனால் அதுவும் தோற்றது. இவ் வீரர்களில் யாரையும் எளிதில் நொறுக்க

முடியாது. இத் தாக்குதல்களை முறியடிக்கும் பணியில் அவர்தம் கேடயங்கள், சமமானதற்கும் கூடுதலாயிருந்தன.

காற்றின் சீற்றத்திலும் மழையின் கொட்டலிலும் ஜின்னி பரிவாரங்களைக் கண்டிப்பதாக ஒரு பெண்ணின் குரல் கிறீச்சிடுவதை திரு.ஜெரோனிமோ கேட்டார். எங்களுடையதை நீ நாசஞ் செய்துள்ளது போல, உன்னுடைய உலகம் நாசமாக்கப்பட்டிருந்தால், இதனை எப்படி நீ விரும்ப முடியும்? மோசமான மொழியில் அந்தக் குரல் திரும்பத் திரும்பக் கேட்டது அக் கேள்வியைத்தான். கூச்சலிட்டவள் தெரெஸா சகா, தன் பக்கம் சண்டையிடுமாறு துனியாவால் வரவழைக்கப்பட்டிருந்தவள் என்பதை திரு.ஜெரோனிமோ உணர்ந்துகொண்டார். அவள் சற்று நிதானம் இழந்திருந்ததாக ஜெரோனிமோவுக்குத் தோன்றினாள். மாபெரும் இஃப்ரிட் மற்றும் அதனைப் பின்பற்றுபவர்களிடமே தனது ஆத்திரம் பதிந்திருந்ததா என்பது அவளுக்குத் தெளிவாகவில்லை. தொட்டதையெல்லாம் தொற்றி, கொள்ளை நோயெனப் பரவியதாகத் தோன்றிய சினமாக அது இருந்தது. இச்சினத்தின் ஒரு பாதி துனியா மீதும் திருப்பப்பட்டிருக்கலாம், திரு.ஜெரோனிமோ எண்ணினார். வெறுப்பு நிறைந்த அக்கிறீச்சிடல் எந்தவொரு மனிதப் பிரிவினையும் குறியாகக் கொண்டால், ஒரு பிரஷால் அனைவரையும் கறைபடுத்தி, இன ரீதியில், தப்பபிப்ராயம் கொண்டதென அழைக்கப்பட்டிருக்கும். சீறும் இயற்கை சக்திகளுக்குள்ளான அவளது கிறீச்சிடலைக் கேட்டுக்கொண்டிருந்த தெரெஸா சகா, அவற்றின் சீற்றத்தை தன்னுடையதுடன் பொருத்தி தன் உடலோரங்களில் மின்சாரத்தால் துடிக்கவிட்டு, மேலுலகச் சந்ததியினர் அனைவருக்கும் ஏதிராக மத வெறி கொண்டிருந்ததாக அவருக்குத் தோன்றிற்று. ஆதலின், தனக்குள்ளேயான ஜின்னியாவுக்கும் எதிராயிருந்தாள். அவள் மற்றதை வெறுத்தது தன்னை வெறுத்ததும் ஆகும். அவளொரு ஆபத்தான அணியாகவிருந்தாள்.

இதற்கிடையே, விருதுக்கான போட்டியில், கடைக்கோடியிலுள்ளவனைப்போல,சண்டைதொடர்பானதுனியாவின்அணுகுமுறை குறித்து ஜெரோனிமோ கவலைப்பட்டுக்கொண்டிருந்தார். முன்முயற்சி மேற்கொள்வதற்குப் பதிலாக எதிர்வினை புரிவதில் அவள் திருப்திகொண்டிருந்ததாகத் தோன்றிற்று. அது அவருக்குத் தவறாக இருந்தது. வார்த்தையின்றி அவர் அவளுக்குக் கூற முற்பட்டார். ஆனால் அவள் இப்போது யாரையும் கவனிக்கவில்லை. அவளது முயற்சியெல்லாம் யுத்தத்தில் படிந்திருந்தது. தன்னிடத்தேயான கேடுகெட்ட அரக்கர்களையெல்லாம் கட்டவிழ்த்துவிட்ட ஜுமுருத், ரூபத்தை

மாற்றிக் கொண்டிருந்தது. இரும்புப் பற்களும் ஆயிரம் தலைகளும் ஆயிரம் நாவுகளும் கொண்டு ஆர்ப்பரிக்கும் விலங்கு என ஒரு காலத்தில் அறியப்பட்டதாக, ஆயிரம் நாவுகளுடன் அதனால் நாய்போலக் குரைப்பது மட்டுமின்றி, புலியென உறுமவும் கரடியென முணங்கவும் டிராகனெனச் சீறவும் முடிந்தது. முப்பிளவான சர்ப்பக் கொடுக்குகள் பலவற்றால் தன் எதிரியைக் கடிக்க முற்பட்டது. ஒரே வேளையில் துனியா மீது நூற்றுக்கணக்கிலான சூனியங்களையும், வசியங்களையும் மாயங்களையும் ஏவிவிட்டு, வசியங்களை முடமாக்கவும் பலவீனப்படுத்தவும் கொல்லவும் முடிந்தது. திட்டுவதற்கென பல மொழிகள் இருந்தன. கேட்டவரையெல்லாம் அதிர்ந்து போக வைத்த தார்மீக இழிவு மட்டத்தினை ஜுமுருத்திடம் வெளிப்படுத்திய, ஆடவர் - ஜின்களின் மொழிகள்.

ஆர்ப்பரிக்கும் விலங்கின் ரூபத்தில் ஜுமுருத் துனியாவை நூற்றுக் கணக்கிலான வழிகளில் தாக்குவதை அவர் கவனித்துக்கொண்டிருந்த போது, மாபெரும் வாகிரி அல்லது ஒலிம்பஸ் அல்லது கைலாஸின் பெண் தெய்வமான அவள் சுழன்றும் சுற்றியும் தாக்கியும் தற்காத்தும், போரிட்டதைப் பார்த்தார். இவ்வளவு ஆவேசமாக எவ்வளவு நேரத்திற்கு அவளால் தாக்குப்பிடிக்க முடியும் என வியப்புற்ற, உனக்கு நேர்ந்திருந்தால் எப்படி உணர்ந்திருப்பாய் என்னும் தெரெஸா சகாவின் அலறலைக் கேட்ட ஜெரோனிமோ ஒருவித அகக் காட்சியை அல்லது தரிசனத்தை உணர்ந்தார். காட்சிக் கதவுகள் திறந்துகொள்ள, ஜின்களைக் குறித்த தீங்கானதும் ராட்சசத்தனமானதும், மனித உயிர்களின் ராட்சசத்தனமானதும் தீங்கானதுமான அங்கமே, மனித இயல்பும், திட்டமிடலும் சூதானதும் கொடூரமானதுமான அதே அறிவற்றதைப் பெற்றுள்ளது. ஜின்களுக்கு எதிரான யுத்தம், மனித இருதயத்திற்குள்ளேயான யுத்தத்தின் சித்திரம். அதாவது ஜின்கள் ஒரு வகையில் சூக்குமங்கள் அதேபோன்று நிஜங்கள் என்று கண்டுகொண்டார். மக்களுக்குள்ளேயுள்ள இருண்ட ஜின்களின் பெயரான அறிவற்றதை அகற்ற வேண்டும் என்று உலகிற்கு எடுத்துக்காட்டும் பொருட்டு கீழ் உலகுக்கு அனுப்பப்பட்டது. இதனைப் புரிந்துகொண்ட அவர் தெரெஸா சகாவின் சுயவெறுப்பையும் புரிந்துகொண்டார். அவை இரண்டுக்கும் உள்ளேயிருந்த ஜின் அகத்தை அகற்ற வேண்டும், மனிதனிடத்துள்ள அறிவற்றது அது போன்றே ஜின்னும் தோற்கடிக்கப்பட வேண்டும். அப்போதே அறிவின் காலம் தொடங்க இயலும்.

அவர் எங்களுக்குக் கூறியதைக் கேட்டோம். ஆயிரம் ஆண்டுகளுக்குப் பிறகு, இன்னும் கேட்டுக்கொண்டிருக்கிறோம். இவர்தான் தோட்டக்காரரான திரு. ஜெரோனிமோ, ஆமாம், அன்றிரவு, ஆயிரமாவது இரவு, அவர் என்ன புரிந்து கொண்டார் என்பதை நாமெல்லாம் அறிவோம். மின்னல் அரசி ஆஸ்மான் பெரி, துனியா, அதாவது விண்ணக தேவதை மாபெரும் ஜுமுருத்தை எதிர்த்துப் போரிட்ட போது.

***

அவள் சோர்ந்துகொண்டிருந்தாள். ஜுமுருத்தால் அதைப் பார்க்க முடிந்தது. அவர் காத்திருந்தது இக்கணத்திற்காகத்தான், எருதின் விழிகளில் தோல்வியின் ஒப்புதலைக் காணக் காத்திருக்கும் மட்டடார் போல. விலங்கின் ரூபத்தைக் கைவிட்டு, தன்னுடையதைப் புதுப்பித்துக் கொண்டு, தன் சிவப்புச் சட்டையின் மடிப்பிலிருந்து நீலப்புட்டியை எடுத்து கார்க்கை நீக்கி, தன் சக்தியெல்லாம் திரட்டிக் கத்திய கணம் இதுதான்.

முட்டாள் ஜின்னியா, குருட்டு ஜின்னியா,
இப்போது நீ இருக்கிறாய் என் மனத்திலே!
இங்கே சிறையுண்டு கிட,
எனக்குரியவளாக எப்போதும்.

சக்திமிக்க வசியங்கள் எழுதப்பட்டிருப்பதும், உச்சரிப்பவனிடத்தே அளப்பரும் ஆற்றலைக் கோருவதுமான ஜின்களின் இரகசிய மொழியில் இது சொல்லப்பட்டது. இக்காட்சியைக் கவனித்துக் கொண்டிருந்த மானுடர் அவ்வார்த்தைகளைப் புரிந்துகொள்ளவில்லை. மாறாக அவற்றின் தாக்கத்தைப் பார்த்தனர். துனியா தடுமாறி விழுவதையும் பார்த்தனர். புல்வெளியிலே, பிசாசின் வாயென வாயைத் திறந்துகொண்டிருந்த, புட்டியை நோக்கி அவளது பாதங்கள் இழுக்கப்படுவதைப் பார்த்தனர்.

அவர் என்ன கூறினார்? தத்துவவாதச் சீமாட்டி ஆய்யர் ஓமரிடம் கூச்சலிட்டாள். ஆனால் துனியா புட்டியை நோக்கி இழுத்துச் செல்லப்பட்டதை ஓமர் கண்களை அகலத் திறந்து பார்த்துக்கொண்டிருந்தான். என்னிடம் சொல்லு, அலெக்ஸாண்டிரா கத்தினாள். அப்படியே ஓமர் செய்தான். சக்திமிகு வார்த்தைகளைத் திருப்பிக் கூறி, தோராய மொழிபெயர்ப்பைத் தந்தான். அப்போது ஜுமுருத் வெற்றியுடன் மீண்டும் பேசிற்று.

சல்மான் ருஷ்தீ ♦ 339

முரட்டு ஜின்னியா மிகப் பெரும் ஜின்னியா,
இப்போது நீ இருக்கிறாய் என் கையிலே.
இங்கே சிறையுண்டு கிட,
எனக்குரியவளாக எப்போதும்.

என்ன? அலெக்ஸாண்டிரா வினவினாள். ஓமர் கூறினான். முடிந்தது, என்றான். அவள் இழந்துவிட்டிருந்தாள்.

அப்புறம் துனியா அலறினாள். அவளது தந்தை இறந்தபோது திரு.ஜெரோனிமோ கேட்டிருந்த, அதிகாரத்தின் கதறலாயிருந்தது. அது மனிதரை உதைத்தது. ஜின்கள் மல்லாந்து விழுந்தன. வசியத்தின் மீதான ஜுமுருத்தின் பிடிப்பை நொறுக்கிற்று. அவர் தன் காதுகளைப் பற்றிக் கொண்டு பின்னோக்கித் தள்ளாடினார். சிறிய நீலப் புட்டி காற்றின் வழியே திருகு சுழலாய் சென்று, துனியாவின் வலக்கையில் நின்றது. அதன் கார்க் இடக்கையில், தற்போது அவள் பாதங்களில் குனிந்து, வசியத்தைத் திருப்பிக் கொண்டாள்.

ஆற்றலும் பெருமிதமும் வலுவுமுள்ள இஃப்ரிட்டே,
என் காலடியில் வந்து அமரு.
இங்கே சிறையுண்டு கிட,
எனக்குரியவளாக எப்போதும்.

அவள் என்ன சொன்னாள்? கூச்சலிட்டாள் அலெக்ஸாண்டிரா. ஓமர் அவளிடம் கூறினான். இப்போது புட்டியை நோக்கி இழுக்கப்பட்டது ஜுமுருத். முதலில் தலை, புலப்படாத கையொன்று அதனைப் பற்றி இழுத்துக் கொண்டிருந்தது போல, அதன் தாடி அதன் முன்னே நீண்டது. அதன் உரிமையாளர் நீலப் புட்டியின் சிறைக்குள் இழுக்கப்பட்டாள். துனியா தன் இறுதி வலிமையுடன், திரும்பவும் கூச்சலிட்டாள்.

அஞ்சத்தக்கதும் ஆற்றல் மிக்கதுமான இஃப்ரிட்டே,
இன்று நீ சந்திக்க வேண்டும் உன் காதலியை,
இங்கே சிறையுண்டு கிட.
எனக்குரியவளாக எப்போதும்.

தான் மிகையாகச் செய்திருந்ததை அவள் சட்டென அறிவாள். ஒவ்வொருவரும் அறிவர். அவளது வலிமை அவளைத் தோற்கவைத்தது. ஆழ்ந்த மயக்கத்தில் நுழைந்தாள். வசியம் கலைந்தது. ஜுமுருத் தன் பிரமாண்ட பலத்தில் எழத் தொடங்கிற்று.

ஒவ்வொருவரும் ஆச்சரியப்படும்படி.

காற்றினூடே அநேகமாக மந்தமாக திருகுச்சுழலாய் சென்றது.

தத்துவவாதி சீமாட்டி அலெக்ஸாண்டிரா ப்ளிஸ் ஃபரீனாவின் நீட்டிய வலக்கையில் ஓய்வெடுக்க வந்தது.

அனைவரும் பயங்கொள்ள, அணிகள் ஆனந்தமடைய, மின்னல் அரசியால் ஏவப்பட்டிருந்த வசியத்தை, அவள் கன கச்சிதமாகத் திருப்பிக் கூறினாள்.

துனியாவை அது ஓய்ந்துபோகச் செய்திருந்தது போலவே, ஜுமுருத் மீண்டும் தரையில் மோதி ஓய்ந்து போனது. அதன் முழுமையான ஆற்றல் நீங்கிய உடல் சின்ன நீலப்புட்டிக்குள் நெளிந்து இழைந்து போகும் மட்டும் விடாது முன்னோக்கி இழுக்கப்பட்டது. அலெக்ஸாண்டிராவோ கார்க்கினை அதன் கழுத்தில் தள்ளிவிட்டாள். பிற்பாடு அவர்கள் கண்டறியப்படுவார்கள். அதற்கேற்ப நடத்தப்படுவார்கள். அது போகட்டும்.

திரு.ஜெரோனிமோவும் ஆய்யர் ஓமரும் ஜிம்மி கபூரும் அலெக்ஸாண்டிராவை வளைத்துக்கொண்டு, கேட்டனர். *எப்படி? எப்படி பூமியில்? எப்படி இப்பெயரால்? எப்படி அதனாலெல்லாம்? எப்படி? எப்படி? எப்படி?*

நான் மொழிகளிடத்தே எப்போதும் துரிதமாயிருந்தேன். லேசாகச் சிரித்தபடி, மயக்க நிலையில் கூறினாள். கோடை காலத்தோட்டத்து விருந்தில், இளசுகளுடன் உல்லாசமாயிருப்பது போல. ஹார்வர்டில் யாரிடமேனும் கேட்டுப்பாருங்கள். கடற்கரை மீதுள்ள பளபளக்கும் கூழாங்கற்களென, சட்டென்று அவர்களை பொறுக்கிக் கொண்டேன். அவள் உள்ளடங்கிச் சிரித்தாள்.

அப்புறம் அவள் முழுதுமாய் மயங்கிப் போனாள். திரு.ஜெரோனிமோ அவளைப் பிடித்துக் கொள்ள, ஜிம்மி கபூர், புட்டி தரையில் விழுமுன்னே பறித்துக்கொண்டான்.

அன்றிரவு அனைத்துக்கும் ஒரு முடிவாயிருந்தது. அவர்களில் ஒருவன் இல்லை என ஜெரோனிமோ மேனஸெஸ் கவனித்தது தவிர்த்து, தெரெஸா சகா எங்கே, அவர் கத்தினார். பறக்கும் தாழிகளில் கடைசியாயிருந்ததை, ஜுமுருத்தின் சொந்தத் தாழியை அவள் எடுத்துச் சென்றிருந்ததை அவர்கள் பார்த்தனர். அதில் சவாரி செய்து வானுக்குப் போய், புழுத்துளையில் நுழைந்து, மேலுலகைக் கீழுலகுடன் இணைத்தது. அவளது முகத்தைக் காணக்கூடியவர்களாக அவர்கள் இருந்திருப்பின், அவள் விழிகளில் குருதியின் பயங்கர அலை எழுந்ததைப் பார்த்திருப்பர்.

எங்களுடையதை நீங்கள் நாசப்படுத்தியது போல உங்களுடைய உலகம் நாசப்படுத்தப்பட்டிருந்தால், திரு.ஜெரோனிமோ ஞாபகப்படுத்திக் கொண்டார்.

அவள் தேவதை தேசதைத் தாக்கச் சென்றிருந்தாள், தன்னால் முடிந்தால் அதனை நாசப்படுத்திட, அவர் உரத்துக் கூறினார்.

சண்டையில் பல ரகமான பாதிப்புகள் புலப்படாதவை, மனதில் பட்ட காயங்கள், உயிரிழப்புகளுக்கும் உடற் காயங்களுக்கும் எண்ணிக்கையில் போட்டியிடுவனவாக, இச்சம்பவங்களை நாம் திரும்பிப் பார்க்கையில், தெரெஸா சகாவை அந்த யுத்தத்தின் வீரர்களுள் ஒருத்தியாக நினைத்துக்கொள்கிறோம். அவளது விரல்களிலிருந்த மின்சாரம், ஜின், ராணுவங்களுக்கு எதிரான பல வெற்றிகளுக்குப் பொறுப்பாயிருந்தது. ஆனால் மோதலின் துன்பியல் பலியாளாக, அவளது மனம், தன்னைச் சுற்றிலும் தான் கண்ட விநாசத்தால் மட்டுமல்லாமல், யுத்தத்தின் அழிவுக்கு எதிர்வினை நிர்ப்பந்தத்தாலும், அவள் மனம் நொறுங்கிற்று. இறுதியில், எவ்வளவு ஆழ்ந்து நியாயப்படுத்தினும், சினம், சினம் கொண்டோரை அழித்துவிடுகிறது. நாம் நேசிப்பவற்றால் புதிதாய் படைக்கப்படுதல் போன்றே. நாம் வெறுப்பவற்றால் குறைத்துச் சுருக்கப்படுகிறோம். இல்லாமல் ஆக்கப்படுகிறோம். உலகங்களின் யுத்தச் சண்டையின் உச்சகட்டத்தில், சிறைப்புட்டியிலிருந்த மாபெரும் ஜுமுருத் ஜிம்மி கபூரின் உள்ளங்கையில் இறுக்கமாய் வைக்கப்பட்டிருக்க, நினைவிழந்த நிலையிலிருந்து துனியா மெல்ல எழுந்துவர, தெரெஸாதான் விண்ணிலுள்ள துளையை நோக்கி ஆரவாரித்துச் சென்றது.

அது ஒரு தற்கொலைப் பணியாக இருந்ததை அவள் அறிந்திருக்க வேண்டும். அவள் என்ன எதிர்பார்த்தாள்? மேலுலகத்திற்குள் அவள் சவாலின்றி கடந்து போவாள். அவ்வாசனை மிகு தோட்டங்கள், அக் கோபுரங்கள் - அரண்மனைகள் என்பன, அவளின் சினத்தின் முன்னே கரைந்துபோகும், ஒரு தடயம்கூட மிஞ்சாது என்பதையா? திடமானவையெல்லாம் அவளின் பழி தீர்க்கும் சீற்றத்தின் முன்னே, மெல்லிய காற்றில் உருகிப்போகும் என்பதையா? அப்புறம் வேறென்ன? தேவதை உலகின் அழிவை ஏற்படுத்தியமைக்காக, இன்னும் பெரிய வீராங்கனையாக பூமிக்குத் திரும்புவாள் என்பதையா?

நமக்குத் தெரியாது, யூகிக்கக் கூடாது. தெரெஸா சகாவின் பைத்திய நிலையினையும் அவளது கடைசிக் கணத்தின் தவிர்க்க இயலாமையினையும் வேதனையுடன் நினைவுகூர மட்டும் செய்வோம். நிச்சயமாக அவள் அதனை பெரிஸ்தானாக ஆக்கவில்லை. பிரமாண்டமான தாழி

எளிதான வாகனமில்லை. பயிற்றுவிக்கப்படாத குதிரையென அவ்வளவு கடினமானது. வீழ்ந்த ஜின் எஜமானனுக்கு மட்டுமே அடிபணிவது. திரு.ஜெரோனிமோவும் மற்றவர்களும் அவளது ஏவுகணை விண்ணுக்குள் போவதைக் கவனிக்கையில், காற்று தணிந்துவிட்டிருந்தது, மழையும், முழுநிலவு பிரகாசமாய் ஏற்றத்தில் இருந்தது அல்லது அப்படிக் கதை போகிறது. தன் இருக்கையைப் பராமரிப்பதில் பிரச்சினை இருந்ததாக அவர்கள் பார்த்தனர். அவள் புழுத்துளையின் ஆவேச விளிம்புகளை உலகங்களுக்கிடையிலான பிளவை, நெருங்குகையில், காற்று மேலும் கொந்தளிப்பானது. அப்புறம் இன்னும் கொந்தளிப்பானது. அவள் தனது வசியத்திற்குள்ளான வாகனத்தின் பிடியை இழந்தாள். கீழேயிருந்து திகிலுடன் கவனித்தவர்கள் இப்படியும் அப்படியுமாக அவள் சரிந்ததையும் விழுந்ததையும் பார்த்தனர். லா இன்கோயெரன்ஸாவின் நனைந்த புல்வெளி மீது முறிந்த சிறகென இறங்கினாள்.

பின்னுரை

சில வேளைகளில் நாம், குறிப்பாக, இவ்வளவு நீண்ட காலகட்டத்திற்குப் பிறகு, நாயகவாதம் என்னும் கருத்து குறித்து கவலைப்படுகிறோம். ஆயிரம் ஆண்டுகளுக்கு முன்னர், யாரை நாயகர்களாகக் கருதினீர்கள் என இதன் தலைமைப் பாத்திரங்களை வினவினால், யாரைத் தெரிவு செய்திருப்பார்கள்? சார்லிமாகன்? அரேபிய இரவுகளின் அறியப்படாத ஆசிரியரா அல்லது ஆசிரியர்களா? முரசாக்கி சீமாட்டியா? ஒரு கீர்த்தி உயிர்த்திருப்பதற்கு ஆயிரம் ஆண்டுகள் என்பது நீண்ட காலமாகும். இச்சரிதையை எழுதுகையில் (திருப்பிக் கூறுகிறோம்), இதில் பெரும்பகுதி நிஜமான விவரிப்பிலிருந்து சாகசக் கதை, அனுமானம் அல்லது புனைவினை நோக்கி இழிவடைந்துள்ளது. இருப்பினும் நாம் விடாப்பிடியாய் இருந்திருக்கிறோம். ஏனெனில் நம் கதையில் உள்ள பாத்திரங்கள், நாயகவாதம் என்னும் கருத்து அவர்கள் வாழ்ந்து மடிந்து ஆயிரம் ஆண்டுகள் ஆன பிறகு, இன்னும் ஒட்டிக்கொண்டிருக்கும் சொற்பமானவர்களில் உள்ளனர். ஆவணத்திலுள்ள இடைவெளிகள் அளப்பற்றவை என்பதை அறிந்தும்கூட, இருண்ட ஜின்களின் தாக்குதலை, சந்தேகத்திற்கிடமற்ற வகையில் எதிர்த்திட்ட மற்றவர்கள் இருந்தனர். நாம் பெயரிட்டுள்ளவர்களைப் போல அவ்வளவு தகுதியுடையவர்களாக, இவ்வளவு வணக்கத்துடன் நாம் கொண்டுள்ள பெயர்கள் எதேச்சையாகச் சிதைந்துள்ள ஆவணத்தால் தெரிவு செய்யப்பட்டிருப்பவை மற்றும் வரலாறு அவர்களை நினைவுகூர்ந்திட சிரமம் எடுத்துக் கொண்டிருக்குமாயின், நாமறியாதுள்ள மற்றவர்கள் மேலும் வளமார்ந்த தகுதியுடையவர்களாக இருந்திருப்பார்கள்.

இருந்தும் இதனை நாம் கூறவேண்டியிருக்கிறது. இவர்கள் நம் நாயகர்கள், உலகங்களின் யுத்தத்தை வென்றதன் மூலம், நமது புதியதும் மேலானதுமான காலம் வர இருந்த நிகழ்வுப் போக்கினை நிகழச் செய்தனர். நமக்குப் பரிச்சயமானதான, கடந்த காலத்திலிருந்தான கதவு, ஒருமுறை திருகி மூடிக்கொண்ட

தருணம் அதுவே. நாம் என்னவாகி உள்ளோம் என்பதற்கு இட்டுச் செல்லும், நிகழ்காலத்திற்கான கதவு, புதையலுள்ள குகைக்கான கல்வாயில் போலத் திறந்து கொண்டது, ஸீஸேமாகவும் இருக்கக்கூடும்.

தெரெஸா சகா குவார்ட்டோஸிடம் தவறுகள் இருப்பினும் அவள் பொருட்டு வருந்துகிறோம், ஏனெனில் அது தேவைப்பட்டபோது அதனை அவள் எடுத்துக்கொண்டிருந்தாள், அவள் இருக்க வேண்டியிருந்ததன் படி, ஆர்ப்பரிக்கும் தீக்கொழுந்து என முரட்டுத்தனமாயும் தீரமாயும் இருந்தாள். அச்சமற்ற கவர்ச்சியின் தென்றல் அவள் ஞாபகத்தைச் சுற்றி மெல்ல வீசுகிறது. மிகவும் அஞ்சத்தக்கவளாகவும் நடுவர்களிடையே சிறந்தவளாகவும் வளர்ந்த, உண்மையின் குழந்தை, ஸ்டார்ம் ஃபாஸ்ட்டை நாம் கொண்டாடுவோம். அவளது மன்றத்தில் எந்தப் பொய்மையினையும், எவ்வளவு அற்பமாயினும், சொல்ல முடியாது. ஜிம்மி கபூர் நல்லது, ஒவ்வொருவரும் அவரது பெயரை அறிவர். ஒட்டுமொத்த ஆயிரம் ஆண்டுகளுக்கும் உயிர்த்திருந்த புகழையுடைய ஒரு சிலருடைய பெயர்களுள் ஒன்றாயிருந்தது. நடனமாடும் பல கைகளுடைய கடவுளின் படிமம், அச்சத்துடன் தீங்கிழைப்போரின் இருதயங்களைக் குத்துவதாக வானில் காட்டப்படும், Bat - signal னை அவன் பெற்றது மட்டுமின்றி, அவன் வயதானவனாகி நரைத்து உயிர் துறந்து நீண்ட காலத்திற்குப் பின், பல்வேறான கேளிக்கைகளுக்கும், திரை விளையாட்டு இரண்டினுடைய பல் நிகழ்வு நட்சத்திரமாக பாட்டு நடனத்திற்கும், பழங்காலத்ததும் விடாப்பிடியான வடிவம் கொண்டதுமான புத்தகங்களுக்கும், நாயகனாயிருந்தான். தோற்றுவிட்ட விளக்கப்பட நாவலாசிரியன், நீண்ட காலம் வந்த விளக்கப்பட நாவல் வரிசை ஒன்றின் மற்றும் வார்த்தைகளாலான நாவல்களின் நாயகன் ஆனான். இவற்றை இப்போது நாம் மாபெரும் செவ்வியல் இலக்கியங்களிடையே இலக்கமிடுகின்றோம். நமது தற்போதைய சந்தோசங்களை, நமது இலியட்டைப் பெறுகின்ற தொன்மங்களை இலக்கமிடுகின்றோம், பழைமையான ஒப்பீட்டைப் பயன்படுத்தி அல்லது நம் ஓடிசியை. நுலகத்திற்கு வருகின்ற இன்றைய வருகையாளர்கள், அவர்தம் மூதாதையர்கள் கூட்டன் பர்க் பைபிளையோ முதல் ஃபோலியோவையோ வாய்பிளந்து பார்த்தது போல, இப்புனிதச் சின்னங்களை கண்களை அகலத்திறந்து பார்க்கின்றனர். “நாயகன் நட்ராஜ்” என்ற ஜிம்மிகபூர் நமது உண்மையான வீரக்கதைகளுள் ஒன்றாயிருக்கிறது. வினோத தன்மையின் காலத்திலிருந்து ஒருவர் மட்டுமே அவனை விடவும் உயர்வாகக் கருதப்படுகிறார்.

ஜெரோனிமோ மேனஸெஸ், திரு.ஜெரோனிமோ என்னும் தோட்டக்காரரின் உருவம், உலகிலிருந்து பாதிப்பின்றி வந்து,

எழுவதும் நசுங்குவதும், அச்சுறுத்துதலும் திறன்மிகுந்து விலகியிருத்தலும் அல்லது நம் புதிர்மிகு பூமியுடன் ஒடுக்குமுறையிலான அதீத நெருக்கம் கொண்டிருத்தலுமான இரட்டைச் சாபங்களால் வருந்தும் தன் உடனிகழ்வுக் காலத்தவர் பலரை மீட்கும் பொருட்டு, அப்புறம் திரும்பியது. அவரும் அவரது தத்துவவாதி சீமாட்டி அலெக்ஸாண்டிரா ப்ளிஸ் ஃபரினாவும், ஆலிவர் ஓல்டுகேஸிலின் பாதுகாப்பான சந்தோச முடிவைக் கண்டனர். லா இன்கோயெரன்ஸாவின் தரைகளில் அவர்களுடன் நாம் நடக்கின்றோம். அஸ்தமனத்தின் போது அவர்கள் கைகோர்த்து வளர்பிறை நிலவொளியின் கீழே இருக்க அவர்களுடன் அமைதியாக அமர்ந்து முன்னும் பின்னுமாகப் பாயும் பெரிய நதியைக் கவனிக்கின்றோம். திரு.ஜெரோனிமோவின் இறந்துபோன மனைவியின் கல்லறை அருகிலுள்ள எஸ்டேட் மலையின் மீது அவர்கள் நின்று, தம் காதலுக்கான அனுமதியை நிசப்தமாகக் கேட்டு, நிசப்தமாகப் பெறுகையில், தலைவணங்கும்போது, நாம் தலைவணங்குகிறோம். காதல் துணைவர்கள் டெஸ்கின் எதிரெதிர் பக்கங்களில் அமர்ந்து, புத்தகம் எழுதுகையில் நாம் மேலே மிதக்கின்றோம். அது எஸ்பெராண்டோவில் சிறப்பாயிருக்கும் என அலெக்ஸாண்டிரா ஆலோசனை கூறினாலும் தமது மொழியில் எழுதினர். பழைமையான காலத்திலிருந்து அது நாம் பெரிதும் போற்றுகின்ற பிரதியாக, In coherence இருந்துவந்துள்ளது. அறிவு, சகிப்புத்தன்மை, தாராளம், விசயஞானம், மற்றும் கட்டுப்பாட்டினால், ஆட்சிசெய்யப்படும், உலகிற்கான கோரிக்கையாக.

இப்போது நாம் வாழ்கின்ற, மாபெரும் ஜுமுருத்திடம் கஸாலி முன்வைத்த உறுதிப்பாட்டை நாம் மறுதலித்துள்ள, உலகம் அதுதான். கடைசியில், பயம் மக்களை கடவுளின் கைகளுக்குள் துரத்திவிடவில்லை. மாறாக, பயம் சமாளிக்கப்பட்டு, அதன் தோல்வியால் ஆடவரும் பெண்டிரும், கடவுளை ஒதுக்கிவைக்கக் கூடியவர்களாகி, பையன்களும் பெண்களும் தம் குழந்தைப் பருவப் பொம்மைகளைப் போட்டுவிட்டு, அல்லது வாலிபர்களும் நங்கையரும் தமக்கான இல்லங்களை, வேறெங்கோ சூரியனில் அமைப்பதற்காக பெற்றோரின் இல்லத்திலிருந்து கிளம்புவது போல. இப்போது ஆயிரமாயிரம் ஆண்டுகளாக, இதுவே நம் நல்வாய்ப்பாக இருந்துவந்துள்ளது. திரு.ஜெரோனிமோவும் செல்வி அலெக்ஸாண்டிராவும் நிலத்தின் மீதான மரியாதையும் உள்ள அமைதியான நாகரிக உலகம். நமது தோட்டத்தை நாமெல்லாம் பண்படுத்தியாக வேண்டிய ஒரு தோட்டக்காரரின் உலகம், அவ்வாறு செய்வது தோல்வியல்ல எனப் புரிந்துகொள்வது, வால்டேரின் எளிய கேண்டிட்டுக்கு

இருந்தது போல. ஆனால் உள்ளே இருக்கும் இருளின் மீதான நமது மேலான இயல்புகளின் வெற்றி.

நாமறிவோம், அல்லது நாம் "அறிவோம்." ஏனெனில் இக்கதை உண்மையானது என நாம் நிச்சயம் கொள்ள இயலாது. இங்கே மீளவும் கூறப்பட்டுள்ள கதையின் முடிவிலே, மின்னல் அரசி துனியாவின் மாபெரும் தியாகம் இல்லாது போனால், இந்தச் சந்தோசமான நிலவரம் கடந்து போயிருக்க முடியாது. ஜுமுருத்துடனான தனது நேரடி மோதலுக்குப் பிறகு, அவள் தன்னுணர்வை அடைந்ததும், தான் இரு விசயங்களைச் செய்தாக வேண்டும் என்று அறிந்துகொண்டாள். அவள் ஜிம்மி கபூரிடமிருந்து நீல நிறக் குப்பியை எடுத்தாள். இத்தகு குப்பிகள் தமக்கேயான மாயாஜாலத்தைக் கொண்டிருக்கும், என்றாள். உங்களால் அவற்றை மறைத்துவைக்க முடியும், ஆனால் எப்போது மீண்டும் தோன்ற வேண்டும் என்பதை அவை தெரிவு செய்யும். இத்தடவை, இக்குப்பி பூமியில் எந்த இடத்திலும் தென்படக்கூடாது. ஆதலின் இதனை சாத்தியமற்ற இடத்தில் மறைத்துவைப்பேன். எஞ்சியிருந்த இரவுக்காக அவள் போய் விட்டாள். அவள் திரும்பியபோது இதனை மட்டுமே கூறினாள். அது முடிந்தது. அன்றைய நாளிலிருந்து ஆயிரமாண்டுகள் கடந்துள்ளன. அக்குப்பி வெளிச்சத்துக்கு வந்த பாடில்லை. எவரெஸ்ட் சிகர வேர்களுக்கு அடியிலோ மரியானா ட்ரெஞ்சின் படுக்கைக்குக் கீழேயோ நிலவின் மைய ஆழத்திலோ அது கிடக்கக் கூடும். ஆனால் மாபெரும் ஜுமுருத் நம்மை அதற்கு மேல் சிரமப்படுத்தவில்லை.

இருளின் இருதயத்திலோ சூரியனின் நெருப்பிலோ நீலக் குப்பியை அவள் மறைத்த பிற்பாடு, அன்று காலையில் அவள் திரும்பியதும், லா இன்கோயெரென்ஸாவில் கூடியிருந்த தன் அணிகளிடம் கூறினாள். இரு உலகங்களும் மீண்டும் பிரிக்கப்பட வேண்டும் என்பது தெளிவாகிறது. ஒருவர் இன்னொன்றிற்குள் நுழைந்தால் குளறுபடி வந்துவிடுகிறது. நிரந்தரமாக இல்லாது போனாலும் தோராயமான ஒரு நித்தியத்திற்கு பிளவுகள் மூடியிருக்கும் வகையில் இறுக்கமாக மூடிட ஒரேயொரு வழிதான் இருக்கிறது.

ஒரு ஜின்னியா புகையற்ற நெருப்பால் ஆனது என்பதை ஞாபகத்தில் கொள்ளுங்கள், தன் பெண் வடிவத்தை உதிர்த்திட அவள் விரும்பினாள். அவள் புகையென இரு உலகங்கள் வழியே போக முடியும். எந்த அறையினையும் எந்த இண்டு இடுக்கிலும் எந்த வாக்கிலும் சென்றுவர இயலும், அறையைப் புகை நிறைப்பதென தான் நுழையும் வெளியை நிறைக்க முடியும், அப்புறம் அவள் விரும்பினால், மீண்டும் திடப்பட முடியும், தான் நுழைந்திருக்கும் வெளியின் பண்பைப் பெற

இயலும், செங்கல்களிடையே அவ்வெளிகள் வெளிகளாக இருக்காது. அவை ஒருபோதும் இல்லாததாகவோ ஒருபோதும் இருக்காதவையாகவோ இருக்கும். ஆனால் ஜின்னியா, மிகவும் சிதறியதாக நிலைகுலைந்ததாக பெருகி உருத்திரிந்திட உரு மாறிட ... ஜின்னியா அரசி கூட. வலிமை இழக்கின்றாள். அல்லது வலிமையை விட மோசமான நிலையில், விருப்புறுதியை, பிரக்ஞையை இழக்கின்றாள். அது மீண்டும் தன்னை ஒருமுகப் படுத்திக்கொண்டு, தனது ஒற்றை வடிவத்தைப் புதுப்பித்துக் கொள்ள அவளுக்கு வழிவகை செய்யும்.

ஆக நீ இறந்து போவாய், ஜெரோனிமோ மேனஸெஸ் கூறினாள். அதுதான் நீ எங்களிடம் கூறிக் கொண்டிருப்பது, ஜின்களிடமிருந்து எங்களைக் காக்க, உனது வாழ்வை நீ தியாகம் புரிவாய்.

அப்படியே அல்ல, என்றாள்.

நீ தொடர்ந்து உயிர்த்திருப்பாய் என்கிறாயா? கேட்டார்.

அப்படியும் இல்லை. பதிலளித்தாள். ஆனால் பகுத்தறிவு அதனைக் கோருகிறது. எனவே அது செய்யப்பட வேண்டும்.

அப்புறம், விடைபெறலின் வார்த்தையின்றி, உணர்வு நெகிழ்ச்சியின்றி அல்லது விவாதமின்றி அவள் அவர்களிடமிருந்து கிளம்பினாள். அவள் அங்கிருந்தாள், அப்புறம் அவள் அங்கில்லை. அவர்கள் திரும்பவும் அவளைப் பார்க்கவில்லை.

அவள் என்ன செய்தாள், அவளுக்கு என்ன ஆனது, உலகங்களுக் கிடையிலான வழிகளை மூடிட தன்னை அவள் பயன்படுத்திக் கொண்டாளா அல்லது இல்லையா என்பது குறித்து நாம் யூகிக்கவே முடியும். ஆனால் அன்றிலிருந்து இன்றுவரை, மேலுலகம், பெரிஸ்தான், தேவதை தேசத்தின் எந்த உறுப்பினரும், இந்த கீழ்மட்ட மண்ணில், பூமியில், நம் இல்லத்தில் ஒருபோதும் காணப்பட்டிருக்கவில்லை.

அதுதான் ஆயிரத்து ஓராவது நாள். அன்று மாலையில் திரு.ஜெரோனிமோவும் அவரது அலெக்ஸாண்டிராவும் அவளது படுக்கையறையில் தனித்திருந்தனர். கலவி புரிந்தனர். இருவருமே காற்றிலே மிதப்பதாக உணர்ந்தனர். ஆனால் அப்படி இல்லை அவர்கள்.

இரண்டு வருடங்கள் எட்டுமாதங்கள், இருபத்தெட்டு இரவுகள் நீண்ட, விநோதத் தன்மையின் காலம் அவ்வாறு முடிவுற்றது.

நாம் பொது அறிவுள்ளவர்களாகியுள்ளோம் என்பதில் பெருமிதம் கொள்கிறோம். நீண்ட காலமாக மோதலே நம் இனத்தின் வரையறுப்புக் கதையாடலாக இருந்ததை அறிவோம். ஆனால் இக் கதையாடல் மாற்றப்படக் கூடியது

என்பதை எடுத்துக் காட்டியிருக்கிறோம். இனம், இடம், மொழி, சம்பிரதாயம் என்பதிலான நமக்கிடையிலான வேறுபாடுகள் நம்மைப் பிரிப்பதில்லை. அவை நமக்கு ஆர்வமூட்டி ஈடுபாடு கொள்ளச் செய்கின்றன. நாம் ஒன்றாயிருக்கிறோம் என்றும் நாம் கூறிக் கொள்ளலாம். நாம் நம்மைப் பற்றிச் சுருக்கமாகப் பேசுகிறோம். நம்மைப்பற்றி பெரிதாகவல்ல, மாபெரும் நகரில் வசிக்கின்றோம். அதன் புகழ்பாடுகின்றோம். பாய்ந்தோடும் நதிகளென, உங்களிடையே பாய்ந்தோடி, நீரோட்டங்கள் ஒன்று கலப்பதென, எங்கோ இருந்து வருவதும் கையருகே இருப்பதுமான மானுட நீரோட்டங்களுடன் ஒன்று கலக்கின்றோம். உங்களது தண்ணீர், கடற்காகங்கள், கூட்டங்களுக்கு ஆதரவாக நின்று மகிழ்வாயிருக்கிறோம். உங்கள் வாடிக்கையாளர்களான நமது நகரின் ஆடவரும் பெண்டிரும், இறுக்கமான உடையணிந்தவர்களாய், நிறமின்றி, நேர்த்தியாக எங்களை இதப்படுத்துகின்றனர். மாபெரும் நகரம், உங்கள் உணவு, உங்கள் வாசனைகள், உங்கள் துரித புலனுணர்வு, தொடங்கிய எதேச்சைச் சந்திப்புகள், ஆவேசமாய் நிறைவுற்றவை, தொடர்ச்சியிழந்தவை என அனைத்தையும் நாங்கள் ஏற்கின்றோம். அர்த்தங்கள் தெருவில் முட்டி மோதுகின்றன. பிற அர்த்தங்களின் தோள்களில் உராய்கின்றன. அவற்றை உற்பவித்த அர்த்தக்காரர்களால் அர்த்தப்படுத்தப்படாத புது அர்த்தங்களைப் பிறப்பிக்கின்றன. ஆலைகள், பள்ளிகள், பொழுது போக்கு இடங்கள், அபகீர்த்தி, நமது பெரு நகரம் எனச் செழிக்கின்றன, செழிக்கின்றன! நீங்கள் எங்கள் ஆனந்தம், நாங்கள் உங்கள் ஆனந்தம், ஆகவே நதிகளுக்கிடையே ஒரு முடிவை நோக்கி அதற்கப்பால் தொடக்கமில்லை, சேர்ந்து போகின்றோம். அதற்கப்பால், ஒன்றுமில்லை. விடியல் நகர் சூரியனில் பிரகாசித்துக் கொண்டிருக்கிறது.

ஆனால் உலகங்கள் ஒவ்வொருவரிடமிருந்தும் மூடி முத்திரையிடப்பட்டபோது, ஏதோ நம்மீது விழுந்தது. தசாப்தங்களும் நூற்றாண்டுகளும் கடந்து சென்றது போல, நாட்கள் வாரங்களாக, மாதங்களாக, ஆண்டுகளாக நீட்சிகொள்ள, ஒரு காலத்தில் ஒவ்வோரிரவும் நமக்கு, நாம் ஒவ்வொருவருக்கும் நாமெல்லாம் ஆகியுள்ள பெரிய நாமின் ஒவ்வொரு உறுப்பினருக்கு நிகழ்ந்தது. நிகழ்வதை நிறுத்திவிட்டது. நாங்கள் கனவு காணாது இருக்கிறோம். தேவதை மாயாஜாலத்தின் சொட்டுகள்கூட, விண்ணகப் பனித்துளி தொல்கதைப்படி தூங்குகின்ற எங்கள் கண்களில் அது விழுந்து எங்கள் இரவு வேளை மாயப் புனைவுகளை அனுமதித்தது என எதுவும் கசிந்துவிடாதபடி, இப்பிளவுகளும் துளைகளும் இறுக்கமாக மூடப்பட வேண்டியது இவ்வேளையாயிருக்கக் கூடும்.

சல்மான் ருஷ்தீ ◆ 351

இப்போது தூக்கத்தில் இருள் மட்டுமே இருந்தது. இரவின் மாபெரும் அரங்கம் முன்காணப்படாத நிகழ்வுகளைத் தொடங்கிடும் வகையில், மனம் இருண்டு சாய்ந்தது. ஆனால் ஒன்றும் வெளிப்படவில்லை. அடுத்தடுத்த தலைமுறை ஒவ்வொன்றிலும் நம்மில் மிகமிகச் சொற்பமானோர், கனவு காணும் திறனை தக்கவைத்துக்கொண்டனர். நம்மால் கனவு மட்டுமே காண இயலுமாயின், கனவுகள் நம்மால் கனவு காணக் கூடியனவாக இருக்கும் காலத்திலேயே இதுவரை நம்மைக் கண்டு கொண்டிருக்கிறோம். கனவுகளே, தொன்மையான நூல்களில் உங்களைப் பற்றி நாங்கள் படிக்கிறோம், ஆனால் கனவு ஆலைகள் மூடப்பட்டுள்ளன. அமைதி, செழிப்பு, புரிந்துகொள்ளல், ஞானம், நன்மை, உண்மை ஆகியவற்றிற்காக நாங்கள் செலுத்தும் விலை இது. தூக்கம் கட்டவிழ்த்துள்ள, நமக்குள்ளேயிருக்கும், காட்டுத்தன்மை, பழக்கப்படுத்தப்பட்டிருக்கிறது. இரவின் நாடகத்தை துரத்திவிட்ட, நமக்குள்ளேயிருக்கும் இருள், இதப்படுத்தப்பட்டிருக்கிறது.

நாம் ஆனந்தமாயிருக்கிறோம். அனைத்திலும் நாம் ஆனந்தத்தைக் காண்கிறோம். மோட்டார் வாகனங்கள், மின்னணு சாதனங்கள், நடனங்கள், மலைகள் என நீங்களெல்லாம் எங்களுக்குப் பெரும் ஆனந்தத்தைக் கொண்டுவருகிறீர்கள், நாம் கையுடன் கை சேர்த்து நீர்த்தேக்கம் நோக்கி நடக்கின்றோம். நமக்கு மேலேயுள்ள ஆகாயமெங்கும் பறவைகள் வட்டமடிக்கின்றன. பறவைகள், நீர்த்தேக்கம், நடத்தல், கையுடன் கை சேர்ந்து இருப்பது, அனைத்தும் எங்களுக்கு ஆனந்தத்தைக் கொண்டு வருகின்றது.

ஆனால் இரவுகள் ஊமையாய் கடக்கின்றன. ஆயிரத்தோரு இரவுகள் கடக்கக் கூடும். ஆனால் அவை ஆவிகளின் படையென, தம் காலடிகள் நிசப்தமாக, இருளினூடாக, புலப்படாமல் அணிவகுத்து, கேட்காதவாறும் காணாதவாறும், கடக்கின்றன. நாம் வாழ்ந்து வயதாகி மடிகையில்.

மிகுதியும் ஆனந்தமாயிருக்கிறோம். நம் வாழ்க்கைகள் நல்லன. ஆனால் சில வேளைகளில் கனவுகள் திரும்பிவர ஆசைப்படுகிறோம். சில வேளைகளில், முழுதுமாக நம்மைப் பிறழ்விலிருந்து விடுவித்துக் கொண்டிருக்கவில்லையாதலால் தீக்கனவுகளுக்காக ஏங்குகின்றோம்.